MAWIMBI MATATU YA WAJITAO KWA HIARI NA DUNIA MPYA

Na Dolores Cannon

Imetafsiriwa na: Alima Esmaee Meli

Yaliyomo

Kwa ruhusa, mfululizo, ufupisho, urekebishaji, au kwa katalogi yetu ya machapisho mengine, andika kwa Ozark Mountain Publishing, Inc., P.O. Box 754, Huntsville, AR 72740, ATTN: Idara ya Ruhusa.

Takwimu za Maktaba ya Congress ya Kuchapishwa:

Cannon, Dolores, 1931 - 2014

The Three Waves of Volunteers and the New Earth, na Dolores Cannon. Mawimbi matatu ya wajitoleao waliokuja kutoka vipimo vingine, sayari, vyombo vya anga na Chanzo kusaidia kuinua nishati za Dunia zipande katika kipimo kinachofuata.

Dunia Mpya 2. 2012 3. Kupaa 4. Wajitoleaji 5. Falsafa ya siri

I. Cannon, Dolores, 1931 - 2014 II. Dunia Mpya III. Kupaa IV. Falsafa ya siri IV. Kichwa

Sanaa ya Jalada na Mpangilio: www.noir33.com
Imetafsiriwa na: Alima Esmaee Meli
Kitabu kimewekwa kwa: Times New Roman
Muundo wa Kitabu: Nicklaus Pund
Kimechapishwa na:

OZARK MOUNTAIN PUBLISHING

PO Box 754
Huntsville, AR 72740
WWW.OZARKMT.COM
Imechapishwa nchini Marekani

Kanusho

Mwandishi wa kitabu hiki hatoi ushauri wa kitabibu wala kuagiza matumizi ya mbinu yoyote kama njia ya matibabu kwa matatizo ya mwili au ya kitabibu. Taarifa za kitabibu zilizomo kwenye kitabu hiki zimechukuliwa kutoka mashauriano na vikao vya mtu mmoja mmoja vya Dolores Cannon na wateja wake. Haikusudiwi kwa utambuzi wa kitabibu wa aina yoyote, wala kuchukua nafasi ya ushauri wa kitabibu au matibabu kutoka kwa daktari wako. Kwa hiyo mwandishi na mchapishaji hawachukui dhima yoyote juu ya tafsiri au matumizi ya taarifa hiyo na mtu binafsi.

Juhudi zote zimefanywa kulinda utambulisho na faragha ya wateja waliohusika kwenye vikao hivi. Mahali vilipofanyika ni sahihi, lakini majina ya kwanza pekee ndiyo yametumika, na pia yamebadilishwa.

SEHEMU YA KWANZA

WAJITOLAJI UTANGULIZI

Tangu safari yangu ya kwanza katika ulimwengu huu wa yasiyojulikana zaidi ya miaka arobaini iliyopita nimejiona kama mwandishi wa taarifa, mpelelezi, mtafiti wa "maarifa yaliyopotea." Kwa uhalisia mimi ni mtaalamu wa hypnotherapy niliyejit katika tiba ya maisha ya nyuma na kufuatilia chanzo cha matatizo ya watu hadi katika maisha mengine badala ya hili la sasa. Kadiri kazi yangu ilivyokua na kupanuka nilitengeneza mbinu yangu ya kipekee ya hypnotherapy inayoruhusu uponyaji wa papo hapo, hivyo sasa ninaifundisha kote duniani. Matokeo yamekuwa ya kushangaza. Nilipoanza kuhisi hamu ya kufundisha mbinu yangu sikuwa najua kama ingewezekana, kwa sababu ukitengeneza kitu mwenyewe, unajua jinsi kinavyofanya kazi. Hata hivyo, je, ningeweza kuifundisha kwa wengine kwa njia inayoeleweka? Hilo ndilo lilikuwa tatizo. Lakini nilijua sitawahi kujua kama nisiijaribu. Watu wengi (na baadhi ya wateja wangu) wanaogopa sana kushindwa kiasi kwamba hawa jaribu kamwe. Hivyo nilianza kuifundisha mwaka 2002 na sasa imesambaa kote duniani, na kwa kuridhika kwangu wanafunzi wangu wanaripoti miujiza ile ile niliyopitia. Baadhi yao hata wanajaribu njia za kutumia mbinu hii ambazo nisingewahi kuziwaza. Ni kuridhika gani zaidi mwalimu angekuwa nayo kuliko kuwaona wanafunzi wake wakichukua walichofundishwa na wasiwe na woga wa kuvuka mipaka na kuchunguza njia zisizojulikana. Mbinu yangu si kama zile mbinu nyingine za kale za hypnotherapy zinazofundisha kwamba lazima ufanye haswa wanavyosema. Kwamba huwezi kupotoka hata neno moja kutoka kwenye hati. Katika ufundishaji wangu nataka mwanafunzi aelewe kinachofanywa ili waweze kufikiri wao wenyewe. Mradi tu mteja hidhuriwi wana uhuru wa kujaribu. Nimegundua mbinu hii kuwa yenye unyumbufu wa hali ya juu. Ni kitu hai kinachokua na kubadilika. Mara nyingi, baada ya miaka yote hii, bado narudi nyumbani na kumwambia binti yangu, Julia,

"Hebu fikiria nilichojifunza kufanya leo!" "Wao" wamesema mara nyingi kwamba hakuna mipaka, isipokuwa mnayoijenga nyinyi wenyewe. Kila kitu kinawezekana. Unazuiliwa tu na fikra zako mwenyewe.

Nadhani hofu ya yasiyojulikana ndicho kinachowazuia wahudumu wengi wa tiba. Wanaogopa kujaribu kitu kipya, kufikiri wao wenyewe. Jambo kuu linalofanya mbinu yangu kuwa tofauti ni kwamba nafanya kazi katika kiwango cha kina kabisa cha usingizi wa ki-hypnosis, kiwango cha somnambulistic. Mbinu nyingi nyingine humweka mteja katika viwango vya juu vya usingizi ambapo akili fahamu inaweza kuingilia. Ukimchukua mtu hadi kiwango cha ndani kabisa tunaweza kuwasiliana moja kwa moja na chanzo kikuu cha nguvu na uponyaji kilichopo. Nimepata njia ya kuwasiliana na Chanzo cha maarifa yote. Hapo ndipo taarifa ninazoandika hutoka, na hapo ndipo sehemu ifanyayo uponyaji wa papo hapo hupatikana. Ni ya upendo na msamaha uliokithiri. Naiita "Akili Tambuzi" kwa sababu sikujuwa nikiiteje nilipoanza. Ninapoulizwa kuieleza, nasema unaweza kuiita Nafsi ya Juu, Ufahamu wa Juu au Oversoul. Ni kikubwa sana na kikuu kiasi kwamba kina majibu ya kila kitu. "Wao" husema hawajali niwaiteje kwa kuwa hawana jina hata hivyo. Baadhi ya wanafunzi wangu wamependekeza kuiita "Superconscious" badala ya "Subconscious." Sijui kama hilo lingekuwa lenye ufanisi zaidi au la. Najua tu kile nifanyacho kinafanya kazi, hivyo "Kama hakijaharibika, usikitengeneze." Kwa madhumuni ya kitabu hiki nitaifupisha kuwa "SC" ili iwe rahisi kusoma.

Katika miaka ya mapema ya kazi yangu iliingia taratibu na kwa upole, wala sikujuwa hasa nilikuwa nazungumza na nani. Ilichukua miaka kadhaa ya kufanya kazi nayo kabla sijaelewa kile nilichogundua. Kisha ukaja mchakato wa kubuni mbinu ya kuiita katika kila kikao. Hii imekuwa ya thamani isiyo kifani katika kazi yangu. Watu husema, "Je, hujui unafanya miujiza?" Nawajibu, "Mimi sifanyi chochote! Ni wao! Mimi ni msimamizi tu, wao ndio wanaofanya kazi." Sehemu hii tukufu na ya ajabu inajua kila kitu kuhusu kila mtu. Na inajali sana kila mtu mmoja mmoja. Hakuna siri, "wao" wanakujua kuliko unavyojijua mwenyewe. Kwa hiyo mteja anapokuja kuniona, najua atapata chochote anachohitaji kujua. Chochote ambacho Akili Tambuzi inaona kinafaa kwake kuelewa. Mimi sijui kamwe kitakachotokea, hivyo siwezi kudhibiti au kuendesha kikao. Nimefanya nao kazi kwa muda mrefu kiasi kwamba mara nyingi najua baadhi ya majibu yatakuwaje kwa sababu huwa yale yale, lakini si yale ningeyawaza kwa mantiki. "Wao" wana mantiki yao wenyewe. Hivyo namwambia mteja sijui kamwe kitakachotoka wakati wa kikao. Ni tofauti kila mara, lakini haitawahi kuwa zaidi ya kile anachoweza kustahimili. Sijui kama jibu litahusiana na matatizo ya karmic au jambo jingine. Sasa majibu yanaonekana kuelekezwa zaidi kwenye "jambo jingine" na wazo langu la Mawimbi Matatu ya Wajitoleaji likaundwa. Mimi ndiye wa kwanza kukiri kwamba mtazamo huu wa mabadiliko ya sayari ni wa kupanua akili na wa kutisha kwa mshangao.

Kwa miaka ishirini na tano pia nimekuwa nikichunguza matukio ya kuona UFO na visa vinavyohisiwa vya utekaji. Sehemu kubwa ya haya imeripotiwa katika vitabu vyangu, hasa The Custodians, na nimepata taarifa nyingi na majibu ya maswali ambayo wachunguzi wengine waliweza tu kuyazungukia. Wageni wa angani (ETs) wamekuwa wakinipa ukarimu majibu ya maswali yoyote ningeweza kuwaza. Nilidhani hakuna kilichobaki kuchunguza katika fani hii. Hata hivyo "wao" wamenishangaza tena. Katika miaka michache iliyopita nilianza kuona vimulizo vya hadithi kubwa zaidi nyuma ya kuona kwa macho na uchunguzi n.k. Nilidhani hatimaye nilikuwa nimetatua kitendawili cha ushiriki wao na jamii ya binadamu. Lakini wakati wa kikao mwaka 2009 nilipatiwa kile ninachoona kama "kipande kilichopotea" cha fumbo lote la UFO. Taa ya kihisia "ikawashwa," na mambo yakaanza kuungana. Nikagundua haraka kwamba nilikuwa na vipande vyote muda wote. Vilikuwa vimetapakaa katika kazi yangu, hasa The Custodians na mfululizo wa The Convoluted Universe. Vilikuja kupitia maelfu mengi ya wateja wakati wa vikao vyetu vya tiba ya regression. Nilikuwa nimeunganisha baadhi ya hadithi, na nilidhani nina picha nzima. Ghafla, nikagundua kwamba kulikuwa na zaidi na ilikuwa imenitazama usoni kwa miaka. Huenda bado sina hadithi yote. Nina hakika bado kutakuwa na mshangao njiani, lakini hatimaye wakati umefika wa pazia kuinuliwa. Pazia limekuwa likipungua unene miaka michache iliyopita, na nimeona hilo katika mazoezi yangu ya tiba. Watu wengi wanazidi kutambua kwamba maisha ya kawaida wanayovuta si sababu ya wao kuja Duniani. Majibu yanaendelea kuja kikao baada ya kikao: "Ni wakati wa kuamka!" "Unao utume! Ni wakati wa kuanza!" "Acha kupoteza muda! Muda unakutania ili ukamilishe ulichoja kuja duniani kufanya!"

Katika miaka arobaini ambayo nimejihusisha na regression ya maisha ya nyuma na tiba, muundo ulikuwa ule ule kila mara. Bila shaka, kulikuwa na ubaguzi kwenye kanuni, na hivyo ndivyo nilivyoandika vitabu vyangu. Lakini, kama kanuni, mteja angeenda nyuma kwenye maisha yaliyopita yanayofaa kuelezea matatizo aliyokuwa nayo katika maisha yake ya sasa. Iwe yalikuwa matatizo ya uhusiano, ya kazi, au ya afya, jibu mara nyingi lingeweza kufuatiliwa hadi maisha moja yaliyopita au mfululizo (muundo) wa maisha yanayofanana ambako walikuwa wakirudia karma ile ile na watu wale wale. Nilijua jibu lilikuwa kuvunja mzunguko, na hili lingewezekana kwa akili tambuzi kuwaonyesha uhusiano. Kisha wangeweza kupata uponyaji na kufungwa kwa safari. Hata hivyo, katika miaka michache iliyopita muundo wa kazi yangu ulianza kubadilika, na mara kwa mara nilikuwa nakutana na aina tofauti ya mteja. Lazima nisistize kwa nguvu kwamba, juu juu, hakuna cha ajabu kuhusu watu hawa. Ni wanadamu wa kawaida kabisa wanaoishi maisha kama kila mtu. Wanakuja kwangu kwa msaada wa kupata suluhisho la matatizo yao. Majibu yaliyotoka katika vikao hivi yalikuwa jambo la mwisho ambalo akili zao fahamu zingeweza kuwaza. Inaonekana kwamba kwa kweli sisi ni wanadamu wa sura nyingi. Tunaona maisha yetu kwa mtazamo mmoja, bila kujua tabaka zingine zilizo chini tu ya uso. Zisizojulikana kwa akili zetu fahamu, ilhali zina ushawishi mkubwa juu ya maisha yetu. Kuna zaidi sana kutuhusu kuliko tunavyoweza kuwaza. Humo ndimo ulipo udanganyifu. Tunadhani tunajijua, lakini je, kweli?

SURA YA KWANZA

Kugundua Mawimbi Matatu

Utafiti wangu katika uwanja wa hypnotherapy umenipeleka kwenye safari zisizowazika kupitia muda na anga kuchunguza historia ya zamani na uwezekano wa mustakabali. Nilipoanza uchunguzi wangu kupitia tiba ya maisha ya nyuma, nilidhani ningekuta tu watu wanaokumbuka maisha Duniani kwa sababu, bila shaka, hicho ndicho tulichokijua. Imani yangu imevunyanguliwa na kupanuliwa katika kipindi cha miaka arobaini iliyopita. Kadiri kazi yangu ilivyoendelea, nilipatiwa taarifa nyingi kuhusu mwanzo wa uhai Duniani. Niliambiwa kwamba huu ndio wakati wa maarifa haya kutoka hadharani. Tunahamia katika dunia mpya, kipimo kipya, ambako taarifa hizi zitathaminiwa na kutumika.

Wakati wa kazi yangu, nimesikia mengi kuhusu kila kitu kuwa kimeundwa kwa nishati; umbo na sura huamuliwa tu na masafa na mtetemo. Nishati haifi kamwe; hubadilika tu. Nimeambiwa kwamba Dunia inabadilisha mtetemo na masafa yake na inaandaa kupanda kwenda kwenye kipimo kipya. Kuna vipimo visivyo na idadi vinavyotuzunguka kila wakati. Hatuvivyo kwa sababu kadiri mitetemo yao inavyoharakishwa, huwa haviwezi kuonekana kwa macho yetu. Ni muhimu tujue zaidi kuhusu uhamisho huu kwenda kipimo kipya kwa sababu tuko katikati yake sasa, na kilele chake kinakaribia.

Dunia ni shule tunayoihudhuria na kujifunza masomo, lakini siyo shule pekee. Umeshawahi kuishi kwenye sayari nyingine na katika vipimo vingine. Umefanya mambo mengi, mengi usiyoweza hata kuwaza. Wengi wa watu niliowafanyia kazi katika miaka ya hivi karibuni wamerudi nyuma hadi maisha ambamo walikuwa viumbe wa mwanga wakiishi katika hali ya furaha pevu. Hawakuwa na sababu ya kuingia kwenye uzito na negativity ya Dunia. Walijitolea kuja kusaidia binadamu na Dunia wakati huu. Nimekutana na kile ninachokiona kama mawimbi matatu ya roho wapya wanaoishi Duniani. Wamekuja wakati huu kwa sababu wengi wa wale watu ambao wamekuwa hapa maisha baada ya maisha wamekwama katika karma na hawaendelei. Wamepoteza dira ya kusudi lao la kuishi Duniani.

Katika siku za awali za kazi yangu (na katika vitabu vyangu vya mwanzo) nilidhani kwamba isingekuwawezekana mtu kupitia maisha yake ya kwanza katika sayari ya Dunia katika nyakati zetu za sasa. Nilidhani ilibidi iwe mchakato wa hatua kwa hatua: kupitia aina mbalimbali za uhai kabla ya kuwa binadamu: hewa, miamba, udongo, mimea, wanyama, roho wa asili, na hatimaye binadamu. Nilidhani kwamba roho ikiamua iko tayari kujaribu maisha kama binadamu, ingekuwa katika jamii ya kiasili ili iweze kuzoea taratibu. Nilidhani isingewezekana kudondoshwa ghafla katika jamii yetu ya kisasa yenye msongamano wa shughuli na nishati yake yenye vurugu. Ingekuwa nyingi sana kwa roho mpya inayoibuka kustahimili. Lakini kisha mwaka 1986 niliandika kitabu, kuhusu roho mpole aliyekuwa akipitia maisha yake ya kwanza Duniani. Daima alikuwa na maisha kwenye sayari na vipimo vingine. Hata hivyo, katika vikao vyetu vya kwanza alieleza maisha kadhaa dhahiri yaliyopita Duniani. Hivyo nikaelekeza shaka: ni nini kinaendelea. Aidha reinkanesheni ni kweli au sivyo. Lakini hapo ndipo nilipopata maelezo yangu ya kwanza ya nadharia ya "mchapisho". Watu waliokaa Duniani kupitia maisha isiyohesabika wana kumbukumbu za uzoefu huu katika hifadhi zao za kumbukumbu za akili tambuzi. Pasipo kujulikana kwa akili fahamu ya mtu, kumbukumbu hizi zilizofichwa ni muhimu kuwasaidia kujiendesha kupitia kinamasi cha kuishi kama binadamu. Bila aina fulani ya historia ya kurejea wasingeweza kufanya kazi. Mtoto mchanga anaonekana kuja akiwa "safi" bila kitu cha kuhusisha, hadi afundishwe na wazazi wake na jamii. Lakini si kweli. Huyo "mtoto" kwa kweli ni roho mzee sana aliyefanya mamia ya safari katika mchezo mgumu tuuitao "maisha." Hii humpa kitu cha kutumia kama rejea (bila kujua) kuhusu namna ya kuishi kama binadamu. Lakini roho wapya kwa Dunia hawana historia hiyo na wangepotea kabisa. Isipokuwa kwa wazo bunifu lililobuniwa upande wa roho linaloitwa "mchapisho." Roho inapokuwa upande wa roho huonyeshwa aina ya maisha itakayoingia baadaye, na hutengeneza mpango wa kile inatumaini itaweza kukamilisha. Pia hufanya mikataba na roho mbalimbali kusafisha karma yoyote iliyosalia. Ikiwa roho haina uzoefu wa Dunia wa kutegemea, hupelekwa kwenye Maktaba. Wateja wangu wengi, wengi wameelezea Maktaba hii kwa namna ile ile. Hapo ndiko maarifa yote yaliko, kila kitu kinachojulikana na kitakachowahi kujulikana. Pia kuna Rekodi za Akashic, ambazo ni rekodi za kila maisha yaliyowahi kuishi tangu uumbaji. Kupitia majadiliano mengi na ushauri kutoka kwa Msimamizi wa Maktaba, roho huchagua maisha itakayochapishwa juu ya muundo wa nafsi yake. Hizi zimefananishwa na kufunika au filamu. Ni kama kwenda maktaba kufanya utafiti na kuchambua vitabu visivyo na idadi kupata taarifa sahihi. Mchapisho hili hugeuka kuwa sehemu muhimu ya kumbukumbu ya roho mpya. Niliuliza jinsi nitakavyoweza kujua, ninapofanya kazi na mteja, kama kumbukumbu zinazokuja wakati wa regression ni "halisi" au mchapisho. Niliambiwa sitakuwa na uwezo wa kutofautisha kwa sababu kila kitu, si kumbukumbu tu, bali hisia na kila kilichounda maisha hayo pia kitakuwa kimechapishwa. Walisema, kwa kuwa kinatumika tu kama rejea kwa roho, haijalishi hata hivyo. Kwa kuwa maisha ya watu maarufu mara nyingi hutumiwa kama mchapisho, hili linaeleza ukosoaji wa wasioamini kwamba reinkanesheni haipo kwa sababu watu wengi hudai kuwa mtu muhimu yuleyule. Mchapisho linajibu hoja hiyo. Nikauliza, "Je, ina maana kwamba reinkanesheni haipo, ikiwa yeyote anaweza kuchapisha maisha badala ya kuishi uzoefu halisi?" Wakasema hapana kwa sababu lazima kuwe na maisha yanayoishi ili kuwa na nyenzo au kumbukumbu za kuweka kwenye rekodi.

Hili lilikuwa na maana kamili, na lilikuwa ni mbinu iliyoundwa ili roho safi na wasio na hatia waweze kuzoea dunia ya kigeni yenye msongamano na vurugu. Ingekuwa haiwezekani kuja Duniani bila maandalizi fulani. Roho laini isingekuwa na kitu cha kuhusisha na isingeweza kabisa kukabiliana. Baada ya uzoefu wangu wa kwanza na Phil, kijana katika, nilianza kukutana na hawa roho wapya mara nyingi zaidi. Kesi hizi zimeelezewa katika vitabu vya. Hivyo kile nilichodhani ni tukio adimu sasa kilikuwa kinakuwa cha kawaida. Walikuwa wakijificha nyuma ya machapisho ya maisha mengine, na hiki ndicho kilichokuwa kikijitokeza kwa wahypnotisti wengine na wachunguzi (hasa wale wanaofanya kazi katika ngazi nyepesi za usingizi). Kwa kuwa machapisho huchaguliwa kwa kusudi la kutumika wakati wa maisha yao, "maisha" yanayoonekana ya nyuma yatajibu baadhi ya maswali, lakini si yale muhimu zaidi. SC, kwa hekima yake isiyo na kipimo, itampa mteja tu kile anachoweza kustahimili. Na vivyo hivyo kwa mhypnotisti; iwapo bado wanachukua "hatua za kitoto" kuelekea yasiyojulikana hawatapewa majibu changamano. Sikupewa taarifa hii hadi nilipokuwa tayari kunyoosha udadisi wangu. Mpaka hivi karibuni, bado nilidhani hawa "wa kwanza" safi na wasio na hatia walikuwa wachache sana. Lakini sasa wanazidi kuwa kanuni. SC hata haijisumbui tena kufunika. Mara nyingi mteja hawezi kupata maisha ya nyuma, haijalishi ni tofauti ngapi za mbinu yangu ninajaribu. Kisha ninapowasiliana na SC kwa ufafanuzi, daima ninauliza kwa nini hatukuweza kupata chochote. Wakati mwingine husema, "Tungeweza kumuonyesha kitu, lakini kingekuwa 'mchapisho' tu."

Kisha inaendelea kuwaambia walikotoka, na kusudi lao kwenye sayari ya Dunia wakati huu. Kumekuwepo na visa vichache ambako Akili Tambuzi ilisema mtu alikataa machapisho muda mfupi kabla ya kuingia kwenye mwili wa mtoto. Na hilo limesababisha maisha yenye msukosuko bila mpango au kusudi. Hivyo inaonekana kwamba "wao" kweli wanajua wanachofanya. Ni sisi wanadamu tusioelewa, au hatuwezi kufahamu.

Ili kuelewa kikamilifu nadharia (na "kipande kilichopotea") ninachokaribia kupendekeza, ni lazima turudi mwanzo, kwenye "kupandikizwa" kwa jamii ya binadamu.

JINSI UHAI ULIVYOANZA DUNIANI

Ili kuelewa kwa nini mawimbi haya matatu ya wajitoleaji yamekuja wakati huu, tunapaswa kurudi mwanzo—mwanzo wa uhai katika dunia yetu. Najua taarifa hii ni ya utata, lakini taarifa ile ile imekuja kwangu tena na tena katika maelfu ya regression, nadhani hatuwezi kuipuuza.

Enzi nyingi zilizopita hakukuwa na uhai Duniani. Kulikuwa na volkeno nyingi na anga ilikuwa imejaa amonia. Sayari ilibidi ibadilishwe ili uhai uanze. Katika utafiti wangu nilijifunza kwamba kuna Mabaraza yanayotunga kanuni na taratibu za kuumba uhai kote ulimwenguni. Kuna Baraza juu ya mfumo wa jua, Baraza juu ya galaksi, na Baraza juu ya ulimwengu. Ni mfumo wenye mpangilio sana. Viumbe hawa wa juu huzunguka ulimwengu wakitafuta sayari zinazofaa kwa uhai. Wanasema kwamba sayari inapofikia hatua ambapo inaweza kuhimili uhai, ni tukio muhimu sana katika historia ya sayari hiyo. Hapo ndipo inapopewa Hati yake ya Uhai.

Kisha makundi mbalimbali ya ET au viumbe wa juu hupewa jukumu la kwenda na kuanzisha uhai kwenye sayari hiyo. Viumbe hawa huitwa Wale wa Kale au Wale wa Zamani. Wamekuwa wakifanya hivi tangu mwanzo wa muda. Hili halimtoi Mungu kwenye picha hata kidogo—Yeye yumo sana katika picha yote.

Viumbe hawa kwanza huleta viumbe seli-moja ili kuvifanya vigawanyike na kuunda viumbe wa seli nyingi. Inategemea hali ya kila sayari ni viumbe gani vitaundwa. Baada ya kupandikiza sayari, hurudi kuangalia seli mara kwa mara katika enzi. Mara nyingi seli hazinusuri, na hukuta sayari ikiwa haina uhai tena. Viumbe hawa wamesema, "Huna wazo jinsi uhai ulivyo dhaifu."

Hivyo kadiri nyakati zilivyopita walifanya hivyo Duniani, na baada ya muda mimea ilianza kutokea kwa sababu lazima kuwe na mimea kabla ya kuanzisha wanyama. Kadiri uhai ulivyoanza kukua, waliendelea kurudi kuangalia na kuutunza. Waliunda bahari na kusafisha hewa ili aina mbalimbali za uhai ziweze kuendelea. Hatimaye viumbe wa juu walianza kuumba kiumbe mwenye akili. Hili limetokea katika kila sayari; hivi ndivyo uhai unavyoundwa.

Katika vitabu vyangu, nimewataja viumbe hawa "walezi wa bustani" kwa sababu sisi ni bustani; sisi ni watoto wao. Sasa ili kuumba kiumbe mwenye akili walilazimika kuchukua mnyama mwenye ubongo mkubwa wa kutosha kuwa na uwezo wa kujifunza, na mwenye mikono ili aweze kuendeleza zana. Hii ndiyo sababu walimchagua nyani. Baadhi ya watu hawakubaliani na hili, lakini ukweli ni kwamba sisi tuna ulinganifu wa asilimia 98 kijeni. Unaweza kumpa nyani damu na ataishi; ndivyo tulivyo karibu kijeni. Lakini hata hivyo, kuumba binadamu kulitaka urekebishaji wa kijeni na kuchanganya seli na jeni nyingine zilizotoka kote ulimwenguni. Walisema hatutawahi kuipata kiungo kilichopotea; hakipo. Mageuzi yetu yaliruka vizazi. Hayakutokea kwa bahati nasibu.

Kwa muda, wakati wowote ilipohitajika kitu kipya kupeanwa kwa binadamu, viumbe hawa wangekuja na kuishi na binadamu na kuwapa kile walichohitaji. Kila tamaduni duniani ina hekaya za "mletea-utamaduni." Wahindi wana "mwanamke wa mahindi" aliyewafundisha jinsi ya kupanda. Kuna hekaya za waliotufundisha kuhusu moto na jinsi ya kuendeleza kilimo. Katika hekaya zote za dunia viumbe hawa hutoka angani au kutoka ng'ambo ya bahari. Hawa walikuwa walimu, na wangeishi muda wowote waliotaka. Hao ndio wametufikia kama hadithi za miungu na miungamwinyi. Bado inaendelea sasa, lakini hawawezi kuishi kati yetu; wangeonekana sana. Hivyo wanapotaka kutupa mawazo mapya kuharakisha mageuzi yetu, sasa wanayatupa katika anga. Yeyote anayekamata wazo hilo ndiye atakayelibuni. Hawajali ni nani atabuni mradi tu liko katika mstari wa muda. Sote tunajua watu tofauti wanaofanya kazi juu ya bunifu ile ile kwa wakati ule ule. Mfano ni nishati huru, ambayo nasikia kuhusu katika safari zangu, kwamba watu wengi wanaibuni kote duniani.

BUSTANI YA EDEN ILIYOPOTEA

Kiumbe mwenye akili alipoanzishwa Duniani, Baraza liliamua kutupa "hiari huru" na kuona tutafanya nini nayo. Kuna sayari ambako hakuna hiari huru. Kanuni ya Star Trek ya kutoingilia ni halisi sana. Hii ni sehemu ya maagizo ya Baraza: hawawezi kuingilia maendeleo ya spishi yenye akili. Wanaweza kusaidia kwa kutufundisha na kutupa maarifa, lakini hawawezi kuingilia. Niliuliza, je, haikuhesabiwa kuingilia walipokuja na kutupa hatua inayofuata tuliyohitaji katika mageuzi (moto, upandaji, n.k.)? Walisema, "Hapana, ni zawadi tunayowapa mara moja ili kuwasaidia katika hatua inayofuata ya maendeleo yenu. Mtakachofanya nayo ni hiari yenu." Mara nyingi tumechukua zawadi yao na kuitumia kwa jambo hasi au la uharibifu, ambalo halikuwa kusudi lao. Nikasema, "Basi mngerudi kuwaambia hawatumii kwa njia sahihi?" Wakasema, "Hapana, hilo lingekuwa kuingilia. Tunawapa. Mtakachofanya nacho ni hiari yenu. Tunaweza kusimama pembeni na kutikisa vichwa vyetu kwa mshangao kwa ugumu wa wanadamu, lakini hatuwezi kuingilia." Isipokuwa moja tu ya sheria hii ni kama tungefikia hatua ya maendeleo ambapo tunaweza kuharibu dunia. Hili kusingeweza kuruhusiwa kwa sababu lingesambaa katika galaksi, likivuruga sayari nyingi na hata uhai katika vipimo vingine. Hungefikiria kwamba sayari ndogo iliyotengwa kimakusudi katika sehemu hii ya mfumo wetu wa jua ingekuwa na athari kubwa kiasi hicho. Lakini walisema matokeo yangekuwa mapana mno na ya kuharibu.

Tulitakiwa kuwa spishi kamili isiyowahi kuugua na ingeweza kuishi muda wowote tunaotaka. Dunia ilitakiwa kuwa kama Bustani ya Eden, mahali pazuri kabisa, lakini jambo lisilotarajiwa lilitokea na kubadili mpango mzima. Wakati uhai ulipoanza kukua vizuri, kimondo kiligonga Dunia na kikaleta bakteria iliyosababisha magonjwa. Hii ilikuwa mara ya kwanza ugonjwa kuletwa Duniani. Hili lilipotokea viumbe waliokuwa wakisimamia mageuzi ya Dunia walirudi kwa Baraza. Wakauliza la kufanya sasa kwamba jaribio lao kamili limeharibika. Kulikuwa na huzuni kubwa. Swali lilikuwa kama kuharibu kila kitu na kuanza upya, au kuruhusu uhai kuendelea kukua. Baraza liliamua kuuacha uendelee kuendelea kwa sababu muda na juhudi nyingi vilikuwa vimehusishwa. Waliruhusu hata wakijua, kwa sababu ya magonjwa, kwamba uhai Duniani usingewahi kuwa kamili kama ilivyopangwa awali.

Viumbe wa juu waliendelea kutazama mageuzi yetu kutoka mbali, lakini jambo fulani lilitokea mwaka 1945 lililovuta sana umakini wao: mlipuko wa bomu la atomiki mwishoni mwa Vita ya Pili ya Dunia. Hatukutakiwa kuwa na nguvu ya atomiki katika hatua hiyo ya mageuzi yetu. Walijua tusingeweza kuidhibiti, kwamba tungeitumia kwa uharibifu.

Wakati nguvu ya atomiki ilipotakiwa kuletwa katika mstari wetu wa muda, ilikusudiwa kutumiwa kwa mema. Nilisema kwamba tunaitumia kwa mema, umeme na mengine kama hayo. Walieleza kwamba kwa kuwa ilitengenezwa kwanza kama silaha daima itabeba aura hasi, na haitawahi kuwa na manufaa makubwa iliyotakiwa kuwa nayo. Tumetoka tu kwenye Vita Kuu ya Pili, hivyo walijua tusingeweza kudhibiti kitu chenye nguvu kama hiyo ya atomiki. Hiyo ndiyo asili ya binadamu, na walikuwa na wasiwasi mkubwa kwamba hili lingeleta uharibifu. Wakati wa uundaji wa bomu la atomiki wanasayansi hawakujua hasa walichokuwa wakifanya majaribio nacho. Lilikuwa kipengele kisichojulikana. Waliambiwa kwamba kiini chake kingeweza kuwasha atomi zote za hidrojeni katika anga na kusababisha mlipuko mkubwa ungeweza kuharibu dunia yetu. Lakini wanasayansi walipuuza ushauri huu na udadisi wao ukaendelea kuwafanya wajaribu. Haya yote yameelezwa katika kitabu changu, A Soul Remembers Hiroshima, ambako nilifanya utafiti wa miaka juu ya uundaji wa bomu. Pia baada ya vita kuisha, kulikuwa na kutokuwaminiana sana miongoni mwa nchi kulikosababisha kujengeka kwa hazina kubwa za nyuklia. Kwa hiyo wasiwasi wa viumbe wa juu ulikuwa na msingi. Hatukuwa tunajua tulichokuwa tukichezea. Ilikuwa kipindi hatari na chenye misukosuko mno.

Ilikuwa wakati huu, mwishoni mwa miaka ya 1940 na mwanzoni mwa miaka ya 1950, ambapo matukio ya kuonekana kwa UFO yalianza kutangazwa hadharani. Viumbe wa juu walirudi kwa Baraza na kuomba la kufanya kwa kuwa hawaruhusiwi kuingilia hiari huru ya binadamu. Hapo ndipo Baraza lilipokuja na kile ninachofikiri ni mpango mahiri. Wakasema, "Hatuwezi kuingilia kutoka nje, vipi kama tukisaidia kutoka ndani?" Si kuingilia unapowaomba wajitolee kuja kusaidia. Hivyo ndivyo mwito ulivyotolewa kote ulimwenguni kwa roho kuja kusaidia Dunia.

Watu Duniani wamekwama katika mzunguko wa reinkanesheni, kwenye gurudumu la karma, kwa mamia na mamia ya maisha, wakirudi na kufanya makosa yale yale tena na tena. Tunatakiwa kuwa tunapanda, lakini hatupandi. Hii ilikuwa sababu kuu Yesu na Manabii wengine wakuu walikuja Duniani: kuwafundisha watu jinsi ya kutoka kwenye gurudumu la karma, kusaidia binadamu kupanda. Lakini bado tunafanya makosa yale

yale tena na tena: kuunda vita na vurugu nyingi sana. Hivyo watu Duniani hawakua wakiweza kuokoa Dunia. Wangewezaje kuisaidia Dunia ilhali hawawezi hata kujisaidia? Ilihitaji roho safi ambao hawakukwama kwenye gurudumu la karma, ambao hawajawahi kuwa Duniani kabla.

Katika miaka mitano iliyopita ya kazi yangu, nimekuwa nikikuta roho zaidi na zaidi ambao wametoka moja kwa moja kwa Mungu, na hawajawahi kuwa katika mwili wa aina yoyote. Nimekuwa na watu wanaorudi nyuma hadi walipokuwa ET wakiishi kwenye vyombo vya anga au kwenye sayari nyingine, hadi walipokuwa katika vipimo vingine, hadi walipokuwa viumbe wa mwanga na hawakuhitaji mwili. Wajitoleaji huja wakiwa na "kaniki" au kifuniko juu ya roho zao ili wasikusanye karma kwa sababu mara tu wanapokusanya karma lazima wazaliwe tena na tena. Sasa kuna makumi ya maelfu ya roho wapya hawa kote ulimwenguni, na viumbe wa juu wamesema hawana tena wasiwasi kwamba tutaangamiza Dunia. Wanasema tumeshaubadili mizani. Tutaweza kuokoa dunia.

Wasafi na wasio na hatia zaidi kati ya wote ni wale roho wanaokuja moja kwa moja kutoka Chanzo au Mungu. Nimeuliza kujua Mungu ni nini. Walisema wazo letu ni uzi mwembamba tu wa kile Yeye alivyo kweli. Hatuwezi hata kuanza kufikiria Yeye ni nini. Wote humweleza Mungu kwa namna ile ile: Si mwanaume—ikiwa chochote angekuwa mwanamke kwa sababu wanawake ndio nguvu ya uumbaji. Lakini Mungu si mwanaume wala mwanamke. Yeye ni Chanzo kikubwa cha nishati yote, kilichoelezwa kama Moto au Mwanga mkubwa mno. Baadhi humwita Mungu Jua Kuu Kati, Chanzo kikubwa cha nishati, na bado kimejaa upendo, upendo wa jumla. Mteja mmoja alielezea Chanzo kama "Moyo wa Jua. Moyo wa Mungu." Wale viumbe safi waliokuja moja kwa moja kutoka kwa Mungu wanaporudi Chanzo wakati wa kikao, hawataki kuondoka. Hapo ndipo sote tulipoanzia; awali tulikuwa kitu kimoja na Chanzo hiki. Roho waliokuja moja kwa moja kutoka kwa Mungu husema hakuna utengano; yote ni kitu kimoja. Nimeuliza, "Ikiwa mlikipenda sana, kwa nini mliondoka?" Wote walisema jambo lile lile: "Nilisikia mwito. Dunia iko matatani. Nani anataka kwenda kusaidia?" Hata wale ambao ni ET wamesema jambo lile lile. Na wanapoingia mwilini, kama sisi sote, kumbukumbu zao hufutwa. Nimeuliza, "Je, isingekuwa rahisi kama tungekumbuka kwa nini tumekuja?" Walisema isingekuwa jaribio kama unajua majibu.

MAWIMBI MATATU

Hivyo kusudi la mawimbi haya matatu ni la mambo mawili. Kwanza: kubadilisha nishati ya Dunia ili iepuke maafa. Na pili: kusaidia kuinua nishati ya watu ili wapande pamoja na Dunia kwenda kipimo kinachofuata. Kukadiria takribani umri wa mawimbi haya matatu kulikuja nikiwa na vikao na mamia mengi ya watu. Wote walisema mambo yale yale kuhusu maisha yao ya sasa, na wote walirudi kwenye hali zile zile wakati wa kikao. Hivyo nikaanza kuyapangilia kwa zahanati kulingana na umri wao wa sasa.

Wimbi la kwanza la roho hawa, wakiwa mwishoni mwa miaka ya 40 hadi mwanzoni mwa miaka ya 60 (baada ya kudondoshwa kwa bomu mwishoni mwa miaka ya 1940) sasa, wamepata wakati mgumu zaidi kuzoea. Hawapendi vurugu na ubaya wanaoukuta katika dunia hii na wanataka kurudi "nyumbani"—ingawa hawana wazo, kwa ufahamu, palipo. Hisia zinawatatiza na hata kuwapooza, hasa zile kali kama hasira na chuki. Hawawezi kustahimili kuwa karibu na watu wanaoonyesha hisia hizo. Zinawaathiri kwa nguvu, kana kwamba hisia ni jambo geni kwao. Wamezoea amani na upendo kwa kuwa hicho ndicho walichokutana nacho walikotoka. Hata ingawa watu hawa wanaonekana kuwa na maisha mazuri, familia yenye upendo na kazi nzuri, wengi wao hujaribu kujiua.

Kwa nje hakuna sababu ya kimantiki, lakini ni wasio na furaha kiasi kwamba hawataki kuwa hapa.

Wimbi la pili sasa wako mwishoni mwa miaka ya 20 na 30. Wanapitia maisha kwa urahisi zaidi. Kwa ujumla wamejikita katika kuwasaidia wengine, kutozalisha karma, na kwa kawaida hawaonekani. Wameelezwa kama antena, miali, jenereta, njia za nishati. Wameingia wakiwa na nishati ya kipekee inayoathiri wengine kwa nguvu. Hawa hitaji kufanya chochote. Wanahitaji tu kuwepo. Nimeambiwa kwamba kwa kutembea tu kupitia duka lenye watu au soko la mboga nishati yao huwaathiri wote wanaokutana nao. Ni kali kiasi hicho, na bila shaka, hawalitambui hili kwa ufahamu. Kitendawili ni kwamba ingawa wanatakiwa kuwaathiri watu kwa nishati yao, hawajisikii vizuri wakiwa karibu na watu. Hivyo wengi wao hubaki nyumbani wakiwa wametengwa, kuepuka kuchanganyika na wengine; hata kufanya kazi kutoka nyumbani kwao. Hivyo wanahujumu kusudi lao. Wengi wa wimbi la kwanza na la pili hawataki kupata watoto. Wanatambua bila kujua kwamba watoto huleta karma, na hawataki kitu chochote kiwafunge hapa. Wanataka tu kufanya kazi yao na kuondoka. Wengi wao hawaoi/kuolewa, isipokuwa wakiwa na bahati ya kumpata wa aina yao.

Wimbi la tatu ni watoto wapya, wengi wao sasa wako katika ujana. Wameingia wakiwa na maarifa yote yanayohitajika, katika kiwango kisicho na fahamu. DNA ya kila mtu Duniani inabadilishwa kwa sasa na kubadilishwa ili kuzoea mitetemo na masafa mapya. Lakini DNA ya watoto wapya tayari imebadilishwa na wako tayari kusonga mbele bila matatizo makubwa au bila kabisa. Bila shaka, watoto wengi hawa hawaeleweki na shule na kwa masikitiko wanawekewa dawa. Taarifa ya kitabibu ya hivi karibuni sasa imetangaza kwamba watoto milioni 100 wamegunduliwa vibaya kuwa na ADHD, na kuwekwa kwenye Ritalin na dawa nyingine. Hakuna tatizo lolote kwa watoto hawa. Wako tu mbele zaidi na wanafanya kazi katika masafa tofauti. Kwa sababu ni werevu sana huchoshwa kwa urahisi shuleni. Nimeambiwa wanahitaji changamoto ili kubaki na hamasa. Kundi hili limeitwa "tumaini la dunia." Baadhi ya watoto hawa wana umri wa miaka tisa au kumi tu na tayari wamemaliza chuo. Wanaanzisha mashirika, na la kushangaza, haya ni mashirika ya kuwasaidia watoto wa dunia!

Niliwauliza "wao" mara moja kwa nini wimbi la kwanza lilipata ugumu zaidi. Wakasema kwamba mtu alipaswa kuwa waanzilishi, waongozi wa njia, wale wa kuonyesha njia. Walichonga njia ambayo ingewawezesha wengine waliowafuata iwe rahisi zaidi.

Katika miaka michache iliyopita (2008 hadi 2010) nimehojiwa kwenye kipindi maarufu cha redio "Coast to Coast" mara kadhaa. Pia nimefanya Project Camelot na vipindi vingine maarufu vya mtandaoni. Pia nimekuwa na kipindi changu cha redio kwenye BBSradio.com kwa takriban miaka sita kinachoenda kote duniani. Kiasi cha barua pepe na barua za kawaida ninazopokea baada ya kila matangazo hakiaminiki. Ofisi yangu hufurika baada ya kila utangazaji. Pia vitabu vyangu sasa vimetafsiriwa katika zaidi ya lugha ishirini. Barua zinakuja kutoka kote duniani, na huwa na ujumbe ule ule. Wana shukrani sana kwa taarifa. Walidhani wao peke yao duniani walikuwa na hisia hizi za kutotaka kuwa hapa, za kutoelewa vurugu duniani, za kutaka kwenda "nyumbani," za kufikiria kwa umakini mawazo ya kujiua ili kuondoka. Imewasaidia mno kujua kwamba hawajapata wazimu, kwamba hawako peke yao. Kwamba wao ni miongoni mwa wengi waliokuwa wamejitolea kuja kusaidia Dunia kupitia hali yake ya dharura. Hawakuwa tu wamejiandaa kwa athari kwa roho zao laini.

Kutoka kwenye barua huenda kulikuwa na machache ya roho waliokuwa wakubwa (waliozaliwa miaka ya 1930 na 1940) waliokuja kabla ya msururu uliokuja mwishoni mwa miaka ya 1940 na mwanzoni mwa miaka ya 1950. Barua zao zinasema kwamba wao ni wakubwa, lakini wana dalili zote za Wimbi la Kwanza. Inawezekana baadhi walitumwa kama waanzilishi kabla ya wimbi kubwa la mwisho wa miaka ya 1940. Nimekuwa nikiamini nadharia kwamba ongezeko la kuzaliwa hufuata kila mara vita au maafa ambamo wengi wameuawa, kama njia ya asili ya kubadilisha na kurekebisha idadi ya watu. Lakini nadharia hii nyingine pia inaweza kuwa maelezo ya baby boomers. Wao wameundwa na wengi wa wajitoleaji.

Barua zote zinasema jambo lile lile, wanashukuru kwa maelezo yanayowafanya waone mantiki. Hata wamenijia baada ya moja ya mihadhara yangu, wakilia, na kusema, "Asante. Sasa ninaelewa." Hata kama bado hawapendi vurugu na mtetemo wa Dunia, sasa kwamba wanajua wana utume, wameazimia kubaki na kuukamilisha. Hilo limefanya tofauti kubwa katika maisha yao.

Nataka kunukuu kutoka mojawapo ya maelfu ya barua pepe nilizopokea mwaka 2010 baada ya moja ya vipindi vyangu vya redio. "Ningependa kukushukuru kwa kuzungumza kuhusu 'mawimbi 3' kwa sababu naamini mimi ni mmoja wa watu wa Wimbi la Kwanza, niliyezaliwa 1961. Kaka yangu mdogo sana, naamini, ni wa Wimbi la Pili, aliyezaliwa 1980. Tumelizungumzia hili mara nyingi, na tumekubaliana kwamba kwa hakika tulikuwa Wanaangani na hatukutoka Duniani! Niliwahi kuwa na maono makali mara moja kuhusu kikao halisi cha kupanga kwa ajili ya mawimbi 3 kilichofanyika kabla sijachukua mwili. Kilikuwa cha kina sana na cha kupendeza. Unaweza pia kupendezwa kujua kwamba mpango huu kwa hakika uliwahi kujaribiwa mara moja kabla, na ukashindikana kwa sababu idadi ya wajitoleaji haikuwa ya kutosha! Ndipo 'sisi' tukafanya uamuzi wa kufungua milango na 'kupanga upya karata' kwa kuleta roho za juu nyingi iwezekanavyo. Safari hii nadhani mpango unafanya kazi!"

SURA YA PILI

Mshiriki wa Mara ya Kwanza

Kama nilivyosema, kwa miaka mingi nimegundua roho nyingi mpya na safi zinazokuja Duniani kwa wakati wa sasa zikiwa na ajenda tofauti na wale waliokwama kwenye gurudumu la karma kwa maisha yasiyohesabika. Kwa kuwa hawana karma waliyokusanya wako huru kufuatilia utume wao halisi. Tatizo kuu ni mchakato wa kusahau au amnesia unaoathiri roho zinapokuja Duniani. "Wao" wamesema kwamba yetu ndiyo sayari pekee katika ulimwengu inayosahau muunganiko wao na Mungu. Nasi tunalazimika kutangatanga maishani tukiwa na vifunika-macho hadi tutakapougundua tena. Ustaarabu wengine wanakumbuka muunganiko wao na mikataba na mipango yao. Wanatuheshimu sana kwa kuchukua changamoto hii ya kusahau na kudhani tuko peke yetu—na kulazimika kugundua tena yote peke yetu.

Nadhani ingekuwa rahisi sana kama tungeweza kuja tukiwa na maarifa kamili ya utume wetu, kazi yetu, lakini wenye mamlaka hawakubaliani. Wanasema ni bora kumbukumbu zote zifutwe na kuturuhusu tujigundue wenyewe, pamoja na utume wetu. Walisema isingekuwa mtihani kama tungejua majibu. Hivyo hata wale wanaokuja wakiwa na nia safi kabisa na makusudi mema wanafungwa na kanuni zile zile kama sisi sote. Lazima wasahau kwa nini wamekuja, na walikotoka. Kinachobaki ni shauku ya siri kwamba kuna kitu kingine ambacho hawawezi kukikamata kikamilifu. Kwamba kuna kitu kinachokosekana. Wanalazimika kujipata tena, na kutangatanga maishani kama sisi wengine mpaka nuru na kumbukumbu zinapoanza kupenyeza kupitia vifunika-macho. Hapo ndipo mchakato huu wa hypnosis unaposaidia kuleta kumbukumbu mbele. Ni wakati sasa wa kukumbuka, kuliweka kando pazia na kugundua upya sababu yetu ya kuja kwenye sayari hii yenye taabu kwa wakati huu mahsusi katika historia.

Wale ninaoweka katika kundi la Wimbi la Pili wanaonekana kuwa waangalizi badala ya washiriki. Wapo hapa kuwezesha mabadiliko bila ujuzi au ushiriki wa fahamu. Wao ni njia za nishati. Wapo tu. Hawalazimiki kufanya chochote. Hili wakati mwingine huwakera baadhi ya wateja wangu. Kwenye orodha ya maswali wanayoileta ya kuulizwa wakati wa kikao daima kuna kile ninachokiita "swali la milele." "Lengo langu ni nini? Kwa nini niko hapa? Ninapaswa kufanya nini? Je, niko kwenye njia sahihi?" Kila mtu anayeja kuniona anataka kujua jambo lile lile. Wale pekee wasio na swali hili kwenye orodha yao husema, "Ah, sihitaji kuuliza hilo. Najua ninachopaswa kufanya." Watu hao ni wachache. Wengi bado wanatafuta, wakijua kuna kitu kilicho nje ya uelewa wa fahamu zao. Ninapokuwa na wale ninaoweka kama Wimbi la Pili mara nyingi huambiwa na SC kwamba hawahitaji kufanya chochote. Wanatimiza lengo lao kwa "kuwa." Baada ya kikao kimoja, mteja wa kiume alikasirika, "Lakini nataka kufanya kitu!" Hawatambui kwamba wanafanya utume wao kwa kuwa tu hapa.

Kuna visa vingi vya "wa mara ya kwanza" katika vitabu vyangu vingine. Sehemu nzima katika Ulimwengu Uliochanganyika (Convoluted Universe), Kitabu cha Tatu imejitolea kwa wale waliofukua kumbukumbu za kuja moja kwa moja kutoka kwenye Chanzo cha Mungu. Katika kitabu hiki kuna sehemu za vikao vya hivi karibuni (2009–2010) vinavyoonyesha jinsi mchakato huu wa uamuzi ulivyokuwa mgumu uliowaleta hapa Duniani.

MARIE

Katika mbinu yangu ya hypnosis natumia njia ya kumfanya mteja ateremke kutoka kwenye wingu hadi kwenye maisha ya nyuma yanayofaa. Nimeona inafanya kazi kwa asilimia 98, hivyo naitumia mara nyingi. Marie alipoingia usingizi mzito hakutaka kushuka kutoka kwenye wingu. Badala yake alitaka kupaa juu. Hali hiyo ikitokea namruhusu mteja afanye atakavyo. Sijui kamwe itaelekea wapi. Aliposogea juu alijikuta kwenye anga jeusi lililozungukwa na nyota nyingi. "Ninaona jinsi nilivyo mdogo, na jinsi ilivyo kubwa huko nje." Alionekana akin'gan'gania, akining'inia katikati ya hewa. "Imenizunguka kote na nahisi kama mimi ni sehemu ya yote. Ningependa kukaribia zaidi nyota. Kukaribia zaidi nyota ya karibu niione kama naweza kuangalia ndani yake."

D: Unataka kwenda mwelekeo gani?

M: Nyota ilinijia mimi. Sikulazimika kuifuata. Ipo hapo hapo. Naitazama kupitia na naona ndani yake, nadhani. Ni kama gesi. Kama mivuke. Hakuna kinachobaki kimya. Yote mvuke, gesi na rangi. Kama maji yenye mng'ao wa mafuta juu yake. Siko tena kwenye weusi wa anga. Niko kwenye rangi. Ni miale tu inayomeremeta.

D: Hivyo nyota si kabisa kama ulivyodhani ingekuwa.

M: Hapana, nilidhani ingekuwa kama nyota kubwa kunipofusha, lakini sivyo.

D: Unataka kuona kama ina uso?

M: Inahisi sawa jinsi ilivyo kwa sababu inanizunguka, inanukumbatia. Naelea tu katikati ya gesi. Na kichwa changu kinazunguka kote ili nione nyuma na kuzunguka. Kuona kama naweza kuona nje yake... lakini naona tu ndani yake.

D: Kwa hiyo si lazima iwe na uso mgumu?

M: Hapana. Najihisi kamilifu ndani yake. Mimi ni mmoja nayo. (Kicheko) Sijihisi mgeni kwake. Inanikubali kama sehemu yake. Hakuna kukataliwa. Mimi ni sehemu ya hiyo nyota, na haijasumbuliwa na kuonekana kwangu. Inaendelea na mimi ni sehemu yake. Hakuna muundo. Hakuna umbo.

D: Unahisi una mwili, au unahisije?

M: Nimekumbatiwa. Nahisi kama inanong'ona kote mwilini mwangu. Inapendeza sana, inatuliza, imenifunika... sehemu ya mivuke. Nimesimamishwa. Nahisi kusimamishwa, kwa hiyo je, unahisi una mwili unapokuwa umesimamishwa? Unahisi kana kwamba unaning'inia tu. Imenizunguka yote.

D: Unahisi upo peke yako?

M: Niko peke yangu. Naam, sisisikii kama niko peke yangu kwa sababu niko pamoja nayo. Sijihisi mpweke.

D: Nilimaanisha, hakuna wengine.

M: Hapana, hakuna yeyote zaidi yangu. Hakuna watu kabisa. Hata wazo la watu. Niko katika ulimwengu. Nahisi mmoja nao. Sijitengi nao. Nikijaribu kuelea nje na kuutazama huenda nikahisi kujitenga nao. Sijui.

D: Una hamu ya kufanya kitu kingine chochote?

Nilikuwa nikijaribu kumpeleka aendelee na simulizi.

M: Hapana, sihitaji kufanya chochote ila kuwa hapo tu. (Kicheko) Sitaki kwenda popote pengine. (Kicheko)

Haya yangeweza kuendelea kwa muda mrefu, hivyo nikamsogeza mbele hadi wakati alipoamua kuondoka hapo na kwenda mahali pengine panapofaa. Nilipofanya hivyo hakuwa tena angani. Alijiona juu ya jabali refu sana. Kulikuwa na mwishilio, kipande kilichojitokeza juu ya korongo kubwa.

M: Naweza kuona chini kule. Ni kama naweza kuona siafu wadogo wengi. (Kicheko) Huenda ni watu. Lakini ni wadogo sana. Naona nukta ndogondogo ambazo zinaweza kuwa miti. Zinaweza kuwa magari. Zinaweza kuwa watu. Vinatembea kwa hiyo ni kama ninaona kitu kutoka mbali. Nafikiri huenda niko juu ya mlima... ndiyo. Sio cha kutisha. Niko juu ya kila mtu. Huenda kweli ni watu. Kitu cha kwanza nilichokifikiri kilikuwa siafu... siafu wadogo. Ni mbali.

D: Fanya ufahamu wa mwili wako. Mwili wako unajisikiaje?

M: Sijihisi kana kwamba niko ndani ya mwili.

D: Unataka kubaki hapo au unataka kutoka?

M: Nahitaji tu kuwa hapo kidogo zaidi badala ya kushuka mlimani. (Kicheko) Nahisi kana kwamba niko mbinguni, kana kwamba ardhi ni tabaka jembamba tu kisha niko juu ya kila kitu kingine. Kwa hiyo ni kama kila kitu kimenizunguka. Lakini nahisi niko zaidi angani kuliko juu ya mwamba niliopo. Nahisi naweza kuruka tu kutoka hapo nikitaka.

D: Hakuna vizuizi. Hakuna majukumu. Uhuru kamili. (Ndiyo)

Nikaamua kumhamisha tena, nikamfanya aondoke pale na aende sehemu nyingine inayofaa. Safari hii tulipata mshangao mwingine. Bado hakuwa ndani ya mwili wa kimwili.

M: Ni kama mwamba tupu. Hakuna nyasi. Hakuna maua. Ni mwamba mtupu tu. Nimo kwenye graniti. Kuna rangi ndani ya mwamba. Kuna kijivu na nyeusi, lakini sioni rangi nyingine. Nimeshangaa.

D: Inajisikiaje kuwa sehemu ya mwamba?

M: Hisia ile ile ya kukumbatiwa kana kwamba kimenizunguka kote. Hata hivyo niko huru. Naweza kuinuka na kwenda wakati wowote.

D: Inaonekana unaweza kuwa sehemu ya chochote.

M: Ndiyo. Sijisikii kukataliwa. Inanikubali, inanitegemeza au kunibembeleza. Mimi ni sehemu yake tu.

D: Inaonekana unaweza kuchagua umbo lolote unalotaka na kulipitia. (Ndiyo) *Hilo linavutia. Je, unahisi unajifunza chochote unapokuwa vitu tofauti?*

M: Nahisi kuwa sehemu ya moja, na hilo ni faraja kwangu kwamba ninakubalika na kupendwa na kuwa sehemu yake. Hakuna mgawanyiko kati ya viwili. Hakuna utengano. Sio kujitenga, bali tofauti dhahiri kwenye hisia ya kukumbatiwa. Ninapokuwa sehemu ya kitu, najifunza kujihisi mmoja nacho badala ya kujitenga nacho.

D: Unadhani utaingia kwenye mwili wa kimwili siku moja?

M: Isipokuwa uniambie nifanye hivyo. (Kicheko.) Inahisi kuwa na mipaka kuwa kwenye mwili. (Kicheko.) Nahisi nimeshikwa pande zote na inaonekana kuweka mwili juu yake kungelifanya kuegemea ardhini na kuzuia mtiririko unaoendelea.

Nilitumia muda mwingi nikimhamisha kujaribu kupata maisha tunayoweza kuchunguza. Badala yake aliendelea kujipata akiwa sehemu ya kitu kigumu: mwamba, mti, ua. Au alijiona akiruka kutoka sehemu hadi sehemu akiwa mtazamaji asiyeonekana. Alipenda kuwaangalia watu kwenye bustani, na wanyama na wadudu. Alipenda uhuru wa kuja na kuondoka apendavyo bila majukumu. Kila mahali alipoona alisema alikuwa mgeni tu, haikuwa "nyumbani" kwake halisi. Nilijua hatimaye aliingia mwili wa kimwili kwa sababu hicho ndicho nilichokuwa nikizungumza nacho kilicholala kitandani. Wakati mmoja nilidhani tumefaulu, lakini tena alikuwa mtazamaji akiwaangalia watu. "Sijui mwili unajisikiaje. Hata sionekani kama upo." (Kicheko) "Nina aina fulani ya uzito kwa sababu niko juu ya ardhi ngumu. Najihisi zaidi nyumbani na nyasi." Alijihisi zaidi kuwa sehemu ya kila kitu, na kujilenga yeye mwenyewe kulimchanganya.

Nilikuwa tayari kumhamisha tena alipofika kiumbe pembeni yake. Alijihisi vizuri akiwa nacho, hivyo nikadhani tunaweza kukipata kijibu maswali na kutupa mwanga juu ya hili.

Mara nyingi kiumbe kinapoonekana ghafla namna hii kinaweza kuwa mwongozo wa mteja au malaika mlezi. Wanaweza kujitokeza kwa namna yoyote wapendayo, lakini mara nyingi huonekana kwa njia isiyotisha. Hivyo nikaamua kufuata mwelekeo huo kwa sasa badala ya kuiita SC. Wakati mwingine viumbe hivi vinaweza kutoa majibu.

D: Muulize: Tumekuwa tukielea kupitia maisha kadhaa ambako hakuwa kwenye mwili wa kimwili. Je, Marie amewahi kuwa na maisha mengine?

Marie alichagua kujibu badala ya kukiruhusu kijibu, lakini alikuwa akitoa majibu muhimu.

M: Nahisi nimekuwa zaidi kwenye anga kuliko mwilini kwa sehemu kubwa ya maisha yangu. Ni kama geni kuhisi "mimi mwenyewe" na si kuchangamana na kila kitu kingine. Nimezoea uhuru kamili... mtiririko huru. Sielewi jinsi ya kutoka kwenye kutokuwa kitu na kuhisi upana na kuwa na nje ilinizunguka, hadi kuhisi upweke na ndani ya mwili na kulazimika kuwa mahali fulani.

D: Je, hili lilikuwa mara yake ya kwanza kwenye mwili wa binadamu? Yeye anasemaje?

M: Chochote unachotaka kiwe. (Tulicheka.) Anasema nahitaji kutoka angani na kuhisi uthabiti na kuhisi ardhi chini yangu na dunia. Kwa hakika sijui hilo linahisije. Zaidi ya kuwa sehemu ya mivuke na kuwa sehemu ya kitu kigumu. Chini kuelekea ardhini. Gusa ardhi na uhisi kama nipo juu ya kitu. Ketia kimya na uguse ardhi kwa mikono na uguse miti.

D: Anaweza kuchukua vitu na kuvitambua na ajue kwamba ana mwili halisi. Ndicho unamaanisha?

M: Ndiyo, nadhani hivyo. Lazima niketi, nilale na nijihisi nimeunganishwa ardhini. Wala sitaki hilo linifanye nihisi nimefungwa kwa sababu ile nyingine ilihisi kana kwamba nilikuwa "mmoja" nacho na niliyeyushwa ndani yake. Sasa ninapohisi uthabiti najihisi nimejitenga. Najihisi sipo sehemu yake. Labda ndiyo sababu nataka kuwa thabiti. Inaonekana sahihi kutoendelea kuelea kama puto la heliamu linalokwenda juu na juu na juu. Nataka kitu kama uzi kwa mtu kunishikia na kuufunga kwenye kitu, ili niweze kubaki hapa ardhini siku zote badala ya kujaribu kutafuta "kule juu." Na kuona kama jambo jema, si jambo la kunizuia. Kitu kilicho kinyume cha kuelea ili kiwe kizuri kama kuelea. Inahisi vizuri sana kuelea kuliko kusimama hapo. Uhuru... labda hilo ndilo kubwa. Kuelea kunahisi huru.

Nikamshauri anaweza kuwa na vyote viwili. Anaweza kuelea kwa uhuru usiku anapolala kisha abaki amejikweza ardhini mchana. Hivyo hatapoteza sehemu hiyo kamwe.

Marie alikuwa na tatizo kubwa la mwili lililokuwa moja ya sababu kuu za kufanya kikao. Alikuwa amepata ukurutu uliotapakaa sehemu kubwa ya mwili uliomtesa kwa kuwasha na kuungua kusikokwisha. Angejikuna hadi damu itoke. Madaktari hawakuweza kufanya chochote isipokuwa kumpa nafuu ya muda. Kisha nikaamua kuiita SC. Mwongozo ulikuwa umeisaidia lakini nilihisi ulizuiliwa katika iwapo uliweza kujibu maswali haya.

D: Je, ni kweli kwamba amekuwa na maisha mengi kama maumbo na sehemu za vitu? (Ndiyo) *Je, hii ni mara yake ya kwanza kwenye mwili wa kimwili?*

M: Ndiyo. Kubali mwili. Kubali mwili huu. Unakutumikia vyema.

Sababu ya ukurutu ilikuwa jaribio la kuthibitishia kwamba alikuwa wa kimwili. Bila shaka liliivutia akili kwa mwili ili aweze kuthibitishiwa kwamba yumo ndani ya mwili, na kwamba alipaswa kuukubali. Tukafanya kazi kuondoa dalili kwa kumfanya atambue kwamba alipaswa kuishi hapa na mwili huu ulikuwa wa lazima. Hakuwa tena mtazamaji asiye wa kimwili, bali mshiriki hai.

M: Najua nimeunganishwa ardhini. Uzito wangu wenyewe utanishikilia ardhini. Nimeunganishwa. Nataka kupata uzoefu wa jinsi inavyohisi kuwa juu ya ardhi badala ya kuwa angani muda wote. (Kicheko) Kuhisi jinsi ilivyo kuwa ndani ya mwili... si kuelea daima kwenye anga zisizopatikana. Sihitaji chochote kunifanya nihisi mwanadamu. Mimi ni mwanadamu. Sijasambaratika.

Hili ni mojawapo ya matatizo makuu yanayowakabili "wa mara ya kwanza." Hawajawahi kuwa kwenye mwili wa kibinadamu kabla na wanahisi wamewekewa mipaka na wamefungwa. Wataendeleza matatizo ya mwili, na mara nyingi bila kujua kujaribu kuuangamiza mwili (kupitia maradhi mbalimbali) kwa sababu hawataki kuwepo hapa. Jambo kuu kwao kulielewa ni kwamba walijitolea kuja katika wakati huu muhimu katika historia ya Dunia na lazima wabaki ili kutimiza kazi yao, utume wao. Hakuna njia za mkato, isipokuwa wakubali hatari ya kurudi upande mwingine wakiwa wameshindwa.

Marie alipoenda kwanza kwenye nyota ile maridadi ya gesi nilidhani alikuwa ameenda kwenye sayari nyingine, lakini haikuwa na umbo na wala yeye hakuwa nalo. Nadhani ulikuwa maelezo tofauti ya kurudi kwenye Chanzo. Kwa kawaida huelezwa kama kuingia kwenye nuru ang'avu au jua kuu, lakini daima huwa na rangi nzuri. Huleta hisia ya upendo kamili na mtu hataki kuondoka kwa sababu anafurahi sana hapo. Hatimaye wanaanza safari yao, na ni kawaida kuipitia kwanza kama maumbo mepesi ya uhai, kama vile miamba, mimea. Wanapenda zaidi hili kwa sababu maisha ni mafupi, na wanaweza kuja na kuondoka haraka zaidi. Hata hivyo huo ni mwanzo wa kujua inavyohisi, hata kama hawapendi kupoteza hisia yao ya uhuru.

MNG'AO

Kisa Kingine Kinachofanana kilitoka kwa Hope, aliyekuwa mjitolea wa onyesho kwa darasa langu huko Perth, Australia. Haikuwa tu kwa udadisi, alikuwa na masuala ya mwili. Alitaka msaada kuhusu leukemia kwa hamu sana kiasi cha kuwa tayari kuruhusu darasa lililojaa wanafunzi kushuhudia urejeshaji kumbukumbu. Tulipoanza kikao hakusubiri nimalize utangulizi. Tayari alikuwa anaelezea kitu kisicho cha kawaida. Kilikumbusha milima iliyofunikwa theluji ya Tibet. Aliziweka kama nzuri, pweke, kimya na zenye amani, zenye adhama na nguvu. Hewa ilikuwa safi na isiyochafuliwa kabisa. Kisha akaelezea kitu hewani kilichotarajiwa kabisa. Bila shaka, nimezoea yasiyotarajiwa hivyo nikaendelea tu kuuliza maswali. "Hewa ni kama fuwele hai zilizogawanywa katika vipande vidogo. Ziko kila mahali hewani, si ardhini. Ziko hewani. Nazipumua." Wazo langu la kwanza lilikuwa kwamba haiwezekani kupumua fuwele."Ah, ni chembechembe ndogo sana, ndogondogo. Ni mahali pazuri sana, kama dimensheni nyingine.—Nipo juu sana unaweza kuona vitu na kuviamsha, na kuvituma Duniani. Ni rahisi. Ni kazi yangu. Nimeunganishwa na kila kitu, lakini ili kuviamsha hivi, siwezi kuzungumza na watu. Unajua ninachomaanisha? Baadhi ya mambo yanapaswa kujifunzwa. Ni kuingilia kwa kweli.—Naam, hakuna watu halisi hapa nilipo.—Badala ya watu... nishati. Usingiamini hili."

D: Kwa hiyo hakuna watu wengine karibu na wewe?

H: Wako Duniani.—Sidhani kama mimi ni mtu. Mimi ni huu mng'ao.—Kwa hakika, sasa ulivyotaja, kuna viumbe vingi. Nilikuwa nafikiri watu? Hawa si watu. Hawa ni wenzangu wa kazi. Wametengenezwa kwa vitu vidogo vya protoni.

D: Kwa hiyo huna umbo kweli. Unasogea tu? Je, hilo ni sahihi?

H: Ndiyo, kufikiri hasa, kuamsha. Ninaamsha hali za kutokea Duniani. Sote tunafanya. Hicho ndicho tunachofanya.

D: Ulisema hii ni kazi yako?

H: Ndiyo, lakini lazima nishuke. Nimeamua kushuka na kuwa mmoja wa hao wanadamu kwa sababu tunaamsha. Sote... hao wameremeta. Wapo wengi wao. Kisha wanashuka kwa sababu unaumba, unawasilisha, unaweka nanga. Tunaweka nanga Duniani.

D: Je, wenzako pia watashuka?

H: Ni ubaguzi wako mwenyewe. Ni chaguo lako. Lazima kuwe na mtu wa kushikilia nishati hapa, unajua? Baadhi ya wameremeta hushuka. Nami ni mmoja wao.

D: Kwa nini ukaamua kushuka kama ulikuwa mwenye furaha huko?

H: Neno "wajibu" linanijia. Kwa sababu sote tunaigiza majukumu yetu. Tunajua jukumu letu. Sote tunafanya. Ninatelemka. Sawa?

D: Chochote unachotaka kufanya, lakini unaonekana kana kwamba hutaki kweli. Je, hilo ni sahihi?

H: Umenisoma vyema.

D: Ulikuonyesha hisia kana kwamba kweli hutaki kushuka.

H: Sio suala la kutaka. Ni suala la kitakachofanyika.

D: Je, kuna yeyote anayekuambia unachopaswa kufanya?

H: Halilazimishwi. Sivyo kabisa. Hakuna mwalimu hapa. Tunakutana, tunajua, tunaamua. Ndivyo ilivyo au tutashuka.

D: Niambie nini hutokea mnapoamua kushuka.

H: Naam, Dunia ni tofauti sana, sana. Upendo uko wapi? (Akiwa amesikitika) Silewi. Yote ni nzito. Hatuwezi kupumua fuwele.

D: Hapana, hakuna fuwele huko, sivyo?

H: Vyote vimefichwa. Ni kubaya... na watu... nitakuambia jambo. —Unataka kusikia hili?— Chini nilipo hapa hawaamini mng'ao. (Sote tuka cheka.) Ukizungumza kuhusu mng'ao mwili wako unachanwa hivi... unavutwa kutoka mwisho mmoja hadi mwingine. Usiuzungumzie mng'ao. (Akaweka kidole mdomoni na kutoa sauti ya kutuliza.) Unajua wanafanyia nini watu hapa? (Akaanza kulia.) Wanawavuta vipande vipande. Hawatambui kilichoingia katika kuumba mwili wa kimwili. Wanaangamiza tu na hawana kiungo na mng'ao. Lazima nipate mahali wanapounganika.

Inaonekana alipoamua kuja Duniani ulikuwa wakati ambao kulikuwa na chuki nyingi dhidi ya watu tofauti. Kama roho safi isiyo na hatia hakutambua hatari ya kuwaambia watu alikotoka.

H: Sikutambua hili lingetokea. Tunakutana kisiri katika makundi madogo. Wakitushtukia wote humu ndani ni (Sauti ya kuvuta) haraka.

Wakati wote wa kikao hiki Hope alikuwa akitumia ishara nyingi za mikono ambazo zilikuwa vigumu kwa mwanamke aliyekuwa akiandika kwa kusikiliza kuzieleza kwa sababu hakuweza kuziona. Nilitamani ningekuwa na kamera ya video. Ishara zilionekana kurejea aina fulani ya mateso. Alifanya ishara za kukata mbele ya mwili wake, na kooni. Pia aina ya kung'olewa mwili. Wakati wa kikao ilikuwa kana kwamba hakutaka kueleza kwa uwazi kilichomtokea alipokuwa mwilini. Lakini niliweza kuhisi kupitia ishara na hisia kwamba aliteswa na kuuawa kwa sababu ya imani zake. Inaonekana SC ilidhani ilikuwa kwa upole zaidi kwake kusimulia bila kuingia kwenye undani. Hii ilikuwa ya fadhili zaidi kwa Hope. Naweza tu kuwaza jinsi hili lilivyomuathiri roho mpole, safi aliyekuja duniani kwa mara ya kwanza, ambaye tamanio lake pekee lilikuwa kuwasaidia watu. Hii ingekuwa isiyotarajiwa kabisa kwa roho inayokuja moja kwa moja kutoka mahali pa upendo wa kimungu na usio na ubinafsi—mahali pa mng'ao.

D: Unaposhuka, je, unakuwa kwenye mwili wa kimwili?

H: Oh, ndiyo kwa sababu lazima uwe. Lazima uwe na mwili hapa chini. Na wanafanyia mwili mambo. Na mwili ni mzito, mzito kama risasi.

D: Sio vizuri, lakini uliamua kuingia mwilini ili ufanye kazi. Je, hilo ni sahihi?

H: Ndiyo, nilisahau kwa dakika. Ni kuwaambia watu kuhusu mng'ao. Nitakuambia ni nini. Ni wale watu maskini Duniani ambao wamekatwa mbali na hili. Ni nzito sana hapa kwa hofu. Kazi yetu ni kuyeyusha hofu na kweli kuwaunganisha na mng'ao. Walikotoka. Na uwezekano unatofautiana kwa sababu mng'ao unaweza kushushwa ili ujidhihirishe. Lakini sio rahisi kama nilivyofikiri. Kwa sababu sikuwa na mipaka, hapana, sikuwa nayo. Wanainong'oneza kwenye upepo. Inanong'onezwa lakini hujui, sivyo? Kwa hiyo swali linatokea, tunaifanyaje? Namalizaje kile nilichokuja kufanya? Jinsi gani? Ninatafuta jibu. Wakati mwingine nahisi, "Faida yake nini?" Hakuna kizuri.

D: Lakini unajua sio wote wako hivyo. Wapo ambao watasikiliza.

H: Sio wao unaopaswa kuwashughulikia. Hata wao, wametoka kwenye mng'ao. Wanafanya kazi. Ni wale—wengi sana—waliokosa kukumbuka walikotoka. Kiungo chao, na nguvu yao, na uzuri wao. Ni nzito sana kiasi cha kusahau.

D: Je, kuna njia ya kuwasaidia wakumbuke?

H: Hiki ndicho nilichopo hapa kukifanya. Natafuta—nadhani nimefeli—ita chini mng'ao zaidi. Ite mng'ao zaidi ili nishati ijengeke. Inatokea sasa... mwanga zaidi. Na "kuandika" zaidi.

D: Unamaanisha nini, kuandika?

H: Wengi waliitwa kuingia.

D: Vipi kuhusu wale ambao tayari wako Duniani? Je, wanaweza kufanya mambo haya?

H: Wana mng'ao hapa kama watu.

D: Kwa hiyo unamaanisha wote wamesahau?

H: Nadhani ni mimi zaidi. Nadhani nimekosa kukumbuka. Ningependa isingekuwa hivyo, lakini ndiyo, ni mimi bila shaka, kwa sababu kuna wengi ninaowaona sasa; wengi wanaofanya kazi yao. Wengi wamesahau. Wengi hawajasahau. Mimi ni mmoja wao na najihisi sijaifikia kiwango. Sijafanikiwa.

D: Lakini unajua unapokuwa kwenye mwili wa kimwili, mambo ni tofauti.

H: Sio kwa baadhi ya watu... ni kwangu.

D: Unapokuwa kwenye mwili wa kimwili, unaanza kuishi maisha ya mtu yeyote wa kimwili.

H: Inaonekana hivyo, kwa huzuni yangu.

D: Unafikiri kuna njia ya kuzirudisha kumbukumbu kwenye mwili huu unaozungumzia kupitia kwake?

H: Hilo lingekuwa tamanio langu la moyoni.

D: Unatambua unaongea kupitia mwili wa kimwili?

H: Ndiyo, nao uko kwenye maumivu.

D: Kwa nini mwili una maumivu?

H: Huzuni... ni huzuni kamili kwa kumesahau kazi aliyokuja kuifanya. Huzuni kamili.

SC ilisema huzuni hiyo ilikuwa kwa sababu Hope hakuwa akifanya kile alichokuja kufanya. Alisahau, na hilo ndilo lililosababisha maumivu mwilini. Nikaliongelea kuhusu kuurudisha mwili katika uwiano na maelewano kamili ili aweze kufanya kazi yake. Nikasema, "Hajui kwa fahamu kwamba amesimamisha mchakato."

H: Ah, ni mwerevu sana. Ana wazo zuri. Anaelekea huko.

Kulikuwa pia na hofu nyingi iliyotokana na maisha ya nyuma ambapo aliumizwa kwa ukatili.

H: Kuna tabaka na tabaka na tabaka za maisha ya mzaha, maumivu, udhalilishaji.

D: Kwa nini alichagua kuwa na maisha ya maumivu na udhalilishaji?

H: Kwa ajili ya dhamira. Alisahau matumizi ya nishati, ambayo yamepotea juu ya sayari.—Nadhani anawaacha wengine wamsimamie.

D: Hao wengine anaowaacha wamsimamie ni kina nani?

H: Nadhani kanisa na Mungu huyu na kila kitu kimewekwa juu yake. Kiko juu sana chote juu yake kikimzuia.—Ni vitabu. Ni vitabu tu vya maarifa yasiyo sahihi. Ni maneno tu.

D: Tunaweza tu kuvitupa mbali. Havitaki tena.

Nikafanya kazi nyingi kumfanya aone akiondoa vitabu na tabaka na kuvitupa mbali. Pia mapendekezo mengi ya kurejesha kujiamini kwa sababu hakuna kingemtokea katika maisha haya kama angechagua kusema mawazo yake. Vyote vilihusiana na maisha ya nyuma na havikuwa na uhusiano na hili la sasa. Vilikuwa vikikubaliana nami na nilidhani tunapiga hatua.

H: Amechanganyikiwa kidogo kwa sababu alipofanya kazi akiwa rohoni peke yake, alikuwa na kila kitu alichohitaji na alikuwa peke yake na alipendezwa kuwa hivyo kama mng'ao. Akiwa mtu, hubaki peke yake. Anajifanya abaki peke yake. Itakuwa bora zaidi afanye kazi kwenye makundi, ili apate msaada. Amezoea kuwa mng'ao peke yake katika upweke wa utukufu. Ukimwambia si hivyo Duniani. Mtu hawezi kujitenga na kuishi. Hatupendi kukosoa lakini ni udhaifu, ikiwa hilo ndilo neno linaloweza kutumika. Anahitaji kuwa wa kijamii, lakini amejificha. Kwenye kundi asingekuwa peke yake.

Kisha nikauliza "swali la milele": Kusudi la Hope lilikuwa nini? Walitaka afanye nini?

H: Laiti angewapa heshima yeye mwenyewe na kazi yake na wakati wake wa upweke, na asiwe na wasiwasi mno juu ya wengine. Anajaribu kuwa wa kawaida. Kosa kubwa, kubwa. Hataweza kuwa wa kawaida. Unataka kufanya kazi, na watu wengi humu wodini si wa kawaida.

D: Unatambua kwamba wapo wengine humu (darasa langu)? (Ndiyo.) *Wengi wetu si "wa kawaida" kwa mujibu wako?*

H: Hakuna hapa aliye wa kawaida miongoni mwa wanadamu. Sisemi hilo kwa dharau kabisa. Nalimaanisha kwa heshima kuu. Anahitaji msaada. Ni kama siku za zamani. Hili ndilo tatizo lake. Ameshapita kanisa, lakini kanisa liliweka kundi. Hana kundi.

Wakati wote alipotaja "mng'ao," niliuona kama neno jingine la umbo la roho na sura yao walivyoonekana kwenye ulimwengu ule mwingine.

Sasa tukalenga kwenye matatizo ya mwili aliyokuwa nayo: leukemia na uvimbe kooni.

H: Hakutaka kuwa hapa. "Faida yake nini?" alijiambia kwa siri.

D: Je, aliamua tu kwamba hataki kuwa hapa?

H: Hapana, hapana, hapana, hapana, hapana. Aliona kilichokuwa kinatokea na akaanza... maumivu, lakini chini ya yote, mng'ao haukuwa uking'aa. Unaelewa ninachomaanisha? (Ndiyo) Yuko hapa kweli. Na atakapoukumbuka mng'ao nadhani atataka kuwa hapa.

Matatizo ya mwili yalitokana na kutotaka kuwa hapa tena. Alikuwa amekatishwa tamaa kuhusu kazi yake na chaguo lake la taaluma. Alitaka kuwasaidia watu, lakini alihisi haifanyi kazi. Pia alikuwa amejitoa sana kwa mume wake kiasi kwamba hakuishi maisha yake mwenyewe. "Anaishi maisha ya mtu mwingine." Alipaswa kuishi maisha yake mwenyewe. Mume wake angekubaliana na hilo. Lilipokubaliwa yote SC ikafanya kazi kwa kasi kubwa kuondoa tatizo la mwili, leukemia. Ilifanya tu mjongeo wa haraka juu ya mwili kana kwamba inatupa kitu mbali, na ikatangaza, "Imekamilika!!"

H: Ilikuwa ni sumu ya kufikiri.

D: Kwa nini aliitengeneza kwenye tezi za limfu?

H: Chuki kwa hali yake.

D: Kwa kuifanya idadi ya damu nyeupe kuwa juu, ilikuwa inaangamiza mwili.

H: Ndiyo. Furaha iko wapi? Wapi? Si haki.

Nikasisitiza kwamba sasa angeweza kuleta furaha katika maisha yake. Na SC tena ikasema asiwe peke yake sana. Hakukusudiwa kufanya kazi kwa kujitenga. Nimeona kwamba watu wengi wa wimbi la pili la wajitolea hawataki kuwa karibu na watu. Wangependelea kufanya kazi na kuishi kwa upweke. Lakini hapo ndipo kilipo kitendawili. Wanatakiwa kuwasaidia watu kwa kueneza nishati yao, lakini wengi hawapendi watu. Hivyo wangechagua kuwa peke yao, na hivyo kukwamisha makusudi yao.

Akaanza kukohoa na nikauliza kuhusu koo yake. Alikuwa na uvimbe hapo. Walisema hiyo ilikuwa kwa sababu alikuwa amejaa hofu na ilikaa hapo. Aliogopa kuzungumza kwa sababu ya kumbukumbu za bila fahamu za kile kilichotokea alipoongea kwa uwazi katika maisha mengine. SC ilisema uvimbe ulikuwa mgumu kama mfupa. Umekuwa hapo kwa muda mrefu na ulikuwa umetanda chokaa. Baada ya kuuchunguza, ikawupasua katikati, kama korosho.

H: Korosho imevunjika nusu. Inatoweka. Sasa mtu ataweza kusema ukweli kwa urahisi. Hataogopa. (Leukemia, tezi za limfu zilikuwa zimeshughulikiwa. Imeondoka.)

D: Atakaporudi kwa daktari na kufanya kipimo cha damu, je, daktari atagundua tofauti?

H: Ndiyo. Na je, ataweza kumwambia kwa nini? Itakuwa ngumu kwake mwanzoni kumwambia.

D: Lakini atagundua kwamba kuna kitu kimebadilika.

H: Atasema, "Matoweko ya ghafla hutokea." —Siku moja atampatia matibabu.

D: Je, mmemaliza kufanya kazi kwenye mwili wa Helen?

H: Hilo limekamilika. Anaposogea, na kuamua mwelekeo wake, mwili wake utasogea na kuamua pamoja naye. Tunampa taarifa. Hiari. Lazima aamini. Ataupenda mng'ao. Sauti yake itachukua midundo mizuri ambayo tutapenda kuisikia.—Anahitaji kutaka kuwa hapa. Na sasa atataka.

D: Unajua kawaida lazima niwaombe mje mbele, lakini mmekuwa hapa muda wote, sivyo? (Kicheko)

H: Je, sikupaswa kuwa hapa?

D: La, hilo lilikuwa sawa. Mlijua kile wanafunzi hapa walichohitaji. Wakati mwingine mnaweza tu kuingia papo hapo, inapokuwa muhimu.

H: Na inategemea unafanya kazi na nani.

D: Kwa hiyo haikuwa lazima kwake kuishi upya yale maisha yote ya uchungu, sivyo? Haingelileta faida. Inatosha kujua kwamba hayo ndiyo yaliyokuwa yakisababisha matatizo.

H: Ndiyo. Unaweza kuona kwamba kutakuwa na kuharakishwa katika vikao hivi kwa sababu wakati kama tunavyoujua, unabadilika.

D: Basi vikao vitaharakishwa, na kufika kwenye kiini upesi zaidi?

H: Unaweza. Baadhi vitakuwa hivyo, ndiyo.

D: Daima inategemea mtu. (Ndiyo)

H: Kazi hii ni muhimu sana.—Na kuwa na nia ya mng'ao kuleta mbingu duniani. Na ilivyo nzuri kujua kwamba unapolala usiku, kwa kazi yako, umeleta sehemu ya mng'ao... mbingu duniani. Tunakuuliza, "Kuna utoshelevu gani wa kazi uliobora kuliko huo?" Kwa kila mtu unayemponya, Dunia inakuwa nyepesi. Tunakushukuru kwa kazi yako. Tunakupelekea wameremeta. Tunakushukuru. Tunakuheshimu.

Kwa hiyo katika kesi hii ningeona mng'ao ukirejea aidha kwenye Chanzo cha Mungu au upande wa roho, hasa aliporejea kwenye "kupumua fuwele." Vyovyote vile, unarejea sehemu ya kuanzia kwa baadhi ya roho wanaofanya safari yao ya kwanza kuja Duniani. Wanakuja wakiwa na nia njema kabisa na kugundua kwamba si rahisi kama walivyodhani itakuwa mara tu wanapowasili hapa.

SURA YA TATU

KIUMBE CHA NISHATI

Sababu kuu ya Louise kuja kwenye kikao ilikuwa kutafuta chanzo cha hofu ya kupoteza ambayo ilionekana kumwandama maisha yake yote. Alionekana kuwa kwenye utafutaji wa kudumu wa kuwapata watu wake. Alitaka kujua jinsi angeweza kuwatafuta na kuunganishwa nao (yeyote wangekuwa). Alijihusisha kwa bidii katika makundi ya fumbo na ufundishaji, na alikuwa amejifunza mambo mengi. Lakini bado kulikuwa na shimo kubwa katika maisha yake ambalo alikuwa akitafuta kulijaza. Hisia ya utupu, kutokuwa na furaha na kupoteza ambayo haikuwa na maelezo ya kimantiki. Bila shaka, tulitarajia kupata majibu katika jambo lililotokea katika maisha ya zamani. Lakini SC ilikuwa na mawazo mengine. Kumbuka, ina mantiki ambayo ni ya kigeni kabisa kwetu kwa sababu inaweza kuona picha kubwa.

Louise aliposhuka kutoka kwenye wingu aliona mandhari ya ajabu. Eneo lilikuwa ni vilele vyenye mikato, vingine virefu sana na vingine vidogo. Ardhi nzima ilikuwa imefunikwa na hivi, hakuna kitu kingine. "Rangi yao ni kahawia nyepesi yenye mng'ao, kama kwamba ni fuwele. Vyote vimekatika na vyenye ncha kali." Nilijiuliza mtu yeyote angewezaje kusogea na kutembea juu ya uso kama huo. Alisema hakuwa amesimama, alikuwa anapaa, anateleza, akiangalia chini juu ya haya. "Vilele ni vyenye ncha kali sana. Kila kitu ni chenye ncha kali sana. Ni kama kwamba fuwele ni vilele ndani ya vilele vingine, na vina maumbo yale yale kama vilele vyenye mikato. Ni virefu na vinang'aa na vyenye ncha kali. Kuna vidogo vidogo na vikubwa. Na kuna miale mingi ya mwanga ikirukaruka kila mahali. Baadhi ya vilele ni virefu sana kiasi kwamba viko zaidi ndani ya mawingu."

Nilimuuliza awe na ufahamu wa mwili wake, au jinsi alivyojiona. "Nadhani lazima niwe na mwili kwa sababu sitaki kukanyaga vile vilele vyenye ncha kali. Naweza kugundua hisia. Ninatambua sehemu zenye joto na sehemu zenye baridi, naweza kugundua upepo mwanana na ninaweza kugundua kuona. —Sasa ninalipa makini kuangalia kati ya vilele na fuwele. Nikitazama karibu zaidi na uso si tuli... kuna vitu vinavyosogea. Ni kama vipande vya wingu isipokuwa si vyeupe au vya kijivu, na vinang'aa zaidi. Na vinaposogea vinateleza kwa namna fulani, na kubadilisha maumbo, lakini si wingu. Niliposhuka hapa mara ya kwanza nilidhani ni tupu, lakini naona si tupu. Karibu ni kama madonge yanayong'aa. Hayana umbo dhahiri na yanaweza kuzunguka kati ya vitu, lakini pia yanaweza kuelea. Ni kama madonge, lakini mengine ni madogo sana na mengine makubwa zaidi, na hayana umbo dhahiri. Ni kama wingu, isipokuwa wingu ni lenye moshi zaidi."

D: Je, hayo ndiyo maumbo pekee ya maisha unayoweza kugundua?

L: Hapana. Kuna kwa kweli vidudu vidogo sana vinavyotambaa juu ya nyuso. Kuna mwendo kila mahali.

D: Unadhani haya madonge ni viumbe wenye akili ambao wangeweza kujua mambo?

L: Ndiyo, wanajua mambo. —Kuna kama kumbukumbu ya mapovu ya sabuni ya ndani. Isipokuwa wote wana maumbo na ukubwa tofauti... yameunganishwa.

D: Vipi kuhusu wewe mwenyewe? Unadhani unaonekana kama mmoja wao?

L: (Anacheka) Hilo ndilo ninajiuliza. Hakika naweza kuelea na hakika naweza kubadilisha nafasi. Sina hisia ya jinsi ninavyoonekana. Nahisi vitu kama joto na baridi. —Naweza kubadilisha umbo... naweza kubadilisha ukubwa kwa urahisi kabisa. —Wale wengine wanazunguka, au kutambaa. Baadhi yao wako karibu sana na uso kiasi kwamba wako juu yake. Sijui kama mimi ni kama wao au la.

D: Unaweza kujua. Taarifa ipo. Je, wewe ni kama wengine? (Hapana) *Una tofauti gani?*

L: Ni kama umbo rahisi zaidi la maisha... ni mpito. Si kama mwili. Si mwanga safi pia. Na mimi nimepumzika tu hapa, na sio hasa kama hivyo. (Ufunuo wa ghafla.) Niko kwenye misheni! Hii ni kama mahali pa kupumzika. —Ni mahali pa katikati. Niko katika safari yangu ya kurudi nyumbani... na hapa ni sehemu tu ya kupumzika.

D: Wewe ni wa maendeleo zaidi na wao ni rahisi zaidi? (Ndiyo) *Na unadhani uko njiani kurudi nyumbani?* (Ndiyo) *Unamaanisha nini?*

L: (Ananong'ona) Hapo ndipo ninaishi.

D: Umekuwa sehemu nyingine? (Ndiyo) *Niambie kuhusu hilo. Ulipokuwa wapi?*

L: Duniani. Sitarudi huko tena. Ndiyo maana niko katika mahali hapa pa kupumzika kabla ya kwenda nyumbani kupata utakaso. Kila kitu kimekwisha Duniani.

D: Una furaha kuondoka huko?

L: Hapana, nakosa uzuri, lakini sitaki kurudi huko. Nakosa nyumbani. Nyumbani... hakuna kitu chenye mikato. Hakuna kitu chenye ukali. Sote tunajua. Sote tunapenda. Nakosa nyumbani, lakini kuwa hapa ni sawa. Hii ni mahali pa kusimama tu. Sijui hasa kwa nini nimesimama hapa isipokuwa kutunza udadisi. Sikujuwa kuhusu sehemu kama hizi. Unajua kwamba Duniani wanaziita "ameba." Isipokuwa zingine ni ndogo sana na zingine ni kubwa na ni wenye akili. Wanaweza kuungana na kila mmoja. Wanaweza kubadilisha maumbo. Wanaweza kukua. Wanaweza kupungua. Ni vizuri kiasi kuwa hivyo. Labda ndiyo maana Duniani napenda maji sana.

D: Lakini ni vizuri kuwa kitu kisicho kitu kwa muda, sivyo?

L: Ndiyo. Ni vizuri kabisa.

Nil decided kucondense muda na kumhamisha mbele hadi alipofika nyumbani. Nilimuuliza ilikuwaje. "Ni nzuri sana na yenye kung'aa, na mambo mengi ni ya buluu na ya kijani na ya dhahabu."

D: Vitu au rangi tu?

L: Naam, vitu ni rangi. Kila kitu kinaweza kuguswa na kuhisiwa, kwa hivyo hakuna tofauti. Ni thabiti, lakini pia unaweza kupita moja kwa moja ndani yake, lakini ina kila aina ya nafasi. Inaweza kutengeneza chombo ambacho kinaweza kusafiri mbali sana ambacho kimetengenezwa kwa mwanga maalum. Na tunaweza kutengeneza vitu vizuri tukiwa na kumbukumbu za mahali tulipokuwa, na tunaunda.

D: Lazima uwe na kumbukumbu kabla ya kuunda kitu? (Ndiyo)

Alikuwa anastaajabu na kushangazwa na mambo mazuri aliyoyaona yakiumbwa. Alivuta pumzi ndefu. "Ni salama sana na nzuri sana hapa. Niliikosa." Akaanza kulia.

D: Lakini ulienda Duniani kwa sababu fulani, sivyo?

L: Tulitaka hivyo, na sote tulienda kwenye mahali pale pazuri, pazuri sana. Tungetaka wao wajue yale tunayojua, na wahisi yale tunayohisi.

D: Lakini unajua kwamba watu wanapokuja Duniani, wanasahau, sivyo?

L: Wengine wanasahau. Wengine hawasahau.

D: Je, ni rahisi zaidi wanaposahau?

L: Hapana, ni vigumu zaidi kwa sababu wanazama sana katika mambo yote. Wanateseka na kunaswa. Hapana, ni rahisi zaidi kukumbuka. Ikiwa wana ujasiri wa kutosha kuwaambia watu... lakini baadhi yao wanaogopa. Wengine wanajua hawataaminiwa, na wengine wanasahau tu. Lakini ni pazuri sana pale, na unajua pia tunaenda Duniani na kufurahia sehemu zile, ili tuweze kukusanya kumbukumbu, ili tuwe wabunifu zaidi, ili tuweze kufanya zaidi kwa ajili ya wengine.

D: Kwa hiyo lazima muende mkapate uzoefu katika ulimwengu wa mwili ili mpate kumbukumbu? (Ndiyo) *Bila hilo hamngeweza kuumba? Ndivyo unavyomaanisha?*

L: Tunaweza kuumba. Hicho ndicho tulivyo. Sisi ni waumbaji wa nuru, na bado tunaweza pia kuboresha sayari kwa jumla. Unaona, kuna muunganiko kila mahali pale. Sio kama watu wanavyofikiri. Duniani watu wanakubali, lakini kuna sayari tofauti ambazo si sawa. Kwenye hizo, kila mtu anajua kwamba ni rahisi kutuma ujumbe. Ni rahisi kuunganishwa. Ni rahisi kusonga mbele. Ni rahisi kusafiri. Ni rahisi.

D: Kwa sababu hawajasahau kile walichopaswa kufanya. (Ndiyo) *Lakini je, hiyo si sehemu ya mtihani — kusahau unapokuja Duniani?*

L: Hapana. Kwa kweli nafikiri kwamba tunapoinua fahamu ya watu wa Dunia zaidi na zaidi na zaidi, wataanza kukumbuka. Hicho ndicho sisi sote tunataka kuwafanyia walioko huko. Ili waweze kutendeana vyema zaidi, ili wasilazimike kuteseka ili kujifunza masomo yao. Si lazima. Hicho ndicho kimekuwa kikitokea, lakini hakipaswi kuwa hivyo.

D: Ni rahisi zaidi kukumbuka tu bila mateso. Ndivyo unavyomaanisha? (Ndiyo) *Lakini wanadamu hawasikii, sivyo?*

L: Hapana, si kila wakati.

D: Unajua kwamba unazungumza kupitia mwili unaoishi sasa kama Louise?

L: Ndiyo. Lakini huu ndio mwili wangu wa nyumbani katika maisha haya.

D: Nilikuwa ninashangaa kama haya yalikuwa kabla hajaingia katika mwili wa Louise.

L: Haya ni kabla na pia baada.

D: Kwa hiyo baada ya kumaliza hapa atarudi mahali pale pale? (Ndiyo) *Lakini kama alikuwa mwenye furaha sana huko na ni pazuri sana, kwa nini aliamua kurudi kama Louise?*

L: Kabla ya Louise ilikuwa ni kujitolea kwenda Duniani.

D: Kwa hiyo amerudi tena na tena.

L: Ndiyo, lakini Louise ndiye wa mwisho. Najua hili. Kwa sababu kila kitu kinaisha baada ya Louise na atarudi nyumbani tena, kama mimi nilivyo nyumbani.

D: Kwa hiyo unaamini kufikia wakati huo atakuwa amemaliza masomo yake yote?

L: Duniani, ndiyo... sio masomo yote.

D: Alijua alipokuja kwamba hii itakuwa mara yake ya mwisho? (Ndiyo) *Imekuwa ngumu, sivyo?* (Ndiyo) *Aliumba ugumu huo kwa sababu fulani?*

L: Akihitaji kuwa kamili kadri iwezekanavyo.

D: Unamaanisha nini?

L: Tunapotoka mahali hapa pa nuru na kuondoka kwenye galaksi hii, kama tunavyoita, na kwenda kwenye ustaarabu mwingine, kama inavyoweza kuitwa, basi tunachukua sehemu ya karmic yao. Na kisha tunamaliza karmic yetu yote ya kibinadamu kutoka kwenye safari hii.

D: Kwa hiyo Louise pia amewahi kuwa kwenye maeneo mengine zaidi ya Dunia, na unasema kwamba mnachukua karmic kutoka sehemu nyingine?

L: Karma ambayo Louise anakamilisha ni ile tu kutoka kwa maisha yake ya kibinadamu.

D: Kwa hiyo ni wakati wa kufunga sura hiyo? (Ndiyo) *Amejifunza kila kitu alichoweza kujifunza katika maisha hayo.*

L: Sio kujifunza tu, bali pia kuchangia. Kwa sababu sababu ya safari ilikuwa ni kuchangia.

D: Alipaswa kuchangia nini?

L: Kufundisha watu jinsi ya kufikiri... kufundisha watu jinsi ya kupenda... kufundisha watu jinsi ya kujali wenzao... kufundisha watu kuwa na imani... kufundisha watu jinsi ya kuunda amani... kufundisha watu jinsi ya kushinda magonjwa... kufundisha watu kuunganishwa na maumbile... kufundisha watu kwamba kiini cha kukata tamaa ni kukosa muunganiko... kufundisha watu kwamba wanaweza kuwa pamoja kwa maelewano... kufundisha watu kwamba vita ni kitu kinachoweza kuharibu maisha.

D: Hayo yote ni mambo mazuri, lakini tunapokuja Duniani inakuwa vigumu, sivyo?

L: Ndiyo. Lakini kuna wengi wetu wengine. Unaona, wengine wanasahau, lakini wale wengine hawakuwa sisi. Hao ni wapya. Bado wanajifunza. Viwango tofauti. Vitu tofauti vya kuchangia... masomo tofauti ya kujifunza. Na pia wengine kutoka maeneo tofauti... wengine wamekuwa na maisha zaidi ya kibinadamu. Kwa kweli pia kuna wengine kutoka galaksi nyingine ambao wamekuja.

D: Pia kuna wale ambao wamekuwa wakirudi tena na tena na tena? (Ndiyo) *Je, hao ndio wale waliokwama zaidi kwenye gurudumu la karma?*

L: Ndiyo. Na ndiyo maana "wageni" wanakuja kuwasaidia. —Watu wengi wanataka kusaidiwa lakini wanajifungia wenyewe kwenye masanduku yao. Wanajua wanataka kusaidiwa; ni kwamba tu wanakwama sana katika mtazamo wao. Wanakwama sana katika vikwazo vya wakati huo na miili yao, kiasi kwamba hawaamini wana kitu kingine. Wanataka kusaidiwa bila kufanya kitu chochote tofauti. Wanafikiria hicho ndicho kila kitu kilichopo, mwili au chakula hicho au sehemu hiyo au mandhari hiyo. Louise anakwama wakati mwingine. Alikuwa na maisha mengine pia aliyoyakumbuka. Wakati huu alikuja kukumbuka yeye ni nani na anaweza kufanya nini. Anafanya kazi nzuri, lakini sio kazi nzuri kama angependa.

Ilikuwa inaonekana kwamba baadhi ya wajitoleaji walikuwa roho za zamani kweli waliamua kuja hapa kusaidia pia. Pia walionekana kuwa wapya kwa mitetemo ya Dunia, na hili liliwasababishia matatizo. Moja ya mambo makuu ambayo yangewatofautisha na wale wa mara ya kwanza yangekuwa kwamba wana uzoefu zaidi. Lakini Louise alitambua kwamba wote walipaswa kufanya kazi pamoja kusaidia wale Duniani waliokwama.

SURA YA NNE

MWANGALIZI ANAKUWA WA KIMWILI

Paula ndiye aliyechaguliwa kwa maonyesho katika moja ya madarasa yangu ya hypnosis huko Arkansas. Sijui kamwe jinsi vikao hivi vitakavyokwenda kwa sababu mtu yuko katika hali ya "bakweta ya samaki wa dhahabu", ambapo kila mtu anaangalia. Hii inaweza kumfanya ajitambue na kuwa na wasiwasi, na inaweza kuathiri matokeo. Kazi yangu daima ni kuhakikisha wanapumzika ili waingie katika usingizi wa nusu bila kuhisi kama wameanikwa. Maonyesho daima hufanywa siku ya mwisho ya darasa, na kufikia wakati huo wanafunzi wengi wamezoeana. Kwa hiyo si sawa na kuhisi kwamba wanapaswa kuigiza mbele ya kundi la wageni. Nawaheshimu kwa kuchukua nafasi kwa sababu naheshimu hisia zao za udhaifu. Daima ni adventure kwa sababu hakuna mtu anayejua matokeo yatakuwa nini. Kwa namna fulani daima inaonekana kufanyika vizuri kabisa. Nadhani kwa sababu "wao" wako madarakani.

Paula hakungojea hadi nilipomaliza induction. Tayari alikuwa katika maisha mengine nilipomuuliza apate mahali pazuri na pa amani. Nilijua haikuwa mahali pazuri la kawaida mara tu alipoanza kulielezea. Aliona bahari na kuba ya kioo kwenye pwani. Aliiita "nyumbani" kwake, na kuba ikafunguka alipoingia, ikionyesha kuta wazi ambazo zinaweza kuonwa. Nilimuuliza ni nini kilikuwa ndani ya kuba ya kioo. "Vyote viko katikati. Vinazunguka kuwa miduara. Kutoka katikati kila kitu hutoka, kikizunguka nje ya kuba kuelekea katikati ambapo nakaa. Kupitia katikati ya kuba ni katikati ya kila kitu. Hapo ndipo nishati inapotoka."

D: Nishati inajikita pale katikati ya chumba? (Ndiyo) *Inatoka wapi?*

P: Ndani! Inazalika tu. Iko hai.

Alisema aliishi katika mahali hapo peke yake. Nilipomuuliza kuhusu mwili wake, alisema hakuona mwili. Alijiona kama mwanga.

Hakukuwa na haja ya kula chochote akiwa katika mwili wa mwanga, kwa hivyo alisema alikuwa tu akiishi katika mahali hapo. Hakukuwa na viumbe wengine karibu.

D: Unapozalisha nishati hii, unafanya nini nayo?

P: Naenda kila mahali. Naweza kuzunguka sayari.

D: Kwa hiyo haufungwi na mahali hapo. (Sawa) *Unaenda nje ya hiyo kuba ya kioo?*

P: Ndiyo, ninaenda. Naweza. Naizunguka. Naonekana nipo tu pale.

D: Una furaha pale?

P: Niko peke yangu. Hakuna mtu mwingine.

Hakuweza kukumbuka jinsi alivyokuja kuwa katika mahali hapo mara ya kwanza, lakini alijua alikuwa hapo kwa muda mrefu. "Niliumba."

D: Uliwezaje kuumba?

P: Sikumbuki. Sioni chochote.

Ilikuwa inaonekana kama hili halikuwa linaenda mahali popote, kwa hivyo niliamua kumhamisha. Ingawa muda haungekuwepo katika mahali kama hapo, nilimhamisha mbele ili aone kama ilikuja wakati ambapo hakuwa hapo peke yake. Nilipomuuliza ahame hakuweza kuona chochote. Ilikuwa tupu. Kwa hiyo nilimhamisha hadi alipokuwa hana haja ya kuwa katika mahali hapo. Nilipomuuliza alikuwa anaona nini, alianza kuelezea tukio la machafuko. "Mapigano... vita... farasi na mapanga na mapigano mengi." Hakuwa sehemu yake, alikuwa tu akiangalia vita. "Farasi... watu wengi kwenye farasi... mapigano... vita... mikuki na mapanga na mapigano mabaya. Nawaangalia."

D: Unahisi nini kuhusu hilo?

P: Siwezi kuvumilia. Nawaangalia. Ningependa zaidi kuangalia kwa sababu sitaki kuumizwa. Siwezi kuizuia. (Akaanza kulia.) Mateso mengi!

Aliendelea kulia akihisi hana msaada wa kufanya chochote. Nilimhakikishia ilikuwa sawa kuhisi kihisia. Na nilimhamisha mbele kuona kilichotokea. Nilipofanya hivyo alijikuta katika mwili wa kimwili kwa mara ya kwanza katika kikao hiki. "Natembea... joto... ni joto... jangwa."

D: Kwa nini uliingia kwenye mwili wa kimwili?

P: Kujifunza. Nilipaswa kuacha kuwa mwangalizi.

D: Je, mtu yeyote alikuambia ubadilishe hivyo?

P: Ilikuwa chaguo langu. Nilipaswa kujifunza. —Sasa natembea tu kwenye jangwa. Najaribu tu kupata mahali pa kupumzika.

Alijihisi kama alikuwa hapo jangwani kwa muda mrefu. Tena alihisi kama hana nyumbani. Alikuwa tu akitafuta mahali pa kupumzika, alikuwa amechoka sana. "Nimetembea muda mrefu... nadhani nitakufa. Sidhani kama nitafanikisha. Nimechoka na dhaifu."

Nilikondense muda na nikauliza, "Je, unapata mahali pa kupumzika?" Alijiona akitembea kupitia mitaa ya jiji ambapo kulikuwa na watu wengi. Aliona kwamba alikuwa mwanaume, na alipokuwa akitembea mitaani mtu alimkamata na kumweka juu ya farasi wao. Alijua alikuwa katika hatari. "Ninaasi. —Wamenipandisha farasi. Wananichukua. Wananichukua haraka. Naonekana kama ninaenda tena jangwani. Tunatoka nje ya jiji. Tunatoka... si tena... Ananichukua kwenye milima ya mchanga. —Nimezimia. Amenigonga kichwani."

D: Nini kinatokea kisha anapokuchukua jangwani? (Kimya) *Unaweza kuangalia kama mwangalizi ukitaka.*

P: Sionekani tena. Nadhani labda nimekufa. Nadhani labda amenikuta kichwani. Mwili wangu ulikuwa tayari umekufa juu ya farasi. Sioni chochote.

D: Kwa nini alikuchukua huko?

P: Hakunitaka pale.

Hakuweza kupata majibu zaidi, lakini nilijua kwamba sasa akiwa nje ya mwili tutaweza kuelewa kila kitu. "Tunaweza kupata majibu ya mambo haya kwa sababu sasa chochote kilichotokea tayari kimetokea. Uko upande mwingine wake."

P: Nimefurahi kuwa nje ya mwili.

D: Lakini ulisema uliingia mwilini kujifunza. Unadhani umejifunza chochote?

P: Ni kifupi sana. Kila kitu pale kilikuwa kifupi sana. Nilipokuwa mwangalizi kilikuwa kirefu zaidi. Hii ni kifupi.

D: Unataka kufanya nini sasa?

P: Nataka kupumzika. Hilo lilikuwa la kiwewe.

Kwa sababu hii ilikuwa ni maonyesho kwa darasa nilijua sitakuwa na muda mwingi wa kuchunguza, kwa hivyo nilimtoa katika tukio hilo na nikaita SC. Niliiomba kwa nini ilichagua maisha yale mawili kwa Paula kuyaona. "La kwanza ambapo alikuwa nishati na mwangalizi. Ile ambapo aliishi katika kuba ya kioo na kuzalisha nishati."

P: Ilikuwa rahisi.

D: Haikuwa ya kibinadamu, sivyo? (Hapana) *Kwa nini ulitaka ajue kuhusu maisha hayo?*

P: Kuunganishwa na umoja. Huo ulikuwa mwanzo wake.

D: Lakini alikuwa peke yake katika maisha hayo.

P: Ndiyo. Ilikuwa ya amani. Tulitaka akumbuke kwamba yeye ni mmoja na kila kitu. Tulitaka akumbuke kwamba hujawahi kuwa peke yako.

D: Kwa nini hilo ni muhimu kwake kulijua?

P: Rahisi... rahisi. Kwa sababu sote tuko sawa. Anadhani yeye ni maalum. Sote ni sawa. Sote ni maalum. Wakati mwingine anasahau.

D: Amepitia nyakati ngumu katika maisha haya, sivyo? (Ohhh, ndiyo!) *Lakini alinusurika.*

P: Ndiyo, alinusurika.

D: Kwa nini mambo hayo yalitokea kwake?

P: Alitaka kwenda huko. Kila maisha yalichaguliwa naye kujifunza. Kila moja.

D: Hata wakati maisha ni magumu?

P: Ndiyo, ni udanganyifu tu.

D: Kisha ulimwonyesha maisha ambapo alikuwa jangwani. Alikuwa katika mwili wa kibinadamu wakati huo. (Ndiyo) *Kwa nini ulimwonyesha maisha hayo?*

P: Kumwonyesha jinsi maisha yanavyoweza kuwa mabaya. Njaa na upweke na joto... kila kitu. Yote makali makuu ambayo mwili unaweza kuvumilia.

D: Kwa nini ulitaka ajue kuhusu hilo?

P: Ili aweze kuona jinsi alivyo na hali nzuri sasa.

D: Lakini alinyanyaswa akiwa mtoto, sivyo?

P: Ndiyo... sio mbaya kama anavyofikiria.

D: Kisha akaingia katika ndoa mbaya. (Ndiyo) *Alijifunza nini kutokana na hilo?*

P: Unyenyekevu na uvumilivu.

Kisha tulizingatia malalamiko ya kimwili ya Paula. SC ilianza uponyaji na kurekebisha. Ilisema ilikuwa inatumia mwanga wa kioevu. "Inatoka kwa Chanzo." Alikuwa akipata matatizo na sehemu ndogo ya mgongo wake na alikuwa amefanyiwa upasuaji pale.

P: Ndiyo. Ameunganishwa.

D: Nini kilisababisha hilo?

P: Hatia. Hatia kutoka maisha mengine. Si muhimu. Usishikilie yaliyopita. Yamekwisha.

Kisha walitenganisha pingili na kuzirekebisha wakitumia mwanga wa kioevu zaidi. "Ni nzuri!" Hii pia ilikuwa inaondoa hatia. "Lazima aiachilie. Aiachilie." Kisha walifanya marekebisho madogo katika figo, ini na kongosho. Ilisema hii ilisababishwa na wasiwasi. Nikauliza, "Ana nini cha kuwa na wasiwasi?"

P: Sijui. Yeye ni mjinga kidogo. —Mwili wa kibinadamu ni muujiza. Hutaki kuudhuru.

Ujumbe wa kuagana: Kuamini na kujiamini mwenyewe.

Wajitoleaji wengi hawa wamekuwa waangalizi kupitia maisha yasiyohesabika kote ulimwenguni. Ni kitu gani kingekuwa cha asili zaidi kuliko kwamba waendelee kuwa waangalizi sasa katika wakati huu muhimu katika historia ya Dunia?

SURA YA TANO

MLINZI

Richard alikuwa ni mtu mkubwa ambaye alikuwa amestaafu kutoka kwenye taaluma yenye mafanikio. Alizaliwa mwaka wa 1948, jambo ambalo linaweza kumweka katika kundi la Wimbi la Kwanza. Alijiona kama mpweke na hakuwa na familia. Hakuwa na matatizo, na alionekana kuridhika na maisha yake. Wakati mimi ninapokaa muda mwingi nikishughulika na matatizo makubwa ya kuharibu na magonjwa makuu, ni jambo la kufurahisha kumpata mtu ambaye kwa kiasi fulani ni mwenye furaha. Bila shaka, kulikuwa na "swali la milele": Kusudi la maisha yake ni nini, na jinsi ya kulitimiza?

Wakati Richard alishuka kutoka kwenye wingu aliona picha mbili au mandhari mawili yaliyoshonwa pamoja, na hakuwa na uhakika ni ipi aangazie. Aliona dinosauri wa shingo ndefu ya kijani akisimama chini ya mti akila majani kwa utulivu. Na bado kulikuwa pia na piramidi kwa mbali. "Dinosauri yupo kwenye nusu moja ya picha anakula majani, na piramidi kwenye mchanga ipo upande mwingine. Nimekaa tu hapa nikiangalia. Ni wazi kama mchana."

Al decided kuangazia piramidi na akaanza kutembea kuelekea kwake. Ilikuwa kubwa sana na kilele chake kilikuwa cha ncha kali sana. Kitu kilichokifanya kiwe tofauti na cha kuvutia ni kwamba kulikuwa na duara angavu sana kwenye sehemu ya juu ya piramidi. Ilikuwa angavu kama jua na iling'aa katika mwelekeo wote. Kama mnara wa taa isipokuwa mwanga haukuzunguka, bali uliendelea kuwa thabiti ukitoa mwanga wa manjano uliokaribia kuwa mweupe.

Kisha nilimfanya awe na ufahamu wa mwili wake, na akaona kwamba alikuwa kijana wa kiume mwenye kuvaa makubazi ya ngozi na kitu kama toga fupi iliyomfika magoti tu. Kitu cha ajabu ni kwamba aliona alikuwa na nywele ndefu za kijivu, jambo ambalo halikuwa la kimantiki kwa mtu mchanga hivyo. Aliishi peke yake katika nyumba ndogo sana ya mawe karibu na piramidi. Nikauliza kama alikuwa na chochote cha kufanya na piramidi.

R: Ni kama mwanga wa piramidi unaniweka salama kwa sababu fulani. Unatoka juu ya piramidi na unaangalia kila kitu. Popote unapoangaza kila kitu kiko salama. Ndio ninachohisi. Nimefurahi kufanya kazi yangu. Ninaimba na kunong'ona.

D: Kwa nini ulisema ni kama mwanga unaangalia?

R: Niko na ufahamu wake, nafikiri. Niko na ufahamu wake hata wakati jua liko. Mwanga bado upo. Si jua. Kuna jua angani, lakini piramidi hii ipo na inaangalia nchi yote... si mimi tu. Mwanga unatoka katika mwelekeo wetu. Niko salama. Hakika niko salama. Ndiyo, sihisi shida zozote. Nimefurahi na maisha yangu ni ya furaha au yamejaa, ndiyo.

Nikauliza kama alikuwa amewahi kuingia ndani ya piramidi, naye akaangalia kama kulikuwa na mlango. "Ndiyo, kuna ngazi zinazopanda upande. Na ninapanda na kuna mlango chini kidogo ya ile mpira mkubwa wa mwanga." Alipoingia ndani ya chumba cha giza hakukuwa na kitu chochote isipokuwa kioo cha waridi chenye kuangaza kikiwa kimeelea angani katikati ya chumba. Alikichukua mkononi na kukishika. "Miale ya mwanga inang'aa kila upande mkononi mwangu... nikifunga mkono mwanga unatoa kupitia vidole vyangu. Sijawahi kukiona hapo kabla, lakini najua tu kuwa ni salama kukishika." Niliwaza kama kilikuwa na madhumuni, naye ikamjia kwamba ukiwashika na kukiuliza swali, kitajibu.

D: Hicho ni cha kufurahisha. Unadhani kina uhusiano wowote na mwanga mkubwa ulioko juu ya piramidi?

R: Bila shaka vimeunganishwa. Ndiyo, viko sambamba kwa namna fulani. Ni kama uzi wa fedha au kitu kinachoviunganisha ambacho huwezi kukiona.

D: Sawa, basi tuviulize maswali kuhusu piramidi hii. Pengine kina majibu kuhusu mahali hapa.

Kisha nikaanza kuuliza maswali kwa jiwe kujibu. Richard alirudia kila swali baada yangu, na alisema alichosikia. Mara nyingi majibu hayakuwa na maana kwake. Nitayabana majibu hapa.

R: Piramidi ilijengwa na Wale wa Kale kutoka ulimwengu mwingine. Kusudi la mwanga unaong'aa juu ya piramidi: ni ulinzi. Inalinda kila kitu. Kuna mambo kutoka anga yanaweza kuingia na kudhuru sayari kama haijalindwa. Sijui ni mambo ya aina gani. Tunahitaji kulinda. Inasema tu, "Ninalinda mahali hapa kutoka kwa kila mmoja." Wale wa Kale waliweka mwanga huo juu ya piramidi. Walikuja hapa, wakajenga piramidi na wakaondoka katika aina fulani ya vyombo vya anga. Piramidi ni block thabiti isipokuwa kwa chumba kidogo chenye kioo cha waridi kinachoelea kinachong'aa, na mpira mkubwa juu. Mwanga unatoa kama mnara wa taa, lakini hauzunguki. Unatoa tu mwanga katika mwelekeo wote. Si lazima mwanga unaouona. Ni kama nishati inayoenda katika mwelekeo wote. Kuna piramidi nyingine inayofanya kitu kilekile, lakini ipo mbali, mbali sana, na kunaonekana kuwa na mwamba na mchanga kati ya piramidi hizo mbili. Hakuna kingine.

D: Hii ipo kwenye Dunia?

R: Kwanza nilidhani ipo, lakini sasa sidhani kwa sababu anga ni ya aina ya zambarau. Sio kama anga niliyowahi kuona. Sasa naona kwamba mimi ndiye mlinzi wa mahali hapa. Mimi ni sehemu ya mahali hapa. Inaonekana tuko kitu kimoja. Ninaliweka likiendelea, lolote lililo. Naliangalia kuhakikisha linaendelea sawa lakini sioni vidhibiti vyovyote au chochote. Nafikiri ninaliwasiliana nalo kwa akili... ndiyo.

D: Kwa hiyo uko na furaha pale?

R: Nimefurahi sana, ndiyo. Mwili wangu unahisi mchanga, lakini nahisi kama nimekuwa hapa muda mrefu... ni kinyume, lakini ndivyo inavyoonekana. Nimefurahi kuwa hapa peke yangu.

Nilimhama mbele hadi siku muhimu. "Kuna chombo cha anga chenye umbo la sigara kinachoning'inia juu ya piramidi na ni rafiki na ni sehemu yake, si kwamba ni muhimu. Nimefurahi kukiona kwa sababu kinashusha vifaa, lakini hakuna cha ajabu. Ni kwamba tu hukioni mara nyingi. Kinaelea tu, kinashusha vitu. Hakihitaji kutua. Kinaelekeza vifaa chini na kuviweka mahali. Lolote lililo, nimefurahi kuwa peke yangu hapa, na kinapita na kunipa vifaa na kuniuliza ninafanya nini, na ndio hiyo. Sio ya kishindo sana."

D: Kwa hiyo huhitaji kupanda ndani na kuwasiliana nacho?

R: Hapana, sioni kama nawasiliana na mtu yeyote ndani.

D: Kwa hiyo ni siku muhimu kwa sababu ni mapumziko katika utaratibu.

R: Kweli. Lakini siko huzuni nikiona kinaenda. Naona kinakuja, na nimefurahi, lakini kinapoondoka, bado nimefurahi. Mimi ni mtu mwenye furaha katika maisha haya! (Ameshindwa) Mimi ni mzima. Ninatabasamu na kucheka na ninajifurahisha. Niko tu nikifurahia.

Kila mara nilipomhama hadi tukio lingine, ilikuwa ileile. Kila kitu kilionekana kuwa cha kawaida sana. "Hapa ni mahali pa furaha sana. Sihitaji mtu yeyote kabisa. Inaonekana ajabu, lakini sihitaji mtu yeyote."

Ilionekana kweli kama kila siku ilikuwa sawa na nyingine, lakini nafikiri haikujalisha kwa sababu alikuwa na furaha katika upweke wake. Sikufikiri tungeweza kujifunza chochote zaidi, kwa hiyo nilimhama mbele hadi siku ya mwisho ya maisha yake, na nikauliza nini kilikuwa kinatokea.

R: Ghafla tu boriti kubwa ya mwanga inatoka angani na kuninyofoa juu. Na nachukuliwa mahali fulani na ndio hiyo. Nimeondoka. Ilikuja tu kutoka angani. Si kutoka chombo cha anga. Ilikuja tu kutoka angani, lakini niko tayari kwa hilo. Sio kama ni mshangao. Kwa sababu nina mikono yangu imenyooshwa, na naiona na miale inakuja na kunichukua. Na nimeondoka, na pale ninapoenda sijui. Tuone.

D: Kwa hiyo ilichukua mwili wa kimwili?

R: Unajua nini? Haikuchukua. Sasa umesema hivyo, kilichobaki cha mwili wa kimwili kiko tu kimelala pale ardhini.

D: Kulikuwa na kitu kibaya na mwili?

R: Lazima ulikuwa umezeeka kwa sababu umekunjamana sana. Lazima nimeishi muda mrefu. Kijana... hiyo ni ya kufurahisha!

D: Tuone inakupeleka wapi.

R: Niko katika chumba hiki na baraza la wazee.

Alikuwa wazi amekwenda upande wa roho, na alikuwa anaonekana mbele ya baraza kwa ajili ya tathmini ya maisha. Hii imeelezewa kwa kina zaidi katika vitabu vyangu vingine kuhusu maisha baada ya kifo.

R: Nimesimama mbele ya watu hawa walioketi. Siwezi kabisa kuona nyuso, na wanauliza tu maswali. "Vipi, ulifurahia hilo?" na nasema, "Ndiyo, nilifurahia." "Umefanya kazi nzuri." Na "Ni wakati wako wa kupumzika." Na wote wanatabasamu kwangu, na kusema, "Utafanya tena... kitu kama hiki mara ijayo."

D: Unahisi nini kuhusu hilo?

R: Nina tabasamu kubwa usoni mwangu. Nimefurahi kama kawaida. Kijana, hii ni ya kuchosha kama niko na furaha muda wote. (Kicheko) Sisi ni marafiki... sisi ni marafiki wa zamani. Ninaongea, na ni vizuri kuwaona. Na nimevaa joho jekundu kwa sababu fulani. Ni ya kuvutia. Niko kwenye joho jekundu ang'avu na wao wote wako kwenye majoo meupe, kwa hivyo sijui inamaanisha nini.

D: Waulize inamaanisha nini.

R: Kitu cha kwanza ninachopata ni kwamba, "Umemaliza kiwango hicho na unaenda kuhamia kiwango kingine." Lolote linavyomaanisha.

D: Unapaswa kupumzika muda gani kabla hujafanya tena?

R: Kitu cha kwanza kilichokuja ni, miaka ishirini; chochote miaka ilivyo.

D: Waulize, ukiifanya tena na kurudi, hii itakuwa maisha yanayojulikana kama Richard, au kuna mengine katikati?

R: Hapana, hiyo ndiyo! Itakuwa maisha unayoishi sasa.

D: Je, hii ni mara ya kwanza kwa Richard kuwa kwenye sayari Dunia?

R: Walisema, ndiyo... ndiyo, ni mara ya kwanza.

D: Huja wahi kuwa kwenye Dunia hapo kabla?

R: Hakika hapana... hujawahi.

D: Hilo halitakuwa kama mshtuko kwa mfumo wake kuja kwenye sayari hii?

R: Wamesema, hapana kwa sababu unajua namna ya kuwa peke yako na kushughulikia nishati. Kwa hiyo kwa nini naenda huko? "Upo huko kulinda. Hawatalijua, lakini watu waliokuzunguka watalindwa. Popote uendapo watakuwa wanalindwa kwa namna fulani."

D: Kama ulivyofanya kwenye maisha yale mengine kwenye piramidi? Mambo yalilindwa.

R: Oh! (Utambuzi)... labda hivyo. "Una uwepo wa uponyaji. Utakuwa unatembea tu na popote ulipo watu watapata kitu kizuri kutokana nacho. Hawatalijua kwa ufahamu, lakini watakijua kwa fahamu fiche. Watahis kitu." —Richard atakuwa salama. Atakuwa anawalinda watu, lakini si kwa njia aijuayo ambayo kwa kawaida unalinda. Ni ile njia usiyoijua. Njoo kulinda watu... kwa kuwa tu hapo. Uwepo huo uta walinda watu kwa njia ambazo hawaelewi. Naye hatakuwa na ufahamu kwamba anafanya hili.

D: Nishati za Dunia ni tofauti sana, sivyo?

R: "Ndiyo, lakini utaenda kujenga kitu huko mashambani ambacho bado hukijui. Kitajulikana kwako baadaye. Sio wakati wako kukijua. Kitakuwa kitu kikuu; si lazima kiwe kikubwa, bali cha ulinzi kusaidia sayari. Kitakuwa aina fulani ya nguvu ya nishati itakayosaidia kulinda; nishati za juu za aina fulani. Ingawa nishati za sayari si lazima ziwe nzuri, wewe uko sawa nazo. Unaweza kuzimudu. Sio kitu usichoweza kukimudu."

D: Kwa hiyo anaweza kuishi Duniani ndani ya hizi nishati bila kukusanya karma?

R: Kabisa! "Ndiyo, utaishi kwenye sayari bila karma yoyote." Lo! Hilo ni la kufurahisha.

D: Hatutaki kumwambia kama si wakati, lakini hilo ndilo kusudi lake?

R: Kusudi lake la kwanza ni kuipitia sayari ya Dunia akiishi miongoni mwa watu wake, lakini kusudi kuu ni kujenga kitu baadaye. Hilo ndilo kusudi kuu; kitu cha kuelekeza na kusaidia sayari. —"Utakuwa peke yako. Furahia kuwa peke yako. Furahia upweke wakati huu."

D: Je, hii ni moja ya sababu kwa nini Richard ameishi peke yake sehemu kubwa ya maisha yake?

R: Ndiyo, kwa sababu katika maisha mengi amekuwa peke yake. Analipenda hivyo. Amezoea. —Kunahitajika watu wengine wanaofanya anachofanya. Lakini wakati haujafika kwa dunia bado kwa sisi sote kufanya jambo letu. Kubaki tu... kufurahia tu kubaki. Ni kama sana kama kuutunza ule mpango wa sayari nyingine. Kucheza... kujifurahisha. —Kutakuwa na aina fulani ya mtandao kwa ajili ya mema ya wanadamu. Anasema watu wengi bado wataendelea kukwama katika mtindo wao. Anasema, "Upo juu sana ya hilo sasa. Unajua kwa sababu unaona kwamba hawalipati, lakini huwezi kuwahofia. Una kusudi la juu, nalo litafunuliwa kwa wakati mwingine."

Richard alikuwa na swali kuhusu kurudia kwa ndoto za UFO alizokuwa nazo maisha yake yote. "Zipo ili kumuonyesha mizizi yake. Ili kumkumbusha daima kwamba alitoka juu. Yeye si wa Dunia. Tunahitaji watu kama yeye kusaidia sayari hii. Ni mahali pagumu, lakini ni uwanja wa majaribio kwa mambo mengi. Ni ya mtetemo wa chini, lakini ni kile unachokifanya iwe. Unajua hilo. Hatuitaji kukuambia. Upo juu yake. Tulikuhitaji hapa wakati huu kwa sababu ambayo utaijua baadaye. —Ndani ya miaka mitano atajua kwa nini yuko hapa na kile anachopaswa kufanya. Wakati huo mambo hubadilika." (Kikao hiki kilifanywa Desemba 2009.)

Nikauliza kuhusu 2012. "2012... watu wanatumia muda mwingi kujiwazia juu yake. Wanahitaji kufanya kazi kwenye maisha yao. Wananieleza kwamba wanahitaji 'kujiosha'. Itakuwa mbaya zaidi kwa sababu mitetemo inaongezeka, na watu ambao hawaongezi mitetemo yao... itakuwa vigumu kwao, hivyo watu wengi zaidi wataanza 'kuondoka'. Hawajui jinsi ya kushughulikia nishati. Si lazima iwe 2012. Hiyo ni tarehe tu, lakini inakuja hivi karibuni. Ni kwamba tu mtu aliweka tarehe hiyo nje, na inatokea tu kwamba mambo yanakomaa kuzunguka tarehe hiyo."

D: Je, watu watajua kitu chochote kimetokea?

R: Ndiyo. Hatuwezi kukuambia kwa wakati huu, lakini itafanywa wazi kwa kila mtu hili litakapotokea.

D: Nimeambiwa kwamba baadhi wataachwa nyuma. Hawawezi kuzoea nishati?

R: Ndiyo, watu wengi wataachwa nyuma. Lakini ni sawa.

D: Je, Richard atakuwa akifanya kazi na Dunia mpya?

R: Ndiyo, ndiyo atafanya.

D: Je, mimi bado nitakuwepo kufanya kazi na Dunia mpya pia?

R: Ndiyo, ndiyo, utakuwepo.

D: Kuna swali moja watu wengi wameniuliza, "Je, watu watatoweka tu?"

R: Hapana, hawatatoweka tu. Sio kwa namna unayofikiria ya kutoweka... tena, mtalazimika kusubiri na kuona. —Ingawa inakatisha tamaa wakati mwingine, unataka mambo yatokee, lakini mambo hayawezi kutokea bado. Kuna mambo mengine yanahitaji kutokea. Nawauliza, "Je, kutakuwa na aina yoyote ya majanga?" Tunachoweza kukuambia ni kwamba bahari na maji kwa wakati huu yatakuwa yakifurika zaidi ya sayari. Haina uhusiano na ongezeko la ujoto duniani.

D: Hakuna uhusiano na kuyeyuka kwa kofia za barafu?

R: Hapana, huenda kimondo kikubwa kikidondoka na kusababisha kunyunyiza au kitu. Sasa hivi matatizo na maji, ndiyo.

D: Je, hapo ndipo watu wengi wataondoka?

R: Ndiyo, hakika ndiyo. Watu watagawanyika katika aina mbili. Wale wanaotaka kubaki hapa na kushughulika na mabadiliko, na wale wengine wanaotaka kuondoka na hawawezi kushughulikia mitetemo. Itakuwa ngumu mwanzoni kwa watu wanaotaka kubaki, lakini wanataka ugumu huo. Wanaweza kuushughulikia. Watakuwa tayari kwa hilo.

D: Kwa hiyo itakuwa vigumu mwanzoni.

R: Itakuwa hivyo tu kwa sababu watu wengi hawako tayari kwa hilo. Itawashika watu bila kutarajia.

D: Kwa hiyo kazi yetu ni kujaribu kuwasaidia watu kuelewa kinachotokea.

R: Ndiyo. Watu hawawezi kuwasaidia watu wengine kama wana matatizo mengi yao wenyewe. Hawawezi kufanya kilicho sawa kwa sayari kama hawawezi kufanya kilicho sawa kwao wenyewe. Wanapaswa kujifunza kuachilia mambo. Wanashikilia sana vitu visivyowaletea maana. Wanajisukuma wazimu. Hawafikiri. Hawaruhusu. Wanapaswa kuruhusu mambo; si kulazimisha mambo na kusikiliza. Wanapaswa kutafakari zaidi. Kimya. Watu wanapaswa kuutuliza nafsi zao zaidi sana. Wanapaswa kuwa peke yao na kuwa katika kimya. Watu wengi sana wanaogopa kuwa peke yao. Wapo wengi ambao hawalipati. Hicho ndicho kinachoishusha Dunia. Mitetemo... ni athari yenye ukali. Mtetemo wa juu ni athari moja, na watu wanaotaka kutohamia mtetemo wa juu ni athari nyingine, na itasababisha mabadiliko. Ni kama sumaku... zilizo kinyume.

Baada ya Richard kuamka nilirudisha kifaa cha kurekodi kuwasha kurekodi kumbukumbu aliyohifadhi.

R: Ilielezwa kwangu kwamba mitetemo inazidi kuwa ya kasi. Inasababisha nguvu, nguvu tofauti na lazima uende na mitetemo na kufanya yako iwe ya kasi zaidi, au unakwama. Na watu wengi duniani wanakataa kuinua mitetemo yao, hivyo ina maana nguvu hizo mbili zinazidi kuwa na nguvu, zikiwa kinyume kama haziko pamoja. Ziko mbali zaidi na hatimaye hivi karibuni, itasababisha kitu kutokea kwa sayari.

D: Kama sumaku mbili?

R: Sumaku mbili, badala ya mbili zenye kinyume kuvutiana... vinyume katika kesi hii vinakataa vibaya sana; vitakataa na kusababisha kitu hasi kitokee, au chanya, kutegemea uko upande gani.

Kwa hiyo inaonekana kana kwamba wimbi la kwanza na la pili la wajitolea wana majukumu mengine mbali na kuwa tu. Nishati zao zinaweza kutumika kwa madhumuni mengine. Katika kesi hii baadhi yao wapo hapa kutumia nishati zao kulinda yeyote anayekutana nao. Ingawa hakuna anayejua kwa ufahamu kinachotokea, ni hisia nzuri kujua kwamba wapo.

SURA YA SITA

MJITOAJI ALIYECHOKA

Sally alikuwa na orodha ndefu ya matatizo aliyotaka kushughulikia wakati wa kikao. Alikuwa kwenye ndoa isiyo na upendo na mume mwenye kudhibiti, ambayo alitaka kwa udi na uvumba kutoka humo. Hii ilikuwa mtindo kwenye maisha yake kwa sababu pia alikuwa na mama aliyekuwa mdhibiti. Kwa kawaida sikushangaa kwamba haya yote yalikuwa yameathiri mwili wake, na alikuwa na matatizo mengi ya kimwili ambayo yangelazimika kushughulikiwa. Alitaka sana kuwaponya watu (kwa kutumia sauti), na alikuwa ameingia kwenye deni kufungua kituo cha tiba mbadala. Hata hivyo, hakikuwa kikifanya kazi na alikuwa akihangaika kwa ukosefu wa pesa.

Wakati Sally alipotoka kwenye wingu aliona jambo la ajabu: "Jiji kubwa... jiji ndani ya jiji... lina kuba juu yake. Karibu kama kioo cha keki juu ya jiji. Kuna majengo marefu na mafupi. Jiji lililofungwa na puto juu yake. Niko naangalia kutoka nje ya puto."

D: Unaona watu au magari au ni majengo tu?

S: Majengo tu... hakuna mtu nje. Kila mtu yupo ndani. Hakuna mtu anayesafiri nje ya kuba.

D: Kuna nini nje ya kuba? Unaweza kuona?

S: Ni karibu kama angahewa ipo kuizunguka. Kama kuangalia nje ya sayari. Kusimama nje ukiangalia ndani... karibu kama anga ya usiku, nyota. Ni kama unaona Njia ya Maziwa ukiwa umesimama nje ya jiji la kioo. Ni karibu kama Jiji la Zumrata kwenye Wizard of Oz.

D: Je, jiji linateleza huko nje au vipi?

S: Ndiyo, linaelea. Tu huko nje angani.

D: Hilo linavutia. Unataka kuingia ndani ya kuba na kuona jiji linaonekanaje?

S: Bila shaka. Natazama... nashangaa watu wanaingiaje na kutoka. Ni kama kuba inayojikunja na kufunguka. Unasafiri kupitia lango hili... linajifungua na kufunga. Linajifungua wanapochagua kusafiri nje ya dunia yao. —Sasa nipo ndani ya chumba kikubwa. Kuna kicheko. Kuna meza. Kuna viumbe vya nishati kuzunguka meza. Nimefika kwenye baraza. Kuna viti kumi na viwili na ni baraza, wanasema... "baraza la mianga."

D: Ndivyo wanavyoonekana, mianga?

S: Ndiyo. Kila moja ina rangi tofauti ya mwanga.

D: Hilo linasikika zuri. Fahamu mwili wako... unaonekanaje?

S: Hakuna mwili. Mimi ni mpira wa nishati.

D: Je, wewe ni rangi fulani?

S: Mimi ni rangi ya zambarau. Na nyekundu chini na inasogea hadi kwenye zambarau... karibu kama mwali. Wao ni warefu zaidi. Muundo wao unaonekana tofauti. Wameketi kuzunguka meza hii. Wanatumia maneno, "Cheche ya uumbaji ambapo jaribio lilianza." Hapo ndipo mipango ya maisha inatengenezwa na safari ya kusafiri inabuniwa. Hapa ndipo nilipotoka. Kuna cheche... cheche ya Mungu kuumba mpango wa maisha haya. Wa masomo... wa mikataba.

D: Hapa ndipo kila kitu kinapoamuliwa?

S: Hivyo ndivyo wanavyosema.

D: Hii inamaanisha ulipoanza maisha yako yote au hili la sasa tu?

S: Hapa ndipo maisha yote yanapotengenezwa. Safari zote... hadithi zote. Natafuta uelewa pale... uwazi.

D: Kwa hiyo wanasema nini kwako?

S: Wananituma, wananiachilia. Wananiachilia... wananiacha niende. Hakuna... ghafla kuna giza. Nimerudi kwenye angahewa. (Ameshikwa na kuchanganyikiwa.)

D: Walikupa maagizo yoyote?

S: Sikuyasikia yoyote.

D: Walisema tu ilikuwa muda wa kuondoka? (Ndiyo) *Ulijihisije kuhusu hilo?*

S: Vibaya... si hakika... kuchanganyikiwa... si kweli kutaka kukubali jukumu... sitaki kwenda kule wanakotaka niende. Nilidhani nilikuwa nimekamilika. Nilidhani nilikuwa nimehitimisha.

D: Je, ulikuwa na maisha mengine na masomo kabla?

S: Ndiyo, mengi. Nimechoka. Nilikuwa nimestaafu. (Kicheko) Sitaki kurudi tena kwenye uzito... kwenye ukakamavu... kupitia muda.

D: Ulidhani umemaliza, lakini wakakuambia kulikuwa na jukumu jingine?

S: Ilikuwa sehemu yangu katika kuchagua kuwa kwenye msisimko... kwenye kuamka... kwenye majaribio, lakini nimechoka... nimechoka sana... sitaki kurudi... si hakika kama nishati ingeweza kuunga safari yangu... sikupata nafuu ya kutosha... sikuwa na muda wa kurejesha nguvu.

D: Je, hilo ndilo hutokea mara nyingi? Unapata muda wa kupona?

S: Ndiyo, sana kabisa. Uzito... masomo. Magumu... yalikuwa magumu... ilibidi nipambane kwa shida sana... nilikuwa tayari kwenda nyumbani kupona... kufufuka upya. Kurudi kwenye Chanzo... kupumzika. Nilikuwa nimeanza safari ya mapumziko. —Na kisha kuamka kwenye majaribio ambayo yangetokea. Ingewezekana kuja wakati huu. Nilikuwa nataka kuwa hapa. Nilikuwa nataka kuona na kushuhudia mabadiliko hayo, kusaidia, lakini nafsi yangu ilikuwa imechoka sana.

D: Kwa hiyo ulikuwa chaguo lako basi?

S: Lilikuwa chaguo ambalo sikufurahia kulifanya, wanasema. (Wote tukacheka.) Waliuliza kama niko tayari kwa mtihani wa kufanya mabadiliko haya mara ya mwisho. Ningeweza kupumzika mara tu kuamka, mara tu mabadiliko, jaribio lingefanikiwa. Kisha ingekuwa muda wa kupumzika.

D: Kama ungekuwa umepumzika, ungelikosa kila kitu, sivyo?

S: Sehemu yangu inatamani mapumziko hayo. Sehemu yangu haijui namna ya kutoka kwenye uzito. Nishati ni ya chini sana kwenye kiumbe cha kimwili. Inapambana kusogea juu... nguvu ya maisha... imepunguzwa.

D: Ndiyo, lakini ulisema, "Mara jaribio likiwa limefanikiwa." Ulikuwa na maana gani?

S: Kwamba Dunia ilikuwa kwenye njia yake ya kufanikisha kuingia kwenye kipimo chake kipya... kwenye maisha yake mapya.

D: Ni kwa sababu Dunia pia ni hai.

S: Ndiyo. Alikuwa anaenda kufanya jambo ambalo halijafanywa kwa enzi nyingi sana, au milele kwenye njia ya Chanzo. Ni alama ya kihistoria kwa viumbe vyote; kwa taasisi zote kushuhudia.

D: Kwa hiyo walipokuambia hivyo, ulikubali kuja?

S: Nilikubali. Nilikuwa nataka kuwa sehemu ya hili. Kuwa mwongozi... kuwa msaidizi. Ningeweza kuchagua popote nilipotaka kurudi kuanza maisha mapya... kuunda dunia mpya... kuumba kwa mfano wa Muumba. Nishati ya mianga... nishati... nishati mpya. —Au kurudi nyumbani.

D: Unaona lipi lingekuwa chaguo bora?

S: Ubunifu. Ni ubunifu ambao nafsi yangu inalilia. Kuunda vitu vipya na njia mpya za kufanya mambo bila uzito... mwepesi, wa haraka... milango... safari... milango tena. Nilikuwa nataka kushuhudia uumbaji huo mpya.

D: Kwa hiyo ulijichagulia kuja kwenye maisha haya sasa? (Ndiyo) *Tunaongea kuhusu maisha ya Sally?* (Ndiyo) *Wana imani nawe au wasingekutuma.*

S: Yeye hana imani tena ndani yake mwenyewe.

D: Je, alijichagulia familia aliyoingia? (Yule mama mdhibiti.)

S: Ndiyo. Ilikuwa ni masomo ya moyo, uhuru wa kuchagua, ambayo alikuja kuyashinda. Ilikuwa ni kizuizi cha mwisho, kuharakishwa.

D: Je, alikuwa na uhusiano wowote wa karmiki na familia?

S: Alijichagulia jina. Mtetemo ulikuwa lazima. Ni kitu ambacho alichagua ndani yake... jina lichaguliwe... (Nililibadilisha jina lake kwa ajili ya usiri). Linabeba muundo wa kiteteo wa nambari, linaunganishwa na muundo wake wa seli. Kisha jina hilo linapotamkwa, linahisi maisha mapya haya, nishati hii mpya.

D: Kwa hiyo majina ni muhimu watu wanapochagua?

S: Ndiyo. Una makazi ndani ya muundo wa seli. Ni sehemu ya mpangilio. Ni sehemu ya usimbaji. Ni sehemu ya kuamka na mchakato. Alijichagulia mwili huo, na alisisitiza jina hilo lipewe. Mama hakulijua hilo. Halikuwa chaguo la mama. Lilikuwa sharti fulani kwa roho kupewa jina hilo katika mwili huo.

D: Nimesikia kwamba athari za nyota pia zina uhusiano na hili sivyo?

S: Ndiyo, sana kabisa. Alizaliwa hasa mwezi wa 12-1959 kama lango, njia ya kuingia na uanzishaji wa nishati akitembea. Siku yake ya kuzaliwa ni lango.

D: Una maana gani unaposema ni lango?

S: Ni njia ya kusafiri kwa roho na fahamu. Ni mlango unaofunguka unaoanzisha kwenye muundo wa seli uwepo wetu. Wale wanaokuja kuwasiliana naye wanapewa uanzishaji huu ili kuwaongoza kupitia solstisi, kuwaongoza kupitia kupatwa kwa jua. Na kuamsha mwanga wao katika DNA yao, uliyoanzishwa ndani yake katika wiki za hivi karibuni. Ameuhisi mabadiliko hayo ndani ya mwili wake, ndani ya uwezo wa kuzingatia mwanga kupitia yeye na kuuweka kwenye kiini. Yameanza ndani ya miezi minne iliyopita. Na akiendalee kuweka na kuvuta ndani ya kiini cha mwanga, inakuwa imara zaidi kwa wale walioko karibu naye.

D: Kwa hiyo watu wengine wanaathiriwa kwa kuwa tu karibu naye?

S: Kwa uwanja anaouunda, ni lango, ni upanuzi. Ni lango la uponyaji kwa wengine. Kuwaunga mkono kwenye safari yao.

D: Hivyo kwa njia hii yeye ni lango kwa mfano? Ndivyo unavyomaanisha? (Ndiyo) *Na wanapaswa kumjia kwa uponyaji?*

S: Hatimaye watafanya hivyo kadiri makazi yanavyokuwa yenye nguvu. Itakuwa kama mvuto kadiri anavyoanchor kwenye kiini.

D: Lakini unajua Sally ana matatizo mengi, sivyo?

S: Uwepo wake wa kimwili haujahifadhiwa vizuri. —Anapigana na nafsi yake. Ni hofu ambayo amekuja kuishinda, kusaidia wengine kuishinda na hiyo humzuia. Hofu, upanuzi... hofu ya kutopewa upendo.

D: Alisema amepitia hofu akiwa msichana mdogo. Kwa nini alikuja na hisia hii ya hofu?

S: Alipoingia kwenye mlango hofu ilijishikiza kwake kwa sababu kabla hajaondoka kwetu, hakuwa na uhakika kama angeweza kufanikisha. Hakuwa na uhakika kama alikuwa na zana kabla hajaondoka kwetu. Hisia, familia, mazingira yalikuwa mengi mno. Alikuja akiwa wazi na mwenye huruma. Ilikuwa nzito mno. Uzito ulimgonga zaidi ya alivyozania.

D: Akiwa ni mhuruma, hiyo ina maana anashika hisia za watu wengine?

S: Alifanya hivyo. Ilikuwa nzito mno. Ilimfunga; ikamzuia kuendelea mbele kwa muda mrefu sana. Aliogopa nishati iliyokuwa karibu naye. Hakuelewa na alikuja bila kuelewa. Alijifunga kwa Chanzo na akajifungia kutoka kwa Chanzo. —Alitaka kurudi nyumbani mara moja. Alituomba arudi nyumbani.

D: Alisahau mkataba wake, sivyo?

S: Alisahau.

D: Ulisema nini kwake alipokuwa anataka kurudi nyumbani?

S: Kwamba kulikuwa na muda. Tulikuwa hapa. Hakuwa peke yake. Alikuwa amepewa vifaa vizuri na kipaji. Alikuwa na fursa ya kukua na kupanuka zaidi ya kile akili ingeweza kuelewa na kufanikisha. Njia ya roho yake ilikuwa kuwa mpokeaji kwa Chanzo, kuwa macho, kuwa masikio, kuwa moyo wenyewe unaopiga. Kurejesha nishati kwa baraza hili kuwa shahidi.

D: Lakini hajakuwa akiishi kulingana na jukumu hili, sivyo?

S: Amefungwa na hofu na kutokuwa na uhakika. Ni mtazamo wake. Kanda za zamani anazosikiliza. Zinapiga tena na tena kwenye akili yake. Ana hofu ya kutoifanya vizuri. Ni kizuizi na kikwazo ambacho lazima ashinde.

D: Je, hofu hizo zinatoka kwenye maisha mengine au maisha haya ya sasa?

S: Ni muundo ndani ya roho yake, tangu mwanzo wa cheche ya Mungu. Amefanikiwa kwa kiasi fulani kushinda hofu hiyo. Hii ilikuwa fursa ya kusonga mbele haraka kadiri mambo yalivyokuwa yanakwenda na kubadilika, yakibadilika... yakizunguka kwa kuruka moja kubwa.

D: Kwa hiyo alipoingia mara ya kwanza, alipoondoka kwenye Chanzo, aliogopa kwamba hangeweza kuifanya?

S: Hapana. Alirudi kwenye roho kamili tena katika maisha haya ili kuunganisha yote yaliyomo ndani yake, kuleta vipengele vyote nyumbani, na kukamilisha miaka mitatu ijayo kurudi kwenye roho moja.

D: Una maana gani, katika miaka mitatu ijayo?

S: Ana dirisha la muda lililobaki. Ataleta na lazima alete vipengele hivyo nyumbani. Ni sehemu ya mkataba wake. Sehemu ya kile alichokuja kufanya katika maisha haya ni kurudi kwenye moja, kwenye roho kamili.

Ilielezewa katika mfululizo wa Ulimwengu Uliochanganyika kwamba sisi ni sehemu ya roho kubwa zaidi, Oversoul, au kama wanavyosema "roho kamili." Hii ndiyo nafsi yetu ya kweli, lakini ni kubwa mno kuingia ndani ya mwili. Imeelezwa kwamba kama nishati yote ya mtu ingezama kuingia ndani ya mwili wa kimwili mwili ungebomoka. Ingekuwa nyingi mno. Kwa hiyo roho ni kama almasi yenye nyuso nyingi. Ili kujifunza kadiri iwezekanavyo kwa muda mfupi zaidi, roho kamili itatuma vipande, vipande vidogo au vipengele vyake ili kupata uzoefu kadiri inavyowezekana. Hii inarudi kwenye dhana ya wakati wa pamoja kwa sababu kwa kweli tunaishi maisha yetu yote ya zamani, ya sasa na yajayo kwa wakati mmoja. Hii hufanywa ili roho ipate maarifa mengi iwezekanavyo kupitia uzoefu vipengele tofauti vinavyopitia. Dunia Mpya itakapofanikiwa hatimaye vipengele vyetu vyote vya kibinafsi vitaitwa kurudi na kuunganishwa na roho kamili.

D: Na ana miaka mitatu ya kukamilisha hilo?

S: Ni kweli. Hiyo ndiyo kweli yake.

Kikao hiki kilifanywa mwezi Desemba 2009.

D: Itakuwaje ikiwa ataacha hofu ishinde?

S: Atarudi nyumbani kwetu. Hakutakuwa na sababu ya uwepo wake hapa.

D: Lakini kama atasikiliza na kufanya kile anachopaswa kufanya?

S: Atasogea kwenye baraka, atasogea kwenye kiini na kusafiri kote kwenye muda na nafasi. Alikusudiwa kurudi kwa kiumbe wa milele na kuumba sayari, maisha mapya, mifumo mipya.

D: Je, atakuwepo hapa wakati Dunia mpya itakapochukua hatua yake, kama ulivyosema?

S: Sio kama hatakamilisha jukumu lake. Akiweza basi atashuhudia na kusaidia. Hivi sasa anapinga sana. —Mume wake hataweza kusafiri kwenda Dunia mpya hadi atakapochagua somo lililo mbele yake.

D: Nimeambiwa kwamba ikiwa watu bado wanashikilia karma, hawawezi kwenda.

S: Hawatasafiri. Watabaki kwenye uzito kufanya kazi kwenye masomo yao. Hawatasafiri kwenda kwenye mwanga mpya, kwenye ufahamu mpya. —Yeye anahitaji kuwa daraja la upacha kwenda kwenye dunia mpya kutembea kutoka moja kwenda jingine. Kuwa na mguu mmoja katika dunia zote mbili. Hajaweza kusogeza mguu mwingine kuvuka daraja. Anabaki kwenye uzito. Mtetemo ni mkubwa mno wa siku na nyakati. —Kuna mabadiliko mengine moja ya ufahamu lazima yatokee kabla ujuzi aliokuja nao, zana alizoleta, kuweza kudhihirika. Mwanadamu lazima ajifungue mara nyingine tena ili kuleta habari, mabadiliko, mtetemo unaohitajika kuendeleza ustaarabu kwenye hatua yake inayofuata. Kuna vipande vingi bado havijakwenda. Kuna maamuzi mengi bado hayajafanywa. Wengi hawajayafanya. Wengi wana hofu ya kuingia kwenye alama zao za mwongozo.

D: Kwa hiyo hii sio ya mwisho tunayoiangalia wanapozungumza kuhusu Dunia mpya?

S: Jaribio limo nyuma. Halijakuwa likisafiri kwa kasi kama ilivyotabiriwa. Kuna waongozi wanaokuja Dunia hii kusaidia mchakato huu ambao umekuja karibu kusimama kabisa kwenye nafasi hii ya wakati tunayozungumza. Kuna tathmini mpya inayoendelea katika vipimo vingi jinsi ya kuifanya spirali iende mbele kama ilivyokuwa imeanza. Ilikuwa imesimama. Imesimama tunapoitazama. Ipo mahali pa kusubiri. Wengi wapo kwenye kusubiri.

D: Ni nini kilichosababisha isimame?

S: Ni blanketi la hofu linaloenea. Nishati inachuja tu chini hadi kwenye kiini. Wengi, wengi wamechagua kujisalimisha kwenye mtetemo ambao umecheleweshа matukio ya yale yaliyowekwa kwa mwendo. Ni ya muda tu. Tumepeleka wengi kupiga mashimo kupitia anga ya hofu, ili mwanadamu aweze tena kupumua. Ili kuruhusu nishati iendelee mbele wanaposonga kwenye ulimwengu. Kuna viumbe na wapo kwa umbo la kibinadamu wenye uwezo wa kuchoma mashimo ndani ya mgandamizo huu kuzunguka Dunia, na wameanza kazi zao za kuondoa hofu ya kufungua nafasi ya lango kusafiri tena.

D: Ni mabadiliko gani mengine moja lazima yatokee?

S: Kibovu cha uzito wa hofu lazima kipunguzwe. Lazima kivutwe nyuma ili yeye apanuke na kuleta maarifa kupitia kwa hawa viumbe wa msingi wa hofu kuelewa na kuingiza ndani ya viumbe vyao. Yeye lazima aachilie hofu ndani ya uwepo wake mwenyewe. Yeye ndiye wa kwanza kuhamisha nishati hii.

Kisha nikaamua kuzingatia mwili wake wa kimwili. Walisema, "Ni dysfunctional sana kwa kazi aliyopaswa kufanya hapa." Alikuwa na malalamiko ya unyeti kwa kemikali, matatizo na ini, moyo na uvimbe wa nyuzi.

D: Kwa nini uliingia katika hali hiyo?

S: Hajakuwa akisikia ujumbe uliomtumia. Amefanya kama wengine wengi walivyofanya, na kubeba mizigo yote na wasiwasi na kuiweka ndani yake na kuifanya sehemu ya yeye. Badala ya kuachia, alikuwa anaweka hofu na ikaanza kujijenga katika miundo yote ya seli kama alama za kusimama kwao kama vizuizi. Na kisha kila moja huanza kujenga juu ya nyingine, na kisha yote ikawa mto wa polepole zaidi tuliowahi kuona ndani ya kiumbe hiki cha kimwili. Bado hajajifunza kuachilia kile kinachombebesha. Kimehifadhiwa ndani yake. Lazima kiachiliwe. —Inaweza kufanywa ndani ya kikao cha kufungua mtiririko, kuanza kuondoa kazi kutoka kwenye bwawa tunavyoona. Tutaruhusu kufunguliwa kwa mtiririko ndani ya muundo wa seli. —Yeye lazima adai uponyaji wake na adai kwamba kama kile anachochagua kwa sababu hofu yake ni: ikiwa atakuwa mzima. Ikiwa hana hali ya kimwili nzuri na msimamo mzuri, basi hawezi kufanikisha mambo. Hofu inamrudisha nyuma. Kwa hiyo lazima aachilie hofu hiyo ya kuwa mzima kadiri anavyochagua na kuhitaji iwe hivyo. Ni hofu ya: Maisha yatakuwaje ikiwa yameponywa? Lazima afanikishe mambo kisha asonge kwenye maisha yake ikiwa yameponywa.

Kisha nikauliza taswira itakayomsaidia Sally kuachilia hofu na kuanzisha uponyaji.

S: Mtiririko unaanza kwenye nyanja za mbinguni za kutazama mto wa kioo unavyokuja kupitia mwanzo wa muda na nafasi na kutiririka chini kupitia ufunguzi wa taji, kupitia jicho la tatu chini kupitia uso... chini kupitia kwenye chakra ya tatu... chini hadi katikati ya moyo... kupitia kiwiliwili hadi kwenye nyonga na chini kadiri mto unavyotiririka kupitia kila upande wa kila mguu... chini hadi kwenye kiini, kwenye moyo wa mama, ndani ya mtiririko mtakatifu wa kufunguka.

D: Je, huu ni mto wa nishati?

S: Ni.

D: Ni nishati ya uponyaji.

S: Ni yenye chaji ya kioo.

D: Ni yenye nguvu sana, sana. Je, unaponya sehemu ambazo nishati inapita?

S: Inaruhusu oksijeni kusogea hadi kwenye seli. Inarudisha uhai tena kwenye mapafu... hapumui. (Pumzi ya kina)

D: Na vipi kuhusu moyo wake? Alikuwa na wasiwasi kuhusu hilo?

S: Ni nishati anayopaswa kuondoa ya maumivu ya moyo. Kutakuwa na ya kutosha kusaidia kazi anayoiendeleza. Mtiririko utaanza kufunguka taratibu, lakini lazima akamilishe uponyaji katika eneo hilo. Hilo ni lake kulirekebisha. Yeye ndiye aliyefunga mlango mwanzoni. Lazima aufungue. Tutatoa mto wa maisha kupitia kiumbe chake ili afanye kazi na mwili wake kuunganika na mto huu, na kupanua na kutumia kwa uhuru, lakini lazima achague mto. Lazima achague nishati ya mwanga. Lazima aitoe kupitia viungo na lazima aisogeze kwa kiumbe cha nishati kinachomwita binadamu. Lazima aone mtiririko kama vile kila kitu kinaishi. Lazima aione kama dawa hai. Lazima aone mwendo unavyokuja kutoka juu. Unakuja kutoka kwenye Chanzo na kupita. Lazima ahisi wepesi, nishati ya uponyaji inayobeba zawadi ndani yake. Hiyo ndiyo njia pekee mwili utafunguka na kukubali.

D: Ni lini mnataka aone picha hii?

S: Kabla tu hajalala kwa sababu uponyaji wote hutokea kwenye mwili usiku.

D: Kwa sababu wakati huo akili ya fahamu haiwezi kuingilia.

S: Haiwezi.

D: Kwa hiyo mnataka aone picha hii ya mto wa nishati... hii nishati ya kioo ikitiririka kutoka kwenye chakra ya taji ikishuka na kupitia chakras zingine?

S: Mpaka kwenye kiini.

D: Na mnataka afanye hivi kila usiku anapolala?

S: Ndiyo, si wakati yuko kwenye mgogoro, na si wakati wa machafuko. Lazima ifanywe kila usiku katika utulivu na amani. Mwili hauponyi katika machafuko. Mwili huponya tu katika amani. —Kisha atakuwa na uwezo wa kuhamisha nishati hii kadiri inavyopita kupitia kwake kwa wengine. Nishati itapita kupitia mikono yake hadi kwenye chakra ya taji yao na wataanza mtiririko wa nishati ndani yao.

Hii ni mbinu ya uponyaji yenye thamani kubwa na yenye ufanisi ambayo mtu yeyote anaweza kufanya. Naitumia katika baadhi ya warsha zangu kwa sababu ni rahisi sana kuiona. Huu mto wa kioo wa nishati ni wenye nguvu sana.

Nikauliza kuhusu ini lake, ambalo lilikuwa na matatizo. "Ni kama sifongo chafu linalohitaji kusafishwa. Hii dawa, hii nguvu ya maisha, itatoa nishati kusafisha kwa hatua ndogo ndogo kadiri anavyoanza kuachia hasira iliyohifadhiwa humo. Tumeanzisha cheche. Tumeanzisha katika kila kiungo mwanga wa uponyaji. Asiruhusu mwanga uzime. Uponyaji umeanza na lazima aukamilishe."

D: Lazima afanye yeye mwenyewe.

S: Ni chaguo lake.

D: Ulisema pia alikuwa akishikilia hasira pamoja na hofu. Hasira hiyo inatoka wapi?

S: Anajua anapaswa kusonga mbele kwenye mahali tofauti. Ana hasira kwamba hajafika bado. Anajua jukumu lake kwenye kiwango cha roho, na hutambua hilo mara nyingi zaidi ya anavyofahamu. Anajua kwamba huu sio ulimwengu anaopaswa kuishi ndani yake kwa sasa. Anapata hasira na kukata tamaa na kuingiwa na hofu. Anajua huu sio ulimwengu aliokuja kuingia ndani yake. Amekuwa kwenye ulimwengu wa mbinguni duniani. Anajua kwamba hapa si mahali pake na anapata hasira sana, sana kwa nafsi yake. Inamtupa kwenye mzunguko hasi na amekusudiwa kuvunja upacha wa mzunguko na kuwaonyesha wengine na kuweka mfano.

D: Anahitaji kufanya kazi nyingi juu yake mwenyewe.

S: Ni kweli. Amekuwa, tunavyosema, "akielea kiroho." Anaelewa wazo lakini hajaliingiza katika maisha yake ya kila siku. Ni mzuri sana kuwaambia wengine jinsi ya kufanya hivi, lakini bado hajafanya yeye mwenyewe.

D: Mko hapo kusaidia, lakini atabidi afanye mwenyewe.

S: Lazima. Ni somo lake.

Kisha nikauliza kuhusu uvimbe wa nyuzi ambao Sally alikuwa nao kwenye mfuko wa uzazi. Alikuwa na mambo mengi mabaya katika mwili wake wa kimwili.

S: Amekuwa akiomba tuuondoe mara kadhaa, na tumemwonyesha jinsi ya kuingia kwenye muundo wa seli ndani ya mitochondria kubadilisha muundo wa seli wa uvimbe. Amefanya hivi mara kadhaa, lakini haamini kwamba yeye ndiye tishio. Lazima aamini kwamba anaweza kubadilisha DNA ya mwili wake; kwamba anaweza kubadilisha muundo wa uvimbe huu. Tupo kusaidia na tumempa zana. Ni jambo jingine ambalo lazima ajaribu kufanya kila siku. Kuingia kwenye muundo huo wa seli... kuzungumza nao... kuelewa na kuachia.

D: Sababu yake ilikuwa nini?

S: Ni maumivu na mateso aliyoyabeba kwenye tumbo lake ya usaliti wa nafsi yake. Usaliti anaouhisi kutoka kwa familia yake. Unarudi kwenye vizazi vingi vya maisha yake. Ubunifu wake kama roho umekwishazimwa. Ni kitu kinachoangazia ubunifu wake na ni kitu kinachokua na kupanuka na kuzuia uwezo wake kuwa katika kike mtakatifu.

Hili lilikuwa jambo jingine ambalo Nafsi ya Juu (SC) ilitaka Sally afanye kazi nalo mwenyewe. Nimeona mara nyingi vitu hivi vikifanyika kupona papo hapo, lakini katika baadhi ya kesi inaonekana mteja anapaswa kufanya kazi mwenyewe. Kisha wataelewa mchakato unaohusika, na wataweza kutumia vizuri kwa wengine.

S: Lazima aanze kupunguza ukubwa wa uvimbe ili kukamilisha na kufungua mtiririko ndani ya ubunifu wake. Tumeanza uponyaji kwa ajili yake. Hatuutakamilisha. Ni safari yake. Ni somo lake kulikamilisha. Itachukua miezi mitatu kuponya mwili ikiwa atazingatia kila siku. Lazima itoke moyoni, kutoka kwenye ukweli.

D: Na kuamini kwamba inawezekana.

S: Na kujua kwamba ana uwezo wa kufanya mabadiliko haya ndani yake. Ni kichocheo kwake kuona kwamba hizi ndizo njia za kufanya mabadiliko kwenye maisha yake. Ikiwa hataona kwamba hili litakamilika, hataamini kwamba anaweza kufanya mabadiliko mengine. —Ameishi kwenye hofu na hiyo imemzuia kupita mlangoni. Huenda mara kwa mara mlangoni, lakini hawezi kupita sasa, na lazima apite na hana nguvu wala uwezo wa kufanya hivyo, lakini anaambia nafsi yake hivyo. Kadiri anavyojipatia kujiamini na kutumia mbinu hii ya uponyaji, ataona kwamba mwili wake unapata nguvu na mwanga, na atakuwa na imani katika kujua kwamba si lazima kuchukua dawa hizi kwani ana mwanga ndani ya kuponya. Kila mtu anao. Anajua hilo. Amekusudiwa kufundisha hilo. Anapobadilika, ataweza kuunga mkono mwili wake kwa mwanga badala ya dawa. Itakuwa ni mabadiliko ya muda. Mwanga utalisha seli zake. Mwili wake unabadilika kutoka msingi wa mimea ya dawa kwenda kwenye mwanga kama kiumbe wa kioo na mwanga utalisha kiumbe wa kioo. —Siku zote tupo naye, lakini hafunguki kwetu. Lazima aanze kweli kutuhisi na kujua kwamba msaada utambeba, na tutakuwa tumefungua milango yote anayodhani imefungwa. —Hofu hizi pia zimechelewesha kituo chake cha uponyaji.

D: Ana uamuzi muhimu sana wa kufanya.

S: Lazima aamua. Ni uamuzi unaomwua kila siku na uga wake wa nishati ni kubaki au kuondoka kadiri anavyopitia uga huu wa kutokuwa na uhakika. Ni uzito unaovuta na kuubebesha mwili wake wa kimwili. Ni kana kwamba mwili wake wa kimwili unakandamizwa na kutochukua uamuzi.

D: Na akiamua njia nyingine hatoweza kubaki Duniani. Sivyo?

S: Ni sahihi. Safari yake itafika mwisho. Hatakuwa tena na haja ya kuwepo hapa. Hatabaki kwenye uzito na wengine. Atarudi kwenye Chanzo. Hatakuwa na maana ya kusonga mbele. Kazi yake haitakuwa hapa. Ana dirisha la miaka mitatu kufanya uamuzi huu na kusonga ndani ya uga wake. Huu sasa ni wakati muhimu. Lazima aondoke kwenye wima. Hatatembea na tumemwambia na anatusikia na anajua, na tunalitoa kwa upendo wetu wote na msaada wetu wote katika uwepo wetu wenyewe ndani.

D: Jiji lile lenye kuba juu aliloliona lilikuwa lipi?

S: Ni nyumbani kwake na wanaliita Atlantis. Sio katika umbo la Atlantis unalolijua. Ipo katika kipimo kipya. Imechukua maisha mapya. Nafsi hizo zimeendelea na ziliinuliwa na kuhamishwa kwenye kipimo kipya cha muda na nafasi, na yeye ameenda kwenye kipimo hicho cha nafasi, sio kwenye maisha alipokuwa pale.

D: Lakini haikuwa muhimu kwake kuchunguza maisha hayo kwa wakati huu?

S: Ilikuwa muhimu kwake kurudi kwenye baraza kwa sababu ni ukweli wa baraza pekee utakaomfikia, kumkumbusha kwamba tumemtuma hapa kwa jukumu muhimu na tunajua kwamba anaweza na atakamilisha hili. Na lazima asikie maneno hayo kwamba lazima na anaweza kukamilisha hili. Imeandikwa na imesemwa na ndivyo ilivyo. Lazima asikie na ahisi na awe hivyo, na uamuzi utakuwa rahisi kwake kuingia kwenye nafasi iliyoumbwa kwa ajili yake.

Nadhani ni muhimu kwa wimbi la kwanza na la pili la wajitoleaji kuelewa kwamba hofu zao wenyewe na hisia za kutojali kuwa hapa Duniani zinaweza kuunda vizuizi vyenye nguvu vya kuzuia maendeleo yao. Wengi husema hawataki tu kuwepo hapa. Ni vigumu mno, na wanataka tu kuondoka. Ikiwa kweli wanataka kurudi "nyumbani" basi ni bora waanze kuelewa na kufanya kazi na hisia hizi. La sivyo, watakwama hapa na hawatatimiza mkataba wao wa heshima.

SURA YA SABA

Kukagua Watoto

Naweza kujaza vitabu vingi sana kwa taarifa za urejeshaji wa maisha ya "kawaida" ya zamani. Kati ya maelfu ya vikao vya tiba nilivyofanya sijawahi kumpata yeyote asiyeweza kurudi nyuma na kupata maisha mengine. Kwa miaka mingi walikuwa wote wakiripoti maisha kwenye sayari hii ya Dunia katika kila umbo linalowezekana na katika kila mazingira yanayowezekana. Mimi huwa namruhusu SC awapeleke katika wakati na mahali panapofaa zaidi. Sijui kamwe hapo kutakuwa wapi, hivyo kazi yangu ni kuuliza maswali na kujaribu kupata uhusiano na matatizo yao ya sasa. Bado kuna wengi wanaokuja kwa vikao wanaoenda kwenye aina hizi za maisha, lakini sasa nina uhakika kwamba wao ni watu ambao bado wana karma ya kushughulikia na hiyo ndiyo sababu ya kuwaonesha miunganiko hii.

Kutoka kwa mifano katika kitabu hiki sasa kunazidi kuwa wazi kwamba roho nyingi zinakuja kutimiza majukumu mengine. Wengi hawajawahi kuishi Duniani hapo kabla na wanaikuta ikiwa ni sehemu ya kuchanganya, isiyofurahisha na ya kigeni kuwepo. Hao ndio ninaowaita "wanaokuja kwa mara ya kwanza." Lakini wengine wamekuja kwa kazi maalum kulingana na vipaji vyao walivyokamilisha katika nyakati na sehemu nyingine. Tayari tumeona baadhi waliopo hapa kuwa walimu, walinzi na wale ambao ni wa kuathiri tu kupitia uwepo wao usiotambuliwa na nishati yao. Katika sura hii tunapata kiumbe mwingine wa kipekee ambaye alikuwa na kipaji maalum ambacho wenye mamlaka walidhani kingekuwa na manufaa wakati huu.

Laura alishuka mbele ya piramidi ya ukubwa wa kati na akashangazwa kwa nini yuko hapo. Aligundua kwamba alikuwa kijana, mwanaume mwenye nguvu aliyevaa aina ya sketi fupi pamoja na viatu vya ngozi vilivyofungwa hadi miguuni. Kisha akaona kwamba alikuwa amevaa kidani kikubwa cha chuma shingoni. Kilikuwa na kitu kama jua lililochongwa juu yake, na miale ikitoka katika pande zote. "Inaonekana kama si vito. Ni sehemu ya kile ninachopaswa kuwa nacho au kuvaa. Inaonekana kama kiko hapo muda wote. Kina kusudi."

Nilipouliza maswali kusudi likawa wazi. "Ni lango la nyota. Hunisaidia kwenda sehemu mbalimbali. Naangalia ndani ya kidani hiki, na ni lango la kunipeleka sehemu." Sasa alikuwa amesimama ndani ya piramidi na akijaribu kukumbuka jinsi ya kuiwasha. "Ni ajabu kwamba hakuna mtu mwingine karibu. —Bado ninajaribu kukumbuka. Kidani kinaonekana kuunganishwa na piramidi. Nilijua jinsi ya kukitumia, lakini sasa sikumbuki kabisa."

Nikamwomba ajione mwenyewe akikifanya na ingemjia.

L: Napata kwamba nainua kidani changu kuelekea uso wa katikati ya piramidi... nakipanga sambamba na kilele. Ninakishika kikiwa tambarare. Juu kuelekea kilele... hivyo ndivyo nitakavyofanya... nishati, ndiyo. Naona sasa mwanga ukishuka kupitia piramidi na kugonga kidole gumba changu. Na najua hivyo ndivyo ninavyoweza kwenda ninapotaka kwenda. Sijui pa kwenda, lakini najua kwamba naweza kufika huko.

D: Je, uliwahi kufundishwa jinsi ya kufanya hivi?

L: Najua tu... lakini sasa nimechanganyikiwa. Kwa sababu hakuna mtu mwingine karibu, na nimezoea kuwa na watu wengi karibu. Sote tulikuwa tukijifunza pamoja. Tulikuwa kundi. Tulikuwa kwenye darasa. —Nadhani hii ni safari yangu... ninapaswa kuwa peke yangu. Ninapaswa kujifunza kuhusu nguvu zangu na mimi mwenyewe.

D: Mlikuwa mkijifunza nini mlipokuwa wote pamoja?

L: Kuhusu nyota... kuhusu upana wa dunia... alama... Nahisi kama ninapaswa kuwafundisha wengine, lakini sioni kama najua vya kutosha bado kufundisha.

D: Sasa kwa kuwa upo pale kwenye piramidi, je, hiyo inamaanisha tayari umemaliza masomo yako?

L: Lazima iwe. Lazima niwe naanza safari yangu. Nahisi kama ninapaswa kuwa nikijaribu nguvu zangu... uwezo wangu wa kufanya kile tulichofundishwa.

D: Unahisi unapaswa kwenda wapi ikiwa utaijaribu?

L: Nahisi kama ningeliacha kidani kiamue ninapopaswa kwenda. Mwanga unashuka kutoka kilele cha piramidi. Na kinaamsha kidani, lakini nahisi kwamba ni lazima niwe na marudio akilini mwangu ili kinichukue huko.

D: Unaamua nini?

L: Ingependeza kutembelea galaksi nzima. Ingependeza.

D: Kuna mengi ya kutembelea huko, sivyo?

L: Ndiyo, kweli kabisa.

D: Kusudi la kufanya hivyo ni nini?

L: Ni kama kuwakagua watoto kuhakikisha wako salama. Katika sehemu tofauti... kama mwalimu angewakagua watoto kuona kama wanajitahidi.

D: Je, unaona hilo ndilo kazi yako?

L: Sijui. Najihisi mwenye bahati sana kuweza kufanya hivyo, hivyo si kazi.

D: Je, unaona jambo muhimu zaidi ni kuwakagua watoto kuliko watu wazima?

L: Ndiyo, nadhani nawaona wanadamu wote kama watoto. —Uko sahihi. Lazima hiyo iwe kazi yangu.

D: Ikiwa inahisi sawa. Je, unapaswa kuripoti kwa mtu yeyote kuhusu unachokuta?

L: Sihisi hivyo, lakini labda niko likizoni. Huenda ninaangalia tu kilichopo huko nje.

D: Darasa lilikuwa wapi? Linaonekanaje?

L: Nje... watu wameketi chini wakiwa wamekunja miguu, na ni ajabu... darasa lote ni la wanaume na sote tuna sketi. Hakuna wanawake. Kuna mwalimu. Ana mng'ao sana... amesonga mbali sana. Tunamheshimu sana.

D: Huyu ndiye aliyekuwa akiwafundisha kuhusu nyota na kila kitu? (Ndiyo) *Je, ndiye aliyekufundisha jinsi ya kutumia kidani?*

L: Nadhani hivyo. Sijui kwa uhakika ni nani. Kidani kimekuwepo muda wote. Ni kama tumekuja tukijua.

D: Na mojawapo ya mambo mliyokuwa mkijifunza ni kuhusu nyota?

L: Hilo ni muhimu. Ili tuweze kuja na kuondoka nyakati fulani. Lazima uhakikishe unajua nyakati. Kuna mipasuko, na mipasuko inaweza kuwa hatari kusafiri isipokuwa usafiri kwa wakati sahihi. Walikuwa wakitufundisha jinsi ya kusafiri. (Alikuwa na ugumu kueleza.)

D: Muulize mtu hapo kwa nini itakuwa hatari kusafiri nyakati fulani?

L: Namwuliza mwalimu wangu. Anajua. —Hafikii kwangu. Ana ujuzi mwingi mno nami sina ujuzi wa kutosha.

D: Muombe akuambie kwa lugha rahisi kwa sababu hili linaweza kuwa jambo muhimu kwako kujua.

L: (Akinong'ona na mwalimu.) Anasema kuna malango na galaksi zinahitaji kujipanga zenyewe kwa namna fulani, kwa wakati fulani, halafu unaweza tu kuteleza kupitia kipimo. Nisipofanya hivyo, naweza kupotea. Naweza kwenda kwenye kipimo kingine kisha nitapotea na sitakuwa na darasa lile lile au... nitakuwa nje ya nafasi yangu ya muda, anasema. Hiyo ndiyo mpasuko, anasema.

D: Usingweza kurudi? (Hapana) *Hilo halitakuwa jambo jema. Je, anaweza kukuambia jinsi ya kuepuka hilo?*

L: Tunapaswa kujifunza nyota na mpangilio na kujua lini pa kwenda na lini pa kurudi. Anasema ni kama kuvuka mto na lazima uende na maporomoko. La sivyo, utabebwa na hutarejea.

D: Hilo linaeleweka. Lakini je, unajua malango yako wapi?

L: Najifunza. Najifunza. Ndiyo maana tuko kwenye darasa hili. Lakini hakuna wasichana. Kwa nini hakuna wasichana? Kwa nini hakuna wasichana kwenye darasa letu? (Kimya) Hatari sana... ni hatari sana. Hakuna wanawake wa kutosha. Hawawezi kutolewa kafara. Wanahitajika kupata watoto zaidi. Hawawezi kutolewa. Sisi tunaweza. Wanaume wako wengi kuliko wanawake, na wanawake wanahitajika kwa ukuaji.

D: Kwa hiyo wanaume ndio wanaopaswa kujifunza kusafiri kwa wakati. (Ndiyo) *Kwa nini wanataka mjue kusafiri kwa wakati?*

L: Oh, tunapaswa kuwakagua watoto. Kuhakikisha kwamba wanaendelea vyema... jinsi wanavyokua.

D: Watoto ni muhimu, sivyo?

L: Ndiyo. Lakini wanaposema, "watoto," haijalishi umri wao ni upi. Wanawaita watoto wale wanaojifunza... wanadamu... wanaojifunza.

D: Bado ni watoto tu. (Ndiyo) *Lazima uhakikishe wako sawa kwa sababu wao ndio mustakabali?*

L: Ndiyo, uko sahihi. Hiyo ndiyo kazi yangu. Ninaripoti kwa mwalimu. Narudi kwake na kumwambia kwa sababu ndiye anayetuandaa kuondoka.

D: Je, unajua anafanya nini na taarifa hizo mara zinaporipotiwa kwake?

L: Bado, hapana. Ni mwenye hekima sana. Wakati mwingine ukimwangalia unaona tu mwanga mweupe.

D: Unaweza kumuuliza anafanya nini na taarifa hizo?

L: Anaziweka kwenye chati. Anaweka chati; nyingi, nyingi chati na anapanga taarifa. Kuna zaidi ya mimi tu wanaotoka nje.

Kuna watu wengi wanaotoka nje halafu wanamletea taarifa naye anaiweka kwenye chati.

D: Je, nyote mna kazi tofauti, au ni kuwakagua tu watoto?

L: Hiyo ndiyo kazi yangu kuwakagua watoto. Sijui wengine wanafanya nini, lakini na wao huenda. Wanajua jinsi ilivyo muhimu kuondoka kwa wakati sahihi.

D: Je, hiyo inamaanisha kwamba huna mwili wa kimwili unapokwenda sehemu?

L: Sijihisi wa kimwili ninaposafiri. Najihisi nipo kila mahali. Naweza kuona. Inaogopesha.

D: Kwa hiyo huhitaji kuvaa mwili wa kimwili. (Hapana) *Ulipojiona karibu na piramidi, je, huo ulikuwa mwili wa kimwili?* (Ndiyo) *Kwa nini ulihitaji kuwa nao wakati huo?*

L: Ili kujifunza.

D: Kwa hiyo huenda kukawa na nyakati ambazo ungehitaji kuwa na mwili? Je, hilo lina maana?

L: Ndiyo. Sote tuna miili huko.

D: Lakini unapotoka kwenda kutafuta taarifa, huna mwili wa kimwili.

L: Labda ni usumbufu mkubwa kuuchukua.

D: Hilo lina maana. Na unasafiri kwa kutumia kidani hiki? (Ndiyo) *Je, wanakuambia uende wapi?*

L: Lazima, lakini simsikii akiniambia. Unafikiri na kujua... labda kumewekewa. Ujuzi upo. —Ujuzi haukuwepo kuhusu sayari. Walitubidi kutufundisha. Alitufundisha kwa kijielekezi akituonesha nyota zote. Wana hekima sana.

D: Je, umewahi kulazimika kuja kwenye sayari ya Dunia? Unajua ni ipi hiyo?

L: Inawezekana, lakini sidhani.

D: Basi sayari yako nyumbani iko mahali pengine?

L: Sijui ipo wapi. Hakika ni ardhi, na ina topografia nyingi, lakini sijui ipo wapi.

Nikaamua kumhamishia mbele hadi siku muhimu, naye akaenda siku ya mahafali yake. Walikuwa wote wamemaliza kila walichotakiwa kujifunza, na sasa ilikuwa wakati wa kuondoka.

L: Tumesimama wote ukumbini na kila mmoja... aligusa paji la uso wetu. Na kutuambia kwamba tuna jicho la tatu, na kwamba sasa tunahitaji kutoka.

D: Kutoka na kufanya nini?

L: Sijui. Labda tu zaidi ya kazi zetu. Tumemaliza kuwa pamoja. Kundi lile limekwisha. —Ninapaswa kutoka na kujaribu kushiriki maarifa.

D: Unashiriki na nani?

L: Watu, wakulima wa chini, wachungaji wa kondoo....

D: Je, wanaweza kuelewa unachojaribu kuwafundisha?

L: Kidogo... nabaki. —Wanaonekana wamejikita sana. Wanafikiri lazima wabaki pale na kondoo wao. Hawalazimiki. Wanaweza kwenda popote. Hawaamini wanaweza kufanya hivyo.

D: Je, unahisi kazi yako ni kuwafundisha?

L: Sijui kazi yangu ni nini. Nimechanganyikiwa kwamba sitengenezi familia. Ninazurura tu.

Ilikuwa inaonekana kama tumefika mwisho. Pengine angekuwa akifanya hivyo maisha yake yote. Na hilo halikuwa na tatizo kwa sababu inaonekana alikuwa ameupata mwelekeo wake. Hivyo nikamsogeza mbele hadi siku ya mwisho wa maisha yake. "Nini kinatokea? Unaona nini?"

L: Niko katika uwanda wa nyasi, shamba, na nashambuliwa na paka mkubwa. Lakini nimeishi maisha marefu. Bado niko peke yangu, na sijasikitishwa kwamba paka huyu... ilikuwa sawa. Niko kwa amani.

Nilimhamishia mahali ambapo kila kitu kilikuwa kimekwisha na angeweza kuangalia maisha yote kutoka kwa mtazamo tofauti na mpana zaidi. Nilimuuliza alijifunza nini kutokana na maisha hayo.

L: Inaleta furaha tu kufikiria kuhusu hilo.

D: Kwa nini linakufurahisha?

L: Ni vigumu kuliweka katika maneno... ni nishati tu. Nishati ni mwanga. Nilijifunza kuamini tu. Tunaweza kufanya chochote tunachowaza. Hakuna kisichowezekana.

Kisha nikaita SC. "Kwa nini uliichagua maisha hayo ili Laura ayaone?"

L: Ili ajue ana nguvu. Anaweza kujifunza kuzitumia.

D: Kila kitu ambacho tumewahi kujifunza, hatupotezi kamwe, sivyo?

L: Hapana, lakini tunavifukia.

D: Lakini je, ataweza kuvitumia sasa katika maisha haya?

L: Baadhi yake, ndiyo. Anaweza kuvitumia kufika sehemu. Kwenda sehemu.

D: Kwa akili yake, unamaanisha?

L: Kwa mwili wake. Anahitaji kwenda na kuangalia watoto.

D: Unataka afanye hivyo vipi?

L: Awakusanye. Awakusanye wote pamoja. Awaelimishe.

D: Unataka awakusanye vipi?

L: Awaita. Watajua. Awakusanye pamoja. Kukusanya watoto.

D: Ninafikiri kwamba watoto wengi wana wazazi, familia. Huwezi kwenda nje na kuwakusanya wote pamoja, sivyo?

L: Watoto ni wakubwa. Sio wadogo. Watu wazima.

D: Hilo ni tofauti.

Niliuliza SC kumpa ushauri kuhusu kile anachotakiwa kufanya.

L: Ninaona mlima unapasuka katikati. Watu wanahitaji kujiandaa. Mabadiliko... maisha yao yatabadilika. Wanahitaji muda wa kujiandaa. Mama Dunia anabadilika. Wanahitaji kubadilika pamoja na Mama Dunia. Wanahitaji kujua. Watoto wanazeeka na kufa bila kukua. Makazi yao yatabadilika. Wanahitaji kubadilika. Naona mabadiliko mengi ya Dunia yakipita mbele ya uso wangu, kama volkano na maporomoko ya matope na mambo ambayo yatabadilisha uso wa Dunia.

D: Unataka Laura afanye nini? Kazi yake ni ipi?

L: Kuwasaidia kujiandaa kubadilika, kuzoea. —Hajui.

D: Sio katika kiwango cha fahamu. (Hapana) *Utampatia maarifa atakayohitaji?* (Ndiyo) *Kumbuka maarifa na uwezo alivyokuwa nao kabla?*

L: Ndiyo. Yatarudi wakati yatakapohitajika. Anapaswa kuyashiriki. Watoto hawajui.

Moja ya maswali ya Laura lilihusu ajali ya ndege binafsi aliyohusika nayo ambayo ilibadilisha maisha yake. Alitaka kujua kwa nini ilitokea. Alikuwa mjenzi mashuhuri wa ardhi aliyefanikiwa sana na hili lilimfanya awe tajiri sana. Kazi yake ilikuwa ndiyo mwelekeo mkuu wa maisha yake, na alikuwa ameamua kutokuwa na watoto. Yote aliyoyafikiria yalikuwa ni pesa na mafanikio, hadi alipokaribia kufa kwenye ajali hiyo na akatumia muda mrefu hospitalini akipona. "Alikuwa kwenye njia mbaya. Hakuwa akisikiliza. Kichwa kigumu." Ilibadilisha maisha yake kwa njia nyingi. Mara moja baada ya ajali alihisi msukumo wa kupata watoto, na akapata ujauzito mara ya kwanza tu. Alipata wasichana wawili wakiwa na tofauti ya mwaka mmoja.

L: Watoto walikuwa wakisubiri kuingia. Watoto walipaswa kuwa tayari wapo.

D: Ndiyo, lakini alikuwa amejihusisha sana na biashara yake kiasi kwamba hakuchukua muda wa kuwapata.

L: Watoto walikuwa wapangiwe familia nyingine. Lakini wakasema, "Hapana, tutasubiri." (Akaanza kulia.)

D: Lakini ajali ya ndege iligeuza maisha yake na sasa yupo kwenye njia sahihi, sivyo?

L: Sio kabisa.

D: Unataka afanye nini zaidi sasa ili awe kwenye njia sahihi?

L: Awe tu na ufahamu kwamba watoto watakuwa wanahitaji msaada.

D: Kwa hiyo utampatia ujumbe kuhusu kile anachopaswa kufanya kinachofuata?

L: Ndiyo, bado haijaandikwa. Mambo yanatembea haraka sana.

D: Ndiyo sababu hutaki kumwambia bado?

L: Ndiyo, sidhani kama bado imewekwa.

D: Kwa hiyo unataka awe mvumilivu tu na utamwambia.

L: Uvumilivu haupo kwake. Hana kabisa. (Kicheko) Awe tayari tu. —Mwalimu wake amekuwa akimfuata daima. Yupo hapa kumtayarisha, ili asiwe na hofu.

D: Kila mtu ana kazi ya kufanya na kama ulivyosema, muda unasonga haraka sana. Nimeambiwa kuhusu Dunia mpya na mambo yatakayobadilika. Je, haya yote yameunganishwa? (Ndiyo) *Ili kujiandaa kwenda Dunia mpya au nini?*

L: Labda waende kituoni. Watu wengine wataenda kituo cha kushikilia wakati mambo yakiundwa upya.

D: Baadhi yao hawataenda moja kwa moja kwa sababu bado muda haujafika?

L: Ndiyo, maandalizi yao hayajakamilika bado.

D: Nimeambiwa masafa na mitetemo yao lazima iwe sawa, au hawawezi kwenda. Ndivyo unavyomaanisha?

L: Maandalizi yapo sehemu tofauti... wapange na waende mahali sahihi.

D: Kwa hiyo wengi wao wataenda vituo vya kushikilia? Je, hii ni baada ya kuacha miili ya kimwili au kabla?

L: Watachukua miili yao ya kimwili pamoja nao.

D: Kwa hiyo wataenda kwenye sehemu hizi wakati majanga yanapotokea hapa Duniani. (Ndiyo) *Ili wawe tayari kuendelea kule wanakopaswa kwenda?*

L: Ndiyo, itatokea haraka sana.

D: Kwa hiyo lazima amsaidie watu kujiandaa.

L: Ndiyo, watoto... kuwaokoa watoto.

Ujumbe wa kuaga: Waza tu na lifanye. Sikiliza ndoto.

D: Ndivyo mnavyowasiliana, sivyo?

L: Ndiyo. Penda tu na uwe wa upendo.

Kwa hivyo huyu alikuwa miongoni mwa "waliokuja kwa mara ya kwanza" ambaye hakujua kwa fahamu jukumu lake Duniani. Lilihusisha jambo ambalo alikuwa akilifanya kote ulimwenguni, kukagua watoto, watoto wadogo, na kuona wanaendeleaje. Na kuwasaidia kuona kile wanachohitaji kufanya katika nyakati zijazo. Kwa hivyo alikuwa na jukumu maalumu, lakini lilikuwa karibu kuharibika kwa sababu ya kushughulika kwake na kazi ya shirika. Ilibidi ajali ya ndege karibu imuue ili kupata umakini wake na kumrudisha kwenye njia yake. Kama walivyosema, muda ni mfupi na wakati mwingine wanapaswa kuchukua hatua kali kugeuza watu.

SURA YA NANE

Mhamisho

Malalamiko makuu ya Doris yalikuwa kwamba alihisi anazunguka bila mwelekeo na hajui maisha yake yaende wapi. Tayari alikuwa amehusika katika biashara kadhaa zilizofanikiwa, na sasa alikuwa anafikiria kuanzisha kituo cha metaphysiki. Alijisikia ana vipaji na uwezo vingi, lakini alitaka ushauri juu ya jinsi ya kuvitumia.

Tulipoanza kipindi, Doris alipata shida kubwa kuona chochote au kutambua yuko wapi. Kila alichoweza kuona kilikuwa giza, na hisia ya nafasi kubwa kuzunguka. Baada ya kuuliza maswali mengi alianza kuhisi kitu, kana kwamba alikuwa mahali kubwa na baridi. Kisha alihisi mikono yake inauma na hakuweza kuisogeza. "Nadhani imefungwa. Sijui. Siwezi kusogeza." Niliweka mapendekezo ya ustawi ili asijihisi vibaya. Sehemu iliyobaki ya mwili wake ilihisi ganzi kutoka kiunoni kushuka. "Inahisi kama mwili wangu umefungwa. Siwezi kusogeza."

Angalau tulikuwa tumeanza, lakini bado hakuweza kutoa taarifa nyingi. Hivyo nikamrudisha nyuma kabla hajaingia mahali hapa palipombana, ili tujue kilichotokea na kusababisha haya.

Do: Nilijua kitu. Nilijua mengi sana. Nilipaswa kuwekwa mbali. Ningeweza kusema mambo. Inahisi kama wakati tofauti. Kama Zama za Kati, lakini siyo Zama za Kati. Naona watu wamevaa mavazi marefu meusi, lakini siyo watu.

D: Ni nani hao?

Do: Sijui. Wamevaa meusi. Wanawaumiza watu. Kwenye uwanja. Na watu hawafanyi wanachotakiwa kufanya. —Wanawadhibiti kwa kitu fulani. Wanawalazimisha wafanye kitu. Wanawalazimisha wabaki mbali. Niliwasaidia watu. Sikupaswa kuwasaidia watu. Lakini watu hawajui.

D: Wewe ni mwanaume au mwanamke?

Do: Mimi si mwanaume wala si mwanamke. Mimi siyo. Mimi tu nipo. Sijui mimi ni nini, lakini mimi si kama watu. Mimi ni kama "wao," lakini sitaki kuwa kama wao. Sitaki kuumiza watu.

D: Unaweza kuona mwili wako unafananaje?

Do: Ni mrefu sana... refu. Kama penseli refu. Nimevaa meusi kama wao.

D: Kwa nini wanawaumiza watu?

Do: Hawafanyi wanachotakiwa kufanya. Wanataka kuwatawala. Wanataka kuwapeleka kufanya kazi.

D: Umekuwa pale muda mrefu na hao watu?

Do: Ndiyo, nimekuwa pale muda mrefu sana. Wao ni marafiki wangu... wale watu. Nimekuwa nikiwasaidia. Nimekuwa nikiwafundisha. (Anacheka kwa kejeli.) Nimekuwa nikiwafundisha, lakini sasa wanaumizwa kwa sababu niliwafundisha na sasa wanajua mengi sana.

D: Ulikuwa unawafundisha nini?

Do: Jinsi ya kulima na jinsi ya kuishi.

D: Sioni kama kuna tatizo hapo. Hayo ni mambo mazuri.

Do: Niliyadhani ni mazuri. Nilidhani nilipaswa kwenda pale na kuwafundisha.

D: Wale waliovaa meusi walikuwa pale muda wote?

Do: Hapana, walikuja tu kuangalia kilichokuwa kinatokea. Nimekuwa pale muda mrefu.

D: Kuna mtu alikuambia uende na kusaidia?

Do: Nilipaswa tu kuja. Sijui kwa nini. Hiyo ilikuwa kazi yangu, kuwasaidia watu.

D: Wale watu walikuwa tofauti ulipofika mara ya kwanza?

Do: Ndiyo. Walikuwa wabichi... wabichi sana. Hawakujua jinsi ya kujilisha vizuri. Walikuwa wanakula matunda mwitu, magome na wadudu. Hawakujua jinsi ya kupanda chochote. Nilipaswa kuwasaidia kubadilika. Nilidhani nilikuwa nafanya kile nilichotakiwa kufanya. Lakini walikuja na kuniambia nilikuwa nafundisha mengi sana. Walikuwa wanakua haraka sana. Hawakupaswa kujifunza haraka hivyo. Haikuwa nzuri... lakini walikuwa wanajifunza.

Alipofika mara ya kwanza pale alivaa vazi jeusi kuficha mwonekano wake halisi. Kwa kweli alikuwa na mwili unaofanana na panzi mkubwa wa kijani. Kwenye sayari yake ya asili kila mtu alikuwa na mwonekano mmoja. Alipaswa kujificha kwa sababu hakuwa kama watu na alijua mwili wake ungewatisha. Alisema hakuna aliyemwambia aondoke na kwenda pale. "Hiyo ilikuwa kazi yangu kwenda. Nimekuwa nikifanya hivi daima. Nawasaidia watu."

D: Kwa hiyo ulienda sehemu nyingine kabla ya kuja hapa?

Do: Ndiyo, lakini hii iliharibika. Wanasema kwa sababu tulifanya kazi nyingi sana haraka sana. Lakini walijifunza, kwa hiyo niliwafundisha na walionekana kuelewa. Niliwafundisha jinsi ya kutunzana. Niliwafundisha kuhusu ardhi na maji na miti na mimea. Niliwafundisha kwamba wanaweza kupata chakula na niliwafundisha jinsi ya kuweka rekodi. Sikupaswa kuwafundisha kuweka rekodi. Ilikuwa sawa kuwafundisha kuhusu chakula, lakini sikupaswa kuwafundisha kuhusu kuweka rekodi. Lakini ni muhimu kuweka rekodi ili kujua jinsi ya kufuatilia wakati na misimu na jinsi mambo yalivyokuwa duniani. Walihitaji kujua jinsi ya kuweka misimu... kujua lini kupanda. Walihitaji kujua jinsi ya kufanya hivyo. Wasingeweza kuendelea bila kujua. Wangewezaje kupanda? Wangejuaje? Walihitaji kufuatilia ni nani wao.

D: Uliwafundisha jinsi ya kujenga nyumba na mambo kama hayo?

Do: Ndiyo, walijifunza. Walijifunza jinsi ya kutumia mbao na miti. Walijifunza jinsi ya kuishi ndani. Walijifunza kuishi pamoja kama kundi badala ya kila mmoja peke yake, na maisha yakawa rahisi. —Kisha wale wengine walikuja, na kusema nilikuwa nafanya jambo baya. Hawakupaswa kujua mengi hivyo. Ilikuwa mapema sana.

D: Lakini hukujua hilo. Ulidhani ulikuwa unafanya jambo sahihi? (Ndiyo) *Kisha ukasema walikuwa wakiwaumiza watu?*

Do: Ndiyo. Wale waliovaa meusi walianzisha vita, na watu wakaanza kuumizana. Na wangesahau. Wasingeendelea.

D: Kwa hiyo vita vilikuwa kuwazuia wasiendelee? (Ndiyo) *Wasahau ulicho wafundisha?*

Do: Ndiyo. Maisha yalikuwa rahisi sana. Walikuwa wanajifunza mengi sana. Walikuwa wanakua. Walikuwa na hofu kwamba kama wangeendelea vile walivyokuwa wanaendelea, ingekuwa mapema sana.

D: Kwa nini hilo lilikuwa tatizo?

Do: Sijui. Sikuielewa kwa nini ilikuwa tatizo. Walisema tu ilikuwa makosa.

D: Unaona nini sasa?

Do: Ninaona mwanga na ninaona anga na nyota. Nilienda angani na kurudi nyumbani.

D: Nini kilikuwa kinatokea ulipohisi umefungwa au kuzuiliwa?

Do: Walikuwa wananitia ndani ya kitu. Walikuwa wananiondoa. Huko angani. Nilikuwa ndani ya kitu, na sikuweza kusogea. Waliniondoa kutoka kwa watu. Niliwapenda sana watu. —Kisha waliniachia. Niko ndani ya chombo angani, na naweza kuona nyota. Ni nzuri sana! —Lakini siwezi kurudi.

D: Ungependa kurudi?

Do: Sijui... naogopa. Watu waliumizwa sana, lakini sitaki kurudi.

D: Mwili wako unajisikiaje sasa?

Do: Umelegea... unajisikia umelegea.

Hakuna mtu aliyekuwa naye ndani ya chombo hiki kilichokuwa kinamsafirisha. Alikuwa peke yake kabisa. "Ni tulivu." Kitu pekee alichoweza kuona kilikuwa anga na nyota. Hakuwa na wazo lolote alikuwa anakwenda wapi. Hivyo nilimpeleka mbele mpaka akasimama mahali fulani, na nikamuuliza anaona nini.

Do: Sijui. Inahisi kuwa nzito sana popote nilipo. Sijui niko wapi. Inaonekana kama jangwa. Hakuna vitu vingi hapa. Hakuna miti. Sio pazuri. Hewa inaonekana nzito.

D: Kwa hiyo chombo hiki kilipangwa kukupeleka pale? (Ndiyo) *Sasa mwili wako ukoje?*

Do: Ni hisia ya ajabu sana. Miguu, mikono na mikono yangu ni myembamba sana. Myembamba, myembamba sana. Sina vidole vya mikono wala vya miguu. Ni bapa tu. Mwili wangu unahisi mviringo. Ni mkubwa zaidi. Ni mrefu na mviringo. Sina joho juu yake tena kuficha, kwa hiyo ni kama mwili wa panzi, lakini nimesimama.

D: Uso wako ukoje?

Do: Nina macho makubwa... makubwa sana. —Hapa, sihitaji kuvaa joho jeusi kwa sababu hakuna mtu hapa. Ni mimi tu. Kuna mashimo kwenye miamba ambayo naweza kuingia na kutoka. Hakuna cha kufanya.

D: Je, unalazimika kula?

Do: Nadhani napata ninachohitaji kutoka hewani. —Ni mahali nzito sana. Sidhani kama naweza kukaa hapa kwa muda mrefu.

D: Unaenda kufanya nini?

Do: Lazima tu niwe hapa.

D: Hakuna njia ya wewe kuondoka?

Do: Hapana. Walinifukuza. Walinileta hapa ili nisiwazuie tena. Siwezi kuondoka. Lazima nibaki hapa.

D: Ukifikiria nyuma, mara ya kwanza ulipoenda kwa wale watu... uliwezaje kufika huko?

Do: Nilichagua tu kuja. Nilikuwa nawatizama na walihitaji msaada, nami nilijitolea na nikasema nitakwenda kuwasaidia. Tumekuwa tukiwaangalia kwa muda mrefu. Tunaenda kuzunguka kutoka sehemu moja hadi nyingine.

D: Wale wengine walikuwa wanaangalia kile ulikuwa unafanya, sivyo?

Do: Ndiyo, lazima walikuwa wanafanya hivyo, nadhani, lakini hawakuingilia kile nilichokuwa nafanya. Ilikuwa kuona kile nilichokuwa nafanya. Nilijitolea.

D: Lakini sasa, walikuletea mahali hapa tasa ambapo hakuna kitu?

Do: Ndiyo. Hakuna kitu. Nilipenda ule ulimwengu mwingine. Ulikuwa mzuri sana. —Nitabaki hapa. Sijui kingine cha kufanya.

Hii ingeweza kuchukua muda mrefu sana iwapo kiumbe hakuhitaji chakula, na huenda hakuwa na njia ya kufa, kwa mtazamo wetu. Hivyo niliamua kumpeleka mbele kwenye tukio jingine ili nijue nini kilitokea. Ghafla alitoa pumzi kubwa ya afueni. "AH! Sina mwili. Nimeondoka. Sihitaji kuwa pale tena. Naweza kuondoka."

D: Nini kimetokea?

Do: Nilihisi kitu halafu, nikaondoka tu. Nimeondoka. —Nilikaa pale kwa muda mrefu.

D: Hukuwahi kumuona mtu mwingine?

Do: Hapana. Ilikuwa nzito sana, lakini nzuri. Sayari, nilizitazama sayari. Nilizitazama nyota. Ilikuwa nzuri kama orchestra. Ah! Ilikuwa nzuri sana!

D: Ilikuwa kama adhabu kutumwa huko, sivyo?

Do: Lakini haikuwa hivyo. Mwishowe ilikuwa nzuri.

D: Basi uliamua tu kuondoka?

Do: Sijui. Ilikuwa kama nimefunguka na nimeondoka. Niliondoka tu.

D: Sasa ukoje?

Do: Mimi ni kama nyota na mwanga. Kama nyota ndogo.

D: Unafikiri nini kuhusu maisha hayo?

Do: Ni kama kuishi maisha mawili kwa moja.

D: Ulijifunza kitu chochote kutokana na uzoefu huo?

Do: Vitu si kila mara kama vinavyoonekana. Kizuri kinaweza kuwa kibaya na kibaya kinaweza kuwa kizuri. Haijalishi. Yote ni sawa mwishoni. (Kucheka)

D: Ni vigumu kujua ukiwa katikati yake. —Sasa unaenda wapi?

Do: Sijui. Niko sawa. Nahisi kung'aa sana.

Hakuona mtu yeyote karibu ambaye angeweza kumwambia ni lazima aende wapi. Kwa hiyo nilimpeleka mbele kuona alipoishia.

Do: Naenda kwenye mwanga. Sote tunaenda kwenye mwanga.

D: Unaona wengine?

Do: Ndiyo. Sote ni vitu vinavyong'aa. Sote tunaenda kwenye mwanga.

D: Mwanga ukoje?

Do: Ni mkubwa! Ni mzuri! Ni wa joto sana.

D: Unajua mwanga ni nini?

Do: Ni kila kitu. Ah, hii inahisi vizuri sana! Sasa niko nyumbani. Mwanga ni kila kitu. Ni kila kitu.

D: Kwa hiyo ni vizuri kuwa nyumbani tena sasa.

Do: Ajabu. Lakini wanasema hapana, sitabaki pale muda mrefu. Lazima nitoke tena. —Najua tu. Nahisi tu, ndiyo. Sitabaki pale muda mrefu.

D: Lakini utafurahia kadri unavyoweza.

Do: Ndiyo. Hilo ndilo ninachopaswa kufanya. Nina mambo mengine ya kufanya. —Sijui. Lazima nijifunze kitu.

D: Ni kitu ambacho huwezi kukitimiza pale?

Do: Kila kitu kiko pale. Huwezi kujifunza wakati kila kitu kipo.

D: Kwa hiyo lazima ujifunze kitu tofauti?

Do: Ndiyo. Daima kuna zaidi ya kujifunza.

Nikampeleka mbele hadi wakati alipokuwa ameamua kuondoka tena na kwenda mahali pengine. Tulijua kwamba alikuwa ameondoka kwa sababu sasa alikuwa katika mwili wa kimwili wa Doris.

D: Kuna mtu anakwambia cha kufanya?

Do: Hapana. Unajua tu. Ni wakati. Unaweza kuhisi. Kuna kitu kinatokea. Ninaondoka.

D: Mbali na mwanga?

Do: Ndiyo, sipo tena kwenye mwanga. Kama kometi ikipita kupitia nyota. Ndivyo ilivyo! Ninaondoka kwa haraka sana na miale ya kung'aa inatoka kama kometi. Ni nzuri sana. —Ni kama kuwa kwenye kapi na mtu anakuvuta, lakini hujui ni nani. Na unaenda kwa njia fulani lakini hujui vipi. Unaenda tu, lakini hakuna mtu pale. Ni kama uko kwenye njia na unaweza kwenda kwa njia hiyo tu; huwezi kwenda njia nyingine.

D: Lakini unajua kila kitu kitakuwa sawa, sivyo?

Do: Ndiyo. Daima ni sawa.

D: Kwa hiyo unatembea kupitia anga na nyota ni nzuri sana.

Do: Hicho ndicho kipengele kizuri zaidi.

Nikampeleka mbele pale ambapo hatimaye angelisimama, na nikamuuliza anaona nini.

Do: Sijui. Sijawahi kuwa hapa kabla. Ni kama kuwa ndani ya moto. Ni kama kusimama ndani ya mwali lakini si moto. Anga ni rangi zote tofauti. Ni kama kusimama ndani ya mwali. Una rangi zote kuzunguka. Inahisi sawa. Ni tofauti tu. Si nzito. Si moto.

D: Kuna viumbe wengine karibu?

Do: Ndiyo, kuna watu, lakini hawanioni. Wanaonekana tofauti., Wanaonekana wazee kama wamekunjamana, lakini wametengenezwa kwa miamba. —Sio miamba. Wanaonekana wakubwa na wazito. Hawanioni.

D: Tuchukue mbele na tuone ni nini unachopaswa kufanya pale.

Do: Wana miji pale. Walihitaji msaada. Nitaenda kuwasaidia. Mwanzoni hawakuweza kuniona. Nililazimika kubadilika. Nililazimika kuwa zaidi kama wao ili waweze kuniona. Ni mtetemo. Hicho ndicho kilikuwa. Ulikuwa mtetemo tofauti. Nililazimika kuwachunguza ili niweze kubadilisha umbo langu kwa sababu nilipaswa kuwasaidia. Wana matatizo pale. Kuna kitu na sayari si sawa. Wataangamia kama hawatabadilisha kitu wanachofanya. Wanafanya kitu kwa sayari.

D: Unaenda kufanya nini kuwasaidia?

Do: Lazima niwafundishe kitu. Lazima nigundue wanachofanya na niwafundishe kitu kingine. Hiyo ni sehemu ya kazi yangu—kugundua wanachofanya, na wanachohitaji.

Nikampeleka mbele ili tuweze kujua ilikuwa nini.

Do: Kitu kuhusu katikati ya sayari; wanakaribia sana katikati ya sayari, na kitabadilisha jinsi sayari inavyozunguka... Wanachimba au kuchimba. Kitabadilisha kitu ndani ya sayari. Kitaathiri kila kitu. Wanalazimika kuacha. Wanalazimika kujifunza kwamba hawahitaji kile wanachofikiria wanahitaji. Lazima niwe mwangalifu na kuona kama watasikiliza. Sitaki kupoteza sayari nyingine. Lazima niwe mwangalifu.

Kisha nikamtoa mbali na tukio hilo, na nikamuuliza kiumbe kama kinajua kwamba kinazungumza kupitia mwili wa kimwili. Kikasema kwamba kinajua, "Nahisi." "Nahisi."

D: Mwili wa kimwili unaojulikana kama Doris. (Ndiyo) *Kwa nini uliamua kuingia ndani ya mwili wa kimwili baada ya kuwasaidia watu hawa wote kwenye sayari zingine?*

Do: Daima lazima nionekane kama kila mtu mwingine. Huwezi kufanya chochote kama sivyo.

D: Kwa hiyo kazi yako daima imekuwa kwenda kutoka sehemu moja hadi nyingine? (Ndiyo) *Ukimaliza na sehemu moja, unaenda sehemu nyingine?* (Ndiyo) *Je, mtu alikuambia uje duniani?*

Do: Ndiyo, waliniambia walihitaji msaada wangu. Hiyo ndiyo kazi yangu.

D: Kwa hiyo safari hii ulilazimika kuingia mwilini? (Ndiyo) *Kwa nini walihisi ulilazimika kuwa binadamu safari hii?*

Do: Haikufanya kazi mara ya mwisho.

D: Unadhani itafanya kazi sasa ukiwa binadamu? (Ndiyo) *Unajisikiaje kuhusu hilo?*

Do: Nafanya kile ninachopaswa kufanya. Inafanya kazi vizuri zaidi. Kuna watu wengi sasa. Wengi zaidi. Watazamaji wengi wako hapa.

D: Unamaanisha zaidi yao wanakuja?

Do: Ndiyo, na wako wengi hapa. Wanashirikiana.

D: Mara ya mwisho hawakufanya hivyo?

Do: Alikuwa mmoja tu. Wengi wetu tulikuja kwenye sayari hii.

D: Kwa nini wote waliamua kuja safari hii?

Do: Ni wakati muhimu. Ni muhimu kwa kila mtu... siyo tu sayari hii. Ni muhimu kwa sayari zote. Inahusiana na mtetemo. Ni mtetemo kutoka sayari hadi sayari. Unapitia anga na muda na unabadilika.

D: Na uko hapa kusaidia kwa mtetemo?

Do: Ndiyo. Niko hapa kusaidia sayari.

D: Unadhani utaweza kusaidia vizuri zaidi ukiwa katika mwili wa kimwili?

Do: Ilikuwa njia pekee safari hii.

D: Lakini unajua ukija hapa unasahau, sivyo?

Do: Ndiyo, ilikuwa ngumu. Sikuielewa.

D: Hii ndiyo mara ya kwanza umeingia kwenye mwili wa kimwili?

Do: Nilikuwa panzi.

D: Ni kweli. —Unadhani nini kuhusu kujifunza masomo duniani?

Do: Ni vigumu.

D: Je, uko chini ya aina fulani ya vizuizi ukiwa ndani ya mwili wa kimwili?

Do: Sitaki kuingilia maisha ya binadamu.

D: Unazingatia nini kama kuingilia?

Do: Wakati mwingine ninajaribu kuwaambia watu na hawaelewi.

Kisha niliamua kumuita SC ili tupate majibu zaidi, hasa yale yanayohusiana na maswali ya kibinafsi ya Doris. Kwanza nilitaka kujua kwa nini ilimwonyesha maisha hayo.

Do: Anahitaji kujua yeye ni nani anavyofikiri yeye ndiye.

D: Yeye ni roho yenye nguvu sana, sivyo? (Ndiyo) *Roho hii ina uwezo mwingi.* (Ndiyo) *Kwa hiyo hajawahi kuwa na maisha mengi duniani kama binadamu?*

Do: Machache, siyo mengi.

D: Nimesikia kuhusu roho zingine kama hizi ambazo zimejitolea kuja. Wanafanya kazi kubwa, sivyo? (Ndiyo) *Lakini je, aina hizi za roho hukusanya karma?*

Do: Hapana... Wanaweza. Hawalazimiki.

D: Kwa nini alichagua maisha magumu hivi safari hii?

Do: Ili kusaidia. Ili kujua jinsi ya kusaidia na kuelewa, ili asifanye tena kile alichofanya kabla.

D: Unamaanisha nini?

Do: Ili kusaidia zaidi ya alivyo hitajika.

D: Wakati alipowafundisha watu mambo mengi sana?

Do: Ndiyo... kuvuka mipaka.

D: Katika maisha haya, alikuwa na matatizo mengi kama mtoto alipokuwa akikua.

Do: Ndiyo... ili ajue jinsi ya kuwa binadamu.

D: Kuwa binadamu pamoja na makosa yake yote, matatizo yake yote. (Ndiyo) *Kwa njia hiyo hatuhukumu, sivyo?*

Do: Hapana, hahukumu.

Doris daima alikuwa na uwezo wa kiakili na angeweza kufanya mambo mengi. Alijua mambo ambayo watu wengine hawakujua. Angeweza kuona mambo kuhusu watu wengine. Alitaka kujua kuhusu hilo.

Do: Tunamsaidia. Ili ajue kwa nini yuko hapa. Alipewa uwezo huu ili asisahau.

D: Kwa nini yuko hapa?

Do: Kubadilisha... kufanya mabadiliko... kuokoa sayari.

D: Lakini yeye ni mtu mmoja tu. Au ni nguvu ya pamoja ya wengine wote waliokuja?

Do: Ni kama kuwa sehemu ya gridi. Yeye ni mmoja wao... na anashikilia mwanga, na watu anaowazungumzia wanaweza kuuhisi. Hawauelewi, na wanadhani yeye ni tofauti. Yeye ni tofauti. Anaongea na watu. Anapanda mbegu, kisha ni juu yao mbegu hiyo ikue. Amekuwa akifanya hivi daima. Hakuielewa tu.

D: Je, kila mmoja wa hawa roho maalum ni sehemu ya gridi?

Do: Ndiyo. Wanaiokoa sayari. Inafanya kazi. —Anahitaji kufundisha. Maisha mengine... sayari zingine. Kufundisha kuhusu ulimwengu na nyota. Kuna maisha mengine.

SURA YA TISA

KIUMBE KUTOKA BARAZA

Mara kwa mara nakutana na wateja ambao wako katika mawasiliano na mabaraza au ni sehemu ya baraza wakati tunafanya vikao. Nimegundua kwamba kuna aina nyingi za mabaraza. Kuna mabaraza juu ya mfumo wa jua, juu ya galaksi, juu ya ulimwengu, n.k. Kuna sheria na kanuni mahsusi zinazosaidia kuweka kila kitu kikiwa katika utaratibu sahihi. Hakuna kinachoachwa kwa bahati. Pia kuna mabaraza upande wa roho ambayo yana kazi nyingine za kushughulikia rekodi za wale wanaoishi duniani. Mabaraza haya yote yanaonekana kuwa na shauku kubwa katika ukusanyaji wa maarifa na taarifa. Ninafurahi kuna mtu anayeshughulikia mambo haya yote, vinginevyo naamini kungekuwa na machafuko makubwa.

Wakati Susan alipotoka kwenye wingu alisimama ndani ya maji ya joto ya bahari. Alikuwa karibu na pwani kwa sababu aliona ngazi zikishuka kwenye maji. Ngazi zilipanda juu hadi kwenye hekalu. Aliona wanawake watatu wamesimama upande wa kulia wa ngazi. Kisha wengine watatu wakaonekana upande wa pili, wakimkaribisha.

S: Wamevaa magauni mepesi ya rangi nyepesi. Wale walioko chini zaidi ya ngazi wanaloana hadi magoti na mapaja. —Wananileta ndani. Nadhani lazima niwaambie kitu ili nipite. Si kila mtu anaruhusiwa kuja hapa. Kuna maneno wanayoyasema.

D: Unajua la kusema ili wakuruhusu kupanda?

S: Ninafahamu utaratibu. Wananitarajia kwa namna fulani. Siyo wa utaratibu wangu.

D: Unamaanisha nini kwa "utaratibu"?

S: Kundi la viumbe vinavyoshughulika na jambo moja.

Susan akaanza kufanya ishara tata kwa mikono. Nikamuuliza zilikuwa za nini. “Ni ishara ya kubadilishana nishati.”

D: Hii ni sehemu ya kile ulipaswa kufanya ili wakutambue?

S: Wamenikubali kwa kile nilichosema mimi ndiye. Walikuwa wanajua kuhusu kuwasili kwangu.

D: Walijua ulikuwa unakuja? (Ndiyo) *Umetoka wapi?*

Susan aliendelea kufanya ishara za mikono, na akaelekeza juu. “Unaelekeza wapi?”

S: (Ameshangaza) Wow! (Kucheka) Ni kituo cha nyota.

D: Wao wanakifahamu hicho? (Ndiyo) *Ulifikaje hapo?*

Susan alishangazwa na majibu yake, na akajibu maswali yangu kwa kutokuamini na ucheshi. “Nilikuja kupitia lango kwenye maji. Ni la ajabu. —Walijua nilikuwa nakuja.”

D: Huo utaratibu unaoshirikiana nao, uko kwenye kituo cha nyota?

S: Ni wa kati ya galaksi. —Nililazimika kuzoea mahitaji ya uso kwa kukubali umbo la kimwili kushiriki katika tamaduni za jumla za wakati huo. Ninaonekana kama mwanamke aliyevaa kama wao.

D: Umbo lako la kawaida ni lipi, unapokuwa mahali pale pengine?

S: Ni mwanga. Mimi ni mwili wa mwanga.

D: Wengine walio pale ulipotoka nao pia wako hivyo?

S: Sahihi. Kabisa. Tupo hapa kusaidia.

D: Kwa hiyo ukija sehemu kama hii, lazima ufanane na watu walioko pale?

S: Kwa wakati huu ndiyo. Vinginevyo, kungeleta mkanganyiko.

D: Lakini sasa wamekukubali na kukukaribisha?

S: Ilitabiriwa na nyota na wanafizikia wa anga. Ilikuwa tarehe iliyowekwa.

D: Walijua mtu alikuwa anakuja?

S: Wanawakilisha wajumbe kutoka wakati hadi wakati kwa kubadilishana taarifa.

D: Wamewahi kufanya hivi zamani?

S: Ndiyo, mara nyingi. Lakini mimi huja tu mara kwa mara.

D: Ulisema kwa kubadilishana. Aina gani ya kubadilishana?

S: Kubadilishana taarifa... kwa kukusanya msaada kutokana na wasiwasi mkubwa tunaopaswa kutumia wakati huu.

D: Kwa nini kulikuwa na wasiwasi mkubwa? Kuna mtu anatumia vibaya taarifa?

S: Mwelekeo uko pale na mbegu za tamaa zinaanza kukua. Tunajua. Watu hawa wanatumia ushawishi wao. Tuna matumaini kwamba mambo yanaweza kubadilishwa wakati huu kabla mbegu za tamaa hazijamea.

D: Umeshawahi kuleta taarifa zamani ambazo unadhani zimetumika vibaya?

S: Katika nyakati tofauti.

D: Ulizitoa kwa kila mtu ulipokuja kabla? (Hapana) *Ulizitoa kwa nani nyakati hizo? Kundi hili au jingine?*

S: Kundi jingine. Hii siyo mara ya kwanza kuwa na janga kwenye sayari hii.

D: Nini kilikisababisha nyakati zingine?

S: Udanganyifu wa jambo. Udanganyifu wa sheria za asili na jambo kwa faida ya binadamu.

D: Na viumbe waliokuwa wakiishi nyakati hizo?

S: Ndiyo. Unajua hadithi. —Dunia ilifunikwa kwa barafu, ilikuwa mojawapo ya nyakati hizo.

D: Hiyo ilikuwa kusimamisha kile walichokuwa wanafanya?

S: Kuanzisha tena.

D: Daima huanza upya, sivyo?

Wamenieleza hili mara nyingi, na limeandikwa katika vitabu vyangu vingine. Kulikuwa na ustaarabu wengi katika historia ya mbali ya Dunia ambao walifika kilele cha ukamilifu, lakini wakaangushwa na tamaa ya asili ya mwanadamu ya madaraka.

D: Ziliangamizwa vipi nyakati zingine, zaidi ya barafu?

S: Milipuko mikubwa. Kuna sayari iliyopotea katika mfumo huu wa jua. Ililipuka.

Alikuwa akizungumzia kuhusu sayari kati ya Mars na Jupiter iliyolipuka na kuunda ukanda wa asteroidi. Hii pia imeandikwa katika vitabu vyangu vingine.

D: Nimesikia kuhusu hiyo. Ilileta machafuko makubwa, sivyo?

S: Sheria ya Asili imetengenezwa kutoguswa.

D: Kuna mtu alichezea Sheria wakati huo? (Ndiyo) *Kulipuka kwa sayari hiyo kuliathiri vipi Dunia?*

S: Kulileta uharibifu mkubwa na moto ulioanguka kutoka angani.

D: Kwa hiyo hizi zilikuwa nyakati ambapo ustaarabu uliangamizwa zamani? (Ndiyo) *Lakini sasa umekuja kukutana na watu hawa, na umetaja kwamba kitu kingine kitakuja kutokea?*

S: Tunahusika na mawazo ya tamaa yanayozunguka katika akili za watu hawa.

D: Lakini kundi hili halifanyi hivyo?

S: Kwa sasa hapana. Tupo hapa kutoa ushauri na taarifa.

D: Unadhani watakusikiliza?

S: Tuna matumaini makubwa.

Alisema alikuwa anakwenda kwenye hekalu kukutana na wale walioko pale. Hivyo nikampeleka mbele hadi alipokuwa kwenye hekalu. "Unakutana na watu wengi?"

S: Ni wajumbe waliotumwa tu. Baba yangu ndiye kuhani anayesimamia hekalu hili. Ana ushawishi na wengine.

D: Ni ushauri gani unaoutoa kwa kundi hili?

S: Acheni majaribio na Sheria ya Asili.

D: Ni majaribio gani wanayofanya kinyume na Sheria ya Asili?

S: Udanganyifu wa jeni... udanganyifu wa vinasaba.

D: Kwa nini wanafanya hivyo?

S: Kwa sababu wanaweza. Wana nguvu.

D: Wanafanyaje udanganyifu wa jeni?

S: Sijui kama hilo linaweza kushirikiwa.

D: Unadhani sipaswi kujua kuhusu hilo?

S: Siyo wewe.

D: Nini kitatokea wakianza kuendelea na wanachofanya?

S: Uharibifu.

D: Hawajui kuhusu hili?

S: Hapana. Inaanza kugawanyika. Wamekuwa wakijitawala hadi sasa, lakini kisiasa kuna msongo na shule tofauti za mawazo ambazo zimekuwa zikijaribu kushikilia njia ya mwanga.

D: Unaruhusiwa kusimamisha ikiwa hawatasikiliza?

S: Watawekwa kwenye njia ya kujiangamiza wenyewe.

D: Nilijiuliza kama unaweza kuja na kuwazuia wasifanye wanachofanya.

S: Hiyo itakuwa kinyume na Sheria ya Asili. Tunaweza tu kutoa ushauri.

D: Na kama hawatasikiliza, hakuna kitu mnachoweza kufanya kuhusu hilo?

S: Hakuna tunachoweza kufanya.

D: Umesema umeona hili likitokea kabla?

S: Katika nyakati nyingi kwenye dunia nyingi.

D: Basi kama hawatasikiliza, watalazimika kujenga upya tena, sivyo? Wanaanza tena mzunguko huu? (Ndiyo) *Lakini safari hii mnatarajia watasikiliza.*

S: Tuna matumaini makubwa.

Alipaswa kumpa taarifa kuhani kisha yeye ndiye aende kuzungumza na watu waliokuwa wakifanya jambo lisilo sahihi. Yeye asingebaki; angerudi pale anapohitajika.

D: Utaweza kuona wanachofanya?

S: Ndiyo. Sote tunajua.

D: Kwa "sisi," unamaanisha wale wa kundi unalotoka nao?

S: Baraza. Hao ndio wanaoangalia.

D: Wako upande mwingine wa lango hilo? (Ndiyo) *Lakini hawaruhusiwi kuingilia?* (Hapana)

Nikampeleka mbele ili kuona kilichotokea.

D: Je, kuhani alienda kuzungumza na wengine? (Ndiyo) *Walisikiliza?*

S: Kwa muda... zaidi ya miaka 962 imepita, na imeangamizwa tena kwa mkono wake mwenyewe.

D: Nini kilitokea?

S: Ililipuka. Mbegu za tamaa zilikuwa zimekua. Sheria ya Asili ilichezewa mpaka kiwango cha uharibifu mkubwa kujiletea tena. (Analilia.)

D: Inaonekanaje inapotokea? Unaweza kuona kama mtazamaji, hata kama ni ngumu.

S: Ni kama mawimbi ya nishati yanayorindima kuzunguka sayari. Inalipuka... mabaki na moto, maji.

D: Nini kilisababisha wimbi la mshtuko?

S: Miale ya nishati ilirudi juu yao wenyewe.

D: Walijua hili lingeweza kutokea? (Ndiyo) *Lakini waliendelea hata hivyo?*

S: Ni kuhusu udhibiti. Tunaweza tu kushauri na kutoa mwongozo.

D: Unaona nini ukiangalia?

S: Maangamizi... uharibifu kamili. Ni huzuni sana... moshi, miili iliyochomeka, moto.

D: Kulikuwa na manusura wowote?

S: Ndiyo... wachache.

D: Unaona kinachowatokea?

S: Wanajikusanya upya na kujijenga tena. Wanajipanga upya.

D: Unadhani wamejifunza chochote kutokana na hili?

S: Natumaini hivyo. Wow! —Hakuna tunachoweza kufanya. Tunajiondoa tena. Kwenye baraza. Baraza kuu.

D: Kurudi nyuma kupita lango?

S: Ndiyo. Ni Lango la Nyota hasa.

D: Mnalotumia kwenda na kurudi?

S: Sahihi. 14932-11.

D: Hiyo inamaanisha nini?

S: Hilo ndilo jina la Lango la Nyota.

D: Hilo lin sound kama namba ndefu, kwa hiyo lazima kuwe na kadhaa. Ndivyo unavyomaanisha? (Ndiyo) *Namba hiyo inatumika vipi?*

S: Kwa madhumuni ya utambulisho.

D: Kwa hiyo mnaweza kwenda na kurudi? (Ndiyo) *Je, inawezekana kwa wanadamu kupita lango hili?*

S: Ndiyo. Wakiwa katika miili yao ya mwanga, uwezo huo ungefahamika.

D: Hawawezi kuingia katika miili yao ya kimwili?

S: Hapana. Si kwa wakati huu.

Wanadamu wanapaswa kutoka kwenye miili yao ili waweze kupata sehemu hizi, kwa hiyo si rahisi kuzipata.

D: Sehemu hiyo iliyo na baraza kuu iko vipi?

S: Ni nzuri. (Anavuta pumzi) Sisi ni watu wa mwanga. Naona miili mingi ya mwanga na nishati, na inanukia vizuri.

D: Nini kinasababisha harufu hiyo?

S: Mwanga. Dunia inanuka.

D: Mnafanya nini mkiwa huko kwenye baraza kuu?

S: Tunapanga kusaidia pale tunapohitajika na tupo hapa kushauri na kusaidia.

D: Kwa hiyo mnahusika zaidi na Dunia?

S: Nimepewa jukumu katika sekta hii.

D: Hicho ndicho unachofanya zaidi kwa muda wako?

S: Tunafundisha. Watu wanatuhitaji kwenye anga la kiroho. Tunaweza kufundisha wanadamu mambo wanayopaswa kujua ambayo yataleta wema katika maisha yao.

D: Basi huhitaji kushuka kimwili tena kama ulivyofanya kabla?

S: Ni pale tu panapohitajika kuingilia kati.

D: Kwa hiyo mnafundisha watu wakiwa kwenye anga la kiroho? Unamaanisha wakati wanaposafiri nje ya mwili usiku au nini?

S: Ndiyo. Nafsi ya mwanadamu ina uwezo wa kuwa sehemu nyingi kwa nyakati nyingi. Hapo ndipo tunaweza kusaidia zaidi. Tunaweza kusaidia pale, lakini tena, bila kuingilia hiari ya mtu. Hilo ndilo linalosimamiwa na Sheria ya Asili.

D: Si kuingilia hiari yao kama wao wenyewe wanawatafuta?

S: Haswa.

D: Mwili una vizuizi fulani, sivyo? (Ndiyo) *Nimesikia mengi kati ya haya hutokea usiku watu wanapolala.*

S: Au wanapokuwa katika hali mnazowasaidia kuzipata. Tumekuwa tukiwaangalia na kuwasaidia kwa muda mrefu sana kwenye anga lenu la kiroho. Wewe ni mwanafunzi mzuri, mwenye hiari.

D: Najua nimekuwa nikisaidiwa sana. Nisingeweza kufanya mwenyewe. Kuna sehemu nyingi za ajabu mnazotaka wajue kuhusu?

S: Bila shaka.

D: Lakini hali ya kimwili ndiyo ndogo zaidi ya zote, sivyo?

S: Lakini ni muhimu kwa ajili ya kujifunza.

Walithibitisha kwamba wanawasiliana na watu wakiwa wamelala usiku au katika aina hizi za hali zilizobadilishwa, na wanaweza kuwapa taarifa nyingi. Nikaamua ni wakati wa kusonga mbele, kwa hiyo nikauliza kama walijua walikuwa wanazungumza kupitia mwili wa kimwili unaojulikana kama Susan. Walisema walikuwa wanajua.

D: Unajua ninapofanya hivi tunadhani tutakwenda kwenye maisha ya zamani, sivyo?

S: Ni mapishi yako ya uponyaji. Hii ndiyo mliyokubaliana na washirika wako kuwezesha uponyaji katika mwili wa kimwili. Tunaona kama mapishi. Viungo ni vizuri.

D: Lakini hakwenda kwenye maisha ya zamani, angalau si aina ya kawaida yenye mwili wa kimwili. (Anacheka)

S: Hapana. Hakuna haja ya hilo. Watu wengine wanahitaji hilo, lakini yeye hahitaji. —Unajua hatapenda hili. (Anacheka)

D: Kwa nini hapendi?

S: Hataki kuamini nyota.

D: Kwa nini? Najua ni halisi.

S: Wewe ni na hatia. Hatapenda hilo. (Kucheka kwa sauti kubwa) Ukiambia ni malaika, atasema, sawa.

D: Kwa hiyo ni sawa kama ni malaika, lakini si kiumbe wa mwanga. (Kucheka)

S: Haswa.

D: Anaweza kukuchukulia kama malaika kwa umbo jingine.

S: Hilo ni sawa.

D: Tulipoanza, ilionekana kama alikuwa wewe. Je, wewe ni sehemu yake au nini?

S: Ndiyo. Unajua! (Anatania)

D: Najua, lakini sasa tunajaribu kumsaidia. Baadhi ya haya yanahitaji kurekebishwa kidogo.

S: Tumekuwa tukilifanyia kazi kwa muda. (Bado anafurahia.) Yuko tayari, vinginevyo hili lisingetokea.

D: Ulimwambia aje hapa ofisini kwangu?

S: Bila shaka.

D: Alishangaa kwa sababu alisema hajawahi kunisikia kabla.

S: Je, si sisi ni werevu! (Anacheka)

D: Binti yangu anawaita watu wangu wa PR.

S: Ni furaha kubwa kuwa wa huduma.

D: Unaifanya hii mara nyingi, nimeona. Lakini kikao hiki kitakuwa tofauti na kile alichotarajia, kwa namna yake ya kufikiri?

S: Oo, bila shaka. Tunahisi yuko tayari kwa wakati huu; hata hivyo, atapitia kipindi cha marekebisho. Tumepanga msaada wa kutosha uwe naye ili aweze kusikia na kuchakata kwa mwendo wake mwenyewe.

D: Hatutaki kumpa mtu chochote asichoweza kushughulikia.

S: Unajua vizuri sana. (Anacheka tena.) Tumekuwa tukikuangalia kwa muda mrefu. Yeye yuko tayari kukusikia kwa sababu anahisi udugu fulani na wewe kwa namna fulani na ataweza kuelewa na kueleza jinsi anavyojisikia. Na utaweza kumsaidia na kumlea katika safari yake. Hiyo ndiyo sehemu yako katika hili. —Anataka kuamini kwamba si bure kama alivyoandaliwa kuamini katika miaka yake ya awali. Na kwa yeye kugundua kwamba anapitia baraza, kwamba ndilo asili yake, hataamini. Hataamini.

D: Ataelezeaje sasa, kwamba wewe unazungumza naye?

S: Atasikia kwenye sauti. Tayari tunabadilisha sauti yake. Anajua, lakini atasikia mamlaka ndani ya sauti.

D: Kwa hiyo ni wakati wake kujua kwamba yeye ni mkubwa kuliko anavyofikiri. Ndicho unachomaanisha?

S: Kabisa. Hii tabasamu ya kawaida haipeleki mtu yeyote popote, na unajua sote tunahitaji kuwezesha Dunia mpya na kuwasaidia watu kuzoea Dunia mpya. Hii ndiyo nia yetu ya msingi hapa. Mambo yanabadilika. Watu wanahitaji mtu wa kuwasaidia kuzoea mabadiliko ya vipimo. Na watu kama wewe na yeye ni muhimu sana. Kuwasaidia watu kuzoea na kuwezesha marekebisho kwa Dunia mpya.

D: Ndivyo nilivyoambiwa. Mambo yanabadilika kwa haraka sana, na hamtaki kila kitu kiangamie tena.

S: Haiwezi kutokea. Unajua hili. Haiwezi kutokea na haitatokea.

D: Inachukua muda mrefu sana kuifanya upya tena na tena. Ndiyo maana mnaunda Dunia mpya?

S: Unajua uko salama. Yeye anajua yuko salama.

D: Pia tunajua si kila mtu ataenda Dunia mpya. Ndivyo nilivyoambiwa.

S: Umeambiwa kwa usahihi. Unaona mgawanyiko. Unaona mpasuko. Unaelewa.

D: Ninajaribu. Ni ngumu.

S: Ni ngumu sana. Ndiyo maana tunahitaji mapishi rahisi kwa watu.

D: Lazima uanze na hatua ndogo ndogo, makombo madogo. —Kwa nini ulimwonyesha maangamizi yale mwanzoni?

S: Ana kumbukumbu za seli mwilini mwake kutoka wakati ule kutoka sehemu... mngeziita uwepo sambamba. Na hapana, hakuwa sehemu ya moja kwa moja ya maangamizi hayo. Yamewekwa kwenye seli zake kutokana na kushuhudia maangamizi hayo.

D: Kwa nini ulitaka ajue hili?

S: Anapunguza thamani ya zana alizopewa kushiriki na sayari ya Dunia kwa wakati huu. Wakati wa kuamka kwa kiwango kikubwa... wakati wa Dunia mpya... ikijumuishwa ndani ya Dunia. Anapunguza thamani ya hili. Tulitaka aone jinsi ilivyo muhimu kushiriki mwanga. Anapunguza thamani ya nguvu yake. Mwanga ni muhimu sana kusambazwa kwa wakati huu.

D: Lakini anafanya mambo mengi mazuri, sivyo?

S: Ndiyo, anafanya na tunajivunia yeye. Lakini bado kwa kiwango kidogo zaidi. Mpaka aamini ndani yake mwenyewe, ni vigumu kumpeleka kwenye kiwango kikubwa zaidi.

D: Unataka aende kwenye kiwango kikubwa zaidi?

S: Siyo mpaka awe na raha nacho ndani ya mwili wake wa kimwili.

Susan alikuwa amekuwa akisikia viumbe vikizungumza naye kwa muda mrefu, lakini alidhani ni malaika wake. Ukweli ni kwamba ilikuwa ni baraza. Walicheka, "Hatapenda kabisa. Mfunge taratibu, sawa?"

S: Mkataba wake ni kuwaunganisha watu na mwanga wa Chanzo. Anasikia sehemu ya muunganisho tu. (Anacheka) Na hilo ni sawa.

Susan pia alikuwa amepitia mambo mengi ya kimwili. "Misukumo. Misukumo migumu sana. Ni muhimu tu kila kitu kingine kinaposhindwa, na tunasikitika kwamba alihisi kana kwamba alikuwa anaadhibiwa kwa namna yoyote."

SC ilipitia mwili wake haraka na kurekebisha matatizo yote ya kimwili ambayo Susan alikuwa nayo kwenye orodha yake.

**** "Hofu ni udanganyifu wa dunia hii na ndiyo yote ilivyo."

SURA YA KUMI

UHARIBIFO WA SAYARI

Mwaka 2009 ndiyo ilikuwa mara yangu ya kwanza kwenda Afrika Kusini, na Cathy ndiye aliyekuwa mtu aliyetuomba twende Johannesburg na kupanga darasa. Niliamua kumchagua yeye kwa maonyesho katika siku ya mwisho ya darasa. Watu kule Johannesburg hawakuwa wamepata mengi kuhusu metaphysics, kwa hivyo walikuwa na hamu kubwa sana ya kujifunza. Wana vitabu, lakini hawana waandishi wengi wala walimu. Kila kitu kuhusu darasa lilikuwa jipya kwao kwa sababu walikuwa katika kiwango cha msingi zaidi cha uelewa. Hii ndivyo mihadhara yangu ilivyokuwa pia. Ilikuwa safi na ya kufurahisha kukuta mshangao, heshima na shauku kwa watu. Kila kitu kilikwenda vizuri wakati wa darasa, na nilikuwa nimewafundisha misingi ya kutumia mbinu yangu ya hypnosis kwa maisha ya nyuma rahisi na uponyaji. Hicho ndicho tulichotarajia katika onyesho, kuishi tena maisha ya kawaida ya nyuma. Hicho ndicho kingekuwa kiwango cha juu cha uelewa wao katika hatua hii ya mwanzo. Kwa hivyo tulipoanza kikao, kilichukua mwelekeo uliowaacha wameshangaa kabisa. Kwangu mimi haikuwa ajabu, lakini kiliwasilisha mawazo ambayo hawakuwa wamewahi kuyasikia. Taswira za mshangao zilikuwa dhahiri usoni mwao. Walikuwa wakinitazama kuona jinsi ninavyohisi, kwani kilikuwa ni kitu tofauti kabisa na nilichokuwa nimewafundisha. Nilijua vizuri kuwa vikao havikuwa tena vya kuchunguza maisha rahisi ya nyuma tu, bali kuingia katika yasiyojulikana (hasa mawimbi matatu ya wajitoleaji). Nadhani iliwashangaza kuwa sikumaliza kikao, bali nikaendelea kana kwamba hakuna kisicho cha kawaida kilichokuwa kinatokea. Bila shaka, kwangu mimi haikuwa ajabu. Nilijaribu kuwapa ishara za kutulia nilipoendelea na kikao. Nilijua kuwa ningeweza kueleza zaidi baadaye. Sikuwa nimepata nafasi ya kuzungumzia uwezekano huu kabla ya onyesho. Nadhani "wao" wanafikiri wanafunzi wangu sasa wako tayari, bila kujali walipo duniani.

Tulipoanza kikao, Cathy alipenda kuwa kwenye wingu na akasitasita kuliacha liruke. Alianza kuwa na hisia na akaanza kulia. Hakukuwa na kitu cha kuonyesha kwa nini kilikuwa kinamuathiri hivyo kwa sababu hakuwa hata ameona chochote bado. Hata hivyo, daima ni ishara kwamba tumepata kitu muhimu (au katika hali yake, kwamba kitu muhimu kingekuja) mtu anapoonyesha hisia. Hisia haziwezi kufekiwa, na baadaye haziwezi hata kuonekana za mantiki kwa mteja. "Kwa nini nilikuwa nalia? Haieleweki. Kwa nini kilinihuzunisha?"

Nilijua nilipaswa kumtoa kwenye wingu, kwa hivyo nikauliza kama angeweza kwenda popote, angependa wingu limpeleke wapi.

C: Nataka kwenda juu! (Pumzi nzito) Nataka kwenda nyumbani.

D: Ili kulipitia tena kwa muda. Unaweza kufanya chochote unachotaka kufanya. Ungelielekeza wapi?

C: Kaskazini.—Naona nyota. Nzuri sana! Zinang'aa na kuzunguka.—Sasa naona ardhi ya waridi. Ni rangi ya maua ya waridi. Iko mbali.—Hapo ndipo ninaishi. Nakaribia. Naona upepo mwingi... mawingu mengi yanaondoka. Mawingu yana rangi laini ya waridi. Na kuna taa... zinatoka kwa nyota.

D: Unataka kwenda kuelekea uso ili uweze kushuka? (Hapana) Kwa nini?

C: Kwa sababu haipo tena.—Ni vumbi tu. Imeisha.

Alianza kulia kwa sauti. Wanafunzi walikuwa wananitazama wakiwa wamechanganyikiwa.

D: Kitu kilitokea kwake?

C: Sijui.—Hakuna maisha. Kuna vumbi tu na upepo mkali.—Siwezi kukaribia. Hainiruhusu.—Ni hatari sana.

Cathy hakuweza kueleza kwa nini ilikuwa hatari, lakini alipokuwa akielea ilibidi abaki umbali salama. Kila kitu alichoweza kuona kilikuwa mawingu na vumbi. Hakukuwa na ishara ya maisha, majengo au mimea. Sayari tupu. Ilimfanya awe na huzuni kubwa. "Siwezi kurudi. Tumepoteza kila kitu. Kimeisha. Kila mtu ameisha. Haipo tena. Kila kitu kimepotea." Alisema hakuwa hapo wakati kitu chochote kilipotokea, lakini alijua kilikuwa kimewahi kuwa mahali penye maisha ya watu. Na alijua kwamba alikuwa ameishi hapo kwa muda mfupi. Kwa kuwa hakuweza kupata maelezo zaidi, nikaamua kumrudisha nyuma kabla ya janga kutokea, kabla ya nyakati mbaya na kuona kilivyokuwa. Alikuwa na hamu ya kujaribu hilo, na akaenda haraka huko. "Naona watoto. Wanacheza majini. Kuna maji mengi."

D: Bado ni rangi ya waridi?

C: Hapana. Ni nyeupe. Na ardhi ni kijani.—Watoto wanacheza. Wanacheza kwa furaha.

Alisema watoto walionekana kama binadamu. Nilipomuuliza aangalie chini mwilini mwake na kuniambia mwili wake unaonekana vipi, alisema hawezi kuuona mwili wake. Nilimuuliza kama anaweza kuuhisi mwili wake. "Ndio. Unahisi utulivu.—Naona jiji... jiji jeupe. Lina kuta ndefu za kijivu za marumaru na njia za ndani, na kuna kicheko kingi. Linang'aa. Daima kuna taa."

D: Uliishi hapo wakati fulani?

C: Nadhani nilitembelea hapo. Haikuwa nyumbani kwangu, lakini niliishi hapo.

D: Kwa nini ulienda kutembelea?

C: Kufundisha.—Kufundisha watoto upendo na furaha.

D: Uliambiwa uende hapo?

C: Ndio. Ilikuwa nzuri. Watu rahisi, lakini wema.

Alikuwa amesafiri kwenda sehemu nyingi ambako alihisi kuvutwa ili kufundisha, pale alipohitajika.

D: Ndio unachopenda kufanya?

C: Sijui... (Pumzi)... siyo tena. (Akaanza kulia.) Kwa sababu inaumiza.

D: Inaumiza kwa sababu sayari iliharibiwa au nini?

C: Ndio, kwa sababu ilitokea. Kisha ninapoondoka, sijui kinachowatokea.

Angejua kwa hisia wakati kitu kilikuwa kinakaribia kutokea, lakini watu hawakujua. Kwa hivyo aliacha muda mrefu kabla ya janga kutokea. Bado hakujua hasa ni nini kilisababisha uharibifu. "Wakati ninahitajika naenda kufundisha."

D: Unafanya nini wakati huhitajiki? Tunaweza kuangalia hilo. (Kimya) *Kuna kitu kingine unachofanya wakati huo?*

C: Hapana. Ninasubiri tu hadi nihitajike.

D: Unangoja wapi? Unaweza kukiona.

C: Ni vigumu kueleza.

D: Fanya bora uwezavyo.

C: Ni amani kamili. Ni laini.

D: Inaonekana ya kimwili?

C: Hapana. Ni kama mwendo... kama wimbo.

D: Inasikika vizuri. Kuna mtu pamoja nawe au upo peke yako?

C: Sipo peke yangu, lakini hakuna mtu wa kimwili hapo. Hata hivyo nahisi kuna wengine karibu nami daima.

D: Kwa hivyo unapenda mahali hapo?

C: Wakati mwingine.—Wakati mwingine unahitaji kuondoka na kuona mambo. Ni mahali ambapo nasubiri hadi niende kufundisha na kusaidia wengine. Kisha narudi hapa.

D: Umewahi kuishi katika mwili wa kimwili?

C: Siwezi kukumbuka. Hii yote ndiyo ninayokumbuka, mahali hapa pa amani safi na uzuri.

D: Hiyo ni nzuri sana. Wewe ni mtu mwenye upendo sana. Lazima uwe umejaa upendo kufundisha upendo. Hiyo ni ya kushangaza.—Je, unajua kuwa unaongea kupitia mwili wa kimwili kwa sasa? (Ndio) *Kwa nini uliamua kuingia mwili wa kimwili ikiwa palikuwa pazuri hivyo?*

C: Sijui. (Kucheka)

D: Unataka kugundua? (Alicheka.) *Tunaweza. Ingekuwa msaada, sivyo?* (Ndio)

Kisha nikampeleka kwenye hatua ambapo iliwekwa uamuzi. Alipoondoka mahali hapo pazuri."Kilitokea nini?"

C: Ilikuwa wakati. Walipaswa kufanya mipango.—Kazi yangu haikuwa imekwisha. Nilihitaji kufundisha zaidi.

D: Kuna mtu anakuzungumzia?

C: Sote tunazungumza pamoja. Tunaamua nini kilicho bora.

D: Mnaamua nini?

C: Nani ataifanya.

D: Wengine wanataka pia kwenda? (Hapana) (Sote tukacheka.) *Kwa nini hawataki kwenda?*

C: Kwa sababu ni kubwa. Ni changamoto kubwa. Hawaoni inafaa kwao kwenda.

D: Kuna sababu gani?

C: Kwa sababu hawakuhitajika. (Akaanza kulia tena.)

D: Lakini unafikiria ulihitajika?

C: Oh, ndio!

D: Unahisi ulihitajika kufanya nini?

C: Kubadilisha mambo... taratibu... kuisogeza... kusaidia watu wakumbuke kuwa ni sawa.

D: Wamesahau nini?

C: Wao wenyewe. Wanasahau ni nani wao... wao kweli ni nani. Wanapokuja katika mwili wa kimwili wanasahau.

D: Wao kweli ni nani?

C: Hilo ni kwao kujifunza. Wanaamini wao ni kitu kingine na sivyo.

D: Kwa hiyo unakwenda kuwasaidia kukumbuka?

C: Hiyo ni sehemu yake, ndio.

D: Sehemu nyingine ni ipi?

C: Kusaidia kubadilisha mambo.—Mtiririko. Kama mkondo... kubadilisha mtiririko.

D: Mtiririko wa nini?

C: Kila kitu. Unaenda njia isiyo sahihi.

D: Nini kilisababisha uende njia isiyo sahihi?

C: Kusahau... kusahau kupenda... kusahau kupenda na kucheza.

D: Kwa hiyo watu walipoanza kusahau, kuliufanya mtiririko uende njia isiyo sahihi? (Ndio) *Ikiwa mtiririko unaendelea kwenda njia isiyo sahihi, nini kingetokea?*

C: Wangefia. Nafsi zao. (Akilia.)

D: Kwa hiyo ulijitwika mwenyewe kuja na kuleta tofauti?

C: Tofauti ndogo... ndogo sana.

D: Hiyo ni uamuzi mkubwa. (Ndio) *Inachukua ujasiri mwingi kufanya hivyo.*

C: Inachukua upumbavu.

D: Unafikiri unaweza kuleta tofauti?

C: Sijui.—Kuja katika mwili wa kimwili haikuwa kama nilivyofikiria.

D: Lakini hawa viumbe wengine ulikuwa nao, hawakutaka kuchukua nafasi? (Hapana) *Kwa hiyo unahisi uko peke yako ukifanya hivi?*

C: Hapana. Najua sipo.

D: Unatambua kuna wengine wanasaidia pia? (Ndio) *Ni watu ambao Cathy anawajua?* (Hapana) *Lakini labda nao hawajui wanachofanya.*

C: Wanajifunza.

D: Lakini ulisema unakikumbuka nyumbani?

C: Ndio. Nilikuwa nina furaha kweli huko na hiyo ilikuwa sehemu yake.

Nikaamua kumuita SC na kupata majibu ya maswali yake. Nikauliza kwa nini ilichagua kumuonyesha Cathy tukio lile. "Tulikuwa tunatafuta maisha ya nyuma, sivyo?" (Ndio) "Kuna sababu gani kwa nini hakuenda huko?"

C: Hawezi kuyakumbuka. Hakukusudiwa.

D: Inasikika kama alikuwa anazunguka tu kutoka sehemu hadi sehemu kama roho? (Ndio) *Akifanya mema mengi?*

C: Anajaribu.

D: Kwa hiyo alikuja duniani kufanya misheni nyingine? (Ndio) *Hiyo ndiyo mlitaka ajue?*

C: Anajua.

D: Lakini hakujua kwa fahamu. (Ndio) *Unafikiri ni muhimu kwake kujua?*

C: Ni muhimu... ndio.

D: Hii itasaidia kueleza mambo mengi yanayotokea katika maisha yake?

C: Ndio. Ndiyo maana tumemleta kwako.

D: Je, yeye ni mmoja wa wale wajitoleaji niliowahi kuzungumzia awali?

C: Wao ni tofauti.

D: Ni tofauti vipi?

C: Kwa sababu yeye si kawaida kufanya hivi. Tulilazimika kumuuliza.

Nikauliza swali la milele: Lengo lake lilikuwa nini? Alipaswa kufanya nini katika maisha haya? "Unataka kumwambia?"

C: Sio sana. (Kucheka) Kwa sababu ni kubwa. Yuko kwenye njia yake. Atajua wakati ukifika.

D: Kwa hiyo kwa sasa hajawa tayari kujua picha yote? (Hapana) *Lazima iwe kubwa kweli.*

C: Siwezi kusema. (Kucheka)

Kwa sababu SC haikutaka kufichua picha kubwa, nikageuza umakini wangu kwa lengo lake la kimwili. Alikuwa amehusika katika ulimwengu wa biashara na akaanza kukata tamaa, na akaondoka. "Alikuwa anajaribu kuwa binadamu. Alitaka kuendana. Alitaka kufanya kilicho bora kwa sayari hii na alifikiri angeweza kufanya bora zaidi huko. Watu wengi zaidi huko." Alipokuwa akifanya kazi katika ulimwengu wa biashara aliumwa sana. Hiyo ilikuwa moja ya sababu kuu alilazimika kuondoka. Walisema ilitokea kwa sababu hakuwa na furaha. Nikauliza kuhusu mwili wake wa kimwili, na kufanya uchunguzi wa mwili, lakini walikuwa mbele yangu na walikuwa tayari wanafanya kazi juu yake. Madaktari walifikiri kulikuwa na kitu kibaya na damu yake. Waligundua kama anemia kali sana ambayo ilisababisha udhaifu na kuzimia kwa wakati usiotarajiwa.

C: Tunafanya kazi juu yake. Anaweza kuisikia. Anaweza kuisikia.

D: Nini kilikuwa kibaya na damu?

C: Hakuna kikubwa. Ilikuwa ni mtiririko tu. Alikuwa amesimamisha mtiririko.

D: Alikuwa anazungumzia mtiririko, lakini nilidhani alimaanisha mtiririko wa dunia. Lakini ameunganishwa na huo?

C: Yote ni sehemu. Ni kitu kilekile.

D: Madaktari walikuwa wakisema ilikuwa kitu kikubwa sana.

C: Ilikuwa.—Lakini alisikiliza. Alitoka katika kampuni hiyo.

D: Unafanya nini kwa damu sasa?

C: Naipa nguvu.

D: Unaipaje nguvu damu?

C: Nafanya tu.—Itakuwa bora... bora sana. Tumekuwa tukifanya wakati tunazungumza. Wawaache wakisia... ndio.

Madaktari pia walisema kulikuwa na kitu kibaya na ini. "Wao" walisema ilikuwa sehemu ya tatizo lile lile, na mtiririko, na hii ilisababisha damu kuwa mbaya (kuwa sumu).

D: Mmerekebisha?

C: Nipeni dakika moja. Bado tunahitaji dakika moja.

Kisha walielekeza umakini wao kwenye mgongo wake. Ulikuwa ukimsumbua kwa sababu alikuwa na ugumu wa kuachilia. Alitaka kubaki ameunganishwa. "Ni kama mguu mmoja ndani na mwingine nje." Walikurekebisha tatizo, "Tunarekebisha tu mtiririko, na kuondoa kutoka kwa yeye aliyekuwa hadi kwa yeye alivyo sasa. —Tutaangalia zaidi, lakini tunaweza kurekebisha. Tunataka tu kufanya hatua kwa hatua." Matatizo mengine yote ya mwili (shingo, miguu) yalikuwa yameunganishwa na chanzo cha awali. Wangeendelea kufanya kazi juu yake baada ya kikao.

Alitaka kujua kuhusu mikataba au karma na watu katika maisha yake, lakini kama hakuwa ameishi duniani hapo awali, basi isingekuwepo. "Ana walimu wanaomfundisha jinsi ya kuishi. Wazazi wake walikuwa wale wa kumleta. Ni kumfundisha tu." Alipokuwa akikua alihisi hasira na uchokozi mwingi. Alitaka kujua ilikotoka. "Ilikuwa huzuni. Sayari ile... upotevu ule."

D: Nini kilitokea kwa sayari ile?

C: Walijikatia tamaa.

D: Alisema hakuwepo ilipotokea. Kila kitu kiliharibiwa.

C: Hapana, walimchukua. Angechukia kuona hilo. Lilikuwa la kusikitisha sana.

D: Nini kilisababisha uharibifu?

C: Wao wenyewe.—Ni ngumu kueleza kwa sababu ni tofauti sana, lakini dhamira ilikuwa kwamba walikata tamaa ya kupigania kufanya vyema... kupenda. Walisahau walichohitaji kufanya.

D: Kwa hiyo kila kitu kiliharibiwa.

C: Ndio. Walichagua hivyo.

D: Ndiyo maana alipaswa kuja duniani sasa?

C: Kwa sababu watu walikuwa wanachagua kujiua, ndio.

D: Na hamtaki litokee tena?

C: Tunataka kuwapa nafasi. Tunajaribu.

D: Hamtaki lirudie?

C: Hatupendi kupoteza. (Kucheka)

D: Yeye hataki kupitia hilo tena. Ana kazi kubwa aliyoijitolea.

C: Tulimuuliza. Hatimaye alikubali. Alielewa kilichohitajika. Tunajivunia sana kwake kwa kuchukua nafasi. Lakini tulijua angefanya. Anafanya mengi kwa ajili yetu.

Swali jingine alilokuwa nalo lilihusu kutembelewa usiku alipokuwa mtoto, jambo ambalo lilimwogopesha.

C: Kwa sababu anaishi katika uhalisia wote wawili. Mguu mmoja ndani; mguu mmoja nje. Ana ugumu wa kuachilia na ana ile uhusiano kurudi kwenye Chanzo.

D: Kwa nini alikiona hicho kama cha kutisha?

C: Kwa sababu kilikuwa. Kilikuwa cha kutisha sana. Kukutana na hasi na—nitaelezaje—sio uovu, bali kutokuelewa. Alikiona kama kitu cha kimwili. Ilikuwa nguvu ya kimwili. Aliweza kuhisi nguvu hiyo. Ilikuwa mtu, lakini sio kile alichofikiria. Ilitoka kwenye ulimwengu wa roho.

D: Lakini wakati mwingine bado anatembelewa.

C: Kwa sababu anaweza kuona kupitia hadi kwenye uhalisia unaofuata.

D: Kupitia pazia? (Ndio) *Lakini hapaswi kuwa na hofu ya hilo?*

C: Hapana, lakini tunaelewa kwa nini anaogopa. Mara inayofuata ataelewa.

D: Ukielewa mambo, hauogopi, sivyo?

C: Hiyo ni kweli. Hiyo ni kweli.

D: Tuna swali moja zaidi. Alijihisi anaweza kuruka alipokuwa mtoto. Je, hiyo ilikuwa kweli au ni mawazo tu?

C: Naam, kila mtu anaweza kuruka. Kila mtu.

D: Kwa nini hatujui hilo?

C: Kwa sababu tunasahau.

D: (Kucheka) *Tunahisi tumefungwa duniani?*

C: Tunaamini hivyo.—Alipokuwa mtoto alijua anaweza kufanya hivyo, kwa hiyo alifanya.

D: Unamaanisha kama tukianza kukumbuka, bado tunaweza kufanya hivyo?

C: Ndio... tukijifunza kucheza. Tunahitaji kucheza. Cheza tu... hisi furaha na upendo na kukubalika. Mnakuwa wa makini kupita kiasi. Lazima urudishe furaha katika maisha yako kwa sababu roho yako inakufa kama huna hiyo. Sio mbaya hivyo. Inaonekana tu hivyo. Cheza, furahia. Kisha tunaweza kubadilisha mtiririko.—Kumbuka ilivyokuwa kuruka.

D: (Kucheka) *Naona tu picha ya kila mtu akiruka.*

C: Hutokea.

D: Labda huu ni wakati.

C: Natumaini hivyo. Kweli.

D: Hata hivyo, unataka tukumbuke tulikotoka; ilivyokuwa na kwa nini tupo hapa?

C: Hiyo ni kwa ninyi kugundua. Hiyo sio kazi yangu. Kuwa na ufahamu.

D: Na tunaweza kuleta tofauti?

C: Oh, ndio. Kila mtu ana njia yake.

D: Vinginevyo dunia ingekufa kama ile nyingine?

C: Labda mbaya zaidi. Hatutaki hilo.

Nilikuwa najiandaa kufunga kikao SC iliponishangaza ghafla, "Kuna kitu unataka kujua?" Hii hunishangaza kila mara kwa sababu wasiwasi wangu mkuu ni maslahi ya mteja wangu. Kwa hiyo nikafikiria ghafla, "Kitu ambacho nataka kujua? —Kwa nini nilipaswa kuja Afrika Kusini? Ni mara yangu ya kwanza. Kwa nini nilihitajika?"

C: Kwa sababu ya usawa.

Hawakupanua kauli hiyo, kwa hiyo naweza tu kukisia. Labda walimaanisha nguvu yangu ilihitajika kusaidia kusawazisha sehemu hiyo ya dunia. Wamenieleza mara nyingi kwamba tunapokwenda mahali fulani, tunaacha sehemu ya nguvu zetu pale na tunaathiri zaidi ya tunavyoweza kufikiria.

Baada ya chakula cha mchana nilitumia muda mwingi kujaribu kueleza kikao kwa uwezo wa uelewa wao mdogo. Pia ilikuwa ngumu kumweleza Cathy kwa sababu hakuwa na kumbukumbu ya kile alichosema.

Hii ilikuwa mfano mwingine wa kile ninachokiita "wimbi la pili." Alikuwepo kama mtazamaji, lakini pia kama mwalimu wa kusaidia watu kukumbuka. Katika kesi hii "wawo" walimwomba aje badala ya yeye kujitolea, lakini alifanya hivyo kwa kusita.

Jambo jingine la ajabu lilitokea mara moja baada ya kikao. Ilikuwa joto wakati huu wa mwaka Afrika Kusini, na mvua haikuwa ya kawaida. Lakini ghafla dhoruba kubwa ya radi ilizuka juu ya jengo tulilokuwa ndani. Kulikuwa na upepo mkali, mvua na radi kali. Walisema hili halikuwa la kawaida kabisa na halijawahi kutokea wakati huu wa mwaka. Tuliporudi nyumbani tulipokuwa tunakaa tuliuliza kaka yake Cathy, James, kuhusu dhoruba ile. Alisema hakukuwa na dhoruba katika sehemu ile ya jiji. Ilionekana kuwa imejitokeza tu juu ya jengo na barabara tulipokuwa tunafanya darasa. Je, lilikuwa na uhusiano wowote na nguvu zilizozalishwa kutoka kwa viumbe vilivyohusika, au SC?

Matukio yasiyo ya kawaida ya hali ya hewa yametokea wakati wa baadhi ya madarasa yangu mengine. Nilipotoa darasa langu jangwani huko Dubai ghafla dhoruba kali ya vumbi ilizuka kuzunguka jengo tulilokuwa tukifanya darasa. Wakati wa moja ya Mikutano yangu ya Mabadiliko tuliyo nayo Arkansas ghafla tukawa chini ya onyo la kimbunga, na kimbunga kilionekana moja kwa moja juu ya ukumbi wa mikutano. Labda tukio la ajabu zaidi lisiloelezeka lilitokea nilipokuwa nikifanya darasa langu mnamo Novemba 2010 huko Sydney, Australia. Hili lilikuwa darasa kubwa (wanafunzi zaidi ya 60) na chumba kilijaa. Nilikuwa nikifanya mahojiano muda mfupi kabla ya kufanya onyesho siku ya mwisho ya darasa. Ghafla chumba kiligeuka vurugu wakati gushari (kweli maporomoko ya maji) ya maji yalilipuka kupitia dari moja kwa moja juu ya wanafunzi waliokaa mezani kwao. Maji yalikuwa yakimwagika kutoka kuzunguka taa. Walipiga kelele na kuruka juu, wakiwa wamelowa, huku mtu akishika pipa kubwa la taka na kuliweka mezani wakijaribu kukusanya maji ambayo hayakuacha. Msongamano ulitawala huku mtu akienda kumtafuta msimamizi wa jengo. Mwanzoni nilidhani ilikuwa mvua, lakini hiyo haikuwa na maana kwa sababu tulikuwa kwenye ghorofa ya tatu ya jengo la ghorofa tano, na jua lilikuwa liking'aa nje. Suluhisho dhahiri zaidi lilikuwa kwamba bomba la maji lilipasuka kwenye dari. Mvua hiyo iliendelea kwa angalau dakika tano, ikipungua na kisha kuongezeka tena. Niliona jambo hilo la kuchekesha na hatimaye nikasema, nikicheka, "Sawa, jamani, mmeonyesha hoja yenu! Mnaweza kuizima sasa!" Sikujua kwa hakika, lakini nilihisi ilikuwa ni mizaha ya marafiki zetu viumbe wadogo. Watu waliokuja waliokuwa wasimamizi wa jengo walisimama pale wakiwa wamestuka, midomo wazi, wakitazama maporomoko ya maji na pipa la taka lililojaa maji nusu. Waliendelea kusema, "Hili halijawahi kutokea kabla. Hakuna mabomba ya maji kwenye dari. Hakuna kitu kinachoweza kusababisha hili." Kisha maji yalipopungua hadi matone waliniuliza kama nilitaka wayasafishe. Niliwaambia itakuwa sawa, kwa kuwa ilikuwa siku ya mwisho ya darasa na sikuwa nataka ucheleweshaji wowote zaidi. Wanafunzi walihama tu kwenda kwenye meza na viti vilivyokuwa kavu. Ilikuwa miezi kadhaa baadaye nilipowauliza "wao" kuhusu hilo wakati wa kikao kingine. Walisema kulikuwa na angalau watu watatu kwenye darasa waliokuwa na shaka, na walifikiri hii ingekuwa njia ya kuwashawishi kwamba nilikuwa kweli nikifanya kazi na kitu cha ajabu wakati wa vikao vyangu.

Matukio mengine mengi yasiyoelezeka yametokea kwenye chumba wakati wa madarasa yangu (pamoja na wakati wa vikao vyangu binafsi ofisini kwangu). Sidhani kwamba mambo haya ni kwa bahati au kwa ajali. Huenda ni nguvu iliyounganishwa iliyozalishwa na wanafunzi, na "wao," au na SC. Inathibitisha tu kwamba hatujui nguvu zetu wenyewe. Fikiria tungeweza kufanya nini tukijifunza kudhibiti nguvu hii ya ajabu. Kuokoa dunia? Au labda tungeweza kuruka!!

SURA YA KUMI NA MOJA

Sayari Nyingine Imehatarishwa

Terry alikuwa mteja mwingine aliyekuwa akijaribu kugundua yeye ni nani. Sayari hii daima ilimjia kama kitu cha kigeni, na alikuwa akijaribu kuimarisha utambulisho wake. Kesi nyingine ya mtu aliyehisi kwamba yeye si wa hapa, na amekuwa na ugumu wa kuzoea.

Kikao hiki kilifanyika kwenye nyumba ya wageni niliyokuwa nikiishi nje ya Santa Fe, NM. Nilikuwa nimeenda huko kutoa darasa langu katika Northwestern New Mexico College kwenye chuo cha El Rito. Nilikuwa nikiwaona wateja wachache wakati nikiwa huko.

Terry alipoondoka kwenye wingu alijikuta katika "mahali patupu." Kulikuwa na hali ya kutokuwa na uhakika alipokuwa akijaribu kueleza. "Siitambui. Ni wazi. Ni nafasi kubwa. Inaonekana kama kulikuwa na kitu hapa, na sasa hakipo. Ni kama kitu kiliharibiwa. Ni upweke. Na haionekani kama kuna uhai hapa sasa. Mandhari yanaonekana kuchomeka. Kuna hisia kwamba kulikuwa na mimea, labda miti ya aina fulani. Labda majengo. Kuna picha ya hayo, lakini sioni kilichobaki. Ni kama hakuna kitu. Ni ajabu. Na inahisi kama... upotevu. Na nahisi niko peke yangu pale. Inahisi kama... kila mtu ameondoka."

Nilimwomba awe na ufahamu wa mwili wake. Alikuwa amevaa vazi laini, lisilo na mshono lililomkumbusha suede, lakini kwa tabaka. Mwili wake ulionekana mwepesi sana na mwembamba, usio na uzito mkubwa. Alipotazama mikono yake ilikuwa mikubwa kuliko alivyotarajia, na vidole vilikuwa na umbo lisilo la kawaida. Nilipouliza kuhusu kichwa na uso wake, alisema alikuwa amevaa kofia ya kubana. Uso wake: "Laini, vipengele vya mviringo. Hisia ya duara. Kinywa kidogo sana na pua ndogo. Macho yangu ni madogo, lakini mapana. Yana umbo la mlalo, karibu kama mipasuko." Alishangaa kwamba hakuwa na ugumu wa kupumua angahewa katika mahali hapa penye ukiwa.

T: Nahisi kama nimewahi kuwa hapa kabla. Hii ni sehemu niliyoijua zamani. Nahisi kama nilisikia kitu kilitokea.

D: Na ulipoijua zamani, haikuwa hivi?

T: Hapana. Ilikuwa kamili. Watu wengi, na shughuli. Ilikuwa sehemu yenye shughuli nyingi. Sikuwa nimeiona kwa macho yangu mwenyewe. Na ni ya kusikitisha. Kuna hadithi nyingi tofauti. Lakini nafikiri ilikuwa aina fulani ya... karibu kujiharibu. Wengine walisema kwamba iliharibiwa na nguvu za nje, lakini sidhani hilo ni kweli. Nafikiri ilikuwa kitu ambacho hakikuweza kuzuiliwa. Naam, labda kingeweza kuzuiliwa, lakini hawakujua cha kufanya.

D: Unaona hii ilikuwa nyumbani kwako?

T: Ndio. Sidhani kama nimekuwa pale kwa muda mrefu sana. Inaonekana kama naweza kuhisi wengine, watu niliowajua, ambao hawakuweza kuondoka. Ambao pia waliangamia au kupotea.

D: Kwa hiyo baadhi waliweza kuondoka.

T: Ndio. Sijui kwa nini niliondoka, lakini niliondoka. Na ilitokea tu kwamba sikuwa pale wakati kilipotokea.

Alisema hakuwa na haja ya kwenda mahali hapa kwa kitu chochote. Alifikiria tu, na mara moja akawa hapo.

D: Ulipokuwa ukifikiria hili ulikuwa wapi? Tuhamie mahali pale. Ulipoamua kutaka kuona, ulikuwa wapi?

T: Iko angani. Hakuna sayari. Tu pale nje. Sehemu ya kila kitu.

D: Unamaanisha nini?

T: Ni tu... nafasi.

D: Hakuna chombo au kitu cha kimwili? (Hapana) *Naam, unaweza kuishi vipi pale?*

T: Huhitaji mengi.

D: Unamaanisha nini? Kwa sababu inaonekana kama una mwili wa kimwili, sivyo?

T: Sina ninapokuwa hapa. Nikiwa hapa angani, hakuna mwili. Nahisi kama nukta ya mwanga. Mara tu nilipotaka kuondoka tena, mwili ulipotea. Sikuwa na uhitaji tena.

Aliposema kuhusu kujihisi kama nukta ya mwanga alikuwa akijiona jinsi alivyo kweli. Wakati sisi sote tulipoumbwa mara ya kwanza tulikuwa ni cheche za mwanga tuliotumwa kujifunza na kupata uzoefu. Ukiondoa mwili na vitu vya kimwili tunavyojizungushia ili kuishi maisha, kile tulicho kweli ni nukta ya milele ya mwanga.

D: Ulisema uliiacha sayari hii kabla ya maafa kutokea? (Ndio) *Unaweza kuona wakati huo? Je, ulikuwa na mwili wa kimwili wakati huo?*

T: Inaonekana nilikuwa nao. Na nilikuwa katika aina fulani ya chombo.

D: Kulikuwa na wengine pamoja nawe?

T: Watu wengi. Chombo kilikuwa kidogo.

D: Ulipoondoka, ulikuwa unajua kitu kilikuwa kitatokea?

T: Sio kwa uhakika. Sikuondoka kwa sababu kitu kilikuwa kitatokea. Lakini kulihisiwa kwamba kitu kingetokea.

D: Kulikuwa na wengine waliokuwa wanaondoka kwa wakati huo huo?

T: Ndio. Lakini tena sio kwa sababu walihisi kitu kingetokea. Watu walikuwa wakija na kuondoka.

D: Kazi yako ilikuwa nini?

T: Ilinijumuisha kurusha chombo hiki. Niliruka mbali kwa muda mrefu, lakini hakika tulirudi na kwenda.

D: Niambie kilichotokea katika safari hii ulipoondoka. Ulikwenda wapi?

T: Inaonekana ilikuwa mbali na sayari. Inahisi kama tulikuwa tukitazama sayari zingine? Viumbe wengine? Labda. Na tulichukuliwa mbali sana... hata kutoka kwenye ule ulimwengu.

D: Na kazi yako pale ilikuwa nini?

T: Kuangalia tu. Kutazama. Kukusanya habari. Kuona kinachoendelea katika maeneo mengine.

D: Je, hilo ndilo watu wako hufanya?

T: Inaonekana ni sehemu ya tunachofanya. Inahisi kama kuchunguza, kisha kuleta habari nyuma. Na kisha kufanya kazi na wengine kwa habari hiyo. Na kurudi tena nje.

D: Unapenda kazi ya aina hiyo?

T: Ndio. Ni ya kuvutia.

D: Kwa hiyo ulikuwa ndani ya chombo kidogo au kikubwa mlipokuwa mbali vile?

T: Inahisi kama kilikuwa kidogo.

D: Je, mnatua kwenye sayari hizo nyingine, au mnaangalia tu?

T: Inahisi kama tunaangalia tu. Sikumbuki kutua.

D: Hukumbuki kuingiliana na watu basi.

T: Hapana. Inahisi kama kutoka mbali. Lakini bado tunaweza kujua mengi ya kinachoendelea kutoka mbali.

Nilikuwa nikijaribu kusogeza hadithi mbele na kupata zaidi kuhusu yote haya, kwa hiyo nilimhamisha kwenye siku muhimu wakati jambo fulani lilikuwa likitokea.

T: (Akiwa na kuchanganyikiwa) Tunaona sayari ya ajabu ya aina fulani ambayo ni... ni kama rangi ya machungwa ya maji. Na inabadilisha umbo lake kila mara.

D: Je, hilo ndilo linaifanya iwe ya ajabu?

T: Ndio. Hatujawahi kukutana na kitu kama hicho hapo awali. Haionekani kama imekaliwa, lakini tunajaribu kufahamu kazi na kusudi lake. Kwa sababu haina umbo thabiti. Na inaonekana kweli kama inaweza kuwa inasababisha usumbufu... (kuchanganyikiwa) ikiaathiri mazingira yake. Na inaonekana kama inasababisha shida kwa sayari zingine.—Hata sayari ambazo hazina wakaaji zinaonekana kuwa na kusudi fulani. Na ni kama hii imevuruga. Njia inavyobadilisha umbo lake kila mara ndiyo inasababisha usumbufu.

D: Mabadiliko ya mara kwa mara. (Ndio) *Je, mnapaswa kufanya chochote?*

T: Tunapaswa kutazama tu, lakini kuna hali ya tahadhari. Na tunapaswa kurudi na kutoa habari hii kwa wale walio na mamlaka. Kuna uharaka juu yake. Na hisia tofauti. Kwa namna fulani hii ndiyo iliathiri sayari yetu.

D: Hata kama ilikuwa mbali sana?

T: Hata hivyo. Najua. Ndio. Inasababisha dhiki kubwa.

D: Katika ulimwengu mzima au nini?

T: Ndio. Wakati mwingine kwa njia ndogo na wakati mwingine kwa njia kubwa. Sina uelewa wa jinsi, lakini inahisi ya haraka. Inaweza kuwa tishio kwa ulimwengu wetu, na mingine.—Tunarudi. Hakuna zaidi tunaweza kufanya hapa, au habari zaidi ya kukusanya. Ni wakati wa kurudi, na kufikisha habari.

D: Sawa. Tuhamishe muda mbele pale unapokwenda kutoa taarifa. Mahali hapo pakoje?

T: Kuna miundo ambayo ni vigumu kuelezea. Tunaitengeneza. Sio ya kiasili, lakini inaonekana kama ya kiasili. Na ndani... nafasi nyingi tu. Ni jengo, lakini linaonekana kama limetoka ardhini.

D: Mahali hapa pako wapi?

T: Hii ni ile sayari, sayari yangu. Na nilikwenda pale kufikisha habari. Wale walio na mamlaka wako kwenye jengo hili.—Wana wasiwasi. Na wanatuma wengine, timu ya kisayansi zaidi, kuja kujua hasa kinachoendelea na sayari ile. Wana njia nyingine za kupima, au kukusanya habari. Sisi ndio tunaofanya uchunguzi. Na sasa watu wenye zana nyingine watatumwa.

D: Wewe hurudi nao?

T: Hapana. Kwa muda mfupi tunabaki tulipo. Hatukai pale kwa muda mrefu kamwe, au kwa muda mrefu. Kisha tunatumwa kwenye jukumu lingine.

Nilimhamisha mbele hadi siku nyingine muhimu, na baada ya kimya kirefu alijibu polepole na kwa huzuni.

T: Nipo tena ndani ya chombo. Kuna mtu mwingine wa timu ndani ya chombo. Na tunapata habari kuhusu sayari yetu. Na... ni kwa ufupi. Lakini tunasikia kwamba kumekuwa na uharibifu. Na... (akihangaika kuongea) na... hatujui cha kufanya.

D: Je, unafikiri ilisababishwa na ile sayari mliyoiona?

T: (Moshi mrefu) Hatujui kwa wakati huo. Inaonekana... hilo ndilo jambo la kwanza tunalolifikiria. Na... hatujui cha kufanya. Hatujui pa kwenda. Tuko kama tunaelea tu. Ni kama tumepotea huko nje. Misheni yetu haina matunda. Hatujui pa kwenda. Hatujawahi kuambiwa nini cha kufanya ikiwa jambo fulani litatokea. Na najua kuna wengine huko nje, lakini hatupo karibu nao.

D: Hakuna njia ya kuwasiliana nao.

T: Inaonekana hakuna. Ingawa mtu fulani alitupata.

D: Na akawatumia ujumbe.

T: Ndiyo. Sisi hatuonekani kuwa tunaweza kumpata yeyote.

D: Naam, pengine wao wasingejua cha kufanya zaidi ya ninyi.

T: Hapana, huenda sivyo.

D: Wako wangapi kwenye chombo chenu?

T: Wawili tu kati yetu.

D: Je, mnapaswa kula au kutumia chakula?

T: Inaonekana si lazima.

D: Unafikiri mnaweza kuishi huko nje kwa muda?

T: Ndiyo. Hatujali sana hilo. Ni... hatujui pa kwenda. Na ni nini hasa cha kufanya.

D: Basi, tusogezeshe muda mbele. Tunaweza kufanya hili kwa urahisi sana. Sogeza muda mbele uone kinachotokea. Mnaenda wapi? (Kimya) *Mnaamua kufanya nini?*

T: Tunaamua kuchunguza, na kuona kama kuna mahali pengine tunaweza kutua. Tungependa kuwapata watu wa aina yetu, ikiwezekana.

Hapa mlio mkali wa kielektroniki ulianza kwenye tepu, na ukafunika kwa sehemu maneno. Haukuonekana wakati wa kikao. Ulisikika tu kwenye kurekodi wakati wa unukuzi. Tukio hili wakati mwingine hutokea na nadhani hutokana na nishati inayozalishwa. Tepu pia inaweza kuharakisha na kusikika kama "chipmunky," au kupungua kasi kiasi kwamba sauti zinasikika nzito na zinazovutwa. Haitokani kamwe na mitambo ya kawaida ya kirekodi tepu.

D: Basi mnafanya nini?

T: Tumekuwa na uzoefu wa uchunguzi huu, na tuna ramani. Kwa hiyo tunahisi mvuto wetu kwa hilo, lakini hatuna mpango, haswa. Tutaendelea kuchunguza, lakini sasa... kwa ajili yetu.

Ilibainika kuwa wakati huu wa uchunguzi walirudi kwenye sayari waliyoiona mwanzoni mwa kikao, na wakaikuta haina uhai na imeporomoka.

D: Basi, tusogezeshe muda mbele. Je, mnapata mahali pa kwenda? (Kimya kirefu) *Ili muache kuchunguza, na muwe salama mahali fulani?*

T: (Kimya) Inaonekana sivyo. Inaonekana kwamba... Tunabadilisha umbo letu badala yake.

Mlio wa kielektroniki ukaisha ghafla kama ulivyoanza.

D: Oo? Unamaanisha nini?

T: (Akiwa amechanganyikiwa) Sijui vipi, lakini tuliweza... kuacha umbo letu ndani ya chombo. Na tukawa tu huko angani.

D: Je, hapo ndipo mlipogeuka kuwa nukta ya mwanga?

T: Nadhani hivyo.

D: Kwa nini mliona ni vyema kufanya hivyo?

T: Lazima tulikuwa na maarifa kuwa tunaweza. Na bila sayari yetu, ilionekana tu kwamba miili yetu haikuwa na maana kubwa.

D: Hamkufikiri mtaweza kupata mahali pengine?

T: Hatukutaka kweli. Tulitaka kuona kama tunaweza, lakini halikuonekana kuwa la muhimu sana wakati huo. Au la lazima. Hatuwezi kurudi. Na tungejisikia—ingawa tulikuwa pamoja—upweke, kwenye sayari nyingine.

D: Kwa hiyo ninyi wawili mkaamua kufanya hili pamoja? (Ndiyo) *Je, hii ni aina ya kufa? Unaelewa dhana hiyo?*

T: (Moshi mrefu) Naamini hivyo. Ndiyo. Ilikuwa kwa hiari, lakini, ndiyo.

D: Kwa sababu nilijiuliza kama miili yenu ingeweza kufa.

T: Naam, hatukuwa tu tunaihitaji tena. Haikuwa kwamba ilichoka. Ilikuwa kwamba isingewahi tena kuwa na kusudi.

D: Mngeweza kuendelea kusafiri na kusafiri, lakini hamkuona kungekuwa na maana yoyote katika hilo?

T: Hapana. Ilionekana haina maana. Ingawa lengo lilikuwa kupata makazi mapya, hatukufikiri kuwa makazi yoyote yangekuwa yale yale. Na hilo lilikuwa la kusikitisha kiasi.

Mlio ukarudi wakati tu nilipofikia mwisho wa tepu na kuigeuza.

D: Mnaenda kufanya nini sasa?

T: Inahisi vizuri. Inahisi kama aina fulani ya mwendelezo. Kuna kutazama.

D: Bado mnaendelea kuchunguza.

T: Sio kuchunguza sana, bali kushika... Nataka kusema, kitu kama kithabiti.

D: Je, kuna yeyote au chochote kitakachowaambia mnatakiwa kufanya nini?

T: Hmm. Kama vile najua tu, lakini pia nafikiri nimepata maagizo, vilevile. (Kimya) Ni zaidi nukta tuli ya mwanga, kwa njia fulani, kuliko ile mizunguko yote niliyokuwa nikifanya. Na kwa njia hii kuna aina fulani ya msaada ambao hii inautoa katika kiwango kikubwa. Ni nukta ndogo ya mwanga, lakini inahisi kubwa sana. Na inahisi thabiti sana, kwa njia fulani, na ya kuleta uthabiti. Ni kama nukta thabiti katika ulimwengu inayosaidia mambo yafanye kazi kwa namna yanayohitaji.

D: Je, unabaki huko kwa muda mrefu, ukithibitisha mambo?

T: Ndiyo. Kuthibitisha, kuweka mambo yalipo takikana kuwa. Ili mambo yasitupwe nje ya mkondo.

D: Unamaanisha kama sayari... au vitu katika ulimwengu?

T: Naam, ni kipya.

D: Je, huwa unatamani kuacha kuwa hivyo, na kuwa mwili wa kimwili?

T: Inaonekana sivyo. Napenda hivi.

D: Je, bado unahitaji maagizo ya nini cha kufanya?

T: Nilipata yale ya awali, maagizo ya mwanzo. (Kimya) Na sio sana sasa hivi. Lakini nina hisia ya kile ninachohitaji kufanya, ikiwa ninahitaji kufanya kitu tofauti. Inaweza kubadilika, lakini itakuwa chochote kingine kinachohitajika.

D: Lakini je, unatambua kwamba unanizungumzia kupitia mwili wa kimwili?

T: Nadhani najua hilo. Najua na sijui. (Kicheko) Ninatambua mwili huu umelala hapa.

D: Ndiyo, unaozungumzia kupitia. (Ndiyo.) *Lakini pia uko huko nje ukithibitisha mambo.* (Sawa) *Kwa sababu sitaki nikuchanganye au nikuvuruge.*

T: Inaweza kutokea.

D: Basi, tusogezeshe mbele hadi wakati unaamua kuingia mwili huu wa kimwili kwa mara ya kwanza. —Nini kilitokea ulipoamua kuingia mwili wa kimwili?

T: Huu? (Ndiyo.) Naam... Sihakika kama ilikuwa wazo langu.

D: Nilijiuliza kama ulipata maagizo.

T: Ndiyo. Ilikuwa lazima. Kulikuwa na kitu nilichotakiwa kufanya, au nilichohitaji kufanya, nikiwa ndani ya mwili. Nilikuwa nimeridhika sana kufanya nilichokuwa nikifanya, na ni kama ilibidi hilo litikiswe kidogo. Na kulikuwa na uzoefu niliouhitaji kuwa nao, ambao nisingeweza kuwa nao kama hii nukta ya mwanga.

D: Lakini ulipewa maagizo ya kufanya hili?

T: Ndiyo. Haikuwa wazo langu kwa sababu nilikuwa na furaha sana.

D: Umekuwa katika ulimwengu wa kimwili. (Ndiyo.) *Lakini je, umewahi kuwa kimwili kwenye sayari ya Dunia? Kwa sababu hapo ndipo tunapozungumza kutoka.*

T: Sawa. (Kimya) Sijui... inaonekana sawa. Najaribu kuangalia nyuma. —Walinieleza nije. Walifanya hivyo. —Kuna kitu cha kufanya... na pia kinaonekana kuwa kitu kwangu, pia. Kitu kuhusu kupitia msongamano. Na kujifunza jinsi ya kushughulika na msongamano. Inahisi tofauti sana.

D: Ni tofauti na ile sayari nyingine?

T: Ndiyo. Hata kama tulikuwa na umbo, kila kitu kilikuwa chepesi zaidi. Kilifanya kazi tofauti.

D: Unafikiri itakuwa rahisi kupitia mwili huu?

T: Inaonekana sivyo. Niko tayari kuja. Na najua ni sawa, lakini siwezi kusema natarajia. Inaonekana kama ajabu kidogo.

D: Ulikuwa na uhuru mwingi huko nje.

T: Ndiyo. Na uchunguzi wote ulikuwa wa kufurahisha.

D: Lakini lazima kuwe na sababu, au hawangekukuomba uje. (Ndiyo.) *Lazima iwe muhimu.*

T: Ndivyo walivyosema.

D: Je, kuna maandalizi kabla ya kuingia ndani ya mwili?

T: Inaonekana kama naona picha nyingi. Niko mahali ambapo ninaoneshwa kitu kama picha za maisha duniani, na inapita haraka sana. Habari nyingi, kwa kasi.

D: Mambo utakayohitaji kujua?

T: Ndiyo. Aina ya jinsi mambo yanavyofanya kazi hapa.

D: Itakuwa vigumu kuja bila maarifa yoyote, sivyo?

T: Ndiyo. Ni katika maandalizi. Na karibu kama darasa. Na ni kufurahisha kujifunza, au nini cha kujifunza.

Alikuwa wazi anaelezea mchakato wa "kupachika," ambao umeelezewa kwa undani katika vitabu vyangu vingine. Hili kwa kawaida hufanywa kwa roho ambayo haijawahi kuwa duniani, ili kuwaandaa. Kwa hiyo ilionekana wazi kuwa yeye alikuwa "mwanzo-mara ya kwanza."

D: Kwa hiyo utajua itakavyokuwa kule unakoenda.

T: Na inaonekana tofauti, lakini sio... mbaya hivyo. (Kicheko) Sio ngumu kama ilivyoonekana mwanzoni.

D: Ilijisikiaje ulipoingia mwilini kwa mara ya kwanza?

T: (Kimya) Hmm. Sio... ngumu. Ni hisia isiyo ya starehe. Inahisi kama... Sina uhakika kuhusu hili. Ni tofauti sana. Ni... vigumu kuzoea.

D: Naweza kuelewa hilo. Basi, hii ndiyo sababu niliuliza maswali hayo. Kwa sababu ninazungumza na mwili wa kimwili, na yeye ana maswali. Kuhusu kwa nini alijihisi tofauti akiwa duniani katika mwili huu. —Kwa nini unafikiri alioneshwa maisha ya nyuma, ambapo alikuwa mchunguzi, na sayari iliyoharibiwa?

Mlio uliendelea upande huu wote wa tepu, na ulikuwa ukiongezeka sana na kuvuruga.

T: (Moshi mrefu) Alihitaji kuona uwepo wake mwingine nje ya sayari hii.

D: Alikotoka? (Ndiyo.) *Kwa nini hilo ni muhimu kwake ajue?*

T: Anatamani sana huko.

D: Lakini maisha kwenye ile sayari nyingine hayapo tena, sivyo?

T: Hapana. Lakini ilibidi ajue kwamba yalikuwepo. Na huko ndiko alikotoka. Angependa kuwa huko, kama ingewezekana.

D: Lakini, bila shaka, haiwezekani, sivyo? (Ndiyo) *Na angeweza kubaki angani, akifanya hilo pia, sivyo?*

T: Angependa. Lakini alihitaji kuwa na maisha haya. Kuna mambo anaweza kuyaleta mahali hapa kwa wakati huu.

D: Unajua anapaswa kufanya nini katika maisha yake sasa hivi?

T: Ndiyo. Kazi ya uponyaji inahitaji kupanuka kwa njia mpya. Lakini yuko kwenye mkondo sahihi.

D: Alikuwa na swali. Aliendelea kuliwaza maisha yake yote. Alijihisi kana kwamba hajui yeye ni nani. Alikuwa akijaribu kujitambua. Alitumia muda mwingi kubuni wahusika kwa sababu hakujua yeye ni nani. (Ndiyo.) *Unaweza kueleza kwa nini alijihisi hivyo?*

T: Naam, kwa namna fulani ni la kuchekesha, lakini si jema sana kwake. Hajui jinsi ya kufanya hili, kuishi maisha haya ya Dunia. Amejifanya kana kwamba anajaribu kofia mbalimbali, na hakuna hata moja iliyomfaa. Na alikuwa akipotea. Ilikuwa ngumu, na sasa anaanza kuhisi zaidi yeye ni nani. Na huo ndiyo mwelekeo anaohitaji kwenda nao. Lakini karibu kabisa apotee.

D: Kwa sababu hakujua yeye ni nani.

T: Sahihi. Lilikuwa linamdhoofisha.

D: Lakini mliweza kumsaidia kuelewa?

T: Ndiyo. Tulimtumia watu sahihi akutane nao na afanye kazi nao kumsaidia.

D: Ili aweze kuwa thabiti zaidi ndani ya mwili wa kimwili?

T: Zaidi kubadilika. Zaidi kukumbuka yeye ni nani kwa hakika, na kupata njia ya kuidhihirisha hilo kimwili.

D: Ndiyo maana karibu akapotea kwa sababu hakuwa na uhakika yeye ni nani, na anafanya nini hapa?

T: Sahihi. Alivurugika. Tutamsaidia kwa sababu anatamani hivyo. Na ni vizuri kwake. Tutafanya tuwezavyo kumsogeza mbele katika hilo. Anahitaji kuwapo hapa. Iwe anapenda au hapendi!

D: Ataweza kuzoea, sivyo? (Ndiyo.) *Mtamsaidia kupata utambulisho wake, na kuhimili.* (Ndiyo.) *Hilo ni muhimu sana. Lakini jambo jingine ambalo limemtatiza: tangu alipoingia katika mwili huu, amekuwa na matatizo ya kimwili.* (Ndiyo.) *Kwa nini hilo limetokea?*

T: Kimsingi limekuwa suala la urekebishaji. Halikuwa badiliko rahisi kuingia katika hali ya kimwili. Na kulikuwa na nyakati ambapo hakuwa na uhakika kama angebaki. Na aliletwa katika mazingira ambayo hayakuwa safi sana, yenye uchafuzi. Kwa pamoja na upya wa mwili, hilo lilifanya mwanzo uwe mgumu. Na kutokujijua pia kulikuwa mzigo mgumu kimwili.

D: Ndiyo, naweza kuelewa hilo. Nimeambiwa na wengine kama ninyi, kwamba wakati mwingine nishati ni tofauti sana, inapaswa kurekebishwa inapoingia katika mwili wa kimwili kwa mara ya kwanza.

T: Ndiyo. Tulifanya marekebisho kadhaa. Hali zilikuwa ngumu sana, pamoja na wazazi, na kuzaliwa. Na tuliweza tu kufanya kiasi fulani.

D: Kwa nini ilikuwa ngumu?

T: Wazazi walikuwa aina tofauti ya viumbe, na watiifu, watiifu sana kwa msongamano wa nishati. Walikuwa viumbe sahihi, lakini si mlingano mzuri sana wa nishati. Lakini ndivyo ilivyohitajika. Hata hivyo, lilimfanya iwe vigumu kwake kuzoea. Na alijaribu.

D: Lakini amekuwa na matatizo ya kimwili maisha yake yote. Sasa ni wakati wa hilo kuisha, sivyo?

T: Ndiyo, ili afanye kazi yake. Na asogee alikohitaji kwenda. Pia amehitaji marekebisho zaidi wakati fulani huko nyuma. Hilo ndilo lililosababisha maumivu ya kichwa na uchovu. Pia yalikuwa marekebisho tuliyokuwa tukifanya, na pia, kupitia kazi yake ya aina ya maendeleo ya kiroho, alikuwa akijihusisha kufanya marekebisho yeye mwenyewe. Lakini tunaona kwamba anahitaji kuvuka hilo sasa. Amechukua mengi. Na pia, bado hajazoea kikamilifu kuwa kwenye sayari hii. Lakini tunasaidia kurekebisha katika anachokifanya. Mwili hurejea. Na anaweza kuendelea kupiga hatua kwa njia nyingine bila taabu ya kimwili. Ni wakati.

SC iliendelea kufanya uchanganuzi wa mwili, kuutazama mwili ili kuona nini kilihitaji kufanyiwa kazi.

T: Kuna kitu kinachoendelea kwenye ubongo ambacho—umm, ni vigumu kueleza, lakini—muunganiko haufanyiki. Tunahitaji tu kuunganisha tena. Kimsingi kilihitaji marekebisho.

D: Mnaweza kufanya hivyo?

T: Ndiyo, tunafanya. Hilo linapaswa kusaidia. Na tunapunguza shinikizo fulani kutoka kichwani. Na kuna msongo mwingi kwenye mfumo ambao tutaondoa. Kote katika mwili wake.

D: Unaona nini kingine kinachohitaji uangalizi?

T: Tezi za adrenali, figo, ini. Viungo vingi vimejaa sumu. Sio kuugua, bali vimejaa sumu. Vimekuwa vikifanya kazi kupita kiasi. Kwa hiyo tutasaidia kurejesha afya huko. Tutamsaidia awe na uvumilivu atakaouhitaji ili afanye kazi pamoja kimfumo, ili aweze kufanya anachopaswa kufanya. Anaamka na maumivu ya kichwa, kisha anapata shida kulala tena. Kwa hiyo hili litasadia hilo. —Viungo vinajengwa upya. —Hawezi kuwa na uchovu tena.

D: Pengine alikuwa anafanya hivyo kwa sababu hakutaka kuwa ndani ya mwili.

T: Ndiyo, hilo lilikuwa sehemu yake. Lilikuwa tata kidogo. Mara kwa mara alikuwa akitafuta njia ya kutoka. Ilijikuta inazidi uwezo wake. Lakini hatujawahi kweli kumwona akiwa na ugonjwa kwa sababu ana nguvu kuliko anavyodhani. Na ana jambo la kufanya hapa ambalo ni muhimu. Sio wakati wake wa kuondoka. Na anajua hilo. Wala asingejiondoa mwenyewe. Maisha yatakuwa uzoefu mzuri zaidi kwake sasa. —Tunapitisha mwanga katika mfumo wake wote kuhuisha upya. —Ilikuwa karibu haiwezekani kwake.

D: Mmekaribia kumaliza?

T: Ndiyo, tumemaliza.

Katika hatua hii mlio mkali ghafla ukaacha na haukurudi kwa kipindi kilichobaki cha kikao.

D: Mwili wote? Mmeupitia wote?

T: Ndiyo. Na tutaendelea. Lakini tumeanzisha. Na kuna mwanga mwingi zaidi ndani ya mwili wake sasa. Na kuna nguvu zaidi.

Ujumbe wa kuagana: Tupo daima hapa. Tupo kumsaidia. Na anaweza kutuita wakati wowote. Na ana msaada mwingi katika ngazi nyingi.

D: Anapowaita, anapaswa kuwaitaje?

T: Afikiri tu kutuhusu. Afikiri tu Kuhusu Yote (the All).

D: Afikiri Kuhusu Yote na aikaribishe anapotaka kuzungumza nanyi. Hilo ni zuri. Hilo tu ndilo mnataka kumwambia kabla tuondoke?

T: Ndiyo. Na aamini kabisa kile tulichofanya hapa leo.

SURA YA KUMI NA MBILI

UHARIBIFU ZAIDI

Ellen alisita tete kwa muda kuhusu kushuka kutoka kwenye wingu, kisha akatangaza kwamba hataki kushuka, anataka kwenda juu. Nikamwambia anaweza kwenda popote anapotaka. Alikuwa akicheka kwa kigugumizi alipokuwa akielea juu kuondoka Duniani. Baada ya kuelea kupitia anga, hakutarajiwa akaelea chini ya ardhi na akatokea nje ya pango. Mandhari ilikuwa udongo mwekundu wa mchanga wenye upeo wa mbali ulionyooka.

E: Ni rangi ya kahawia nyekundu... hasa nyekundu. Mwanzo ilinifanya nikumbuke Sedona, lakini siyo. Ingawa ina aina hiyo ya rangi. Ni miamba na mchanga tu. Hakuna uoto. Niko mlangoni pa pango nikiangalia nje. Kuna mwamba unaokatika unaoshuka moja kwa moja chini. Niliielea kutoka ndani ya pango na nikafika mlangoni. Kuko kung'ara zaidi huko nje hivyo ni vigumu kuzoea.

Nilitaka aangalie mwili wake, na akili yake ya fahamu ikaendelea kuingilia, ikimwambia hawezi kuwa anaona anachoona. Nilipoendelea kuzungumza naye akajibu, "Kama miguu mifupi... miguu mifupi minene. (Kicheko) Sijui jinsi ya kuieleza. Sioni viatu vyovyote. Ardhi kule nje ni moto. Nimesimama juu ya mchanga, na haileti maana sana. Sijihisi kama mimi ni binadamu. Kama rangi ya kahawia iliyokolea, lakini si kama watu wanaopata tan... kama beige... mimi ni kama, sijui... kiumbe kidogo cha ajabu. Nahisi kana kwamba nainzua. Kama kitu cha ajabu, beige, laini-laini, kifupi, chenye maumbo mafupi. (Kicheko) Sihisi mrefu. Mfupi. Mikono yangu nahisi kama mirefu kidogo ingawa, miguu mifupi na miguu mibivu mizito, mifupi." Nikauliza kama alikuwa amevaa chochote. "Ni kama sihitaji nguo, lakini sijihisi uchi."

D: Je, mwili unahisi wa kiume au wa kike?

E: Wala siyo, au zaidi wa kiume... hauhisi wa kike.

D: Uso wako unahisi vipi?

E: Ni kama kichwa kikubwa chenye macho makubwa. (Kicheko) Kama nimevaa miwani mikubwa ya jua. Sioni nywele popote.

D: Je, unabeba kitu chochote?

E: Nina aina fulani ya vyombo, lakini siko kweli na uhakika vinafanya nini.

D: Kile chombo kinaonekanaje? Labda tunaweza kukibaini ukikielezea.

E: Kirefu na cha silinda, na kina aina fulani ya kishikio... kama bunduki, lakini si bunduki. —Nadhani ni cha kupima udongo. Kana kwamba nimepanda hapa kupima udongo nje. Nadhani hukusanya sampuli za udongo. Huenda kina urefu wa futi mbili.

D: Oo, kwa hiyo si kidogo?

E: Pengine si kikubwa hivyo. Labda kinaonekana kikubwa kwa sababu mimi ni mfupi sana.

D: Unapimaje udongo kwa kifaa hiki?

E: Oo, kuchota tu kiasi kidogo ndani yake, na kukimbiza aina fulani ya jaribio la kitu kutoka angani ili kuona kama bado kimetiwa sumu.

D: Kwa hiyo unapima anga pamoja na udongo?

E: Ni kama kuna kitu kwenye anga kilichoathiri udongo. Ninapima kuona kama kimesafika na kuona ni kiasi gani bado kimeathirika. —Hakuna kitu hapa tena. (Akaanza kulia.)

D: Kwa nini hilo linakufanya uwe na hisia?

E: Hapo zamani hatukuhitaji kuwa pangoni. Hapo zamani tulikuwa juu ya uso, lakini kuna kitu kilitokea.

D: Kuna wengine zaidi yako?

E: Wako kule chini. Mimi nimetoka tu kuchukua vipimo. Tunaishi chini kabisa. Ndiyo maana nilikuwa naelea kutoka kwenye pango. —Vyote vimepotea.

D: Unatafuta nini kwenye udongo?

E: Mionzi. Kupima viwango vya usalama. Na kuna nafuu kidogo kwa sababu tunaweza kupanda juu. Ni bora kuliko ilivyokuwa. Tumekuwa kule chini muda mrefu.

D: Ulipokuwa mnaishi juu ya uso, hapo kulikuwa vipi?

E: Kulikuwa sawa na Dunia. Kulikuwa na mimea na kijani na maji na watu na chochote mnachokuwa nacho katika ustaarabu. Ni ajabu kwa sababu kile kinachoonekana kama kilikuwepo kabla... kinatafsiri sana kama Dunia yenye furaha. Lakini hiyo ilikuwa zamani sana, na mwili nilionao sasa hauonekani kama mwili niliokuwa nao wakati huo. —Siwezi kuona sehemu kubwa ya mahali hapo. Ni zaidi ya hisia kwamba kile kilichokuwepo kimepotea.

D: Je, ulikuwepo wakati hicho kilipotokea?

E: Ni kama yule kiumbe aliyekuwa akipima udongo si yule aliyekuwepo wakati kilikuwa jiji. Inachanganya. Nadhani ilikuwa muda mrefu kabla hajatoka kuchukua sampuli. Lakini ni kama aliipata sehemu hii baadaye. Inaonekana kikundi kilicho chini ya ardhi kinaishi huko kwa sababu wanaweza. Lakini walikuja baada ya wale wengine ambao wamepotea kutokana na chochote kilichotokea. Nao wanajifunza kuhusu hilo. Walijua ilitokea na walitaka kuja na kusoma sayari baada ya uharibifu. Walikuja kuona kama inaweza kuunga mkono uhai tena.

D: Kwa hiyo wewe na watu wengine mlitoka sehemu nyingine? (Ndiyo) *Je, mtu alikuambia nini kilisababisha uharibifu?*

E: Inaonekana kama ilikuwa bomu la nyuklia au aina fulani ya janga kubwa, lakini siwezi kuona hasa kilichotokea. Tulipaswa kuwalinda (akiwa na huzuni) na tuliwajali sana, lakini walikufa. Kulikuwa na vita, lakini walikuwa hawana ulinzi. Walivamiwa.

D: Lakini linakuumiza. (Ndiyo) *Ulisema watu wengi walikuja pamoja na wewe?*

E: Sijui wangapi wako kule chini, lakini wapo wa kutosha kufanya kazi inayopaswa kufanywa.

D: Tuone inaonekanaje pale ulipotoka. Ulipokuwako kabla hujaja mahali hapa. Panaonekanaje?

E: Nilikuja ndani ya chombo. Haionekani kama walikuwa wengi kwenye chombo. Kinaonekana kidogo. Niko tu katika eneo moja. Kuna skrini na panela na taa na vitu vya aina hiyo. Tuko angani. —Sina uhakika nilipotoka kabla ya chombo.

D: Je, mtu alikuambia uende mahali hapa?

E: Ilikuwa kama hatukupewa ruhusa kuingilia.

D: Hata hivyo mkatua mahali hapa na tayari palikuwa pameharibiwa? (Ndiyo.) *Lakini mlijua hamngeweza kuishi juu ya uso kwa sababu ya mionzi?*

E: Kuna kitu kuhusu hapo kilicho na sumu, lakini pia ni uwazi wa asili ambamo tunaweza kuishi badala ya kujengea kitu huko nje.

D: Lakini mlijua hamngeweza kukaa juu ya uso?

E: Si penye kufurahisha sana. Ilikuwa vizuri zaidi kwenda chini ya ardhi. Kuko kung'ara sana huko nje na joto. Pango lilikuwa umbo la asili ambalo tuliweza kuishi ndani yake. Ni kama maabara iliyowekwa. Tulileta vifaa vyetu kufanya kile tunachohitaji kufanya.

D: Je, wapo wengi wenu kule chini?

E: Si idadi kubwa. Ni vigumu kusema... labda sita au kumi na wawili. Nadhani baadhi wanaenda sehemu zingine kufanya mambo.

D: Je, mnahitaji kula chakula?

E: Sioni chochote karibu, kwa hiyo lazima hatuhitaji. Pia haionekani kama tunalala.

D: Kwa hiyo mnaweza kukaa huko muda mrefu. — Lakini kazi yako ni kwenda juu ya uso na kukagua udongo?

E: Ndiyo, hicho ndicho nilichokuwa nafanya. Ni ajabu. Ni kama miili tuliyonayo sasa imefaa mazingira yetu. Ni bora tu kuwa na makazi. Nadhani pia ni mahali ambapo hatutaonekana sana.

D: Lakini ulisema inakuhuzunisha kuona kilichotokea.

E: Inanihuzunisha. Sijui kama yeye (kiumbe) alihuzunika. Inaonekana kama alihuzunika, lakini sijui hisia zake zilivyo.

Nikamsogeza mbele kwenye siku muhimu. "Tuko chini ya ardhi kwenye maabara yetu. Tunaandaa kuondoka. Tumekusanya sampuli zetu."

D: Je, anga limebadilika?

E: Linaonekana kuboreshwa, lakini tunaondoka. Ni kama lilivyokuwa, na... basi. Bado ni mchanga wa miamba tu. Sio mahali ambapo uhai unaweza kuwepo. Udongo una mionzi kidogo zaidi kwa kulinganisha, lakini sio kile mtu angekita mahali pa kulima vitu.

D: Kwa hiyo unahisi kazi yenu hapo imekamilika?

E: Ndiyo. Tunaacha vifaa vingi hapo. Hivyo kama itahitajika, tunaweza kurudi baadaye. Haiwezekani sana kwamba mtu yeyote angekuta.

D: Unaenda wapi sasa?

E: Kuna mkutano. Tuko kwenye chombo, lakini pia tunazungumza na wengine ambao hawako kwenye chombo.

D: Mkutano unahusu nini?

E: Ni muhimu kujaribu kuhakikisha kwamba hilo halitokei tena. Utafiti mwingi ulipotea. Kulingana na uchambuzi wetu sayari haingeweza kurudishwa au kulimwa upya. Uhai usingeweza kurudishwa katika muda uliokubalika, hivyo hili lazima liepukwe siku zijazo. Kila kitu kiliangamizwa.

D: Kwa hiyo itaachwa tu?

E: Hiyo mahsusi kwa kuwa imeharibiwa. Na kuna sehemu nyingine ambapo hatutaki hili litokee.

D: Unahisi vipi kuhusu hilo?

E: Kama tumeshindwa.

Nikamsogeza tena kwenye siku muhimu nyingine. "Nimepewa nafasi ya kwenda Duniani."

D: Ulipataje hiyo nafasi?

E: Nilijitolea. Niliiomba.

D: Je, waliomba wajitolee? (Ndiyo.) *Uko wapi hili linapotokea?*

E: Niko kwenye chombo. Mkuu wangu, kiongozi wangu, alisema kwamba ili kuzuia hili lisitokee Duniani wanahitaji watu wa kwenda.

D: Je, wanaogopa kitu kilekile kinaweza kutokea Duniani? (Ndiyo.) Na wewe unataka kwenda?

E: Nataka. Inaonekana itakuwa ya kutisha sana. Hofu si jambo tunaloelewa vyema, lakini baada ya kuona uharibifu kwa macho ilikuwa ya kutisha sana.

D: Je, wapo wengine kwenye chombo wanaotaka kwenda na kujitolea?

E: Ndiyo, ndiyo. Tunataka kuleta tofauti. Timu yetu inaenda. Baadhi watabaki kwenye chombo. Baadhi wataenda. Wale walioko kwenye chombo watatoa msaada kwa walioko juu ya uso. Watatusaidia kukumbuka kwa sababu ni vigumu kukumbuka ukiwa kule chini.

D: Ni nini hutokea kwa mwili unapoondoka kwenye chombo?

E: Lazima niwe kama mtu wa Dunia.

D: Nilikuwa nafikiria kuhusu mwili uliokuwa ndani yake... unabaki kwenye chombo, au unakufa au vipi?

E: Ni karibu kama ulikuwa suti au gari. Ulikuwa wa matumizi. Hakukuwa na starehe au kile ambacho binadamu wangefikiria kama maisha ya kawaida. Ulikuwa wa kwenda na kufanya kazi. Tunayabadilisha mara nyingi.

D: Unamaanisha si mwili dhabiti kweli?

E: Ulikuwa dhabiti, lakini karibu kama umetengenezwa kwa sintetiki fulani. Pia ni wa kibayolojia.

D: Kwa hiyo unapoacha mwili, nini kinatokea kwake?

E: Basi, haujakufa. Hauna uhai. Ni suti inayofanya kazi ya kibayolojia.

D: Je, unaharibika unapoiacha?

E: Sidhani. Siko na uhakika kweli. Labda wengine wanaweza kuutumia kwa kazi zao.

D: Ukienda Duniani kujitolea kwa mradi huu, je, wanakupa maagizo yoyote?

E: Kukumbuka. Kwamba tutakuwa na changamoto nyingi na mambo mengi tusiyoyaelewa na... tukumbuke tu kuwa na furaha. Kuwa na furaha ni muhimu sana.

D: Je, wanafikiri itakuwa rahisi kuwa na furaha mara ukifika Duniani?

E: Hapana. Kuna huzuni nyingi huko. Kuna viumbe wengi wenye huzuni huko na hatutaki wawe na huzuni. Wanasema jambo kuu ni kuwa na furaha. Hilo ni wazo la kijuujuu kwetu kwa sababu hatuna uhakika halitamaanisha nini.

D: Kwa hiyo hakuna kazi maalum unayopaswa kufanya?

E: Kuendelea kuishi. Kutazama mambo.

D: Ulisema kutakuwa na changamoto nyingi.

E: Mambo ambayo hatujawahi kushughulika nayo kabla.

D: Lakini bado unataka kufanya hivyo?

E: Naam, ni kusisimua sana. (Kicheko) Ni kusisimua zaidi kuliko kukusanya sampuli za udongo. —Watu kule wamesahau mambo fulani na wanajifunza wao kwa wao vibaya kabisa. Nasi tunataka kuwasaidia ili wasijiharibu. Tunapaswa kuwasaidia wakumbuke.

D: Ukienda Duniani kufanya kazi hii, je, utachukua mwili?

E: Ndiyo. Nitakuwa msichana. (Alicheka kwa ucheshi.)

D: Je, ulikuwa na chaguo?

E: Ndiyo. Nafikiri hivyo, lakini ni ajabu kidogo.

D: Kuna nini cha ajabu kuhusu hilo?

E: Nilichagua kwa sababu siyo kilicho kikuu kwenye sayari. Nilikuwa nataka kuona ni vipi kuwa siyo cha juu—siyo cha juu, bali siyo kinachotawala—siyo kinachopendelewa zaidi. Tunaona kwamba wanawake wanapata matatizo mengi. Wanaume pia...

lakini wanawake wanaweza kupata watoto. Na wanawake watasaidia kubadilisha mambo kwa sababu wao ndio wanaobeba watoto. Wao watasaidia hasa kuzuia vita na uharibifu. Ukiumba maisha hutaki kuyaangamiza.

D: Lakini unapokuwa unaingia kwenye mtoto, je, unakumbuka kwa nini umeingia?

E: Mwanzoni, lakini ninapofika hapa hakuna yeyote kutoka kwenye kundi langu aliye karibu nami. Au kama wapo, sikumbuki, na siwezi kusema. Inachanganya sana.

D: Nafikiri wewe ni shujaa sana kufanya hivyo bila mtu yeyote karibu kukusaidia.

E: Kuna baadhi waliopo karibu kutusaidia, lakini ni ngumu... sijui.

D: Lakini huna mtu yeyote wa aina yako, watu wako wa asili karibu?

E: Naam, sisi sote tuko aina moja kila mahali, lakini tuko kwenye miili tofauti. Kuna watu walioko kwenye meli ambao wanaweza kuwasiliana nasi. Wanaweza kuwasiliana na kila mtu, lakini si kila mtu anasikiliza.

D: Watu wengine hawasikilizi?

E: Siyo vizuri. Hawajui ni nini. Inawatia hofu.

D: Kama wanaweza kuwasiliana na wewe ukiwa kwenye mwili wa kibinadamu, ina maana siyo kwamba uko peke yako, siyo?

E: Hapana, lakini ukiwa kwenye hali ya kimwili unajisikia umetenganishwa sana. Sipendi... kujisikia umetenganishwa.

D: Watawasiliana vipi na wewe ukiwa kwenye mwili?

E: Watafanya mabadiliko ili kuinua mitetemo. Ni kama kupata sasisho kwenye mwili. Ni kuleta programu mpya. Somehow kwa sababu tunafanya hivyo, inasaidia wengine kufanya hivyo.

D: Sasisho la programu?

E: Ni kama ukibadilisha sehemu moja ya hiyo au hata sehemu kadhaa, inaanza kubadilisha hata zaidi bila... ni vigumu kuelezea.

D: Wanafanya hivi kwa mwili wa kimwili kabla hujaingia ndani yake?

E: Labda baadhi, lakini zaidi yatafanywa baadaye.

D: Kwa hiyo itakuwa mchakato unaoendelea?

E: Ndiyo. Walisema tutasahau kwa muda. Siyo kila mtu, bali baadhi ya watu. Kulingana na mazingira waliyoyaingia.

D: Hii ni muhimu kufanya sasisho na programu upya, ili usipotee?

E: Wanasema hatupotei kamwe. Upande wa kibinadamu wa akili hata hivyo unagombana na upande usio wa kibinadamu wa akili. Moja inataka kupumzika na kuacha kila kitu kiwe, na nyingine inachanganyikiwa kabisa... mambo mengi sana yanaendelea. Inanifanya nisitake kuelewa kila kitu kila wakati. Inanifanya nisitake kuhisi mambo. Nafikiri sehemu inayochanganyikiwa ni sehemu ya kibinadamu. Sehemu hiyo haitambui kuwa ni kitu kingine. Ni ajabu sana. Ni kama kuwa watu wawili ndani ya mwili mmoja.

D: Walisema lini utaanza kukumbuka mambo haya ukiwa kwenye mwili?

E: Hatimaye. Ellen anajua baadhi yake sasa. Ana wasiwasi sana juu yake.

D: Je, unapaswa kufanya kitu chochote unapokuwa kwenye mwili wa kibinadamu? Ulisema uko hapa kusaidia.

E: Kwa kuwa hapa kunasaidia... kuishi maisha.

D: Kwa kuishi tu? (Ndiyo) *Hupaswi kutoka na kufanya mambo?*

E: Kwa kuishi maisha unajifunza mambo na kupata uzoefu. Na taarifa zinatumwa tena kwenye meli, na wanazichambua na kufanya marekebisho.

D: Unahamishaje taarifa tena kwenye meli?

E: Kwa kuwa... kwa kuishi... wanaweza kusoma yote.

D: Naam, unajua unaongea kupitia mwili wa kimwili sasa? (Ndiyo) *Na mwili huu wa kimwili umechanganyikiwa.* (Ndiyo) *Yeye haelewi kwa nini yupo hapa.*

E: Anayafanya mambo kuwa magumu zaidi kuliko yalivyo. Anaendelea kufikiria lazima aende kimwili na kufanya kitu.

D: Anafikiri lazima abadilishe dunia peke yake.

E: Hiyo ni kwa sababu alifikiri alikuwa peke yake kwa muda mrefu, kwa hivyo mzigo wote ulimfanya ahisi hivyo.

D: Alisema alitaka kuwa katika huduma kusaidia watu.

E: Yupo. Ndani kabisa anajua yupo, lakini anafikiri haitoshi.

D: Amejaribu kuondoka kwenye sayari, sivyo? (Alijaribu kujiua.)

E: Alifikiri alikuwa peke yake, na hakuwa na uhakika maisha haya yalikuwa nini. Hakuielewa maumivu.

D: Amepitia baadhi ya mambo mabaya katika maisha haya, sivyo?

E: Ndiyo. Alitaka sana kuwe na upendo tu hapa. (Kicheko) Lakini hakuielewa kwamba kwa kuonekana tu alileta tofauti. Nafikiri alifikiri ingekuwa haraka zaidi. Alitaka kurudi na asikabiliane tena na hilo. Ilionekana kwamba mambo hayangabadilika, lakini sasa anajua ni tofauti.

D: Kama angeondoka haraka, asingekuwa amefanya kazi yake, sivyo?

E: Hapana, na asingekuwa ameona mwisho wake kutoka alipo sasa. Angependa kurudi mara moja duniani. (Kicheko.)

D: Kwa sababu angesema, "Sikutimiza mkataba wangu." (Kicheko)

E: Hiyo, ndiyo. Ni ajabu hapa.

D: Alisema Dunia ni ngumu. (Ndiyo) *Si rahisi kuwa hapa.*

E: Hapana, lakini si bila uzuri wake.

D: Unadhani itakuwa rahisi kwake sasa kwamba anaweza kuelewa anachopaswa kufanya?

E: Nafikiri hivyo. Amejaribu kulitatua kwa muda mrefu. Alikuwa anatafuta mradi mkubwa zaidi, lakini jambo ni kwamba tayari yeye ni sehemu ya mradi mkubwa zaidi. Hahitaji kwenda kutafuta kitu kingine.

D: Nimeambiwa kwamba wakati wajitoleaji wanakuja ili tu kuwepo, nishati yao inaathiri watu wengi.

E: Inafanya hivyo, na hiyo ndiyo inamwogopesha. Hakuelewa hisia hizi, hasa zile hasi. Hapendi jinsi zinavyohisi kwa sababu amejikuta akihisi vibaya kuelekea viumbe wengine, na hiyo inamwogopesha. Alikuja hapa kusaidia kuleta upendo, na anapojisikia vibaya, anahisi anasambaza si-upendo.

D: Kwa hiyo anapaswa kuwapenda watu hawa waliomtendea vibaya?

E: Anafanya hivyo.

D: Hiyo ni muhimu kwa sababu hatutaki akusanye karma. (Hapana) *Hatutaki akikwame hapa.*

E: Hapana, na alikuwa anaogopa kwamba tayari amekwama.

Moja ya maswali ya Ellen ilikuwa kuhusu alama za kijiometri zisizo za kawaida ambazo alikuwa amekuwa akizichora. Alitaka kujua zinatoka wapi. Kwa miaka mingi nimekuwa nikishughulika na alama hizo na hamu ya watu ya kuendelea kuzichora, kwa hivyo nilifikiri tayari nina majibu mengi kuhusu jambo hili, lakini siku zote ninapenda kuona SC (Ufahamu wa Juu) inasemaje. Uthibitisho daima ni jambo jema.

E: Alama hizo ni sehemu ya maboresho ya DNA.

D: Kwa hiyo hazina uhusiano na kinachoendelea kwenye meli?

E: Kwa namna fulani kwa sababu hapo ndipo sehemu ya taarifa inatoka, hasa kwa chombo chake cha kimwili. Sina uhakika kwamba zinaweza kutafsiriwa. Nafikiri baadhi ya anachoandika ni mchanganyiko wa alama alizoona nje ya dunia, na alama za kale duniani. Haziwezi kufanya madhara yoyote. Zina nguvu kwa njia fulani na ni chanya, lakini asizilazimishe. Wakati inafaa zitakuja. Lazima ajifunze zaidi duniani kuhusu nishati.

D: Lakini sehemu nyingine ya nafsi yake inaelewa alama hizi zina maana gani?

E: Kwa viwango fulani, ndiyo. Ndiyo maana anavutiwa nazo. Alikuwa anaogopa kwamba zilikuwa kitu hasi, lakini sasa haogopi tena. Alikuwa hajui tu zinatoka wapi. Zinazungumza na sehemu yenye akili zaidi ya akili ambayo haionekani sana. (Kicheko) Hahitaji kuwa na wasiwasi juu ya kuzitafsiri. Atakutana na wengine watakaokuwa na alama pia, na watazungumza juu yake.

Ellen alikuwa amepitia matukio mabaya na wanaume katika maisha yake, na alitaka kujua kama kuna mtu chanya katika maisha yake ya baadaye. SC ilisema kwamba kuna mtu anakuja, lakini haikutaka kutoa maelezo zaidi kwa sababu haikutaka kuharibu mshangao. Ilionekana kufurahia jambo hilo, kwa hivyo nilijua kwamba alikuwa akisubiri uzoefu mzuri. Pia alikuwa na wasiwasi kuhusu mwanawe.

D: Nimeambiwa kwamba ni jambo lisilo la kawaida kwa kiumbe wa aina yako kuwa na watoto mara tu ukiingia kwenye mwili wa kibinadamu.

E: Alitaka kuwa na uzoefu huo. Aliogopa kuwa na uzoefu huo. Hata kama aliruhusu na alitaka utokee, iliamuliwa kwamba hakuwa tayari. Hakuwa amejirekebisha. Bado anafanya kazi juu yake. Anazidi kuwa bora. Yeye pia ni kama sisi.

D: Ndiyo maana wanaendana? (Ndiyo) *Lakini hakutakiwa kuwa na uzoefu wa kumlea?*

E: Ingekuwa tofauti. Isingekuwa uzoefu kamili wa Dunia kwake, au badala yake ili aweze kuelewa.

D: Ndiyo maana ilibidi alelewe na babu na bibi?

E: Ndiyo, kwa muda. Mambo yatabadilika.

D: Alitaka kujua kama ataweza kupata haki ya kumlea. Unaonaje?

E: Huenda isiwe tatizo siku za usoni. Mambo yanabadilika. Haki ya malezi huenda isiwe tatizo. Yote inategemea ratiba na wakati tutakapofanya mabadiliko. Katika Dunia mpya haitakuwa tatizo. Yuko sawa kwa sasa.

D: Kwa hiyo haitakuwa tatizo kwa sababu baadhi ya watu hawataenda na mabadiliko?

E: Siyo wote.

D: Lakini mwana ataweza kwa sababu yeye pia ni mmoja wa wajitoleaji. (Ndiyo) *Huenda ndiyo sababu pekee aliyoweza kupata mtoto huyo mwenye roho ya aina hiyo.*

E: Ndiyo. Alikuwa muhimu kwa sababu alimshikilia aendelee pale alipokuwa hataki tena.

Ellen alikuwa na maswali kadhaa kuhusu mambo yasiyo ya kawaida yaliyomtokea alipokuwa mtoto, lakini SC ilisema haingependa kuingia huko. Ilikuwa bora kama angeacha jambo hilo. Hakuwa na haja ya kulichunguza zaidi. Ni mambo ambayo yangemkosesha utulivu tu, asiyohitaji kuwa na wasiwasi nayo. Anafahamu, lakini hayamfaidi. Alihitaji kusonga mbele. "Sehemu hiyo ya maisha yake karibu kama maisha mengine. Ilikuwa mafunzo mengi... uzoefu mwingi wa Dunia. Jaribio la kuelewa viumbe vilivyoko hapa. Sehemu hiyo ya maisha yake kama alilala. Ninaposema 'alilala,' ninamaanisha hakuwa anafahamu kiakili kile alikuwa anakifanya hapa. Hizo ni uzoefu wake katika ufahamu. Ameisaidia watu wengi ambao hajawahi kukutana nao. Watu wengine kama yeye hata walimsaidia ili aweze kukumbuka. Siyo kuhusu mguso wa kimwili. Ni kuhusu mfrekuensi na wakati roho zinapopitia hali ngumu, zinapita njia tofauti kwa wengine. Hasa katika mapambano yao, wanapovuka, ni kama kufungua mlango kwa watu wengine. Alijichagulia kuja kusaidia kushughulika na uraibu. Hilo ni kubwa. Hilo ni changamoto kubwa kulishinda na kulifanya hivyo kunawasaidia wengine kulishinda."

Nikauliza kuhusu mwili wake wa kimwili, "Anajitunza vizuri. Alipitia kipindi ambacho hakufanya hivyo. Alikipeleka hadi ukingoni. Ilikuwa karibu 'kumalizika.'"

Ujumbe wa kuaga: Tunajaribu kumtuliza. Ana huzuni kwamba tunaondoka, lakini hatuondoki kweli. (Kicheko) Tunataka tu asijali. Anatunzwa kila mara.

Nina kesi zinazofanana ambazo zimeenea kwenye vitabu vyangu vingine za watu waliokuwa pale sayari ilipoharibiwa. Walikuwa ama mashahidi wake, juu ya uso au kutoka chombo cha angani, au walirudi kwenye sayari na kuona tu uharibifu. Huu kila mara ni uzoefu wa kihisia sana kwao. Uliacha athari ya kudumu iliyoendelea hadi maisha ya sasa, ingawa kwa kiwango cha kutojitambua. Wengi wameeleza hisia ya kina ya huzuni iliyokuwa kubwa sana, lakini isiyo na msingi wa kimantiki. Baadhi wamenieleza kwamba hata tangu utoto walihisi huzuni kali. Walisema familia zao hazikuweza kukumbuka wakati walikuwa wamewaona wakitabasamu au kuonekana na furaha.

Wengine huzungumza juu ya hofu isiyo ya kawaida iliyowasumbua na kuwazuia kwenye maisha yao. Kwa kawaida aina hizi za hisia za ndani ziliwapelekea matatizo kwenye maisha yao ya sasa. Pia inaeleza shauku yao ya kujitolea kuja duniani katika wakati huu muhimu wa historia. Walikuwa wameona uharibifu mbaya kwa macho yao wenyewe, na hawakutaka utokee kwenye sayari nyingine. Kwa hivyo wakati wakuu wao waliposema kwamba Dunia iko hatarini, walikuwa miongoni mwa wa kwanza kuinua mikono yao na kujitolea. Lakini hawakugundua ugumu ambao ungefika mbele yao kwa kumbukumbu zote kufutwa wakati wa kuingia kwenye dunia hii. Inasaidia sasa kutambua kwamba wana kazi muhimu ya kufanya, ingawa siyo ya kishujaa. Nishati yao ni muhimu sana ili mabadiliko yanayohitajika yatokee. Wanaotakiwa kufanya ni kuwepo tu!

SURA YA KUMI NA TATU

MAISHA KAMA MTI NA LEMURIA

Marian alifuga farasi kwenye shamba lake, alikuwa ameolewa kwa miaka kadhaa bila watoto. Hakuzungumza kuhusu matatizo yoyote, alitaka tu kujua kuhusu kusudi lake. Daima nawaambia watu wanapokuja kuniona kwa udadisi tu kwamba watapata zaidi ya walivyotarajia. Hii ni kesi ya mfano. Daima lazima nitarajie kisichotarajiwa.

Badala ya kushuka kutoka kwenye wingu, Marian alienda mbali sana angani. Aliweza kuiona Dunia kama duara zuri la buluu-kijani na nyota zikiwa kila upande wake. Alipokuwa akielea alihisi ufahamu wa aina fulani ya chombo cha anga "kilichopaki" huko. Nilipomuuliza anataka kwenda wapi, au anataka kufanya nini, alisema: "Nataka kwenda kuishi kwenye meli. Napenda wazo la kuwa kwenye meli na si kufungwa duniani. Kuwa na uwezo wa kuruka kote kwenye galaksi tofauti, na kwenda kwenye sayari tofauti. Sitaki kurudi duniani." Nilimuuliza kama angependa kuchunguza meli kwa karibu. "Nafikiri tayari najua meli inaonekanaje. Inaonekana kama tayari niliishi kwenye meli, na nimekuwa duniani kwa muda fulani, kwa sababu fulani. Na ninataka kurudi nyumbani. Meli itanirudisha nyumbani." Nikamwambia anaweza kufanya chochote anachotaka, na akasema anataka kupanda meli.

D: Sawa. Ungepanda meli vipi?

M: Nafikiri naweza kujipeleka kwa mwanga tu. Naweza kufikiria niko humo. —(Kicheko cha mshangao) Naingia kwenye holodeck ambapo... Naingia kwenye msitu wa mikaratusi mikubwa. Miti mizuri na bahari na machweo, lakini kwa kweli ipo kwenye holodeck ya meli. Niko pale, na ninaiunda ndani ya hologramu hii. Ni nzuri sana. Hiyo miti ni familia yangu.

D: Kwa nini unafikiri hivyo?

M: Kwa sababu niliishi kwenye moja ya miti hii wakati fulani, kwa muda mrefu sana. Nafikiri niliamua tu nataka kuwa mti mkubwa, na kupata uzoefu wa kuwa mti mkubwa. Lakini nilikua kama mti mchanga, kwa hivyo miti mikubwa iliyokuwa karibu ilikuwa wazazi wangu, na shangazi na wajomba, tulikuwa wote familia. Nilianza kama kokwa ndogo iliyoota kuwa mche mdogo, na nikakua na kukua na kukua. Na tulikuwa tunavuta nishati ya uponyaji ya jua zuri. Na ingekuwa inatuma majani, na ingelisha sayari. Na tulikuwa tu wenye furaha pale. (Kwa hisia.)

D: Kama mti mkubwa ungekuwa umeishi muda mrefu.

M: Nilifanya—maelfu na maelfu ya miaka. Lakini kisha mti haukufa, niliondoka tu kwenye mti.

D: Uliishi kila kitu ulichoweza. (Ndiyo) *Ilikuwaje kuwa mti?*

M: (Pumzi ndefu) Ahh... ajabu! Nilikuwa na squirrel wote na ndege. Ilikuwa kama nilikuwa fahamu, na wote waliishi ndani yangu. Niliwapenda na kuwalea, na wao walinipenda.

D: Lakini kisha ukafika mahali ambapo huwezi kujifunza zaidi kutoka kwa kuwa mti?

M: Ilikuwa kama niliambiwa—sijui nani aliyeniambia, lakini niliambiwa nirudi kwenye meli kwa kazi yangu inayofuata.

D: Hapo ndipo unapopata kazi zako, kwenye meli? (Ndiyo) *Kwa hivyo sasa hivi unatazama tena hili kwenye holodeck ili kukumbuka au vipi?*

M: Ndiyo. Nahitaji kukumbushwa kwa nini bado nimeunganishwa sana na miti. Kwa nini naipaka rangi, kwa nini inanizungumzia.

D: Kwa hivyo ndivyo inavyofanya kazi? Unajifunza yote unayoweza kutoka kwenye uzoefu mmoja, halafu unaendelea na mwingine? (Ndiyo) *Kwa hivyo sasa utakuwa unafanya nini?*

M: Ninarudishwa duniani kwenye kinachoonekana kama Lemuria, karibu na pale ambapo Hawaii ipo sasa.

D: Hukuweza kurudi nyumbani?

M: Hapana. Nilitumwa tena kwenye kazi nyingine. Nilitumwa Lemuria. Sijawa nyumbani kwa muda mrefu sana. (Anaanza kuwa na hisia.)

D: Nyumbani ni wapi? Unajua?

M: (Akiwa analia kwa upole, kisha kwa sauti ya chini.) Nafikiri ipo Jua. Ni ang'avu sana. Limejaa upendo (Kwa hisia). Hakuna mtu mwenye miili, sisi sote ni viumbe wa mwanga tu. Kuna upendo mwingi sana. (Anaanza kulia.)

Hivi ndivyo wateja wangu wengi wameuelezea Mungu, Chanzo ambacho kila mmoja wetu alitoka hapo awali. Mara nyingi hulinganishwa na mwanga mkali wa Jua na wakati mwingine huitwa "Jua Kuu Kuu" ("Great Central Sun"). Kila mara huelezwa kama mahali pa upendo usio wa kawaida.

D: Lakini ulilazimika kuondoka nyumbani wakati fulani?

M: Nilipaswa. Niliambiwa nifanye hivyo. Niliambiwa ni kazi yangu, na kwamba naweza kurudi. Kwamba nilihitaji kwenda na kusambaza mwanga kidogo. (Analilia.)

D: Ulitembea sehemu nyingi?

M: Ndiyo. (Pumzi) Nimekuwa kila mahali. (Bado analia polepole.)

D: Tu duniani, au uliishi mambo mengine?

M: Nafikiri hasa duniani. Nafikiri Dunia ndiyo mahali nilihisi itakuwa bora.

D: Kwa hivyo sasa unatamani kurudi nyumbani, lakini nafikiri huwezi kurudi hadi umemaliza kazi?

M: Nafikiri naweza kurudi nyumbani hivi karibuni. Nafikiri nitaweza kurudi nyumbani baada ya maisha haya, baada ya Marian kumaliza. Nafikiri nimeistahili.

D: Umejifunza kila kitu kilichopo cha kujifunza?

M: Ndiyo. Nafikiri nitarudi nyumbani kwa chombo, hata hivyo, kama Merkaba, kikiwa na mwanga na rangi nyingi. Ni kama meli yangu ndogo ya mwanga.

Katika Agano la Kale Merkaba inarejelea magari ya moto yaliyoonwa na manabii mbalimbali, hasa Ezekieli. Katika siku za kisasa inaonekana kurejelea UFO iliyotajwa kwa maneno bora waliyoweza kupata katika kipindi hicho cha wakati.

Nilitaka kujua zaidi kuhusu alivyotaja Lemuria. Lemuria ilisemekana kuwa bara lililopotea lililokuwa kwenye Bahari ya Pasifiki. Inaaminika kwamba lilikumbana na hatima ile ile kama ya Atlantis, ambayo ilikuwa kwenye Bahari ya Atlantiki. Lemuria inaaminika kuwa ya zamani zaidi.

M: Hmmm—Ardhi ya Mu. Nilipaswa kuwa mponyaji wa aina fulani, lakini nilikuwa mwanaume. Ni kama vile kahuna walivyo sasa, lakini nilikuwa aina fulani ya mganga wa kijiji. Tuliweka nishati kwenye mawe.

Kahuna ni wake makuhani watakatifu walioko sasa kwenye visiwa vya Hawaii —Niliuliza ajione akiweka nishati kwenye mawe.

M: Nilikuwa ninaishi kijijini. Kilikuwa kizuri, kilikuwa karibu na maji, na tulikuwa na haya mawe makubwa kama monolith. Yalikuwa kweli mawe makubwa! Hatukuyaleta pale, meli ndiyo zilizoyaleta pale. Lakini ningelikwenda na kuweka nishati kwenye mawe. (Kimya kidogo) Ninaweka tu mikono yangu kwenye mawe, na kupenyeza nishati kwenye mawe. Ninayagusa mawe. Na ninazingatia sana nishati hii, na inaingia kwenye mawe. Na inabaki pale. Halafu watu ambao ni wagonjwa wanaweza kwenda kwenye mawe na kutoa nishati, na kupona kabisa.

D: Kwa hivyo nishati inabaki kwenye mawe ili itumike baadaye.

M: Ndiyo. Bado ipo. Hata sasa hivi mawe yako chini ya maji.

D: Ulisema mawe yaliwekwa pale na wengine? (Ndiyo) *Ilikuwaje hivyo?*

M: Waliyahamisha kwa meli zao, angani.

D: Kutoka sehemu zingine?

M: Ndiyo, kutoka sehemu zingine kwa sababu yalikuwa mazito sana. Ni juu ya nchi, kwa hivyo walikuwa wanayaleta—yalikuwa yanapaa hewani. Ilikuwa kweli kitu cha kushuhudia.

D: Ulipata bahati ya kuyaona. Yalikuwa yanaonekanaje?

M: (Kicheko) Yalionekana kawaida kwa sababu nilikuwa nimezoea. Siyo kila mtu alikuwa ameruhusiwa kuyaona, hata hivyo. Kwa kawaida walifanya mapema asubuhi kabla kila mtu hajaamka. Lakini yalionekana tu kama chombo kikubwa cha diski kinasema "jzhhhhhhhhhh" kikiwa na moja ya haya mawe makubwa yaliyokuwa kama mawe ya umbo la sigara. Na walikuwa wanaweka kwenye ardhi.

D: Waliyaweka juu ya ardhi?

M: Hapana. Walikuwa wanachimba shimo na kuyaweka pale ndani. Na wakati mwingine walikuwa wanachonga jiwe, kama nyuso. Lakini hiyo haikuwa kazi yangu. Yangu ilikuwa tu kuweka nishati ya uponyaji kwenye mawe.

D: Kwa nini viumbe hawa waliweka mawe pale?

M: Nafikiri walitaka kutuonyesha kile walichoweza kufanya, na walitaka kutusaidia. Ilikuwa njia ya kufundisha, kwa namna fulani, kwa sababu pia tulifundishwa kuhamisha vitu kwa akili zetu. Tulikuwa tunaweza kufanya hivyo pia kwa sababu mawe tuliyoyahamisha yalikuwa madogo. Baadhi yetu, si wote. Ulipaswa kweli, kweli, kweli kuamini kwamba walikuwa kama sisi.

D: Hufikiri ungeweza kuhamisha jiwe kubwa kwa akili yako tu?

M: Hapana, lakini ningeweza na wengine, kama ishirini au thelathini zaidi.

D: Wangezingatia wote? (Ndiyo) *Na walitaka kukuonyesha inawezekana?* (Ndiyo) *Bila shaka, walifanya kwa meli, chombo, sivyo?*

M: Hapana, walifanya kwa akili zao kwenye chombo.

Mahali fulani katika sehemu hii, tepu ilianza kuharakisha, na hali ikazidi kuwa mbaya hadi mwisho. Iliharakisha kiasi kwamba sauti zilianza kusikika kama "chipmunky," na ikawa vigumu kutafsiri maandishi yake. Nilijiuliza kama huenda jambo hilo lilihusiana kwa namna fulani na mada ya mazungumzo: kuweka nishati ndani ya vitu?

D: Nilifikiri labda chombo kilikuwa kinazalisha nishati.

M: Naam, meli na viumbe kwenye meli walikuwa wote kama kiumbe kimoja. Walifanya yote kwa sumaku. Kwa hivyo walikuwa wanafokusha sumaku.

D: Kwa hivyo waliweza kufanya kazi kama akili moja? (Ndiyo) *Na waliweza kuhamisha vitu hivi.* (Ndiyo!) *Je, walikuambia uweke nishati kwenye mawe?*

M: Siyo kwa maneno—kwa sababu hawakuongea kwa maneno. Waliongea kwa vitalu vya mawazo, hivyo walinitumia hivyo vitalu vya mawazo. Na ilihisi vizuri sana kwamba hicho ndicho ningeweza kufanya.

D: Je, uliwahi kuwaona viumbe hawa? (Ndiyo) *Kwa hiyo hawakuwa kila mara ndani ya chombo?*

M: Lo, hapana. Baadhi yao wakati mwingine walitoka nje. Ingawa waliwatisha baadhi ya watu. Lakini walikuwa hasa viumbe wa mwanga. Walikuwa kama duara. Wangeweza kuchukua umbo, lakini hasa walikuwa duara za mwanga zilizotoa rangi hizi zote nzuri. Na walikuwa wa kutisha kwa sababu walitoa upendo mwingi sana na hekima. Na wangechukua maumbo yaliyofanana na umbo la kibinadamu, lakini ulikuwa kweli mwanga. Viumbe wa mwanga. Hawakuwa kweli na mikono au miguu. Walikuwa warefu, na walikuwa mwanga wa almasi wa kimiminika unaong'aa.

D: Inasikika kuwa nzuri.

M: Walitoka Jua.

D: Je, walikuambia hivyo?

M: Nafikiri nilijua tu kwa sababu huko ndiko nilikotoka. Na walikuwa wanakuja tu kunikagua kwa sababu sote tulitoka sehemu ile ile.

D: Je, ulikuwa na kumbukumbu ya kutoka Jua?

M: Kwa namna fulani. Nakumbuka tu kujizungusha nikiingia kwenye mwili wa mtoto na kufikiria, lo hapana! Na kuhisi kuwa mzito sana, mnene.

Niliuliza yeye na wengine kijijini walionekaje. Alikuwa mrefu sana, mwenye nywele ndefu nzito nyeusi na ngozi ya kahawia ya dhahabu. Alikuwa na manyoya na mawe na kokoto shingoni na kichwani. Na alikuwa amevaa kitu kama sketi. Wanawake wa kijiji walikuwa warembo wenye nywele ndefu zenye mkunjo zaidi. Wakiwafanana na Wahindi wa kisasa au Wahawai.

D: Je, uliandaliwa kuwa mganga?

M: Nafikiri nilizaliwa kwa hilo. Wazazi wangu, mama yangu alikuwa mganga wa tiba. Sasa wameondoka. Walikufa, lakini nilikamilisha kufanya kile walichokuwa wakifanya. Nilikuwa nikifanya mambo mengine—uwindaji, na watu walikuja kuzungumza nami. Nami niliwazungumzia mambo, na kuwapa mawe ya kushikilia.

D: Kwa nini uliwapa mawe?

M: Kwa sababu hiyo ingebadilisha mzunguko wao wa mtetemo. Ilikuwa fizikia. Ingewafanya wajisikie tofauti, na vizuri zaidi. Na waliamini. Kwa hiyo kwa sababu waliamini, walifanya iwe hivyo.

D: Je, haya yalikuwa mawe ya kawaida tu?

M: Hapana, kimsingi yalikuwa mawe ya rangi nyepesi tunayopata—vito na kokoto—ufukweni. Ningeweka nishati ya uponyaji ndani yake.

D: Kama ulivyofanya na yale mawe makubwa. (Ndiyo) *Kwa hiyo ungewapa watu haya, na yangefanya wapone.* (Ndiyo) *Lakini kisha uliambiwa, kupitia akili yako, pia uweke nishati kwenye yale mawe makubwa?*

M: Ndiyo, kwa sababu hiyo ingeifanya Dunia ijisikie vizuri zaidi. Ni kwa ajili ya Dunia na watu pia.

D: Je, yale mawe makubwa yaliwekwa kwa mpangilio au umbo fulani?

M: Aina fulani ya antenna. Lakini yako kwenye mpangilio unaoonekana kama mstari ulionyooka.

D: Unamaanisha nini kwa "antenna"?

M: Inatuma masafa kwenye mfumo wa jua. Ili kuwaruhusu viumbe wote kwenye mfumo wa jua wajue jinsi dunia ilivyo ya thamani.

D: Je, viumbe hawa wanaishi pamoja na wewe, au wanabaki kwenye vyombo vyao?

M: Wanaenda kila mahali. Wanakuja tu kunikagua. Wanaenda kila mahali. Wanaenda kwenye sayari zingine. Wanaweza kufanya haraka sana. Wanazama ndani na nje tu. Lakini mimi lazima nifanye hivi pamoja nao, au niwate kwa wito, na watajitokeza. Wao ni familia. Siwaiti isipokuwa kweli nahitaji kitu.

D: Kwa nini unawaita "familia"?

M: Kwa sababu sote tulitoka Jua.

Walihusiana wote, kama vile alipokuwa mti na alikuwa ameunganishwa na asili yote kwa sababu kila kitu kilitoka Jua. Wakati mmoja, alikuwa na familia ya kweli, lakini walikuwa wameondoka. Lakini kulikuwa na wadogo wengi kijijini, na kila mtu alikuwa na furaha akiishi hapo pamoja. Wote walishughulikiana. Kulikuwa na magonjwa machache sana, zaidi ajali kwa sababu aliweza kuwatibu watu. Haikuonekana kama kulikuwa na mengi ya kuchunguza wakati huu, kwa hivyo nilimhamisha mbele hadi siku muhimu, na kumuuliza anaona nini.

M: Kisiwa kizima kiliangamizwa. Mafuriko makubwa. Tunazama; kisiwa kizima kinazama. Na kisha nakufa. Lakini hatufi kweli, sote tunafunikwa tu na maji.

D: Je, ilikuwa ghafla?

M: Ndiyo, ghafla tu. Asubuhi moja tu, kama tsunami.

D: Hukupata onyo lolote kwamba ilikuwa inakuja?

M: Hapana. Lakini ni sawa.

Niliuliza kama viumbe walijaribu kuwaonya, lakini alisema hawakuwepo karibu. Huenda hakukuwa na mengi wangeweza kufanya hata hivyo. Ilitokea ghafla sana kwamba kisiwa kizima kilifunikwa.

M: Watu wengi walikufa. Bila shaka, hakuna mtu anayekufa kweli. Waliogelea kwenda mahali pengine. Lakini ilikuwa ya kutisha, bila shaka. Kilikuwa kisiwa kikubwa. Kwa hiyo maelfu na maelfu, mamia ya maelfu walikufa ambao hata hatukuwajua. Ilikuwa kama bara linazama.

D: Bara badala ya kisiwa?

M: Bara kubwa. Tulikuwa kando ya kile tulichofikiria kuwa kisiwa chetu. Lakini hatukujua kilikuwa kikubwa kiasi gani kwa sababu tulifika mbali tu. Lakini tulipotoka kwenye miili yetu na kuangalia chini na kuona jinsi Lemuria ilivyokuwa kubwa, ilikuwa ukubwa wa bara kubwa. Sisi tulikuwa kundi jingine tu upande mwingine. Tulikaa karibu kwa sababu palikuwa salama. Kutoka hapa naona kwamba bara zima lilizama, na likaingia chini ya maji. Ilikuwa kama ufa mkubwa duniani, kama tetemeko la ardhi. Hilo ndilo lilikuwa, tetemeko kubwa la ardhi. Na sakafu ya bahari ilifunguka na kuvuta kila kitu chini. Likameza. Na maji yote kutoka pande zote yalikuja kwa kasi. Bahari ya Pasifiki ni kubwa sana.

D: Najiuliza kama viumbe wangeweza kufanya chochote hata kama walikuwepo.

M: Nafikiri walikuwa wakitazama na labda waliwachukua baadhi yao kwenye meli zao. Hilo ndilo lililokusudiwa kuwa.

D: Hakukuwa na kitu walichoweza kufanya kukizuia, nadhani.

M: Hapana, ilikuwa Dunia Mama akifanya hivi. Alikuwa anajipanga upya. Kulikuwa na usumbufu upande mwingine wa dunia ambao ulikuwa unasababisha marekebisho.

D: Unaona nini?

M: Ninaona mawimbi haya makubwa ya shughuli za jua yakiingia duniani. Marekebisho—sijui inamaanisha nini zaidi ya kwamba yalihitajika na kundi fulani lililoharibu usawa kuzunguka gridi ya sayari. Na hilo lilisababisha matetemeko ya ardhi na wimbi kubwa la bahari.

D: Marekebisho upande mwingine wa dunia yalikuwa nini?

M: Nafikiri ilikuwa jaribio jingine. Walifanya jaribio la kujaribu kurekebisha kitu, na liliwageukia.

D: Kutoka mtazamo wako unaweza kujua mengi. Ni akina nani waliokuwa wakifanya jaribio?

M: Hawatoki duniani, walikuwa kutoka mfumo mwingine. Sijui ni akina nani walikuwa. Siwezi kuwaona. Ni kama akili ya kikundi, kwa namna fulani, lakini hawatoki Jua. Kundi letu lisingewahi... kundi letu liliipenda dunia kwa sababu kundi letu lilitoka Jua. Kwa hiyo tunasaidia kulea dunia na viumbe vyake. Tulisaidia—siyo sisi tu—sote tulisaidia kumfanya awe paradiso yenye rutuba aliyo nayo. Kundi letu bado linapenda sayari hii.

D: Unaweza kupata kitu kingine kuhusu jaribio?

M: Nafikiri walikuwa wanataka tu kuona nini kingetokea wakiharibu gridi. Kama walikuwa wakitazama tu kama jaribio. (Anavuta pumzi) Siwezi kutamka walikotoka.

D: Hilo ni sawa. Lakini waliruhusiwa kufanya hivi?

M: Wako kwenye kipimo hiki cha hiari, na hakuna aliyewazuia. Hawakuwa na kujali kuhusu viumbe wote ambao wangeathirika.

Walikuwa baridi na wakiangalia tu, si kwa uovu. Kama, sawa, tuone nini kitatokea tukifanya hivi.

D: Je, unajua walifikiria nini baada ya kutokea na kuona uharibifu wote?

M: Hawakuwa na majuto ya kibinadamu. Hawakuwa na msimbo wa kijenetiki wa kuhisi huruma au majuto. Waliacha tu waende kutafuta sehemu nyingine ya kufanya majaribio. Kurudi kwenye kipimo chao kuripoti.

D: Unapoitazama dunia, inachukua muda gani kurudi kawaida?

M: Oh, karibu mamia ya maelfu ya miaka. Ni kana kwamba anahitaji kupumzika na kulala kidogo, na kupona. Na kuiruhusu nguvu ya uponyaji ya Jua kusaidia.

D: Lakini wanadamu wote hawakuangamizwa, sivyo?

M: Baadhi waliokoka, na wengine waliletwa. Viumbe walikuja kusaidia kubadilisha DNA ili kuruhusu... yote yalikuwa jaribio pia, lakini tofauti na kupanda mbegu. Baraza la Tisa lilijichukulia jukumu la kusaidia kuijaza upya dunia.

D: Kwa nini walilazimika kubadilisha DNA?

M: Kwa sababu DNA ilikuwa na nyuzi mbili tu, na Walemuria walikuwa na kumi na mbili.

D: Je, hili linafanya tofauti yoyote?

M: Ndiyo. Waliweza kuwa kitu kimoja na asili, na wote waliunganishwa na akili ya ulimwengu.

D: Ndio maana waliweza kutumia ile nishati?

M: Ndiyo, kwa sababu walikuwa na nguvu.

D: Hii ni kwa sababu ya DNA?

M: Kwa sehemu. Tulitoka Jua.

D: Nilikuwa najiuliza ni nini kilikuwa maalum sana kuhusu DNA yenye nyuzi kumi na mbili?

M: Ilikuwa na ujazo ndani yake na ilikuwa kubwa mno, ya vipimo vingi, nguvu ya Muumba. Walikuwa wapenzi sana... kwa mema tu.

D: Baada ya kila mtu kuangamizwa na wakaamua kuijaza dunia tena, kwa nini hawakuruhusu tu ibaki na nyuzi kumi na mbili kama ilivyokuwa?

M: Baraza la Tisa lilihisi hili lingekuwa bora kwa sababu walifikiri tulipewa mengi mno haraka sana. Hatukuwa tayari, kwa hiyo ilikuwa njia ya kupunguza kasi ya mageuzi.

D: Walidhani ni bora kurudi nyuma?

M: Ndiyo. Ajabu kwa sababu watu wa mapango na Neanderthals na watu wa kale baada ya Lemuria walikuwa na nyuzi mbili tu. Na ubongo wao haukuwa kama... walikuwa kama wanyama. —Walikuja na kuchanganya DNA yao. Ikawa ngumu sana, kisha tukarudi hatua za mwanzo, nao wakaondoka.

D: Lakini walidhani ni bora kurudi nyuma na kuwafanya watu waanze upya? (Ndiyo) *Walipoteza nguvu zao zote, sivyo?* (Ndiyo) *Je, unaona ilikuwa wazo zuri?*

M: Sio kwa ajili yangu kuhukumu. Nilikuwa nikiangalia tu.

D: Lakini unajua mpango ulikuwa nini, ikiwa ingerejeshwa kwenye nyuzi mbili tu? Ilikusudiwa kuendelea zaidi baada ya hapo?

M: Inabadilika sasa.

D: Inabadilika vipi?

M: Sijui jinsi ya kueleza, zaidi ya kusema "iko tu." Ni sehemu ya mpango kuruhusu ibadilike kuwa kile inaweza kuwa, inapaswa kuwa, imewahi kuwa, kusaidia kutupeleka wote kwenye marudio mapya. Sio kila mtu anaweza kwenda. Sio kila mtu atapata nyuzi zao kumi na mbili.

D: Hii itachukua muda, sivyo?

M: Imeendelea kwa muda mrefu.

D: DNA ikibadilishwa upya?

M: Ndiyo, inakuja. Inatokea haraka sasa.

D: Kwa nini inatokea haraka zaidi?

M: Kwa sababu ya "harakisho"... kwa sababu ya gridi inayonyooshwa... machozi yakirekebishwa.

D: Kwa hiyo sasa DNA inaruhusiwa kubadilika tena? (Ndiyo) *Watu watajuaje hili duniani leo?*

M: Naam, baadhi ya watu hawatabaini, lakini wale walio macho watajisikia wameunganishwa vizuri na "Yote" yaliyopo. Hisia zao zitakuwa kali zaidi. Watakuwa wepesi... waangavu zaidi.

D: Je, watu waliowazunguka wataona hili?

M: Baadhi wataona. Baadhi wataendelea tu kutembea usingizini.

D: Nilikuwa nikifikiria kama wanakuwa waangavu zaidi lazima itaonekana.

M: Watakuwa wasioonekana.

D: (Hili lilikuwa jambo la kushangaza.) *Hatimaye?*

M: Ndiyo. Lakini bado watakuwepo. Ni kama kubadilisha kituo kwenye TV.

D: Lakini wakipotea, wale waliowazunguka hawatawaona tena? (Ndiyo) *Watakuwa wapi?*

M: Kwenye kituo kingine.

D: Kipimo kingine? (Ndiyo) *Je, watatambua hilo?* (Ndiyo) *Watajua kitu kimetokea?* (Ndiyo kabisa.) *Lakini watu wengine hawataona?* (Hapana) *Je, mabadiliko haya ya DNA yatakuwa na athari kwenye uwezo wa kiroho?*

M: Ndiyo. Watu watakuwa na telepathia zaidi sana. Hakutakuwa na haja ya maneno, mawasiliano kupitia moyo na kupitia vitalu vya mawazo. Hakutakuwa na njia ya kudanganya au kudhuru. Hautahitaji.

D: Kila mtu angejua.

M: Ndiyo, hilo ni jambo jema.

D: Ni kweli. Lakini kwa nini hili linatokea sasa? Limekubaliwa kurudi.

M: Ni wakati. Lazima litokee. Wakati umefika kwa Gaia (Mama Dunia) kuhitimu na kuwachukua wanafunzi wake bora pamoja naye. Na kuwaacha nyuma uharibifu na ufisadi na hasi na giza. Ni kama anajitenga, akibadilika kuwa mbili... Dunia Mpya... Yerusalemu Mpya, na hakutakuwa na mauaji ya nyuklia yaliyokuwa yakiumbwa. Hii yote ni sehemu ya mpango mkuu wa nuru kuu mbinguni, Baraza la Tisa.

D: Wanaokwenda wanaunganishwa na nyuzi kumi na mbili za DNA au nini?

M: Ndiyo, wanaokwenda—kutakuwa na baadhi watakaobaki kusaidia wengine waliobaki kwa sababu wataogopa sana. Baadhi watabaki kwa kujitolea kwa sababu kutakuwa na hofu. Ni huzuni sana.

D: Wale waliobaki nyuma... DNA yao haijabadilishwa?

M: Hapana, hawataruhusu. Sijui jinsi inavyofanya kazi, zaidi ya kwamba watu wana viatu vizito miguuni mwao na hawataki kupaa.

D: Kwa hiyo ni chaguo la kibinafsi basi? (Ndiyo) *Sawa, unaweza kuona kila kitu kutoka hapo. Ulisema Lemuria ilikuwa pale Hawaii ilipo sasa?* (Ndiyo) *Hicho ndicho kilichosalia cha bara lote hilo?*

M: Ndiyo, na sehemu ya Japani na Singapore. Lilikuwa bara kubwa. Peninsula ya Baja, California ilikuwa sehemu ya pwani. Lilikuwa kubwa sana.

D: Je, kuna sehemu nyingine bado zimebaki?

M: Ndiyo, lakini sijui majina ya visiwa.

D: Visiwa vya Pasifiki?

M: Ndiyo. Lilienda hadi Japani. Lilikuwa kubwa sana.

D: Kwa hiyo inaonekana lilifunika sehemu kubwa ya Bahari ya Pasifiki, sivyo?

M: Nafikiri hivyo.

D: Tumekuwa tukisikia mengi kuhusu Atlantis. Je, hilo lilikuja baada ya Lemuria? (Ndiyo) *Kulikuwa na waokokaji wowote kutoka janga la Lemuria?*

M: Baadhi yao walikwenda mwanzoni. Walikuwa wazuri. Nafikiri walichukuliwa kwa ndege na baadhi ya kaka wa anga hadi mahali ambapo Atlantis ingekua.

D: Kwa hiyo walianza ustaarabu mpya katika sehemu hiyo ya dunia? (Ndiyo) *Hizi ni mambo tusiyoyajua leo.*

M: Watu wengi wanajua kuhusu hili.

D: Naam, wanajua kuhusu Atlantis, lakini hawajui mengi kuhusu Lemuria. (Ndiyo) *Wala hawajui kuhusu DNA. Lakini hii ni sehemu ya kazi yangu, kupata habari hizi zote.* (Ndiyo) *Lakini hatimaye uliambiwa uishi katika mwili wa Marian? Je, hilo ni sahihi?* (Ndiyo) *Kwa nini uliamua kurudi kwenye mwili wa kibinadamu katika wakati wetu sasa hivi?*

M: Nilikuja tu kuwa sehemu ya mabadiliko.

Sehemu hii ilikuwa ikijibu maswali kwa ufasaha kiasi kwamba sikuona umuhimu wa kumwita SC. SC pia ilikubaliana nami, kwa hiyo nikahamia kwenye maswali ya Marian. Bila shaka, swali la kwanza daima huwa kile ninachokiita "swali la milele." Kusudi lake ni nini? Kwa nini yuko hapa? Anafaa kuwa anafanya nini?

M: Yeye ni kiumbe wa mwanga kutoka Jua ambaye yupo hapa ili kuinua mitetemo, kusaidia kutakasa maji na kusaidia kuinua mitetemo ili kila mtu aweze kujisikia vizuri zaidi.

D: Inaonekana kama hajawahi kuwa na maisha mengi sana kwenye sayari ya Dunia. Je, ni sahihi?

M: Ameishi maisha 500 au zaidi.

D: Duniani? (Ndiyo) *Sikutegemea ingekuwa mengi hivyo.*

M: Ana uzoefu mwingi na baadhi yalikuwa mafupi... kwa ajili ya kupata uzoefu wa kuzaliwa na kufa. Hiyo si maisha mengi sana unapozingatia mamilioni ya miaka.

D: Ndiyo. Kwa nini alikuja Duniani kupata uzoefu wa mambo haya yote?

M: (Kicheko) Kwa sababu anapenda msisimko na kukumbuka alikotoka kweli. Anapenda msisimko wa upendo na kutoa na kupokea. Anapenda sayari hii. —Anataka tu kufurahi. Hataki mambo yawe mazito sana. Anasikitika sana watu wanapokuwa na huzuni karibu naye. —Anaweza kusoma mawazo.

Moja ya maswali yake yalihusu kama ana karma ya kulipa. Kama ndivyo, alitaka kuiondoa. Walisema, "Ameimaliza karibu yote. Imemchukua muda mrefu." Marian kimsingi alikuwa anaishi maisha kamili, maisha ya kupumzika: kufanya kile anachotaka, bila matatizo ya kimwili. Alikuwa anatuma mwanga kwa kila kitu, watu, wanyama na dunia. Ilionekana kama yeye ni mmoja wa wimbi la pili: waangalizi ambao wako hapa tu kuunda na kusambaza nishati chanya kwa wengine. Na alikuwa anafanya kazi yake vizuri.

Niliuliza kuhusu baadhi ya matatizo aliyopitia katika miaka yake ya mapema alikokuwa akikua. "Daima amekuwa akilindwa. Alikuwa kichocheo kwa wengine kumaliza karma yao. Na ilimsaidia pia, lakini hasa amekuwa kichocheo. Kwa watu kujifunza upendo."

Kabla hatujafika mwisho wa kikao nilifikiria maswali machache zaidi, "Mawe yale yaliyokuwa Lemuria, yale yaliyowekwa pale yenye nishati, bado yapo au yalienda chini ya bahari?"

M: Baadhi bado yapo kwenye Kisiwa Kikubwa cha Hawaii. Yamefichwa. Yamezikwa kwenye lava.

D: Kuna lava nyingi pale. (Ndiyo) *Kwa hiyo kisiwa hicho bado kina nishati nyingi kutoka kwa mawe yale?* (Ndiyo, oh Ndiyo.)

SURA YA KUMI NA NNE

BARAZA

Wakati Carol aliposhuka kutoka kwenye wingu alikuwa amechanganyikiwa. "Inahisi kama si mahali sahihi. Haisikii kama ni maisha ya duniani ninayotafuta. Nahisi niko katika kipimo kingine. Naona ulimwengu. Nyota na galaksi. Wingu linahisi kama gari fulani. Linanichukua kupitia shimo. Niliruka tu huko nje na wingu likawa kama mpira wa mwanga. Naona vitu vingi... galaksi na kuna sehemu fulani ninajaribu kufika. Ninaenda kwenye mfumo fulani ambako nimeishi muda mrefu zaidi kuliko nilivyoishi hapa. Kuna nyota kadhaa na mifumo ya jua kadhaa na nahisi kama narudi nyumbani kwa marafiki zangu. Wamenikosa."

D: Je, unavutiwa na sehemu moja maalum katika mfumo huu?

C: Ndiyo. Imejitokeza tu pale. Niko kwenye moja ya sayari sasa. —Kuna jengo kubwa sana. Na watu wengi wanatembea wakifanya mambo yao. Na jengo hilo ni makao makuu ya aina fulani. Ninaingia ndani.

D: Kwa nini unadhani ni makao makuu fulani?

C: Ofisi yangu ipo hapa. —Kuna watu fulani wanaojua kwamba naingia pale kwa njia ya kiroho. Nimepitisha muda mwingi hapa.

D: Unataka kwenda kwenye ofisi yako? (Ndiyo) *Niambie inakuwaje.*

C: Iko juu kabisa na ni ya vioo vyote. Naona milima mbali na chemchemi za maji kila mahali mjini.

D: Kuna nini kwenye ofisi yako?

C: Sio mengi. Ni kubwa na pana. Kompyuta iko kwenye dawati langu. Dawati lote ndilo hifadhidata yangu. Skrini ni juu ya dawati langu.

Nilimwomba atambue mwili wake na ulionekana wa kibinadamu, lakini kwa namna fulani tofauti. Hakuhisi ni mwanaume au mwanamke, "Wala. Vyote viwili." Alikuwa amevaa suruali na shati na koti lililokuwa linapepea. Nilipouliza kama anahisi kijana au mzee, alisema, "Nahisi mzee sana na kijana... sina umri. Mimi ni kama binadamu ambaye hatambulishi kama mwanaume au mwanamke, au kijana au mzee. Ni jamii ya kibinadamu iliyoendelea sana."

Mbali na dawati lote kuwa kompyuta pia kulikuwa na vitu vingine vya ajabu ofisini mwake. "Kuna vioo vinaning'inia chumbani. Hivi ni madirisha na skrini za hifadhidata. Naweza kuviashiria na vinafanya kazi."

D: Kwa hiyo si madirisha ya kioo unayotazama nje?

C: Sahihi. Si madirisha ya kioo. Zaidi ni paneli za kioo. Nikivionyesha vinafanya kazi na vitu vinatembea ninapovifuatilia kupata data. Vingine vinafanya mambo tofauti.

D: Kazi yako katika ofisi hii ni ipi?

C: Mimi ni mkurugenzi wa aina fulani. Mimi ni sehemu ya baraza.

D: Ndiyo maana unahitaji kuwa na hifadhidata?

C: Ndiyo, tunafuatilia mifumo.

D: Mifumo mingine mbali na yako mwenyewe?

C: Ndiyo. Kuna majengo mengine kwenye sayari zingine ambazo ni sehemu ya mtandao huu. Haya ni serikali zenye huruma. Ni jengo lilelile kwenye sayari nyingi. (Akaanza kulia.) Nimeikosa sehemu hii! Marafiki zangu wako hapa. Familia yangu yote ipo kwenye mfumo huu. —Nimekwama kwenye mradi huu wa Dunia.

D: Unamaanisha nini, mradi wa Dunia?

C: Sisi ni sehemu ya wajaribu na mradi wa Dunia. Sisi ndio tulioanzisha. Sisi ni sehemu ya kikundi cha spishi... nyingi... hatuko peke yetu. Sisi ni sehemu ya jaribio la kibinadamu duniani, na tulilipatia changamoto zake na kulifuatilia miradi yake na maendeleo yake.

D: Ulikuwepo mwanzoni? (Ndiyo) *Hiyo ingekuwa muda mrefu, sivyo?* (Ndiyo) *Lakini ulisema ulikuwa unafuatilia mifumo kadhaa tofauti.*

C: Kuna majaribio mengi tofauti kwenye sayari nyingine katika ulimwengu. Dunia siyo pekee. Kuna iliyoharibika zaidi.

D: Dunia ni moja ya zilizoharibika zaidi?

C: Siyo Dunia. Ni spishi ya kibinadamu imepotoka.

D: Je, wamepotoka kila mahali?

C: Hapana. Baadhi wameendelea vizuri sana.

D: Nini kilisababisha Dunia kuharibika?

C: Ilikuwa ni kuingiliwa.

D: Unaweza kusema kilikuwa nini?

C: Ninaliangalia sasa hivi... hifadhidata... ninaangalia historia. Aina fulani ya bakteria ya kibayolojia iliyoingizwa ambayo iliharibu DNA, lakini tuliamua kuendelea nayo na kuona kinachotokea.

Hii ilisoundi kabisa kama kile Phil aliripoti katika Walinzi wa Bustani kuhusu kimondo kilichogonga Dunia katika nyakati za mapema za ukuaji. Kilibeba bakteria isiyojulikana iliyoanzisha ugonjwa. Mwishowe kiliharibu jaribio kubwa la kuunda kiumbe bora wa kibinadamu duniani. Alikuwa sahihi kwamba baraza lilihuzunika sana kuwa jaribio lao limeharibiwa. Walilazimika kuchagua, aidha kuharibu kila kitu na kuanza upya au kuliacha liendelee, wakijua halitakuwa spishi kamili kama ilivyokusudiwa. Iliamuliwa kwamba kwa sababu muda na juhudi nyingi zilikuwa zimewekezwa kwenye jaribio, waliamua kuliacha liendelee. Hii pia ni maelezo ya baadhi ya majaribio yanayoendelea kufanywa na viumbe wa nje. Wanajaribu kurudisha jamii ya kibinadamu kwenye mpango wa awali, wa spishi ambayo watu binafsi hawatakuwa wagonjwa kamwe na watakufa tu pale wanapokuwa tayari.

D: Unamaanisha kimondo kiliharibu mpango wa awali?

C: Ndiyo, lakini tunaamini kwamba hakuna kitu ni ajali.

D: Nimeambiwa kwamba umbo la mwili wa kibinadamu ndilo lenye ufanisi zaidi. Ndiyo maana linatumiwa sehemu nyingi?

C: Ndiyo, ni mchanganyiko wa spishi nyingi. Kuna Reptilia. Kuna Silikoni. Kuna spishi nyingi zilizochangia gari la kibinadamu kwa ajili ya fahamu zao.

D: Ikiwa umekuwepo tangu mwanzo kabisa, basi huna umri, sivyo?

C: Sisi hatupo kwenye wakati. Hatupo kwenye aina ile ya wakati.

D: Duniani tunafikiria kama ni muda mrefu sana kupita ili kuendelea kutoka chembe hadi mwili wa kibinadamu ulivyo sasa. Lakini ninyi hamtambui wakati?

C: Vitu vinajidhihirisha tu. Vinapowazishwa, vinazaliwa.

D: Lakini ulikuwa una furaha pale kwenye baraza, sivyo? (Ndiyo.) *Kwa nini uliamua kuondoka?*

C: Niliamua nataka kupata uzoefu kutoka ndani badala ya kutazama. Nilijua itakuwa ngumu, na nilikatishwa tamaa sana na wengine wasifanye hivyo. Walinahitaji pale. Na hawakutaka nisipatikane. Lakini niliamua kwenda kwa sababu nilifikiri naweza kurekebisha mambo kutoka ndani. Mimi ni Mwalimu.

D: Ukiwa Mwalimu, unapaswa kuwa na uwezo wa kutimiza chochote.

C: Ndiyo, lakini haikuenda hivyo.

D: Inaonekana kama wewe ni mkaidi kama ulienda kinyume na ushauri wao.

C: Ndiyo, na hiyo ni moja ya sifa zangu. Kwa sababu mimi ni mvumbuzi, na ili kugundua na kuunda lazima ujue uumbaji kutoka pande zote. Mimi ni Muumbaji.

D: Ulisema ulisaidia kuunda maisha duniani tangu mwanzo kabisa?

C: Nilisaidia tu. Kulikuwa na timu kubwa.

D: Lakini kisha uliamua kwenda kupata uzoefu?

C: Ndiyo, kufanya nafsi yangu iwe ndogo. Kuwa kwenye microcosm.

D: Ulibidi kuanzia pale? Ninajaribu kuelewa unachomaanisha.

C: Naam, microcosm ilikuwa katika kiwango kidogo zaidi cha uwepo, kuanzia katika molekuli kwa taratibu. Kabla ya kuingia kwenye maumbo.

D: Kwa hiyo lazima uanze pale ikiwa unakwenda duniani?

C: Sikulazimika. Nilifanya nilichotaka. Watu wengine wanaona haja ya hilo, lakini mimi sikuona.

D: Kwa hiyo huo ndio umbo la kwanza unaingia nalo? Kiwango cha microcosm?

C: Chembe... fahamu ya chembe. Ndogo kuliko elektroni... ndogo kuliko kiini... ndogo kuliko... ndogo. Hakuna neno la kueleza kwa lugha hii.

D: Ulitaka kupata uzoefu gani katika kiwango hicho?

C: Nishati, nishati tu. Ni msisimko mkubwa sana kuwa mdogo hivi.

D: Je, utalazimika kupitia mchakato mrefu kabla ya kuruhusiwa kurudi tena?

C: Naweza kurudi wakati wowote.

D: Ukiwa ulitaka kuanzia kwa kuwa nishati safi, unahamia kwenye umbo gani baada ya hapo?

C: Nilijaribu yote nilipokuwa mti, nilipokuwa elektroni, nilipokuwa chembe, nilipokuwa wimbi la mwanga, nilipokuwa kiini, nilipokuwa nyota, nilipokuwa sayari, nilipokuwa bahari, nilipokuwa maji, nilipokuwa mnyama, nilipokuwa reptilia, nilipokuwa binadamu, nilipokuwa mimi, nilipokuwa jiwe, nilipokuwa kokoto, nilipokuwa vitu vingi.

D: Ulijifunza kitu chochote ukiwa katika maumbo yote hayo tofauti?

C: Hapana, hakuna cha kujifunza... bali kuwepo tu. Sio kuhusu masomo. Ni kuhusu uzoefu. Ni kupata uzoefu tu.

D: Lakini hukulazimika kuja. Ilikuwa ni uamuzi wako mwenyewe?

C: Ndiyo, na nilibidi kusisitiza. Walijaribu kunizuia na nikasema, "Ondokeni."

D: Basi hawakujaribu kukuzuia?

C: Hapana. Uhuru wa hiari daima unaheshimiwa.

D: Kwa hiyo ulipitia maumbo yote hayo na kisha ukaamua kuingia kwenye mwili wa kibinadamu?

C: Ndiyo, na nilikuwa binadamu kwa muda, kisha nikaacha kuwa binadamu... ulikuwa wa kiasili sana kwa wakati huo.

D: Ulipokuwa binadamu ulipata uzoefu wa maisha ya aina nyingi tofauti?

C: Yote yalikuwa na maisha. Nilipitia yote. Nilihitaji kugundua kilicho kosea. Nini kimekosea kwenye waya? Jinsi gani bakteria iliingilia na jinsi ya kurekebisha.

D: Jinsi ya kurekebisha uharibifu?

C: Uharibifu ulikuwa mwelekeo mpya katika aina tofauti ya mageuzi. Unaweza tu kurekebisha uharibifu kutoka ndani katika hali hii. Huwezi kurekebisha kama mtazamaji.

D: Kwa hiyo hii ndiyo sababu ulipitia maisha ya aina nyingi tofauti?

C: Ndiyo. Nililazimika kuangalia yote.

D: Na baadhi ya maisha yalikuwa hasi pamoja na chanya, sivyo?

C: Ndiyo, lakini hasi ni udanganyifu. Hasi na chanya vyote ni vifaa vya ujenzi. Hasi ni kichocheo cha mageuzi.

D: Lakini unajua binadamu huchukulia kitu hasi kama kibaya.

C: Wanapaswa kukiandika upya kama kichocheo cha mageuzi. Tumetolewa makusudi vichocheo hivi vya mageuzi. Vitu hivi vinavyoonekana hasi... vitu hivi vipo makusudi.

D: Lakini umekuwa ukifanya hivi kwa muda mrefu kwa kipimo cha Dunia, nafikiri.

C: Nimekuwa nikirudi na kutoka. Sijakuwa hapa muda wote. Ndiyo, na muda mrefu zaidi ya miradi ya kibinadamu duniani, tumekuwa na mingine kabla ya hii. Kulikuwa na majaribio mengine ya kibinadamu kabla ya Zama za Barafu za Dunia. Yamekuwa sita... ya sita kati ya mengi... ya kadhaa.

D: Unamaanisha nini? Eleza ni zipi hizo sita.

C: Dunia imekuwa mamia ya maelfu ya miaka bila maisha kabisa juu yake. Na katikati kulikuwa na madirisha madogo ya kuwa na viumbe tata, na tumeyatumia kila mara.

D: Hicho ndicho nilichokuwa nashangaa, hizo awamu sita ni zipi.

C: Hizi si awamu... ni majaribio tu. Madirisha sita ya wakati ambapo viumbe tata vya kibinadamu vingekuwepo duniani. Wakati binadamu na mimea na wanyama wangeweza kuwepo. Haikuwa binadamu mara mbili za kwanza. Mara mbili za kwanza walikuwa spishi zingine tu. Si lazima zile unazoweza kuzitambua katika nafasi na wakati huu. Binadamu ni jaribio la hivi karibuni zaidi na mchanganyiko baada ya kujaribu viumbe wengine wengi. Binadamu labda alikuwa wazo kuu zaidi.

D: Walivyo sasa hivi? (Hapana) *Hiyo ilikuwa awamu ya sita?*

C: Hapana, hakukuwa na awamu. Ilikuwa ni majaribio tu. Na hili lilikuwa jaribio la sita hapa, na umbo la uhai wa kibinadamu lilihusishwa katika majaribio manne ya mwisho hapa. Lakini tumefanya majaribio na wanadamu katika galaksi nyingi, na wao ni uvumbuzi wa hivi karibuni zaidi kuliko spishi nyingine ambazo ni za zamani zaidi. Lakini zimekuwa na kasoro, na sasa tunatafuta ufahamu zaidi ambao unaweza kubeba ufahamu zaidi. Na pia kutafuta chombo cha kimwili ambacho kinaweza kubeba na kuongoza ufahamu. Hatujaukamilisha wazo hili la chombo cha kimwili katika namna yoyote bado, lakini tuna umilele wote kugundua hili.

D: Kujaribu kukikamilisha?

C: Hakuna ukamilifu... ni uzoefu zaidi. Mara tu unapofikia ukamilifu, hauwi kamili tena kwa sababu unataka kujaribu kitu tofauti.

D: (Akicheka.) *Lakini baadhi ya spishi, wanadamu waliokuwa Duniani, hawakuishi na kuendelea, sivyo?*

C: Ni sahihi. Inafuta kila kitu. Kuanza upya.

D: Haikuwa ikienda kama ilivyotarajiwa?

C: Hakuna "inavyopaswa kuwa" au "isivyopaswa kuwa." Wakati mwingine tunaiacha iendelee hadi pale inapodhihirika kwamba haijengi tena. Wakati mwingine mchakato wa kurudi nyuma unaweza kuhatarisha majaribio mengine, na tunalazimika kudhibiti jaribio hilo.

D: Ni mradi mkubwa sana, sivyo?

C: Ni wa ulimwengu wote. Kuna pia ulimwengu mingine.

D: Na kila mmoja ungeathiri mwingine, kwa hiyo mnapaswa kufuatilia yote?

C: Ndiyo, na kuwa waangalifu kwamba majaribio hayachanganyiki. Yatasababisha uharibifu kwa maendeleo ya mengine. Jaribio la kibinadamu, wakati wanadamu walipoendelea kiteknolojia, wakati mwingine liliingilia kati majaribio mengine na lilihitaji kudhibitiwa.

D: Kuna viumbe wengine kama wewe waliokuja Duniani?

C: Wengi. Hasa sasa.

D: Wangeweza pia kubaki huko walikotoka, sivyo? (Ndiyo.) *Wote walijitolea kuja?*

C: Hakuna anayelazimishwa.

D: Nimezungumza na aina nyingi tofauti za wajitoleaji waliamua kuja katika wakati huu wa mageuzi. Kazi yako ni ipi ukiwa hapa?

C: Kufanya upya mfumo kutoka ndani kwenda nje.

D: Wanadamu wote au wachache tu maalum?

C: Wale wachache tu wanaofundisha wengine kujifanyia upya wao wenyewe. Tuko hapa kufundisha. Kila mtu anaweza kujifanyia upya... kufanya upya... mfumo wao wa neva umeharibiwa. Kwa hiyo kurekebisha mfumo wa neva kunaweza kufanywa tu na kila mtu binafsi, katika kila hali, na si mtu mwingine kumfanyia. Na hili ni jaribio, nasi tunasaidia katika jaribio hili kulisukuma kwa mwelekeo fulani kwa wakati huu. Tutaondoka baada ya kipindi hiki.

D: Kwa nini mwanadamu anahitaji kufanyiwa upya?

C: Ili kubeba ufahamu zaidi.

D: Kwa hiyo si kwa ajili ya kubeba maarifa zaidi?

C: Hapana. Elewa hivi: mageuzi ya moyo na huruma ndiyo kipengele kinachokosekana kiteknolojia. Wanadamu wamepiga hatua za kiteknolojia hapo awali bila usawa wa moyo, bila mageuzi ya moyo. Na imekuwa ya maafa. Kwa hiyo tuko hapa kukuza moyo kwanza, hadi moyo ulingane na maarifa haya.

D: Kwa nini mwanadamu anapaswa kuwa na ufahamu zaidi?

C: Ili kutumia nguvu kwa upole na hekima, kwa sababu matumizi mabaya ya nguvu ndiyo tatizo la binadamu. Uharibifu huu wa kibiolojia wa bakteria kwa mfumo wa neva ulitokea mapema katika jaribio, kabla mwanadamu hajakamilika kikamilifu.

D: Kwa hiyo lengo ni kuzuia hasi kwa njia hii?

C: Au kuelekeza upya jinsi hasi inavyotumika, kwa sababu zote zinahitajika. Chanya na hasi, haviwezi kuwepo kimoja bila kingine. Giza na mwanga ni sehemu ya tapestry inayojenga picha. Vyote lazima vijifundishwe kutumika kwa hekima, kwa sababu hata chanya kinaweza kutumiwa vibaya.

D: Najua kuna wajitoleaji wengi wanaokuja katika mwili wa kibinadamu kusaidia tu. Lakini inaonekana wewe una jukumu tofauti.

C: Hatujaja kuokoa jamii ya wanadamu. Tuko hapa kuona mchakato huu unaweza kufikia wapi.

D: Hii ndiyo sababu uliamua kuingia katika mwili wa Carol?

C: Ndiyo, na ndiyo sababu nilichagua mfumo mbaya zaidi wa neva ili kuurekebisha. Kwa sababu njia hii ndiyo njia pekee ya kuwaonyesha wengine jinsi ya kurekebisha uharibifu huu wa kibaolojia ulio ndani sana.

D: Uliingia katika mwili wake akiwa bado mtoto mchanga?

C: Nilizaliwa katika mwili huu.

D: Tayari ulikuwa na maisha mengine kama mwanadamu?

C: Yote ni maisha yangu. Mimi ni nafsi moja. Ni yule yule mmoja akiishi maisha yote.

D: Kwa hiyo kusudi la Carol ni kwamba utamfanyia upya ili naye aweze kufundisha wengine?

C: Ndiyo, kwa wale watakaosikiliza.

D: Unajua ana shule ya kiroho ambapo anajaribu kufundisha wengine.

C: Ndiyo, mimi ni mmoja wa waumbaji wa shule hiyo. Kuna maelfu waliohusika katika uanzishwaji wa shule hiyo. Mimi ndiye mwenye — tuseme — akili ya uendeshaji.

D: Kwa hiyo uliweka wazo hilo akilini mwake kuanzisha shule hiyo?

C: Hapana, ilikuwa ni kundi lililoweka wazo hilo akilini mwake. Ni wazo alilozaliwa nalo... wazo lililowekwa akilini mwake. Ilikuwa ni hatima yake.

D: Na ni wazo zuri. Anawasaidia watu. (Ndiyo) *Lakini kwa sasa ana matatizo na shule hiyo.*

C: Anajitambulisha sana na hali za kibinadamu.

D: Anahisi kama imekwama, na haifikii watu wengi kama inavyopaswa.

C: Ni kweli. Haifikii watu wengi kama inavyopaswa. Anahitaji kupumzika na kuiruhusu itiririke. Hali nyingi za kibinadamu zinahusishwa sana.

D: Unaweza kumpa mawazo yoyote ya kuvutia wanafunzi wapya?

C: Tunaliandaa hilo. Sisi tuko katika kile anachokiita "umoja."

D: Anatumia mtandao. Nadhani unajua ni nini hicho.

C: Ndiyo. Toleo la awali la kile tulicho nacho. Mtandao ni mwanzo wa ufikiaji wa taarifa za fahamu za pamoja kwa wote. Ni hatua ya kwanza, lakini tutaukomesha ikiwa moyo hautakuwa na usawa ndani ya spishi hii.

D: Mtaikomeshaje jaribio hilo?

C: Tuna uwezo wa kuharibu ulimwengu. Tunachohitaji kufanya ni kuelekeza upya nguvu za ulimwengu. Uharibifu wao utatokea ikiwa maendeleo ya kiteknolojia yataendelea bila moyo.

D: Lakini hiyo ingemaanisha kila kitu kingeangamizwa.

C: Hapana, hakuna kitu kinachoangamizwa.

D: Hiyo ingeangamiza jaribio lote.

C: Litaendelea, lakini litaanza upya. Hakuna kinachoharibiwa kabisa. Kinabadilishwa tu kuwa nishati, na nishati inaweza kutumika tena na kugawiwa upya kwa namna ambayo hakuna anayekufa. Sio halisi.

D: Lakini hiyo si kama kukiri kushindwa ikiwa mtaanza upya jaribio hilo?

C: Hapana, si kukiri kushindwa, bali ni kukubali mwelekeo usio sahihi... mwelekeo tofauti. —Kuna imani kubwa kwamba utaenda katika mwelekeo sahihi kwa wale kama sisi tulio hapa. Kwa maana tunasukuma jaribio hili kutoka ndani badala ya jinsi tulivyokuwa tukifanya hapo awali kutoka nje. Sasa tunasukuma kutoka ndani badala ya kutoka nje. Kwa sababu hili lazima liwe upanuzi unaotoka ndani ya umbo lenyewe. —Tunaona kwamba mwelekeo bado haujakamilika kabisa. Bado kuna wanadamu wengi wanaosikiliza... mwelekeo usio sahihi.

D: Je, hili lina uhusiano wowote na Dunia mpya inayoundwa?

C: Kuna Dunia moja tu, lakini itabadilishwa au la.

D: Nimesikia mambo mengi tofauti. Nimesikia kuhusu mabadiliko ya mtetemo.

C: Kutakuwa na vipimo vingine vya Dunia. Kutakuwa na zaidi ya moja... zaidi sana. Kutakuwa na zaidi ya viwili. Kutakuwa na matoleo mengi ya Dunia.

D: Lakini bado kutakuwa na hasi katika baadhi ya matoleo hayo?

C: Ndiyo, na hata uhalisia wa giza zaidi kuliko unavyofikiria. Kuna matoleo ya "jehanamu" ya Dunia, kwa maana tunajaribu chombo cha kibinadamu kuona ni kiasi gani kinaweza kustahimili.

D: Nimeambiwa kwamba wale hasi hawawezi kwenda kwenye matoleo ya juu ya Dunia?

C: Wataingia katika toleo linalolingana nao. Wale ambao hawawezi kulingana na baadhi ya mitetemo watakufa. Tunaisafisha spishi hii kutokana na sampuli zenye kasoro. Yeyote anayechagua kutoka ndani atapita "mlangoni."

D: (Akicheka) *Kwa hiyo hiyo ni sehemu ya kazi yenu, kuwaandaa watu ili wajue kuna kitu kinachotokea?*

C: Wote wanajua kwamba kuna kitu kinachotokea. Kuna sadaka nyingi kwa mitindo mingi tofauti. Yake ni moja kati ya sadaka nyingi tofauti kwa mitindo tofauti. Wapo wanaochagua mitindo tofauti.

D: Unamaanisha nini unaposema mitindo tofauti?

C: Ya kuamshwa. Kuna lengo moja lakini njia nyingi.

D: Hakuna "njia moja pekee" ambayo lazima iwepo?

C: Kuna njia pekee ambayo lazima iwepo. Moyo wa mwanadamu lazima uendelee ili kwenda mbele zaidi, kwa sababu tumeiacha jamii ya wanadamu iendelee na maendeleo ya kiteknolojia katika hali yake ya sasa bila mageuzi ya moyo. Na tumeiacha iendelee mbali sana... mbali sana kuona kitakachotokea. Na tayari tumeona kitakachotokea... hakuna haja ya kurudia. Sasa aidha mwelekeo mpya, au hakuna kabisa.

D: Kwa hiyo mliona nini kilichokuwa kinaenda kutokea?

C: Star Wars ni kweli. Ilitokea katika galaksi iliyo mbali sana.

D: Kwa hiyo wakiongeza wanachofanya, wanaweza kuharibu Dunia wao wenyewe?

C: Wangeweza kuharibu mifumo yote. Na majaribio mengine ambayo hatutaki wayaguse.

D: Kwa hiyo ndiyo maana mnafuatilia ili wasiende katika mwelekeo huo?

C: Kudhibiti majaribio yanayotoroka mipaka.

D: Wanadamu hawajui mambo haya, na wanafanya mambo ya kijinga.

C: Alitaka kuona ni maisha gani yanayohusiana na maisha haya ya sasa, nami ndiye huyo.

D: Wewe ndiye yule uliyekuwa kwenye sayari nyingine uliyajitolea kuja na kuishi katika dunia hii ya kichaa?

C: Sikushuka chini. Nilikuja kwa upande mwingine. (Nilicheka.)

Kisha nikaliita Chanzo cha Juu (SC) na nikaliuliza kwa nini kilichagua maisha hayo kwake kuyaona.

C: Ili aweze kuona kwamba yeye ni nafsi ya kundi. Hii si kiumbe mmoja tu. Aliona kipengele kimoja katika sayari moja, lakini kuna kundi katika sayari nyingi ambazo yeye ni sehemu yake.

D: Yule kiumbe mwingine aliyekuwa kwenye kile kilichoitwa "baraza." (Ndiyo) *Na yeye ni sehemu ya hilo?*

C: Ndiyo, baraza lote ni kiumbe mmoja.

D: Kwa nini ulitaka ajue kuhusu hili?

C: Ili aone mahali ambapo shule yake kwa kweli inatoka. Alikuwa anashuku kwamba kuna nguvu ya pamoja nyuma yake. Alijua hilo, lakini hakutaka kufikiria kwamba ni kubwa sana kwa sababu hakutaka kufikiri yeye ni "maalum." Kwa namna fulani hakutaka kiburi hicho kiingie kichwani mwake.

Kisha nikauliza kuhusu matatizo yake ya kimwili, hasa tezi ya thyroid ambayo alikuwa anatumia dawa kwa ajili yake. Ilikuwa hali mbaya sana. Chanzo cha Juu kilisema ilisababishwa na hofu. "Hasa hasira... hasira kubwa sana. Kuna mengi yanayohusiana na hasira kuliko hofu."

D: Hasira hiyo ilitoka wapi?

C: Amefanya safari yenye mikwaruzo mingi.

D: Alisema amekubali mambo yote yaliyotokea maishani mwake.

C: Kwa njia nyingi amefanya hivyo. Akili yake imeyaachilia. Moyo wake umesamehe. Lakini mwili haujaachilia. Ni kumbukumbu ya seli. Pia kulikuwa na hamu fiche ya kujiua. Ilikuwa ni hamu isiyotambuliwa ya kujiua.

Madaktari walimwambia Carol kwamba angekufa ikiwa asingetumia dawa zake. Nililiomba Chanzo cha Juu lifanye kazi kwenye tezi ya thyroid, na nikauliza lilikuwa likifanya nini. "Linatulia. Linapumzika tu na kukubali kuwa katika umbo la kibinadamu, na kuwa hapa miaka mingine arobaini au hamsini." Pia lilisema kwamba shule yake ingepanuka na kuenea kote duniani. "Bado hujaona chochote. —Ameshakuwa hapa miaka arobaini tayari. Hiyo ni muda mrefu kwa kiumbe ambaye si mwenyeji wa Dunia."

Ujumbe wa kuaga: Usiogope kuangaza mwanga. Usiogope kuwa na nguvu. Usiogope kuwa maalum zaidi. Anaogopa kuwa maalum zaidi kuliko watu wengine. Yeye si hivyo. Anaogopa sana ego, kwa maana ego ndiyo anguko la walio wakubwa zaidi, na anaogopa ego kuliko kitu chochote. Ameona ego nyingi zikiharibu kazi njema, na hataki kabisa ego yake iharibu kazi yoyote aliyowahi kufanya. Kwa hiyo anajidumisha katika nafasi ya kujiona duni ili kupambana na ego. Ataongozwa juu ya jinsi ya kuishughulikia ego hiyo kadri mafanikio yanavyokuwa makubwa zaidi; ataongozwa jinsi ya kuimudu.

Inaonekana kwamba hata roho mabingwa wamejitolea kuja, hata kama waliambiwa wasije. Imesemwa kwamba hata avatar anaweza kupotea na kunasa katika matope mazito ya Dunia.

SEHEMU YA PILI

WAGENI WA ANGANI NA VIUMBE VYA MWANGA

SURA YA KUMI NA TANO

Wajitoleaji Zaidi

Huenda ikaonekana ajabu kidogo kuunganisha UFO na ETs na Mawimbi Matatu ya wajitolea na mabadiliko yajayo ya vipimo kuelekea Dunia Mpya. Lakini kwa hakika vinaendana vizuri kabisa. Hii ni kwa sababu mada yote ya "wageni" au viumbe wa nje imetiwa woga na kutoaminiana tangu mwanzo. Waandishi wengi wa uchunguzi hutafuta na kugundua kile wanachoona kuwa ni uovu na hofu. Hii yote inategemea mifumo yao ya imani; wao huumba kile wanachokiogopa. Hawajawahi kufikiria wazo ambalo mimi nimegundua: kwamba sisi ni wao na wao ni sisi. Viumbe hivi vilituumba, kwa hiyo hawana tamaa ya kuwadhuru watoto wao. Kwa sababu ya hiari huru na sheria ya kutokujihusisha wanaweza tu kutazama na kutikisa vichwa vyao juu ya upuuzi na mienendo ya kitoto ya watoto hawa. Wakati wachunguzi wengine wanapotumia hipnosisi kwa wateja wao, kwa kawaida humweka mtu katika hali nyepesi badala ya kuingia kwenye hali ya kina ninayotumia. Katika usingizi mwepesi mtu atachukuliwa na hisia, na woga hutawala. ETs wanatambua vyema athari wanayoleta kwa binadamu, aidha kwa muonekano wao au matendo yao, na wangependa mtu asibaki na kumbukumbu yoyote ya tukio. Wapo hapa kwa kusudi mahsusi na ni lile ambalo binadamu—ambaye kumbukumbu zake zimefutwa na kuzaliwa upya ndani ya mwili wa kimwili—asingeweza kulielewa. Wengi wa binadamu hawapaswi kukumbuka uhusiano wao hadi wakati ufike, hadi misheni yao ifike hatua inayowafanya waweze kuelewa. Ikiwa kumbukumbu zitaletwa mapema mno, basi jaribio linaweza kuhatarishwa. "Wao" wamesema kwamba hali bora ni ile ambayo mtu asijue kabisa kinachoendelea, kwamba anaona tu matukio. Hawataki kuvuruga maisha ya mtu. Lakini kwa sababu ya vihifadhi na viongeza kwenye chakula chetu, vichafuzi hewani, kama mtu yuko kwenye dawa zozote (za starehe au za kitabibu) au pombe, hii hubadili kemia ya ubongo wao. Hii husababisha wakumbuke tukio lolote (iwe tukio halisi au ndoto) kwa namna iliyopotoshwa. Inatiwa rangi na hisia zao hivyo hutafsiri kana kwamba jambo baya sana limewatokea kwa sababu liko nje ya uwezo wa akili yao ya fahamu kuelewa. Hii ndiyo sababu ni bora kama kumbukumbu hufutwa na ETs. Hofu ndiyo hisia yenye nguvu zaidi aliyonao binadamu. Ikiwa haelewi kitu, huleta hofu itakayopotosha kumbukumbu kiasili. Katika mbinu ninayotumia, naiweka kando akili ya fahamu ili tuwasiliane na SC (Ufahamu wa Juu), sehemu yenye maarifa yote. Kisha tunaweza kupata hadithi ya kweli, au kadiri ya hadithi ambayo SC inaona inafaa. Inajua mtu yuko wapi kwenye safari yake na katika jukumu lake, na inajua kiasi anachoweza kubeba. Hawampi mtu zaidi ya anachoweza kubeba, nami lazima niheshimu hilo tunapofanya kikao. Ikiwa SC inasema haiwezi kutoa taarifa zaidi, au kwamba bado si wakati wa kitu fulani kufunuliwa, basi lazima niheshimu hilo. SC lazima itendwe kwa heshima kubwa, nami nimeweka uhusiano wa kazi ulio na faraja na sehemu hiyo ya akili ya mteja. Hii ndiyo sababu naweza kupata taarifa ambazo wachunguzi wengine hata hawangejaribu kuzitafuta.

Sababu ambayo mada ya viumbe wa nje inaendana na Mawimbi Matatu ni kwamba mara nyingi hawa wajitolea wametoka kwenye vipimo vingine, sayari au vyombo vya anga. Kama nilivyosema, wajitolea hawa ni nafsi safi zisizochafuka zinazokuja Duniani kwa wakati huu kutusaidia kufanya mpito kwenda Dunia Mpya. Wengi wao hawajawahi kuishi ndani ya mwili wa kibinadamu kabla na hawajanasa kwenye Gari la Karma. Katika mfululizo wa Ulimwengu Uliojikunja niligundua kwamba wengi wao walikuja moja kwa moja kutoka kwa Mungu, au Chanzo, na hawajawahi kuishi katika aina yoyote ya mwili. Daima walikuwa "mmoja" na Chanzo na hawakuwa wametumwa kwenye safari ndefu ya majaribio na masomo ya kupanua maarifa ya Chanzo. Waliridhika kabisa kubaki huko ndani ya mazingira ya upendo kamili, na walikubali tu kuondoka ili kuisaidia Dunia. Katika mfululizo wa Ulimwengu Uliojikunja wengi wao walisimulia kuhusu mikutano iliyofanyika upande wa roho na sehemu nyingine mbalimbali. Katika mikutano hiyo waliambiwa kuwa Dunia iko mashakani, na ilihitaji msaada kutoka nje. Waliomba wajitolea, na wengi wakakubali changamoto. Mmoja alisema, "Kwa upumbavu niliinua mkono nikasema nitaenda." Aliposema "kwa upumbavu," alimaanisha hakuelewa kikamilifu ugumu aliokuwa anajiandikisha kuukabili. Nafsi hizi mpole zilitaka tu kusaidia, kwa sababu ya upendo. Wanapofika hapa, hugundua kwa nini inaitwa sayari yenye changamoto zaidi katika ulimwengu. Pia katika kitabu hiki tumegundua kwamba baadhi yao walikuwa roho au nishati zilizokuwa zinasafiri na kuchunguza, na hawajawahi kuhisi msukumo wa kuwa wa kimwili. Ni dhahiri kwa nini nafsi hizi zimepata shida kuzoea mazingira ya ukatili na ya ajabu namna hii. Wanachukuliwa kuwa hodari na wanaheshimiwa sana kwa kukubali jukumu hili gumu.

Sasa tutachunguza visa nilivyokuta ambapo mtu aliwahi kuishi kwenye vyombo vya anga au sayari na vipimo vingine na kwa kweli hakuwa na hamu ya kuchunguza Dunia. Katika kitabu changu Walezi niliandika kuhusu miaka yangu ishirini na tano ya kuchunguza visa vya kawaida vya UFO na "utekaji." Ndani ya kitabu hicho nilidhani nilikuwa nimepata majibu ya kila kitu ambacho yeyote angependa kukijua kuhusu jambo hili. Lakini nilikosea, bado kuna mengi ya kugundua. Nilipoandika kitabu hicho, sikuwa bado nimejulishwa kuhusu uhusiano na wajitolea na jukumu lao gumu Duniani. Kutoka mtazamo huu, ETs si wavamizi, bali ni walinzi. Wanacholinda na kutazama ni wao wao wenyewe. Ingawa aina hizi za wajitolea hawalitambui, hawako peke yao kamwe. Watu waliowaacha nyuma wanawaangalia kuhakikisha wako salama na wanaweza kuzoea vizuri mazingira haya ya "kigeni" ya Dunia. Nilikuwa tayari nimekuta baadhi ya visa vilivyoripotiwa katika mfululizo wa Ulimwengu Uliojikunja, lakini wakati huo sikuwa na taswira nzima. Hivi vitarejelewa katika kitabu hiki kadiri simulizi linaloendelea.

MUDA ULIOPOTEA

Kazi yangu yote ilikuwa inachukua mikunjo na mizunguko mingi na kusonga katika mwelekeo tofauti. Kwa hiyo kwa nini nistaajabu pale kazi yangu na UFO na ETs pia ilipochukua mwelekeo tofauti? Katika kazi yangu ya awali nilikuwa nimechunguza matukio ya muda uliopotea na matukio ya muda uliobanwa (yaliyotolewa katika Walezi), lakini siku zote niliweza kuyaunganisha na viumbe wa kimwili kwenye vyombo vya anga. Kwangu hii ilirahisisha kuelewa mradi nikiweka ndani ya mipaka ambayo akili zetu za fahamu zinaweza kubeba. Lakini kazi yangu sasa ilikuwa inaenda katika mwelekeo uliounganisha matukio mengi na viumbe na vyombo ambavyo si vya kimwili. Akili ya ndani iliitambua kama ya asili, ingawa akili ya fahamu ya mtu isingelifikiria wazo la ajabu kiasi hicho. Kweli akili zetu zilikuwa zinafunguliwa, na kazi yangu yote ilikuwa inaathiriwa. Ilibidi nibadilishe kabisa namna yangu ya kutazama mambo.

Jackie alikuwa mmoja wa vikao kumi na viwili nilivyofanya nikiwa Laughlin, Nevada, moja kwa moja baada ya shambulio la Septemba 11, 2001. Kimaumbile, kwa kuwa ilikuwa ni kongamano la UFO, nilikutana na watu wengi waliotaka kujua kama walikuwa na uzoefu wa aina hiyo. Jackie alikuwa mmoja wao. Niliongoza mikutano ya Experiencer kila asubuhi wakati wa kongamano, kwa usaidizi wa Barbara Lamb. Jackie alitaka kuchunguza tukio la muda uliopotea lililokuwa likimsumbua. Yeye na rafiki yake, Elaine, walianza mapema sana (saa 9:00 usiku—3:00 asubuhi) safari ya gari kwenda Sedona, Arizona. Safari hiyo kwa kawaida huchukua takribani saa nne, na walipaswa kufika karibu saa 1 asubuhi (7:00).

Badala yake walifika saa kadhaa baadaye (takriban saa mbili za muda uliopotea), na wakajikuta kwenye barabara ya ajabu walipoingia Sedona. Nilitaka kuhakikisha kwamba hawakuvuta gari pembeni na kulala usingizi kwa kuwa ilikuwa mapema sana, lakini yeye alisisitiza hawakufanya hivyo. Kwa wakati ule wa asubuhi kungekuwa na magari machache sana, na hiyo ndiyo sababu yao kuu ya kusafiri mapema hivyo. Hakukuonekana kuwa na maelezo ya kimantiki ya kuchelewa huku. Hivyo hili lingekuwa ndilo lengo kuu la kikao. Ilinisaidia kwamba alijua siku na saa halisi ya tukio. Alikuwa ameweka kumbukumbu katika shajara yake.

Kitu kingine alichotaka kuchunguza ni kwamba alidhani alikuwa amekuwa na kifaa kilichopandikizwa kwenye tundu la pua. Alinionyesha seti ya eksirei ambazo daktari wake alikuwa amepiga alipokwenda kwa uchunguzi wa tatizo la kimwili. Kwenye moja kati yake kulikuwa na nukta ndogo nyeupe kwenye sehemu ya juu ya tundu la pua. Seti nyingine ya eksirei zilizopigwa miezi michache baadaye hazikuonesha kitu kama hicho. Wakati huo huo alisema kitu fulani kilitoka puani mwake. Kwa sababu hakujua kile kilikuwa nini, alikitupa. Alitaka kujua kama kulikuwa na kitu puani, na kama alikuwa na vipandikizi vingine mwilini.

Ningeanza kwa kuchunguza tukio la muda uliopotea kwanza. Baada ya kuingia katika usingizi wa kina nilimrudisha nyumbani kwake katika saa za alfajiri za Julai 1, 1993.

D: Ni mapema sana asubuhi, unajiandaa kwenda safarini. Unateleza ukishuka ndani ya nyumba hiyo asubuhi hiyo unapojiandaa kuondoka. Sasa ni mapema mno, asubuhi ya Julai mosi, 1993. Unaifanya nini? Unaona nini?

J: Mwanga wangu umezimwa. Nilikuwa natoka mlangoni tu.

D: Je, una mizigo yako yote uliyoandaa kuchukua? (Ahaa) *Mtakwenda na gari la nani?*

J: Ford yangu.

D: Utaendesha wewe, au Elaine?

J: Mimi naendesha. Ni mapema, saa tatu na dakika tano. Bado giza nje, nami na Elaine tuko garini. Napenda muziki wangu. Muziki wangu husaidia muda kupita.

D: Itachukua muda gani kufika Sedona?

J: Takribani saa nne. Nimefanya hii mara nyingi. Tunazungumzia njia mpya ya kupita, juu ya kumi na saba kisha moja kwa moja kutoka Lynn's (?) Park kwenda Sedona. Kupitia barabara ya mlima. Magari machache. Hatujawahi kupita huko.

Tayari tulikuwa tumepata kitu ambacho hakuwahi kuwa na ufahamu nacho. Alikuwa anachukua barabara tofauti na ile aliyokumbuka.

D: Je, njia hiyo ingekuwa fupi zaidi?

J: Hapana, ndefu.

D: Kwa nini mliona mnapaswa kuchukua njia mpya?

J: Mkutano. Nilikuwa nimekubali kuwepo. Kukutana na watu hawa.

D: Watakuwa kwenye barabara hiyo?

J: Ndiyo. Njia hii itarahisisha kuwaona. Kificho nilijua watakuwepo. Sio kwa fahamu.

D: Ulipomaanisha "miadi," je, ni kitu kilichopangwa?

J: Watu wangu. (Kwa huzuni) Nimewakosa.

Alianza kuathiriwa na hisia, na akaanza kulia. Nikazungumza naye ili apate kujiamini, ili aweze kuzungumzia. Alilia akiendelea:

J: Wao ni kabisa... mwanga. Wametengenezwa kwa mwanga. (Akinusa) Nimewakosa sana! (Kwa hisia) Hapa ni sehemu ya ajabu.

D: Je, ni watu uliowahi kuwajua kutoka sehemu nyingine?

J: (Pumzi ndefu) Ndiyo!

D: Ulipanga lini huu mkutano nao?

J: Waliponiambia nikiwa nimelala wapi nije. (Akinusa) Itakuwa mahali fulani kwenye barabara hiyo. Siku-jua hasa wapi, lakini ilibidi niharakishe. Ilibidi nifike ndani ya muda maalum.

D: Na ndiyo maana ulitaka kuondoka kwa wakati ule maalum asubuhi? (Ahaa) *Lakini umesema hawa ni watu unaowajua. Unawajua wapi?*

J: Mwanga. (Bado akinusa) (Kwa hisia) Wao ni wa mwanga. Wao ni mwanga. Nishati yake.

D: Uliwajuwaje?

J: (Kwa msisitizo) Mimi ni wao! Mimi ni wao!

Nikajaribu kuelewa anachomaanisha, bila kumwelekeza.

D: Kwa hiyo wamekuwa wakiwasiliana nawe ukiwa Duniani?

J: Kila wakati, lakini si kila mara ninawaelewa. Wakati mwingine ninasahau ni kina nani. (Kwa hisia) Ujazo thabiti wa mwanga. Ni mkusanyiko wa buluu ya juu ya mwanga. Mimi ni wao!

D: Wewe ni wao. Sawa, hebu tusogeze mbele muda, pale unapokaribia sehemu ambayo umepaswa kuwa na miadi. Inachukua muda kufika huko?

J: Tunahitaji mafuta kwenye gari. Nahitaji kusimama kuweka mafuta. Najisikia vizuri! Najisikia hai, na macho. Nimejaa nguvu na msisimko. Lakini tuliposimama kuweka mafuta, nikaona usingizi mzito. Kwa dakika moja tu nikawa mzito. Kufikia nilipozunguka gari kumwachia Elaine aendeshe, sikuweza kushikilia macho yangu yakiwa wazi.

D: Naam, ni mapema asubuhi.

J: Hii ilikuwa tofauti. Haikuwa usingizi wa kawaida. Yeye anaendesha. Mikanda imefungwa. Naiangalia spidomita. Na hicho ndicho kitu cha mwisho nilichoona—maili sabini na tano kwa saa. Nikafikiri, tutakuwa tumefika ndani ya dakika ishirini.

D: Hakukuwa na magari mengine?

J: Naam, niliona gari likipita upande wa pili, barabara imegawanywa.

D: Kisha nini kilitokea? Kwa sababu fahamu yako ya ndani inajua. Hai-lali. Inaweza kukuambia kilichotokea.

J: Tulisimama. Tukaingia kulia, barabara. Ilikuwa barabara ya udongo. Kuna uzio kando yake. Shamba la aina fulani. Dirisha liko chini. Ni giza sana.

D: Kwa hiyo akaingia kwenye barabara hiyo? Hakusema chochote?

J: Hapana. Alikuwa anatabasamu. Nilikuwa nikiangalia kulia. Kulikuwa na kitu... kidomo cha fedha, kama tangi la maji. Lakini halikuwa tangi la maji. "Watu" wawili walikuja upande wa mlango wangu. Mmoja akaenda upande wake. Na tukatembea.

D: Watu hawa wanaonekanaje?

J: "Wenye kijivu" (Greys).

D: Nanyi mkatoka garini?

J: Ahaa. Elaine alikuwa sawa. Alikuwa anatembea kimya.

D: Wanawapeleka wapi?

J: Tuko kwenye meli hii... ndani ya chumba hiki.

Kwa dhahiri kile kidomo cha fedha kilikuwa ni chombo cha anga.

D: Uko ndani ya chumba. Kisha nini kinatokea?

J: Ninateuliwa... na hawa maroboti... wale greys. Nahisi sauti zinatoka kwao, kwamba mimi ni mjumbe. (Karibu kulia) Kwamba nahitaji kuondoka tena. Sitaki kurudi. (Kwa hisia) Nitarudi, lakini ningependa nibaki nao. Nilitamani sana kuwa nao. Mimi ni sehemu ya mwanga. Mwanga wa sehemu. Najigawa—narudi.

D: Unamaanisha nini, kujigawa?

J: Najitenganisha tena nao na kurudi Duniani. Lazima nishuke tena. Nataka kubaki nao. (Kwa hisia) Wamejaa upendo. Na kila nafasi ya molekuli ni mwanga. (Ananusa) Sijui kama naweza kufanya wanachotaka nifanye.

D: Wanataka ufanye nini?

J: Kusambaza mwanga. Kusambaza mwanga. Rudi ukaliongezea Chanzo cha Mungu kwa kusambaza mwanga. (Ananusa)

D: Je, wanakuambia unaweza kufanya hivyo vipi?

J: Wanasema najua jinsi.

Wazo lilinijia kwamba hili linafanana kwa kiasi fulani na vile viumbe vidogo vya mwanga kwenye hadithi ya Bartholomew ndani ya The Convoluted Universe, Kitabu cha Kwanza, vilivyokuja Duniani kusambaza mwanga.

D: Je, wao ndio wanaokuambia, au wapo viumbe wengine chumbani?

Alikuwa sahihi alipowaita "maroboti" kwa sababu ni mashine zilizoumbwa kibayolojia zinazofanya tu kile wanachoambiwa au kupewa programu ya kufanya. Kwa hiyo nilijua kwa kawaida hawafikirii wenyewe. Hufanya kazi za kawaida tu. Nilijiuliza wanapata wapi maelekezo wanayompa.

J: Ni kama simu zaidi. Wanaongea na mtu aliye mbali sana.

D: Nao wanakutolea ujumbe kwa kurudia?

J: Wao ni simu. Wanarushia matangazo. Wanabeba ujumbe. Nao ni wa mwanga pia. Hii ni nzuri sana... lakini najihisi vipandevipande ninaporudi. (Ananusa)

D: Kwa nini walikuleta kwenye chombo hicho asubuhi na mapema hivi?

J: Nilihitaji... kifaa. Ni kifaa. Waliweka kifaa kwenye ubongo wangu. (Bado ananusa)

D: Walikifanyaje hicho?

J: Kwa kiendelezi cha metali. Kiliingia kwenye tundu langu la pua la kulia.

D: Na hiki kikaingizwa kwenye ubongo?

J: Karibu na ubongo. Ili niweze kufikiri pamoja nao bado. Ninapoishi, nitakuwa na dhana wanazonitumia. Kuniwezesha kuishi. Kuniwezesha kufundisha. Dhana zitaonekana akilini mwangu kama picha. Maneno, lakini kama picha.

D: Kwa hiyo kitakusaidia kujua la kusema na la kufundisha?

J: Ndiyo, lakini wakati mwingine nafikiri hakisaidii.

D: Kwa nini?

J: Kujaribu kufundisha "mazuzu." (Kicheko)

D: (Kicheko kidogo) *Je, inakukera kwamba wameweka hicho kichwani mwako?*

J: La hasha. Najua nakihitaji. Ni... kadi yangu ya simu.

D: Ili uweze kuwasiliana nao. Kwa hiyo si kama udhibiti wa akili au kitu kama hicho, sivyo?

J: La, kwa sababu mimi ni wao. Mimi ni wao.

D: Na ni njia yao tu ya kukupigia "simu" wanapotaka kutuma taarifa yoyote?

J: Kuniweka salama. Kunitaarifu. Kuniambia wakati wowote kuna hatari.

D: Je, wao pia huchukua taarifa?

J: Ndiyo, oo, ndiyo. Kila mtu ninayezungumza naye. Kila dhana. Kila wazo. Kila thamani. Kila uzoefu. Inawasaidia wao kukua pia. Sisi kukua.

D: Wanazifanyia nini taarifa hizo?

J: Zinajengeka kama... kioo? Zinajengeka juu ya Chanzo cha Mungu. Kuongeza. Kukamilisha kazi. Kuongeza kwenye Chanzo cha Mungu. Kuongeza kwenye maarifa na mwanga. Kuumba kazi. Kazi ya Mungu. Anatakiwa awe na kazi.

D: Huo ndio njia pekee ya kupata taarifa?

J: Hapana, wana vipande vingi sana kama mimi wanavyovituma. Nisipofanya kazi yangu, basi mtu mwingine atafanya.

Labda hii ni moja ya sababu ninakutana na watu wengi wanaoniambia vitu vilevile. Je, ninapata vipande vingi miongoni mwa vingi vinavyofanya kazi hii Duniani? Ikiwa ndivyo, wanaonekana kutapakaa duniani kote. Huenda huu ndio mpango, ili waweze kukusanya taarifa kutoka sehemu nyingi tofauti.

D: Lakini je, hiyo ndiyo njia pekee ya kurejesha taarifa, kwa vitu vidogo wanavyoweka kichwani mwako?

J: Hapana, kuna njia nyingine, lakini si yote imeunganishwa. Na tukifikiri jambo, sote tunajua jambo hilo kwa wakati mmoja. Maarifa ya uwepo, yanapitishwa kama telegram kati yetu na kwa mwingine na mwingine. Na jumla ya mwanga wote inajua kitu kilekile kwa wakati mmoja. Lakini hii ni njia ya kimwili zaidi kuhusiana nami nikiwa Duniani.

D: Je, umewahi kuwa navyo mwilini kabla?

J: Ndiyo, kabla ya maisha haya. Mara hii, hapana.

D: Namaanisha ulipokuwa mdogo. (Ndiyo) *Basi kwa nini walipaswa kuweka kingine?*

J: Wakati mwingine mwili huvikamua. Na wakati mwingine wanahitaji tu kusasisha, ili waweze kukusanya maarifa yote wanayohitaji.

D: Kwa hiyo inaweza kutokea ukiwa mtoto pia, na kisha mara kwa mara hufaa kubadilishwa?

J: Nilipokuwa na miaka saba. Nilikuwa mpweke sana. Nao wakanifanya nisijisikie upweke. Wakanijulisha kuwa siko peke yangu. (Ananusa) Nilihisi upweke bado. Dunia hii ni sehemu ya ajabu. Ni vigumu kuzungumza na watu. Ilikuwa vigumu kuzungumza na watu. Sasa inakuwa rahisi zaidi.

D: Basi, asubuhi hiyo, kuna kingine chochote walichofanya ukiwa huko?

J: (Bado kwa hisia) Wananambia niachane na kuahirisha... lakini nitafanya ninachopaswa kufanya. Mara ile nyingine ilikuwa kamili zaidi. Nilipokuwa mwanga wa buluu, kizuizi cha mwanga wa buluu katika sehemu ile nyingine. Kizuizi kizima cha mwanga wa buluu.

Nilijaribu kuelewa alichomaanisha.

J: Nilipokuwa nao. Kila mara kulikuwa kukamilika nilipokuwa nao. Wakati haupo. Nilipokuwa kizuizi, kizuizi thabiti cha mwanga wa buluu, huo ulikuwa wakati wangu wa furaha zaidi.

Inaonekana kutokana na maswali yangu sikuwa ninaelewa anachosema.

D: Je, hilo lilikuwa ulipokuwa mdogo?

J: Tukiongea kwa wakati wenu wa kubuni, kwa miaka huenda ilikuwa kama miaka 500,000 iliyopita. Nilikuwa na furaha wakati huo. (Kicheko) Mwanga wa buluu thabiti wenye faraja.

D: Kisha nini kilitokea? Ulilazimika kuondoka kwenye mwanga huo?

J: Ili kusaidia kazi. Tunapokuja hapa tunaongeza kupitia matendo yetu. Sisi ni matendo kweli. Tukifanya matendo mabaya basi hatusafiri ndani ya mwanga. Na kwa matendo yetu tunaunda nishati, kusaidia Chanzo cha Mungu, kuongeza Chanzo cha Mungu. Ni kizuizi cha mwanga ambacho hapo awali kilikuwa kuumba ulimwengu mpya na bora zaidi kila mara. Visivyo na mwisho wala mwanzo. Na wakati mwingine kwenye sayari za kimwili unakuwa hafifu na baridi. Mzito na giza. Na mpweke.

D: Kile kizuizi kikubwa cha mwanga wa buluu kilikuwa nini?

J: Mungu! Kilikuwa Chanzo cha Mungu. Kila mmoja wetu kwa njia yetu ni nishati iliyokolea. Katika maisha hayo mahususi nilikuwa karibu zaidi kuliko vyote niliyowahi kuwa na Mungu tangu... kuondoka kwangu kwa mara ya kwanza? (Alikuwa hana uhakika awekeje maneno.) Tangu cheche yangu ya kwanza kutoka kwenye Chanzo cha Mungu. Huvaa (hudhoofu) wakati mwingine ukiwa gizani. Najihisi nimetenganishwa na mpweke. Mpweke sana. Lakini najua siko. Ni kwamba wakati mwingine natamani ingekuwa rahisi.

D: Je, ulijitolea kujitenganisha na kushuka kuingia kwenye ulimwengu wa kimwili?

J: Ndiyo. Wajibu. Jambo gumu zaidi tunalopaswa kujifunza ni wajibu. Tunawajibika kwa cheche yetu wenyewe, kwa kuongeza kwetu wenyewe kwenye Chanzo hiki cha Mungu. Na ni vigumu kuelewa wakati mwingine kwa sababu najua nahitaji kufanya, kusaidia. Nachoka sana wakati mwingine.

D: Unamaanisha katika maisha ya sasa kama Jackie, au katika safari zote?

J: Katika zote.

D: Kwa nini unachoka?

J: Si kwa kasi ya kutosha.

Niliwahi kusikia hilo kabla, kwamba mambo ni ya polepole sana katika kipimo chetu cha dunia. Katika vipimo vingine, hasa upande wa roho, mawazo hutokeza papo hapo. Kila kitu ni cha haraka sana. Kipimo chetu kizito na taratibu kinakatisha tamaa kwa viumbe-enerjia waliozoea kuumba mara moja.

J: Kulikuwa na wakati ambako kulikuwa polepole kwenye sayari na sehemu nyingine pia.

D: Zilikuwa tofauti?

J: Kamwe si giza sana.

D: Lakini vyote ni masomo? Ndiyo maana lazima uende kwenye sehemu hizi?

J: Ndiyo, tunajua daima ni masomo. Sayari hii mahususi haifanyi kazi kama inavyopaswa kwa sababu wengi wetu tunajiruhusu kuchoka, na kukokota miguu kuhusu kile tunachopaswa kufanya. Tunahitaji kusimama kwenye njia wima. Vitu vya mali havina maana. Hiyo si halisi. Siyo "Uhalisia" wenye R kubwa. "Uhai" wenye L kubwa ndio unaohesabiwa. Na huu si Uhai wenye L kubwa. Kwa hiyo ninahisi kinyongo wakati mwingine kuhusu kuwepo hapa, lakini ni lazima ili kuongeza chanzo, hii nishati, hiki kioo cha kuumba.

D: Hicho ndicho Jackie alitaka kuelewa, kwa nini mambo haya yanamtokea. Itamfanya ajisikie vizuri akielewa kusudi lake.

J: Ninaelewa kusudi. Sielewi tu kwa nini najiacha chini kwa kuchoka.

D: Basi unapotazama hilo, je, Jackie ana vipandikizi vingine vyovyote mwilini?

J: Ndiyo, kimoja kwenye kidole, mkono wa kushoto.

D: Hicho ni cha nini?

J: Nataka kusema "afya," lakini wananieleza kiko kwa ajili ya damu yangu. Damu yangu haina oksijeni ya kutosha kwa sababu Dunia ni sehemu nzito. Na mwili wangu haukutengeneza vya kutosha... hakuna oksijeni ya kutosha kwenye damu yangu. Kinazalisha seli nyeupe zaidi kwa sababu uwiano si sahihi. Naona picha za miale, kama miale ya leza, ikiingizwa mwilini kupitia kitu hiki. Ni kiumbe kidogo sana.

D: Je, hiki kinabalanzi oksijeni kwenye damu?

J: Ndiyo, lakini sijui vipi. Sielewi. (Ufunuo.) Mwanga ni... kichochezi? Kinatoa teke dogo kwa molekuli. (Kicheko) Ninakihitaji. Kwa miaka mingine ishirini ninahitaji kuwa imara. Imara sana.

D: Miaka mingine ishirini? Kwa hiyo hiki hushikiza mwili kuwa na uwiano na maelewano. Je, kuna vipandikizi vingine anavyopaswa kuvijua?

J: Nyuma ya sikio langu la kushoto.

D: Kazi ya hicho ni nini?

J: Mawasiliano. Kumekuwa na kadhaa nyuma ya sikio langu. Kimoja nilipokuwa na miaka saba kilicho juu zaidi. Na kimoja hivi karibuni.

D: Kile cha ulipokuwa na miaka saba, kilitiwa hapo kwa ajili ya nini?

J: Kunifanya nisikilize kile nilichokuwa nasikia... kuhusu imani. Kuniwezesha kusikia, kufafanulia mifumo ya ubongo wangu ukweli wa kile nilichokuwa nasikia. Na kuchuja na kutofautisha ni kipi kilikuwa kweli na kipi sio.

D: Je, kipandikizi kilichowekwa kwenye eneo la pua ya Jackie ndicho alichokiona kwenye eksirei?

J: Hicho kilikuwa kwenye tundu langu la pua.

D: Lakini kusudi la hicho kilikuwa kipi?

J: Mawasiliano. Wanapotaka kujua kitu, au kuona kitu. Wanaona yote na kusikia kila ninachofanya. Na wanapotaka kuniambia kitu, wanakiweka kwenye ubongo wangu. Na wakati mwingine ninakiona kama picha, na wakati mwingine kama maneno. Kile kilichoonekana kwenye eksirei ni kifaa cha mawasiliano.

Nimesikia taarifa hizi hizi kutoka kwa kila mtu niliyemuuliza kuhusu vipandikizi wakiwa kwenye usingizi wa kina. Baadhi ya visa hivi vimeripotiwa katika The Custodians. ETs walisema ni muhimu sana tuelewe kazi ya vipandikizi. Vipandikizi vimepewa tafsiri hasi, na hata vinaondolewa na baadhi ya wachunguzi. Kusudi la vile vilivyo kwenye eneo la pua huonekana daima kuwa lilelile: vifaa vya mawasiliano vinavyokusanya taarifa ambazo mhusika anapokea kwenye ubongo. Taarifa hii hupakiwa moja kwa moja kwenye kompyuta zinazorekodi historia ya ustaarabu wetu na Dunia yetu. Baadhi ya vipandikizi ni virekebishi ili mhusika apatikane, na alindwe ikibidi. Vingine vinafanana na vidonge vya "kutolewa kwa muda" au vifaa vinavyotoa dawa mwilini kusaidia kwenye magonjwa au hitilafu. Nimekuta vipandikizi vikiwa chanya sana. Sijawahi kupata athari hasi kutoka kwake. Negativity hutolewa tu na wale wasiojua hadithi yote.

D: Kwa hiyo hiki ni tofauti na kile kingine kilichowekwa karibu na ubongo?

J: Hicho ndicho. Kiko karibu na ubongo wangu. Vile vilivyo kwenye sikio pia viko karibu na ubongo. Kimoja nilipokuwa na miaka saba, na kimoja ninachokijua cha '95. Kile cha '93 kiko kwenye tundu la pua.

D: Hicho ndicho kilichoonekana kwenye eksirei?

J: '93. Hicho kiliwekwa wakati wa safari ya kwenda Sedona.

D: Kwa nini sasa kimepotea kwenye eksirei?

J: Mwaka '96 nilipata muda uliopotea, tena asubuhi mapema. Nao wakaja. Kilikuwa kimelegea. Na nilifikiri walikuja ama kukitoa, au kukirekebisha. Lakini siku iliyofuata kilitoka. Walikuja kukilegeza, nadhani.

D: Kwa nini walikilegeza ili kitoke?

J: Kwa sababu nilijua walichokuwa wakifanya, na hakikufanya kazi vizuri nilipokuwa najua.

D: Je, hiki ndicho kile Jackie alikipata kilipotoka, kilichoonekana kama kisahani kidogo cha kijani?

J: Ndiyo. (Kicheko) Mtoto anapotaka kuendesha baiskeli yenye magurudumu ya msaada, huwa anategemea magurudumu hayo, hadi mtu anayatoa. Kipandikizi walichochukua vilikuwa vile magurudumu ya msaada. Mungu wangu, niko peke yangu! Sikutambua nilikuwa nikifanya mwenyewe. (Huu ulikuwa ufunuo wa kushangaza na wa kushtua.) Niko peke yangu.

D: Lakini kama wamekiondoa kile, sasa wanawasilianaje na Jackie?

J: Vioo. Vioo. Mfumo wa telegrafu nilioutaja ambao ulikuwa na shughuli zaidi. Unazidi kuwa wenye ufanisi sasa. Nani anahitaji magurudumu ya msaada? Nina mawasiliano bila hicho.

D: Hii ina maana kwamba Jackie si peke yake. Bado ana muunganiko. Ni kwamba si kupitia kitu cha kimwili.

J: Wanapaswa kunifundisha kuwa wa kisio-kimwili zaidi. Kiroho. Kufundisha kwa roho. Kuwafundisha watu kufa wakiwa na roho. (Kwa hisia)

D: Hilo ni muhimu sana, sivyo? Na hii ndiyo kazi ambayo Jackie anafanya sasa. Mchango wenye thamani sana. Wanamsaidia ajue la kuwaambia watu hawa.

Jackie alikuwa akifanya kazi kama msaidizi wa muuguzi katika nyumba ya wazee, na alikuwa katika mawasiliano ya kudumu na wazee na wale waliokuwa kitandani.

J: Bado sina uhakika.

D: Sawa, ni mwanzo. Kama walivyosema, Jackie ana miaka ishirini zaidi, angalau. Ndani ya muda huo mambo mengi yanaweza kutokea. Lakini Jackie alikuwa na maswali mengine. Alitaka kujua kuhusu kusafisha karmā. Hisia mbaya alizonazo kuhusu familia yake na watu kuto-mwelewa.

Jackie alikuwa na matatizo na familia yake katika maisha haya. Kulikuwa na kutoelewana juu ya kile alichokuwa akifanya katika metafizikia. Hili hutokea mara nyingi mtu anapobadili mwelekeo wa maisha, hasa kama unapingana na mfumo wa imani wa familia yao. Ndoa nyingi huvunjika pale mwenzi mmoja anapoanza kukua kuelekea upande mwingine. Huchukua uelewa mwingi na upendo kuwaruhusu kuchunguza shauku yao waliyoipata upya.

J: Familia niliyoipoteza... ni familia ndogo niliyoipoteza. Ni ishara ya familia kubwa niliyoipoteza. Imenifanya niwe mpweke nikiwa hapa. Ni sehemu ya jaribio. Kwa sababu nilihitaji kujua kwamba ningeweza kuendesha magurudumu ya msaada bila wao, na bado kuwa karibu nao. Kama ilivyo kwa familia yangu ya mwanga. Familia kutoka pale penye *mwanga.*

D: Hiyo ndiyo familia ya kweli ambayo amekuwa akiikosa, familia ya mwanga?

J: Na hii familia niliyoipoteza hapa ilikuwa mfano mdogo. Ilikuwa inanieleza kwamba wanayaondoa magurudumu yangu ya msaada ili kunifundisha uwajibikaji. Kwamba ninawajibika, na sihitaji kuegemea kitu chochote au mtu yeyote. (Analía na kunusa)

D: Naye ana mfumo wa "simu" ambamo anaweza kuungana na familia kubwa.

J: Ni kama telegrafu zaidi. (Kicheko)

D: Lakini Jackie anafanya kazi muhimu sana katika kazi yake na watu wagonjwa na wanaokufa. Je, hiki ndicho anachopaswa kufanya kwa maisha yake yote yaliyobaki? Wanaweza kukuambia?

J: Najua. Nahitaji kuwajibika, na kuacha kunusa. Kufanya! Fanya tu! Eleza kazi kwa watu. Eleza uwezo wa Mungu wa kuzaa ulimwengu mpya na mkuu zaidi. Nahitaji kuwafundisha hilo "mazuzu."

D: Je, itafanywa wazi kwa Jackie ili aweze kufundisha? Kwa sababu lazima ujue ni nini kabla hujafundisha.

J: Swali baya. Linapaswa kuwa chanya. Itajulikana. Wazi. Inapaswa kuwa chanya. Tamka kila kitu kwa njia chanya kuanzia sasa. Lakini hapo ninapata shida. Kwa sababu ninapotamka mambo kwa chanya, watu wasioelewa, hunichukia. Wanafikiri ni amri.

D: Lakini daima kutakuwepo watu watakaochukia kulingana na kiwango walicho nacho.

J: Taarifa itakuja kutoka kwa watu wa mwanga. Nafsi waliohitimu. Wanatengwa na walio duni. Tayari wana uelewa. Muda ni mfupi. "Wanafunzi wahitimu" ndio waliotiwa nuru. Walikuwa wakisafiri ndani ya mwanga; wanaanza kurefusha mkono na kuwafundisha wengine. Hao ndio "wahitimu."

D: Inarejea kwa wahitimu. Wale ambao tayari wamemaliza kozi. Ndicho unachomaanisha?

J: Naam, hata wahitimu bado ni wanaoanza, lakini wadogo hawajui hilo. Kittens wakiyezaliwa chumbani chenye mistari ya wima, mistari hiyo ndiyo wanayoiona maisha yao yote. Hawawezi kuona chochote kilicho mlalo. Hili ni fakt! Na akili iko hivyo. Kwa hiyo siwezi kumfundisha mtu kile asichoweza kukitambua.

D: Pia alikuwa na hamu kujua kama amekuwa na maisha ya nyuma aliyokuwa akifundisha.

J: Ndiyo. Amekuwa na maisha mengi kurudi hadi Misri ya kale ambako alijaribu kufundisha mafundisho ya kasi. Lakini alihisi alikuwa anafundisha wajinga.

D: (Kicheko) *Ndiyo, watu hawaelewi.*

J: Si wengi wao. Wale wajinga.

D: Lakini sasa anapaswa kufundisha kanuni zile zile?

J: Nyeusi dhidi ya mwanga. Nyota dhidi ya mwanga. Hasi hadi chanya. Nahitaji tu kufanya. Nahitaji kufanya.

Ni ajabu kwangu mara ngapi namsikia "wao" wakimwambia mtu kwamba kusudi lao ni kusambaza mwanga na taarifa na uelewa. Mara nyingi hii ni ngeni kwa muundo wa fikra zao za fahamu. Nao japokuwa wanakubali ni wazo jema, hawajui kabisa pa kuanzia. Huenda ndicho alichomaanisha kwa vipandikizi vinavyowasiliana naye. Labda wanamwambia la kusema, na la kufanya. Nalo lingeonekana la kiasili, kana kwamba ni hisi au msukumo wa asili. (Ni mara ngapi nimesikia hilo? Watu wakijua haswa la kufanya wanapowekwa katika hali ya dharura.)

Jackie alitaka kujua kuhusu tukio la ajabu lililotokea alipoyaangalia mikono yake na ilikuwa nyekundu sana. "Wakati huo kulikuwa kunatokea nini?"

J: Zawadi kwa watu pia ni uponyaji. Na kazi yangu ilikuwa inakaribia kufanya hili. Naliifanya kwa mikono yangu, kwa moyo wangu. Mikono yangu ilikuwa rangi ya moyo wangu. Nyekundu ya kina. Hakukuwa na joto, bali nishati. Nishati ya kusaidia kuponya hawa watu wanaokufa. (Kicheko) Hilo linasikika la kuchekesha—kuponya watu wanaokufa.

D: Hilo halisikiki la kuchekesha. Unawasaidia kuvuka wakiwa na upendo badala ya woga.

J: Oo, ndiyo. Wao ni wazuri sana. Miaka tisini na mbili na tisini na sita, na wazuri. Huwezi kuamini jinsi watu hawa walivyo wazuri.

D: Na wekundu mikononi ulikuwa kusaidia?

J: Kusaidia kuendesha nishati kwao ninapowagusa. Kugusa paji la uso lao, kushika mkono wao. Na kuiendesha ndani yao kama vile umeme kwenye mashine. Na kuugeuza umeme kuwa nishati inayofanya kazi ndani ya mwili wao. Kwa hiyo wakati ule nilipoona mikono yangu ikigeuka kuwa nyekundu, ilikuwa kuniambia hii ndiyo njia sahihi.

Hii imetolewa kutoka kwenye nakala ndefu zaidi iliyohusiana na maisha mbalimbali ya nyuma. Valerie ni muuguzi aliyesajiliwa (RN) aliyehudumu miaka mingi hospitalini. Alikuwepo pia kwenye kundi la "experiencer" lililofanyika kila asubuhi wakati wa Kongamano la UFO la Laughlin mwaka 2001. Alikuwa na tuhuma kwamba huenda alikuwa na mgusano na viumbe wa nje, lakini hakukuwa na tukio mahususi alilotaka kuchunguza. Hii ni sehemu ambapo nilikuwa nauliza maswali kwa akili ya ndani yale aliyotaka kujua.

D: Mojawapo ya mambo ambayo Valerie anayahusudu, anafikiri ana mahusiano na tunachokiita ETs, au viumbe wa nje, katika maisha haya. Je, ni kweli?

V: Lazima atambue kwamba mtandao wa uhai umechanjanikishwa sana. Kuna spishi nyingi sana za viumbe katika ulimwengu. Naye amekuwa akikujaliwa (akijaliwa) kuzaliwa miongoni mwa spishi hizo mara nyingi. Ilikuwa sehemu ya njia yake ya kujifunza. Na spishi tofauti hujifunza kila mmoja kutoka kwa mwingine. Bila shaka, kuna ngazi nyingi kwa kile kinachotokea na viumbe wa nje. Kina malengo mengi katika ngazi nyingi, lakini hili lilikuwa makubaliano. Kwa ngazi moja, kusudi moja lilikuwa kufanya uzoefu huu utokee kwake tangu akiwa mdogo sana. Na linge msaidia kujua kwa uhakika, kumsaidia kujua pasipo shaka, kwamba kuna zaidi ya maisha kuliko kile kilichokuwa mbele ya uso wake. Na ilikuwa kumsaidia aulize maswali makubwa, kama "Kwa nini niko hapa" na "Ninawezaje kuwa na maisha bora?" na "Ninawezaje kuwafundisha wengine wawe na maisha bora?" Na kama isingekuwa kwa mialiko hii ya mapema, huenda asingewahi kuuliza maswali haya. Inamsaidia kukumbuka yeye ni nani. Ilikuwa kama mwito wa mapema wa kuamka. Wale wanaopata mialiko ya mapema sana, hata kama watoto, ni waliobarikiwa. Hao ni wale wenye faida kwa sababu mara nyingi ni vigumu kukumbuka wewe ni nani, na kusudi lako ni lipi. Kama hata huna kichocheo cha kuinuka juu ya wale waliokuzunguka, ambao wanajishughulisha tu na "hapa na sasa."

D: Pia anataka kujua kuhusu hawa watoto anaowaota. Je, amewahi kuwa na mimba hizi?

V: Amezipata.

D: Anataka kuelewa hilo.

V: Hili ni jambo ambalo watu wengi hulia ugumu kulikubali. Lakini ni la lazima katika hatua hii ya historia ya Dunia kuwe na mwendelezo huu wa jeni. Siyo mwendelezo tu, bali mabadiliko ya DNA. Mnaikiita "jeni." Kutakuja nyakati katika maisha ya baadaye ya Dunia ambapo itakuwa lazima kuwa na nyenzo hii, na kuwa na hawa viumbe ambao ni sehemu binadamu na sehemu—mnayoviita "wageni." Kuwa na mchanganyiko huu wa jamii kwa sababu kutakuwepo nyakati za baadaye ambapo itakuwa lazima kuwa na baadhi ya sifa za zote mbili. Naye amekubali kufanya hili. Naye anatambua, katika kina, athari za hili. Naye kwa kweli amechangia kwa hiari katika mradi huu.

D: Alikuwa anajiuliza nini kimetokea kwa watoto hao?

V: Wako salama. Wana furaha—kwa namna yao. Kama angejua mazingira yote ya uwepo wao sasa, akili yake ya fahamu huenda ingemshawishi kwamba huu si mpangilio sahihi wa kuishi. Nao hawawezi kabisa kuwa na furaha. Basi basi tu tuseme kwa wakati huu kuwa wako salama na wana furaha. Na anaweza kutulia akijua hilo. Hahitaji kujua undani wa maisha yao kwa sababu akili yake ya fahamu ingemshawishi kwamba huu si aina ya maisha kwa mtoto au mtu kuwa nayo.

D: Ni tofauti na maisha anayoyajua.

V: Ni tofauti sana. Ni ya kigeni sana kwa yale anayoyajua. Lakini pia imo ndani ya uchaguzi wa watoto hawa, hizi nafsi.

Ilikuwa chaguo lao kufanya kazi hii, na kuingia kwenye maisha hayo, kama lilivyokuwa chaguo lake kuingia katika maisha yake. Ni chaguo lao, na ni karmā yao. Wanafanya kile walichochagua kufanya. Nao wanakifanya vizuri sana.

D: Pia alitaka kujua, je, huwa anapata kuwaona watoto hawa, au kuwatembelea?

V: Hapana, hapati. Ilikuwa agano lao kwamba atawapa mwanzo wa maisha. Na wanapohitaji "umama" mnauuita, kuna wanawake wengine waliouchagua "umama" zaidi ya mtoto mmoja. Na wanaweza kushughulikia hili, na kwa kweli hulifurahia. Yeye alihisi kwamba hakuwa na uwezo wa kwenda toka hali moja hadi nyingine, na kurudi hapa. Kwa hiyo ndivyo ilivyo.

D: Kwa hiyo asiwe na wasiwasi juu yake. Kila kitu kiko sawa.

V: Vyote viko salama.

D: Sawa. Alikuwa na maswali mengine. Wakati mwingine ameamka akiwa na alama za umbo la pembetatu mwilini. Hilo latoka wapi?

V: Kuna mambo mengi tunayojifunza, na lazima tujifunze jinsi ya kuunganisha, jinsi ya kuzoeza miili kwenye mazingira mengine. Nasi tunawapima watu. Tunawachukua kwenye meli, na tunawapima kuona jinsi wanavyoitikia mambo mbalimbali katika maisha yao. Zaidi mambo katika mazingira yao. Tunataka kujua jinsi yanavyowaathiri. Kama ni chakula wanachokula, vinywaji wanavyokunywa, dawa, wanachoviita "virutubisho" wanavyotumia. Vichafuzi hewani na kwenye chakula. Tunapima mambo haya. Tuna vyombo vyetu. Na tunapimia mambo haya. Na wakati mwingine vifaa vyetu vinaacha alama mwilini. Alama hizi hazina madhara yoyote kwa muda mrefu. Havadhuru kwa njia yoyote. Na mara nyingi tunabadilisha madhara ambayo tumeona miilini. Nasi tunajifunza kwa vipimo hivi. Tunaweza pia kuona nini kinahitajika kuondoa hivi "vibaya" vinavyotokea mwilini, na kuondoa vitu vyenye sumu. Nao ni jambo jema.

D: Kwa hiyo asiwe na wasiwasi juu yake. Ni jambo la kushangaza tu watu wanapokuta alama hizi mwilini mwao.

Nimesikia kutoka kwa watu wengi ambao wameamka na kukuta alama hizi za ajabu mwilini, na daima tumepokea maelezo yale yale. Kwamba zilisababishwa na mashine mbalimbali na vifaa vilivyotumiwa ndani ya chombo. Nilijua si hasi, lakini nilifurahi kupata uthibitisho huu. Watu huogopa zaidi kile wasichokielewa.

Wakati wa kikao kingine na mteja tofauti, jambo jingine la ajabu liliibuliwa. Mojawapo ya maswali yake lilihusu uwezekano wa ushiriki wake na ETs. Kuna nadharia kwamba mtu akiwa amekuwa na mgusano nao mara nyingine kutatokea kitu juu ya ngozi yake kinachoonekana tu chini ya mwanga wa "fluorescent." Baadhi ya wachunguzi wanakitumia hiki kama ushahidi wa ushiriki wa viumbe wa nje. Alitaka kujua kuhusu hilo kwa sababu angeweza kuona vitu kwenye mwili wake chini ya mianga hiyo.

D: Hilo husababishwa na nini? Linatoka wapi?

M: Alikuwa msichana mwenye shughuli. Walimfanya awe na shughuli sana usiku alipodhani amelala. La, hakuwa! Alikuwa na shughuli. Alikuwa akifanya kazi na wengine. Msichana yule hapumziki kamwe.

D: Nini hufanya zile alama zinazoonekana kwenye mwanga?

M: Kila mara anapokuwa katika mgusano na viumbe wengine. Wanapomgusa, vinabakia juu yake. Na ni kama vya mafuta, na vinadumu. Na unamjua, alikuwa na hamu na alikuwa na ile taa. Kwa hiyo aliitoa na akaweza kuona alama wakati huo. Zilikuwepo kwa sababu ya mwingiliano wake nao, na kazi yake nao. Ni kitu kinachotokea tu wakati wa mgusano. Vitu vinapoguswa vinabanduka tu.

D: Havidhuru mwili kwa njia yoyote?

M: Hapana, hapana. Ni sawa.

D: Kuna wachunguzi wengine wanaosema hili ni jambo baya.

M: Unajua, kuna safari nyingi za madaraka. —Na kila alipogundua kwamba angeweza kuliona, basi aliliona. Alidhani alikuwa analala—hakuwa analala.

D: Kazi yake nao ni nini?

M: Anawasaidia watu wasiogope. Anajifunza mambo mengi yatakayotumika baadaye. Naye lazima ajifunze ili aweze kufundisha. Watu huogopa sana. Na kwa sababu amekuwa huko na amefanya hayo, anajua watakuwa sawa. Ameipitia sana hiyo hali, naye anajua ni sawa. Hilo ni mojawapo ya kazi zake—anaifanya vizuri. Kwa hiyo anasaidia kwa njia hiyo na anajifunza mambo tofauti. Na hilo ni zuri. Anataka kukumbuka. Kuna mambo mengi yanayotokea usiku, na kuna mambo mengi angani.

D: Je, bado anafanya hili, au alimaliza sehemu hiyo ya kazi yake?

M: La, hilo bado linaendelea, nalo litaendelea. Kwa hakika, kutakuwa na mengi zaidi yanayotokea. Atajua kuhusu hilo, wala si yeye pekee atakayejua kuhusu hilo. Lakini sawa, itakuwa shwari. Yeye ni mfanyakazi mzuri.

Hivyo wachunguzi ni sahihi, alama zitaonekana chini ya taa za florescent. Nao huu ni uthibitisho kwamba mtu amekuwa na mgusano na viumbe wa nje ya dunia. Kwa hiyo ni jambo la kufurahisha kwa wale wanaohitaji ushahidi, lakini mtu hajaumizwa kwa njia yoyote. Bado hakuna hasi iliyohusika.

SURA YA KUMI NA SITA

FAMILIA

Kikao hiki kilifanyika mapema mwaka 2002 kabla sijagundua nadharia ya mawimbi matatu. Ni wazi kutokana na maswali yangu kwamba nilikuwa nikifikiria zaidi kuhusu viumbe wa angani kuliko dhana hii. Victoria alikuwa mwalimu wa shule ya upili, na alikuwa na mawasiliano na vijana wengi. Nilimpeleka kupitia maisha ya zamani ya kiwewe ambapo aliuawa (pamoja na wengine kadhaa) kwa kujaribu kusambaza maarifa na elimu ya kimetafizikia. Alipokufa katika maisha hayo, alipaa na kuungana na wengine kuwa mwanga mmoja mzuri. Alitaka kubaki huko kwa sababu amani ilikuwa nzuri sana, lakini alilazimika kurudi ili kujaribu kusambaza maarifa tena katika wakati huu wa sasa.

Victoria hakufurahia kuwa hapa duniani. Alimkosa "familia" yake nyingine. Alijihisi kutenganishwa na mwanga, upande wa kiroho, huzuni ambayo hakuweza kueleza kamwe. Lakini alijaribu kusaidia kwa kusambaza upendo kwa wanafunzi darasani na kwenye kumbi za shule ya upili alikofundisha. Alijaribu kuwatumia upendo, na alidhani ilikuwa inasaidia. Waliweza kuhisi upendo, na hili lilimsaidia ajue alikuwa akifanya jambo chanya, hata kama ilikuwa katika kiwango cha chini cha fahamu. Bila shaka, akili yake ya kawaida haikujua lolote kati ya haya, isipokuwa kwamba alikuwa akihisi kufadhaika sana.

V: Ninaona watoto wanaohitaji na ninajaribu kueneza. Wanaweza wasijue, lakini nawatumia. Inafanya tofauti katika maisha yao, lakini wanaweza wasijue jinsi au wapi. Na ninaona watu kila mahali na nawatumia upendo. Na lazima niendelee kutuma huu upendo na kushiriki huu upendo. Hakuna wengi wa aina yangu waliopo. Na ninamkosa mmoja wa aina yangu. Mtu ambaye tunaweza kuunganisha roho na kuwa kitu kimoja.

Nilipokuwa pale, tulikuwa roho moja, lakini tulilazimika kutengana. Tulilazimika kushuka hapa na kueneza mwanga kote. Mambo ni mabaya sasa. Na tunapaswa kufanya tuwezavyo ili kufanya tofauti sasa. Tunapaswa kueneza upendo haraka iwezekanavyo. Na tunapaswa kujaribu kuwafanya watu waone kwamba lazima wapende. Upendo ndio pekee wanaopaswa kufanya. Kama tu wangejifunza kufungua mioyo yao, wangeweza kubadilisha dunia kabla haijachelewa.

D: Lakini daima kumekuwa na hasi.

V: Oh, najua, lakini sasa kuna maeneo ambayo yamezidi kabisa. Na tunapaswa kujaribu kubadilisha sehemu hizo. Ndiyo maana tumeenea kwa sababu lazima ianze mahali fulani. Na kisha kuna watu wengine pia wanaoeneza mwanga, lakini hawajui. Wanajifanya tu.

Victoria kisha alionyesha kwamba watu waliokuwa wakihusika katika kazi hii maalum walikuwa wanalindwa. Nilipouliza ni nani waliokuwa wanalinda, alijibu, "Wao ndiyo. (Akicheka) Wao ndio mimi. Mimi ni wao. Daima wako pamoja nami. Tulikuwa pamoja kila wakati kabla. Na tulirudi tena hapa chini. Tuko tena pamoja."

D: Unamaanisha nyinyi ni sehemu ya kundi moja?

V: Ndiyo. Kuna wengine ambao hawako nami, lakini wale walioko nami sasa, wako nami daima.

D: Inaonekana kama unasema kuhusu viumbe wa angani.

V: Sipendi jina hilo. Sipendi hata kidogo. Ninawaita rafiki zangu. Wenyewe, sisi. Na sisi ni wao kutoka miaka mingi sana iliyopita. Walikuwepo hapa, lakini si tena, waliondoka. Lakini tunarudi na kujaribu kusaidia na kufanya tuwezavyo.

D: Je, wako katika miili ya kimwili?

V: Wengine wako hapa katika miili ya kimwili. Kama mimi na wale walioko karibu hapa au pale waliotawanyika duniani kote.

Nilikuwa nauliza kuhusu wasaidizi, walinzi. Yeye kwa dhahiri alifikiri nilikuwa nikimaanisha wale waliotumwa kufanya kazi.

D: Sawa, lakini wale waliokuwa wanatupa taarifa tu.

V: Hao ndio rafiki zangu.

D: Je, wako mahali fulani kimwili?

V: Oh, ndiyo, lakini si duniani. Kuna wachache wetu tu hapa duniani ambao ni wa kimwili.

D: Wako wapi wanapotuongea?

V: Nawahisi hapa kabisa, lakini najua huwezi kuwaona.

D: Hapana, siwezi.

V: Naam, wako hapa. Hapa kabisa.

D: Hapa ndani ya chumba basi.

V: Ndiyo. Wako hapa nami. Niliwaita na nilijua kwamba wangekuja.

D: Nilikuwa nikifikiria kitu kama wageni wa angani kwenye chombo fulani.

V: Naam, wanasafiri katika mwelekeo wao. Lakini, wako hapa nami katika mwelekeo huu sasa. Wao ni familia yangu. Na tuko hapa kwa misheni na tuna kazi ya kufanya. Wakati kazi inahitaji, kama sasa ni muhimu kwa hivyo wako hapa. Na niliwaita.

D: Ili waweze kutoa taarifa.

V: Nilijua ilikuwa muhimu kwamba mambo yatoke. (Sauti ilibadilika.) Yeye hajui ukweli bado, lakini kutakuja siku. Na anajua ndani kabisa misheni yake ni nini, lakini hatakabiliana nayo bado. Bado anajiandaa.

Jambo jingine ambalo Victoria alitaka kuuliza lilikuwa tukio la ajabu alilodhani linaweza kuhusiana na wageni wa angani. Nilichukua nafasi hii kuuliza kuhusu hilo.

D: Alitaka kujua kuhusu tukio lililotokea majira ya kiangazi ya 1995 wakati anga iling'aa, na aliona viumbe watatu.

V: Hajakumbuka yote, lakini anajua yote. Anajua ukweli wake.

D: Inaonekana anataka kujua kwa fahamu.

V: Ndiyo, nadhani labda tunapaswa kuanza kumruhusu aone mambo haya kwa ufahamu sasa. Nadhani ni wakati.

D: Itakuwa salama kwake?

V: Oh, ndiyo. Hao ni marafiki. Ni wapendwa, familia.

D: Ndiyo, lakini hatutaki kufanya kitu chochote kitakachovuruga maisha yake.

V: Hapana. Yuko tayari. Amekuwa tayari kwa muda mrefu. Yuko sawa. Yeye ni mmoja wao kwa hivyo... hapana, nadhani ni wakati kwa sababu muda unakimbia. Kwa hivyo nadhani ni wakati sasa.

D: Basi mambo yaliyomtokea yalikuwa kweli? Yalikuwa mawasiliano?

V: Baadhi yalikuwa na baadhi hayakuwa, lakini haijalishi kwa sababu yanamtokea kila wakati. Ni daima kila wakati kwa sababu kuna mambo mengi sana ambayo lazima yafanywe. Huku na kule, huku na kule.

D: Sikutaka kufungua chochote kitakachomsababishia madhara.

V: Ndiyo. Na wanathamini hilo kwa sababu unawaangalia watu. Wanathamini hilo kwa sababu wote wana ajenda. Wote wana mambo yanayoendelea sasa. Wanajaribu kusaidia na wanathamini unachofanya.

D: Unaweza kumwambia nini kilitokea usiku ule?

V: Ndiyo, nilisikia sauti ya hum, nikasimama na nikatazama nje, na nikaenda chooni na nikarudi kitandani. Halafu nikasimama tena kitandani na nikamshika na nikaenda nao.

D: Viumbe watatu?

V: Naam, tuone, walikuwa watatu? (Kimya) Nadhani walikuwa wanne usiku huo.

D: Walionekana vipi?

V: Naam, hao hawakuwa wao. Hao walikuwa tu wasaidizi waliokuja. Walikuja tu kunisindikiza. Nilifurahi sana kuwaona, kwa sababu nilijua nilipokuwa naenda basi. Wao husaidia kwa sababu wana watu wengi sana ambao wanapaswa kuwachukua.

Hii ni mada ya kawaida ambayo nimegundua. Mtu daima husindikizwa na viumbe wadogo kwenda kwenye chombo. Ni kana kwamba lazima wawe na mmoja kila upande ili kufanya safari kwenda juu kwenye chombo. Inaonekana hawawezi kuifanya wenyewe. Wanaweza kuvunja molekuli za mwili wao na kupita kwenye kuta na dari wenyewe, lakini wanahitaji msindikizaji kusafiri juu kuelekea kwenye meli. Walisema katika kitabu changu kwamba kulikuwa na michakato miwili tofauti ikitokea.

D: Umesema ulienda nao. Ulienda wapi?

V: Tulitoka upande ule, ndiyo. (Alionyesha kushoto.) Hapo ndipo mwanga ulikuwa. Tulipanda juu. Juu na juu na juu na juu na juu na juu na juu na juu na kisha, eneo kubwa. Tuliingia. Tukakaa chini na... ilikuwa kama darasa au kitu. Na kulikuwa na kitu kama skrini kubwa. Tulikuwa tukizungumza kuhusu kile tunachopaswa kumaliza. Ni kiasi gani kimebaki? Lazima tumalize, ndiyo. Ndiyo, najua, lazima tumalize hii. Nakubaliana, nakubaliana. Lazima ifanyike, lazima ifanyike sasa. Ndiyo, nakubaliana nawe, ndiyo. Ndiyo, ndugu yangu. Ndiyo. Niko tayari.

Ilikuwa wazi kwamba alikuwa akizungumza na mtu fulani katika mazingira haya ya darasa. Nimeeleza darasa hilo katika. Limeonekana na watu kadhaa niliowahoji, na linaonekana kuwa liko kwenye moja ya meli kubwa za mama.

D: Wanakupa maagizo zaidi au nini?

V: Ndiyo, tunazungumza kuhusu nini kinafuata. Tunapanga. Mimi pia hufanya mambo usiku. Nina sehemu ninazopaswa kwenda na mambo ninayopaswa kufanya. Na mambo ninayopaswa kuyashughulikia. Na hii ni kama kituo cha kusimama kusema hiki ndicho ninachopaswa kumaliza leo usiku. Kwa hivyo natoka hapa na kisha naenda kule na... nilienda wapi? Nilikuwa na kitu maalum nilichopaswa kufanya usiku huo, ndiyo.

Watu wengi hawatambui kwamba kila mtu hutoka mwilini mwao kila usiku. Mwili huishiwa na nguvu na kulala, lakini wewe halisi, roho yako kamwe haichoki. Ingekuwa inaboreka sana kusubiri mwili uamke ili kuendelea na maisha yake. Kwa hivyo wakati unafikiri umelala, sehemu halisi ya wewe inaenda popote inapotaka, ikipitia kila aina ya matukio. Kuruka duniani kote, kurudi upande wa kiroho kwa maagizo zaidi, na kuchunguza sayari nyingine. Wengi wanafanya kazi muhimu usiku wanapofikiri wamelala. Huna haja ya kuogopa kupotea kwa sababu daima umeunganishwa na "kamba ya fedha" ambayo haikatwi hadi kifo cha mwili wa kimwili. Wakati wa kurudi mwilini asubuhi na kuamka, kamba hiyo "huviringishwa" ili uweze kurudi kwenye maisha yako, bila kujua matukio ambayo sehemu halisi imepitia.

D: Je, huu ni mwili wako wa kimwili au mwili wako wa kiroho unaofanya mambo haya?

V: Hapana, huu haukuwa mwili wangu wa kimwili. Ndiyo, huu ni mwelekeo wangu wa asili. Hapa ndipo ninapokuwa kawaida. Nililiacha mwili wangu hapa. Lakini niko hapa na ninamfundisha mtu mwingine kule. Ninafanya aina fulani ya kazi kule. Na hilo lilikuwa jambo maalum usiku huo, nakumbuka sasa. Nilipaswa kufanya jambo maalum, halafu nikarudi. Viumbe wasaidizi walinisindikiza kurudi kutoka huko. Sijui kwa nini. Kwa nini wangehitaji kunisaidia? Oh, najua kwa nini. Kwa sababu lazima wanisaidie katika mabadiliko kutoka nje ya mwili wangu. Hivyo ndivyo ilivyo. Wanalazimika kunisaidia kutoka na kunisaidia kurudi kwa sababu nimezoea mwili huu, na ni vigumu kutoka na kuingia vile ninavyohitaji.

D: Ndiyo. Watu wanasema mwili ni mzito na unaweka mipaka.

V: Agh, ni mzigo. Huu, yech, mwili dhaifu... Ni zawadi nzuri, sasa usinielewe vibaya, lakini una mipaka. Ni tofauti sana. Unafunga sana, lakini tutamwangalia kwa sababu bado ana mambo mengi ya kufanya.

D: Lakini Victoria hakukumbuka chochote kuhusu hili kwa sababu ni bora hivyo?

V: (Akicheka) Tumemruhusu akumbuke kile alichohitaji kukumbuka kwa wakati huo. Tumekuwa tukimpa vipande vidogo vidogo, na sasa yuko tayari. Amekuwa akichukua vya kutosha hapa na pale. Yuko tayari sasa na tayari anajua. Alijua kabla hajaja kukuona. Tayari anajua ukweli. Ninasikitika kusikia jinsi wanadamu walivyo wakati mwingine. Lakini, lazima uwapende. Lazima uwapende. Nadhani anaweza kuwa anaogopa kidogo wasaidizi mwanzoni. Nadhani yuko tayari. Nadhani tutamruhusu aone zaidi sasa. Hii ilikuwa tu ya kumzoesha.

D: Lakini, fanyeni kwa upole, hatutaki kumzidi.

V: Tutafanya. Hatutatetemesha mfumo. Atakuwa sawa. Tayari ameona mng'ao midogo midogo yetu. Na haijasajiliwa kikamilifu kwenye fahamu, lakini imekuwa kwenye fahamu fiche na bila shaka, sote tunajua kinachoendelea hapa hata hivyo.

D: Najua wasaidizi wadogo si hasi, lakini wanawatia hofu watu mwanzoni wanapowaona.

V: Ndiyo, bariki mioyo yao midogo. Ninawahurumia pia mara nyingine. Wanapata lawama zisizo zao.

D: Ndivyo kila mara nimewaambia watu, wanapata sifa mbaya.

V: Wamepangwa tu kufanya kile wanachopaswa kufanya, na wakati mwingine watu wenyewe si wema sana, unajua.

D: Katika kazi yangu ninajaribu kuwafahamisha watu kwamba si hasi. Hakuna hasi yoyote katika haya yote.

V: (Akicheka) Ni viumbe wadogo warembo kweli. Ukiwaangalia kwa muda mrefu, wanakuingia moyoni.

D: Nadhani ni warembo sana kweli. Wana sura ya huzuni. Sina shida nayo.

V: (Akicheka) Viumbe vidogo maskini.

D: Una kitu kingine unachotaka kumwambia kabla tuondoke?

V: (Sauti ya chini, laini, ya kukwaruza.) Hapana, lazima niende sasa.

SURA YA KUMI NA SABA

Tukio Nyingine

Nimepata idadi isiyo na kikomo ya wateja ambao hawakutaka kuchunguza maisha ya zamani, bali walitaka maelezo ya matukio ya ajabu katika maisha ya sasa ambayo yalipingana na mantiki (angalau kwao). Kumbukumbu na hisia kwamba jambo fulani lilitokea ziliendelea kuwahangaisha, na hawakusahau tukio hilo. Katika miaka yangu ishirini na tano ya kufanya kazi na kesi hizi, nyingi kati ya hizo ziligeuka kuwa uzoefu wa kawaida wa UFO na utekaji wa viumbe wa angani. Baadhi ya hizi zimo katika kitabu changu. Hata hivyo, kwa miaka mingi zaidi na zaidi kati ya hizi zimeanza kuondoka kwenye upeo wa mikutano ya "kawaida" ya wageni na kuonyesha kwamba kitu tofauti kabisa kilitokea. Nimegusia baadhi ya kesi hizi katika mfululizo wangu wa, na nilidhani ni matukio ya pekee. Lakini sasa yanakuwa hali mpya ya kawaida, na nimekuwa nikiondoka kutoka kwenye kesi za kawaida. Bila shaka, hili linatokea katika kazi yangu yote. Inaendelea kukua, kubadilika na kupanuka. Wakati ninapofikiri nimeelewa, ninatupiwa dhana mpya ambayo inaelekeza uchunguzi wangu kwenye njia mpya isiyopitiwa.

Moja ya mambo ambayo Janet alitaka kuchunguza wakati wa kikao hiki yalihusiana na kumbukumbu ya ajabu ya kuona kitu na muda uliopotea mwaka wa 1974. Nilimrudisha nyuma kwenye tarehe na muda ulioshukiwa wa tukio hilo. Aliingia kwenye tukio akiwa anaendesha gari lake kwenye barabara kuu usiku wa manane (saa 5 usiku). Watoto wake wawili walikuwa kwenye kiti cha nyuma, na Janet alikuwa akiendesha bila mwelekeo wowote akilini. Alikuwa amekasirika sana na mumewe na alitaka tu kutoka nyumbani. "Nilitaka tu kutomuona. Nilihitaji kuondoka. Alinisaliti. Nilimwamini." Barabara kuu ilikuwa karibu tupu, gari moja kwa mara moja tu. Kulikuwa na giza mno kuweza kuona kitu kingine chochote. Halafu kitu kilimvutia macho, "Kuna mwangaza. Sijui ni nini. Inahisi ajabu kweli. Sijawahi kuona kitu kama hiki kabla." Kisha akaanza kutetemeka, "Ninapata baridi." Uso wake ulionyesha alikuwa akitazama kitu kilichomsumbua. Nikamhimiza anieleze zaidi.

J: Kinapanda sasa. Kinapanda juu angani. —Baridi. —Kilemba cha duara. Kinazunguka. Kinazunguka. Kinakuja kwetu. Na ninaendesha kwa kasi ninavyoweza. Siwezi kwenda haraka zaidi. Ni gari hili bovu. —Kinakuja kwetu, na kiko chini sana. Na siwezi kwenda kwa kasi ya kutosha. —Nina watoto wangu. —Kilitoka upande wa kulia. Kinakuja kwetu, na mimi ninaelekea upande mwingine. Ninaelekea kusini, lakini siwezi kwenda kwa kasi ya kutosha. Hiyo ndiyo njia pekee ninayoweza kwenda. Kinakuja kwetu. (Alianza kuwa na hisia kali.) Ninaogopa! Sijui nini kitatokea. Taa zangu zimezima. Na hakuna muziki tena. —Kiko juu ya gari. Injini imesimama. —Kinazunguka. Taa zinazunguka. —Motor imesimama. Siwezi kusogea. Watoto wamelala. Wamewalaza usingizi.

D: "Wao" ni nani?

J: Watu ndani ya chombo.

D: Unajuaje hilo?

J: Najua tu. Wamewalaza usingizi kwa sababu hawakutaka waogope. —Ninahisi baridi kweli. Sijui kinachonitokea sasa. Ninaruka sasa. Niko kwenye mwanga.

D: Mwanga unatoka wapi?

J: Kwenye chombo. Sipaswi kukumbuka.

D: Je, ni sawa ukikumbuka sasa?

J: Sio kila kitu.

D: Kwa sababu sitaki tufanye chochote ambacho hawataki tufanye. Nafikiri wanaelewa hilo, sivyo?

J: Wanaelewa.

Niliweza kufikiria na kuzungumza kwa njia hii kwa sababu nimefanya kazi nao mara nyingi kiasi kwamba nafikiri wananitambua na kuniamini. Nilijua hakuna cha kuogopa. Nilikuwa nataka tu taarifa, kama vile Janet pia alivyotaka. Kwa hivyo niliwaruhusu "wao" watoe kile walichoweza.

D: Kwa nini huwezi kukumbuka kila kitu?

J: Ni mengi sana.

D: Ninaelewa hilo. Tunataka tu kumpa Janet taarifa ambazo anaweza kuelewa kwa wakati huu. (Ndiyo) *Sawa. Je, Janet alitoka kwenye gari?*

J: Hapana. Alinyanyuliwa kutoka kwenye gari. —Kupitia paa.

D: Ilifanyikaje?

J: Kwa mwili wa mwanga.

D: Sio mwili wa kimwili?

J: Hapana. Wakati wa yeye kujua. Mwili wa kimwili unabaki kwenye gari. Mwili wa mwanga uko nao. Nenda nasi.

D: Ulichukuliwa wapi?

J: Kwenye chombo.

Walisema hii haikuwa mara ya kwanza kutokea. Pia alikuwa amechukuliwa kimwili mara nyingi alipokuwa mtoto, lakini hawakutoa maelezo. Walisema haikuwa muhimu sana.

D: Kwa nini mlichukua mwili wa kimwili nyakati hizo?

J: Ili kusaidia kumfuatilia. Ni vigumu kwake kuwa hapa. Kuna kiwewe kingi mno. —Ni wakati wa kuanza sasa. Wakati wa kuanza mchakato wake. Wakati wake wa kukumbuka sasa. Wakati wa kuanza kazi yake ya kweli.

D: Nini kilitokea alipotekwa akiwa mtoto?

J: Marekebisho. Akilini mwake na mwilini mwake. Alikuwa bora zaidi kuelewa. Kukubali.

Janet hakukumbuka lolote kati ya haya kwa fahamu kwa sababu kungekuwa kumemfanya iwe vigumu zaidi kuwa hapa duniani. Hata hivyo, alikuwa amekubali kuja hapa. "Alitaka kuwa hapa."

D: Je, Janet amekuwa na maisha mengi duniani?

J: Hapana. Hapana. Hapana. Hapana. Hapana, alifanya kazi na fahamu mwanzoni. Fahamu, na uumbaji wa fahamu. Upandaji, na...

D: Unaweza kumweleza anachomaanisha na fahamu?

J: Upandaji—upandaji wa asili wa fahamu kwenye sayari hii. Hapo mwanzo, na kisha katika nyakati kadhaa muhimu duniani. Wakati mabadiliko makubwa yalipotokea. Mabadiliko makubwa.

D: Unamaanisha nini kwa "mabadiliko makubwa"?

J: Atlantis. Muda mrefu mzuri Atlantis. Misri.

D: Kwa nini ilibidi awe hapa nyakati hizo?

J: Anapenda kuja nyakati hizo. Mabadiliko katika falsafa. Mabadiliko muhimu yanakusudiwa kupeleka sayari katika mwelekeo tofauti.

D: Kwa hiyo hakuwa na sababu ya kuja kuishi maisha ya kawaida. Ndivyo unavyomaanisha?

J: Sio kweli. Hapana.

D: Ni wakati tu ambapo kitu kikubwa kilikuwa kinatokea? (Ndiyo) *Kwa hivyo angeweza kuchagua ni lini anataka kuja?*

J: Ndiyo. Kulikuwa na nyakati alitaka kuja, lakini haikuwa nzuri.

D: Je, kuna mtu anayemshauri, au anamwambia ni lini anapaswa au hapaswi kuja?

J: (Alicheka) Mkaidi. Mkaidi sana. (Alicheka) Ndiyo. Wengi. Kuna kikundi. (Alicheka)

D: Kikundi cha viumbe wa kimwili?

J: Oh, hapana. Anafanya kazi kwa shirikisho. Hiyo ndiyo fahamu. Huo ndio utaalamu wake.

D: Unaweza kumweleza anachomaanisha na shirikisho?

J: Ndiyo. Dunia. Dunia nyingi. Kuunda maisha mapya. Dunia mpya.

D: Hii ndiyo amekuwa akihusika nayo? (Ndiyo) *Na mara nyingine huja duniani wakati muda unakuwa sahihi?* (Ndiyo) *Wakati mwingine yuko wapi?*

J: Akifanya mambo mengine. Akitafuta sehemu mpya za kuumba. Sehemu nyingi. Sehemu nyingi.

D: Kwa hiyo wakati hayuko kwenye mwili, anafanya kazi na ninyi wengine?

J: Dhima zenu ni finyu.

D: Ndio maana tunajaribu kujifunza.

J: Tutajifunza. Dhima zenu ni finyu. Wote ni mmoja sasa katika wakati huu. Unaweza kuwa sehemu nyingi, ukifanya mambo mengi kwa wakati mmoja. Kwa hivyo kuuliza maswali kwa mstari.... Yuko hapa, au yuko pale? Yuko kila mahali. Kwa hiyo, ndiyo. Hayupo tu hapa, bali yuko kila mahali. Hayuko kwenye nafasi yako ya mstari.

D: Ninaanza kupata dhana nyingi za aina hii kutoka kwa wengine, na bado ni vigumu kwa akili zetu za kibinadamu kuelewa hili. (Ndiyo) *Kwa hivyo yuko kwenye jukumu huku pia akiwa kule. Ndivyo unavyomaanisha?*

J: (Anacheka) Ndiyo. Anaangalia kwenye skrini. Hiyo ndiyo anafanya na dunia.

D: Anaweza kujiangalia akifanya mambo duniani? (Ndiyo) *Anadhani nini anapoangalia?*

J: Anapenda hilo. (Anacheka)

D: Sijui kama "kuwa" ni neno sahihi. Lakini ni aina gani ya kiumbe yeye anapokuwa kule?

J: Anaonekana kama binadamu, mwanamke mdogo. Kuna maonyesho mengine, lakini hiyo, ndiyo. Kuna mengi. Kuna zaidi ya unavyoweza kufikiria. Kadiri akili yako ya kibinadamu inaweza kufika na kufika na kufika, halafu zaidi, na zaidi. Njia zote ambazo Mungu anaweza kujipitia mwenyewe ndizo zote zilizopo.

D: Lakini kama wanadamu, hatufahamu haya yote.

J: Wakati mwingine anafahamu. Wakati mwingine. Mara moja moja, anajihusisha. Sio kila wakati.

D: Kwa kawaida, hatufahamu sehemu zingine za sisi wenyewe.

J: Hapana, hakuna yeyote kati yenu. Hapana. Hapana. Mtakuja kugundua kwamba mtakuwa mnaendelea kufahamu zaidi na zaidi kuhusu "nyinyi" wengine. Mtakuanza kuunganisha zaidi kuhusu ni nani hasa mlivyo. Nyinyi wengine.

D: Lakini je, hili halitawachanganya wanadamu?

J: Kwa mwanadamu uliye leo, ndiyo. Lakini jumla yake, nyote mnaendelea kuunganisha zaidi na zaidi kuhusu mlivyo. Mnajua utoto wenu, ujana wenu, maisha yenu mengine, uzoefu wenu mwingine, uwezekano wenu mwingine.

D: Lakini nafikiria kwa jinsi akili ya mwanadamu inavyofanya kazi, hili lingekuwa la kuchanganya sana. Kujua sehemu zingine za sisi wenyewe?

J: Hilo ndilo analofanya sasa. (Anacheka) Ndiyo maana anachanganyikiwa. Anafanya kazi katika viwango vingi vya multidimensional, akiwa na ufahamu wa yeye wengine ambao huenda hafahamu kwa uangalifu. Lakini anafahamu. Hawezi kukumbuka chochote (Anacheka) kwa sababu anafanya haya yote katika viwango tofauti. Kwa hiyo yuko sehemu nyingi tofauti akiunganishwa na viwango tofauti vya uwepo wake kwa wakati mmoja.

D: Je, ana hisia zozote za kimwili wakati mambo haya yanatokea?

J: Wakati mwingine, ndiyo.

D: Inahisije kimwili, ili ajue jinsi ya kutambua hili?

J: Subiri. Tutakutafsiria. —Tayari umekutana na hili kwa wengine, pale ambapo hawawezi kukumbuka kutoka wakati mmoja hadi mwingine. Kile walichohifadhi kwenye kumbukumbu ambacho hakipo tena. (Anacheka) Kutoka wakati mmoja hadi mwingine, kumbukumbu hiyo imepotea. Kwa hivyo unajua hili.

D: Unamaanisha kile tunachokiita kumbukumbu ya muda mfupi? (Ndiyo, ndiyo.) *Kinachotokea nyakati hizo ni nini?*

J: Kufanya kazi katika viwango na vipimo vingine. Wengi wenu mnayaona haya. Huwezi kushikilia mambo mengi siku hizi. Mambo madogo. Unahitaji kupata usawa zaidi.

Hili pia liliripotiwa katika, kama kuingia chumbani kuchukua kitu, na kisha kutosahau ulikuwa umeingia kufanya nini. Kisha baada ya dakika chache za kuchanganyikiwa kumbukumbu mara nyingine inarudi haraka, kwa, "Oh, ndiyo!" Walisema wakati huo tayari umekwenda kwenye kipimo kingine na kurudi, haraka hivyo.

D: Lakini tukirudi usiku ule mwili wake wa mwanga ulipochukuliwa juu. Kwa nini hilo lilitokea?

J: Ilikuwa wakati wake wa kukumbuka sasa. Ilikuwa mara ya kwanza alipojitenga na mumewe. Mara ya kwanza kabisa alipojaribu kuondoka. Mara ya kwanza kabisa alipoondoka kutoka kwenye upendeleo wake kwake. Aliogopa kuondoka kamwe. Ilikuwa wakati muafaka. Ilikuwa sasa wakati wake wa kukumbuka kwamba kulikuwa na kitu zaidi. Kwa hivyo tulikuwa na mkutano usiku huo. Na ulikuwa mwanzo.

D: Na ilikuwa tu kwake na sio kwa watoto.

J: Watoto wana uzoefu wao wenyewe. Mwanawe, hakika. Binti yake aliogopa, lakini binti yake ana nguvu zaidi kuliko anavyofahamu. Hii ilikuwa kwa ajili ya Janet. Hii ilikuwa mwito wa kuamka. Alifikiri maisha yake yamekwisha. Haikuwa hivyo. Na mara kwa mara tumelazimika kuingilia kati naye kwa sababu anakuwa amevunjika moyo. Hii ndiyo shida yake kwa kutokuwa na maisha mengi duniani.

D: Na umesema mara nyingine alichukuliwa kwa marekebisho ya kimwili?

J: Baadhi ya kimwili, baadhi ya kihisia.

D: Je, kuna sababu ya kufanya hivyo?

J: Yuko karibu sana na ukingo wa uzoefu wa kimwili.

D: Hata akiwa mtoto?

J: Ndiyo. Akiwa mtoto, ilikuwa ni maangamizi. Upweke mkubwa na unyanyasaji. Kulikuwa na haja ya marekebisho ili kumweka sawa kiasi cha kutosha kuweza kufanya kazi katika mwili wa kimwili.

D: Janet anafikiri amekuwa akiwasiliana na viumbe wa angani, na nimegundua uelewa wetu wa viumbe wa angani ni mdogo sana. Unaweza kueleza ni nani anawasiliana naye wakati anapofanya kazi yake?

J: Anafanya kazi na jamii nyingi tofauti na viwango vingi tofauti. Na wote hufanya kazi pamoja. Wengine ni mwanga tu. Wengine ni aina zenu za lazima zilizo na miili ya kimwili ya aina tofauti. Na kisha kuna wengine, wengine ni ufahamu tu. Wengine ni mwanga tu. Wengine ni kila kitu.

D: Na nimezungumza na karibu wote.

J: Ndiyo hasa. Unaona?

D: Nadhani watu hawajazoea kufikiri kuhusu vipimo vingi. Tunafikiria ET na vyombo vya angani, na vitu vya kimwili.

J: Multi-dimensional ni nini? Multi-dimensional ni kiumbe anayetambua maisha yake yote kwa wakati mmoja: yaliyopita, ya sasa, na yajayo. Kiumbe mmoja anaweza kuwa viumbe wengi kwa wakati mmoja. Hicho ndicho ninyi nyote mlivyo. Hamjatambua tu hali yenu ya vipimo vingi. Mnayotambua ni "wewe" tu.

D: Kwa sababu ingekuwa nyingi mno kwetu kubeba, kama tungekuwa na ufahamu wa kila kitu.

J: Kwa wakati huu. Mnaweza siku zijazo. Sasa, hiyo inamaanisha kwamba kiumbe mmoja anaweza kuwa vitu vingi tofauti. Kwa hivyo ukiweza kufikiri—nikuambie hivi. Unaweza kuwa na maisha mengi, mengi huko nje, yote yakishirikiana na wewe unayeishi sasa. Sivyo?

D: Lakini hatufahamiani.

J: Hapana. Bado hapana.

D: Wakati wa vikao watu zaidi na zaidi wananiambia, wanapokuwa katika hali hii—au mnanieleza—kwamba maisha ya zamani siyo muhimu tena. Siyo muhimu tena kukumbuka walikuwa nani.

J: Naam, ushawishi wa maisha mengine siyo wenye nguvu sasa. Unapungua. Watu wanatoka kwenye ndoto. Nje ya udanganyifu. Nje ya ushawishi, zaidi kuingia katika familia ya kozmiki.

D: Unamaanisha nini, "Kutoka kwenye ndoto"?

J: Nje ya udanganyifu wa utengano. Nje ya udanganyifu wa kuishi ndani ya "kibonge" cha biolojia kwenye sayari yenu tu, na hakuna kingine. Ushawishi huo si wenye nguvu sana. DNA yenu inafunguka. RNA yenu inafunguka.

D: Tumezoea kufikiri kuhusu maisha ya zamani yakilishawishi maisha ya sasa.

J: Katika muundo wa mstari hilo ni kweli, lakini hamfanyi kazi tena ndani ya muundo wa mstari kama mlivyokuwa. Mnahamia katika kipimo kingine, ambacho kingemaanisha kwamba ushawishi wa muundo huo wa mstari usingekuwa wenye nguvu.

D: Bado napata baadhi ya wateja ninaopaswa kufanya kazi nao katika kiwango hicho.

J: Ndiyo. Na kama bado wanafanya kazi ndani ya kazi hiyo ya mstari, basi ungefanya hivyo. Hawajawashwa tu bado. Sawa tu.

D: Wote wako pale wanapopaswa kuwa.

J: Haswa. Siyo kila mtu anahitaji kuwa mahali pamoja. Tofauti yote ingekuwa wapi? Isingekuwa na furaha sana.

D: Hilo ni kweli. Ndiyo maana lazima nifanye kazi na kila mmoja katika hatua alipo.

J: Haswa.

D: Pia nimeambiwa kwamba karma sasa ni tofauti. Je, hilo ni sahihi?

J: Kabisa. Katika hatua hii, makutano haya, karma ni chaguo. Ingia, toka. Wapo wanaoendelea kuchagua kuingia kwenye karma.

D: Wanakwama?

J: Kabisa. Tazama kote kwenye sayari yenu.

D: Ndivyo nilivyoambiwa, ni kama karatasi ya nzi yenye gundi.

J: Hiyo ni sahihi kabisa. Na wanakwama wakiiamua.

D: Nini kilimtokea Janet mwaka 1996 aliposema alijiona akifa. Alikuwa na maambukizi makubwa. Na alijiona akianguka chini sakafuni. Nadhani alikuwa nje ya mwili. Nini kilitokea wakati huo?

J: Alikufa.

D: (Hilo lilishangaza.) *Sababu ni maambukizi au nini?*

J: Ndiyo. Alipoteza tumaini. Hakuona jukumu lake duniani. Anapenda kwa kina kupita kiasi, na hilo linaweza kuwa na madhara makubwa. Kwa hiyo marekebisho yalifanyika. Mambo yalirekebishwa. Hata hivyo, kwa kufanya hivyo yaliathiri kumbukumbu zake za fahamu. Na alipoteza sehemu kubwa ya kumbukumbu za fahamu.

D: Je, kweli alikufa siku hiyo? (Ndiyo) *Je, mara moja akarudi mwilini baada ya marekebisho kufanywa?*

J: Hapana, hakurudi. Fahamu haikurudi kikamilifu kwa takriban miezi 36.

D: Nilidhani kama mwili umekufa, ilibidi arudi ndani yake kuuweka hai.

J: Alitunzwa. Lakini hakuweza—sawa. —Tutakulieleza hivi. Kulikuwa na kiasi cha kutosha chake kubaki ili kufanya kazi katika kiwango cha chini sana. Hata hivyo, katika kipindi hicho cha muda, uunganishaji uliotokea, sehemu zaidi yake iliingia, ukipenda, zaidi ya nafsi yake ya juu, zaidi ya ukamilifu wa yeye ni nani. Je, hiyo inaingia akilini kwako? Sasa yeye hakujua hili, ingawa katika kiwango fulani, alikuwa na uelewa fulani, lakini si kweli. Subiri. Subiri. Ndiyo. Hakupewa ruhusa kupata tukio la "mwanga mweupe" ambalo wanadamu hupitia. Kumbukumbu hiyo iliachwa. Asingekuwa amerejea vinginevyo.

Nimekuwa na kesi zingine ambapo mtu alipata NDE (Uzoefu wa Karibu na Kifo), na akarudi bila kumbukumbu au akiwa na kumbukumbu sehemu ya kile kilichotokea. Imeelezwa kuwa upande wa roho ni mzuri, wenye amani na mkamilifu kiasi kwamba, ikiwa wangekuwa na kumbukumbu kamili yake, wasingependa kurudi katika maisha haya yenye msukosuko.

D: Kwa maneno mengine, mwili unaweza kubaki hai bila roho yote, bila pumzi yote kuwa ndani yake?

J: Kulikuwa na kuunganika na roho yake kulikotokea. Kuunganika kwa nguvu zaidi na roho yake kulikomweka salama pale. Muunganiko na roho yake haukuwa wenye nguvu ya kutosha kwa sababu ya madhara aliyoyapata. Si madhara ya kimwili ya ugonjwa tu, bali madhara ya kihisia. Tena, yeye ni tofauti kwa kuwa anapata shida kuwepo hapa. Madhara ya roho ni ya kina sana. Sasa, kulikuwa na mchakato wa kuchochea (innervation), ukitegemea ule muunganiko na roho yake, uliotokea katika kipindi cha miezi 36 hiyo, ambao haukurudisha ndani zaidi ya huyu mtu alivyo. Katika kipindi hicho, hakuweza kufanya kazi kama binadamu aliyekuwa kabla. Unaelewa?

Sikuielewa kweli, lakini niliwaacha waeleze kadiri walivyoweza.

J: Na hata katika kipindi hiki cha miaka miwili iliyopita, tena, ili haya yote yatokee, kuna mchakato unaotokea ambapo anapata migongano kutoka hali ya fahamu na mambo mengine yanayotokea katika hali za vipimo vingi. Ambapo inakuwa vigumu kwake kuunganisha, na hivyo, anapata kasoro za utu anazoona—na yeye anaziita "kasoro."

Katika, Kitabu cha Pili, kulikuwa na kesi nyingine mbili ambako mtu kimsingi alikufa, na sehemu kubwa ya roho haikuwamo mwilini kwa muda mrefu. Katika kesi zote mbili ilichukua muda mrefu kabla ya roho yote kurudi na mwili ukafanya kazi kawaida tena. Mtu alielezea kama hisia ya kutembea usingizini, au kuishi ndani ya ndoto. Walikuwa na ugumu kuhusiana na mazingira yao ya kimwili. Wengine waliowazunguka pia bila shaka waliona kwamba kulikuwa na kitu kisicho cha kawaida.

J: Tungekuambia hivi. Wapo miongoni mwenu mnaokutana katika hali ya ndoto ambao mmehusika zaidi na maandaalizi ya sayari hii kuliko mnavyodhani kwa wakati huu. Wapo miongoni mwenu mnaoleta taarifa mahsusi kuingia katika umbo. Tungekuambia pia kwamba wapo miongoni mwenu wanaoleta mbele ukweli. Ule unaleta ukweli mbele bila ajenda fiche, bila upotoshaji. Na hivyo, ninyi mnaokuja pamoja mlio wa aina hiyo, mlio na asili hiyo, mnajuana zaidi kuliko mnavyojua.

Ujumbe wa kuagana: Tunge mwambia, awe na imani kubwa na uaminifu katika kila akitendacho. Aendelee mbele kwa kiwango kile kile cha kujitoa. Kwamba kila anachohitaji kitakuwepo hasa pale anapokihitaji. Tungekuambia jambo lile lile. Ninyi mnaotenda kama daraja kwenye sayari hii mnapendwa sana. Hii si kusema kwamba wengine hawapendwi. Tungekuambia, mnafanya huduma kuu duniani. Na wapo wengi wanaowapenda na kuwathamini. Bakini wazi kwa nia zenu. Haiwezi kufeli.

KESI NYINGINE

Nilikuwa na kesi nyingine ya ushiriki na viumbe wa angani, ambako mwanamke alikuwa ameona mianga mikali na alitaka kujua juu yake. Alipenda kuwa karibu na bahari, na hasa alipenda kuogelea na pomboo. Aliishi Hawaii kwa muda, na huko ndiko alikofanya hivyo. Sasa anaishi California, bado karibu na maji.

"Wao" walisema ET wako katika mawasiliano naye, lakini hatambui kwa sababu wanajidhihirisha kwake kama pomboo. Wanapoogelea, wanafanya mambo mengi naye ambayo hayajui. Moja ya mambo ni kuondoa vipandikizi. Niliwaambia nimesikia kwamba vipandikizi si vya hasi. Viko mwilini kwa sababu. Nao wakasema, ndiyo, vinahudumu kusudi. Na kusudi lao linapotimilika, lazima viondolewe. Huvihitaji tena. Lakini pia pomboo walikuwa wakimpitisha taarifa. Kwa hiyo mambo mbalimbali hutokea anapofikiri anaogelea tu na pomboo. Walimwonekanea hivyo kwa sababu pia alikuwa na nishati ya "pomboo," na walijisikia huru naye. Alikuwa ametoka kwenye sayari ya maji, na wengi wa kundi la roho wa pomboo walitoka kwenye sayari ya maji. Alikuwa na kumbukumbu za mahali hapo, na ndiyo sababu alivutwa na maji. Ilimfanya ajisikie vizuri sana kupata kumbukumbu hizo tena. Hivyo basi ET walijidhihirisha kwake kama pomboo, ili asitishwe, na akubali kwa moyo wote, ili waweze kufanya kazi naye. Tena, kila kitu si kila wakati kama tunavyofikiri kilivyo.

SURA YA KUMI NA NANE

MAREKEBISHO

Janice alikuwa mfanyikazi wa ustawi wa jamii, akiwa na ndoa yenye furaha na watoto watatu. Alikuja ofisini kwangu na ombi kuu la kutaka kugundua kama aliwahi kuwa na tukio la UFO au la. Kumbukumbu yake pekee ilikuwa hisia ya ajabu ya kupita kupitia dari la chumba chake cha kulala. Ingawa hakuweza kukumbuka kingine chochote, alikuwa na hisia kwamba jambo la kimwili lilikuwa limefanyika kwake, na aliliona kama hasi. Alidhani huenda lilihusiana na vipandikizi. Kumekuwa na taarifa nyingi hasi zinazozunguka katika uwanja wa UFO kiasi kwamba watu hudhani vipandikizi ni jambo la kuogopwa. Simiwahi kumwambia mtu kile nilichogundua katika kazi yangu kwa sababu sitaki kuwaathiri. Napendelea wapate taarifa zao wenyewe.

Wakati wa kuchunguza mambo yaliyotokea katika maisha yao ya sasa, simchukui mteja moja kwa moja kwenye tukio linaloshukiwa. Daima humrudisha mteja katika aina hii ya tukio kabla halijatokea, ili tuweze kulikaribia kutoka upande huo, na hapo hatatafuta upinzani. La sivyo, huogopa kwamba ataenda kupitia kitu cha kutisha kwa sababu hakikumbuki kikamilifu na akili imeumba hofu. Hili naliita "njia ya mlangoni wa nyuma." Kisha wanaweza kujingiza katika tukio halisi bila kutambua ninachofanya. Hofu ndiyo hisia yenye nguvu zaidi anayopitia mwanadamu. Hivyo kama jambo linatokea ambalo halijaeleweka kikamilifu, huleta hofu inayopotosha na kupaka rangi kumbukumbu. Nimekuta hili likitokea mara nyingi, kwamba simulizi linaloelezwa chini ya hipnosisi hutofautiana na lile mtu analolikumbuka akiwa macho. Hata hivyo linaingia akilini zaidi na laweza kushughulikiwa bila hofu na upotoshaji. Lengo langu kuu ni kutochafua maisha yao.

Mara Janice alipokuwa katika hali ya usingizi mzito, nilimrudisha hadi tarehe: Agosti 24, 1995 (ambayo alikuwa ameirekodi), na nikamshusha kwenye chumba chake cha kulala usiku huo. Alieleza chumba na kusema alikuwa kitandani akisoma (ambacho kilikuwa tabia yake ya kawaida). Aliweza kuwasikia watoto wake wakiwa ghorofa ya chini. Baada ya muda aliweka jarida sakafuni kando ya kitanda, akazima taa na kulala.

Kisha nikauliza kama alilala usiku kucha. Akajibu, "Kuna mwanga au kitu. Kuna kitu tofauti. Hicho ni nini?—Nadhani kuna mwanga au kitu karibu na dirisha la mbele. Si wazi sana. Siyo kitu ambacho nimewahi kukitambua kabla. —Ni kama sehemu yangu inajua simulizi hili, lakini haitokei jinsi ninavyolikumbuka. —Sasa nadhani mwanga unaninyanyua! Chini yangu unaninyanyua! Najaribu kuelewa kinachoendelea. Najisikia mwepesi. —Ninanyanyuliwa kutoka kitandani. Naweza kutazama chini na kuona sakafu kando ya kitanda, lakini inaonekana kama iko mbali zaidi. Subiri kidogo! Niko juu au kuna kitu kinapanda juu. Sijihisi nikipaa sana kuliko ninavyotazama chini na vitu haviko karibu kama vilivyokuwa. —Ninaelekea juu sehemu fulani. —Niko juu ya paa sasa. Sijui kinachoendelea. Sijui ninaelekea wapi. Nako juu zaidi... juu zaidi... ninaenda juu zaidi. Nyumba yangu inazidi kuwa mbali. (Kutokiamini) Siwezi kuwa ninasafiri peke yangu angani."

D: Je, upo peke yako?

J: Nadhani huenda niko kwenye puto au kitu. Sihisi sana. Nahisi tu kuna kitu kimenizunguka. Niko ndani ya kitu hiki kidogo sana. Kinaonekana kama puto au kitu. Kinaelea juu kwa mwinuko, lakini kinaondoka kutoka nyumbani.

D: Unaweza kuona unapokwenda kuelea?

J: Ninaenda juu kuingia kwenye mwanga pale. Sihisi miguu yangu au chochote. Najisikia tu ninaelea.

D: Unaweza kuona unapokwenda?

J: Hapana. Sioni. Nadhani kuna kitu kinachounganishwa nasi; kuna kitu kinafunguka. Ni kama mteremko umeshuka na ninakwenda juu kuelekea pale mteremko ulipo. Nadhani kiko kwenye meli au kitu, lakini siwezi kuona meli yote. Ni kama kitu kimefunguka na kimeteremka. —Bado najihisi niko ndani ya aina fulani ya puto. Inanilinda au kunilinda akili, ikinisafirisha. Ninaelea ndani ya kitu hiki.

D: Kinachofuata ni nini?

J: Inaonekana kunaangaza zaidi... kuna kitu chenye afya ya mwanga. Kuna mwangaza ndani ya sehemu hii ninayokuja. Ni kama kutoka penye giza kwenda sehemu yenye mwanga zaidi.

Alikuwa amechanganyikiwa na alipata ugumu kueleza alichokuwa anaona. Aliona kivuli au umbo la mtu mrefu kama. Kisha akatambua hakuwa tena ndani ya puto kwa sababu alikuwa anatembea. "Nipo wapi? Ninaenda wapi?—Ni korido tu. Si pana sana. Sioni mtu yeyote, lakini nalisikia wakisema ninaingia kwenye chumba kilicho na watu wengine. Nimeona mng'ao wa kitu fulani. Hakiwezi kuonekana kama binadamu. Siwaoni sasa. Wako wapi? Kuna shughuli inaendelea na kuna maumbo ya aina tofauti. Nahisi tu sipo popote. Nilipata mng'ao wa vivuli vingine, viumbe wengine, lakini sasa... aina fulani ya chumba cheusi na nadhani kuna nyota nje. Lakini ni usiku na kuna aina ya vioo, madirisha meusi pembeni. Nadhani kuna kitu kinaendesha chochote hiki kilicho hapa."

Nikauliza kama kuna yeyote karibu anayeweza kujibu maswali yetu na kumweleza hili. "Kuna mtu ananiambia sipaswi kuuliza maswali. Nasikia, 'Huhitaji kujua.' —Kuna kitu kikubwa mno. Wanasema kuna kitu au taarifa kubwa mno... zaidi ya uelewa. —Hii ni nini? Ninasikia hivi kichwani mwangu lakini sijui vinatoka wapi. —Kuna kitu kuhusu kuwa gia ndogo kwenye gurudumu. Kama mimi ni muhimu zaidi ya gia ndogo, lakini lazima niwe sehemu ya kitu; sehemu ya kitu kikubwa zaidi." Habari zilikuja taratibu na zikipigwa- pinga katika vipande na vipande. "Ninaona kiumbe wa aina ya kike. Ninasikia 'ulinzi.' Yeye ni ulinzi. Ni kama ulinzi wa akili timamu, kama mizani. Familia yetu ina mpango. Una uhusiano na fahamu ya ulimwengu. Ni sehemu ya ulimwengu. —Napokea taarifa nisizoelewa. Zinalenga kuwasha kitu."

D: Kitu ambacho Janice hakijui kwa fahamu?

J: Nasikia, "Ndiyo, bila shaka." Ni kifupi cha maneno. Ni kama anagramu au kitu. Ni njia ya kupanga mawazo... ya kufikiri. Ni fomula ya kihisabati. Ni njia ya kufundisha akili yake kupokea taarifa. Ni ufunguzi. Ni kama njia ya kupitishia. Ni kusafisha, fomula. Ni kama piramidi.

Nikaomba maelezo yaliyo wazi zaidi.

J: Kuna ukubwa au njia au mwembamba wa kuleta taarifa ipitie ili kukusanya taarifa, chombo. Siyo wazi.

D: Je, hii ndiyo mara ya kwanza imetokea, usiku ule? Au ilishawahi kutokea kabla kwa Janice?

Sasa sauti ikabadilika, na nikajua tumeungana na kitu kinachoweza kutoa taarifa zaidi bila mkanganyiko wa akili fahamu ya Janice.

J: Taarifa zimekuwa zikiingia maisha yake yote.

D: Kulikuwa na kitu kuhusu usiku ule kilichochochea hili?

J: Kusoma kwake na udadisi, kuuliza taarifa na shauku ya kujua.

D: Hilo lilianzisha tukio la aina tofauti usiku ule?

J: Alikuwa anapelekwa kwenye Chanzo kama zawadi.

D: Alilikumbuka kama tukio halisi la kimwili, sivyo?

J: Lilikuwa tukio la kimwili.

D: Je, alienda kwa mwili wa kimwili?

J: Ndiyo, alichukuliwa kwa mwili wake wa kimwili. Lilikuwa tukio la kutikisika na ufunguzi uliomwamsha. Lilikuwa linavunja gamba lililomlinda. Kulazimisha mambo yatambulike, kuvunja njia ya zamani ya kufikiri. Kama vile alikuwa tayari kusukumwa atoke kwenye kiota.

D: Je, hii ilikuwa sehemu halisi ya kimwili aliyokwenda?

J: Ilikuwa meli. Ameshawahi kwenda kwenye meli.

D: Alidhani kuna kitu kilifanyika kimwili kwake usiku ule kwenye meli. Je, kulikuwa?

J: Ndiyo, hilo lilikuwa sehemu yake. Anajua yeye ni mama wa wengi. Sehemu muhimu ya mpango mkubwa. Nyenzo zake za kimwili zinatumiwa kwa mpango mkubwa.

D: Mama wa wengi. Ulimaanisha nini kwa hilo?

J: Sehemu zake za mwili zinatumika kama mpango mkubwa. Anataka kusaidia. Anatoa huduma. Wanaweza kusaidia tamaduni nyingine, ustaarabu mwingine. Jeni zake na DNA yake vinachanganywa kwa kemikali au kuimarishwa au kusaidiwa kwa namna fulani... sehemu ya mradi mkubwa na jambo ambalo alilikubali. Alikubali kufanya hivi. Tusingelifanya kama asingalikubali.

D: Hilo ndilo nililosikia; hamlifanyi bila ruhusa, sivyo?

J: Hapana, ni jambo alilokubali awali.

D: Alilikubali lini?

J: Katika maisha ya awali, hili limekuwa likiendelea. Hili siyo katika maisha haya pekee.

D: Nini kilitokea katika maisha mengine?

J: Lilikuwa sawa. Kilichohitajika kilichukuliwa kwake kama ilivyokubaliwa. Anachangia kwa njia hii. Ni kama anapotoa damu katika maisha haya kusaidia. Anatoa sehemu zinazohitajika ili kusaidia wengine katika ulimwengu, utamaduni wake mwenyewe, ustaarabu wake mwenyewe.

D: Kwa nini tamaduni, ustaarabu na ulimwengu mwingine vingehitaji jeni zake?

J: Baadhi vinakufa. Baadhi vinaumwa. Baadhi vinafanya majaribio. Baadhi vinaimarisha matumizi mengi. Kuna upana wa mradi huu ambao ni mgumu kuueleza... ni mkubwa zaidi.

D: Lakini alikubali hili katika maisha mengine. Ameendelea tu na makubaliano hayo?

J: Ndiyo, na katika maisha mengine amekuwa sehemu ya sayansi inayofanya mambo haya. Amekuwapo pande zote mbili. Amechangia, na kuchukua na kuhusika nalo katika viwango tofauti.

D: Kwa hiyo katika maisha haya, amekubali kuwa upande huu wa jambo.

J: Ndiyo, hilo ni kweli.

D: Kwa nini ghafla kumbukumbu hizi zikaanza kujitokeza sasa?

J: Amekuwa akiuliza. Anataka kujua kwa nini yupo hapa, maswali yote. Ilikuwa sawa kumwamsha kwa kiwango fulani.

D: Kwa sababu ukiwa ndani ya mwili wa kimwili, huwezi kujua yote, sivyo? Ingekuwa tata mno.

J: Ndiyo. Naye hajui yote.

D: Ni bora iwe hivyo, vinginevyo asingeweza kufanya kazi katika dunia hii, sivyo?

J: Wakati mwingine hataki kufanya kazi katika dunia hii. Hahisi furaha hapa hata kidogo.

D: Ana maisha mazuri; mume na watoto. Ana kazi yake.

J: Haionekani kumtosha. Haijamkidhi. Anapitia taratibu, lakini anatafuta maana zaidi.

D: Hii ndiyo sababu inaruhusiwa sasa, ili apate taarifa fulani, maelezo fulani?

J: Inampa hisia ya kuwa zaidi ya alivyokuwa; hisia ya kuwa sehemu ya kitu kikubwa. Anahusika kufanya jambo ambalo sehemu yake haielewi, lakini limempa kiwango fulani cha umuhimu zaidi.

D: Watu wengi wanahusika katika miradi hii, sivyo? (Ndiyo) *Wengi wao hufikiri kwamba jambo hasi linatokea.*

J: Kama alivyofanya mwanzoni.

D: Hawajui hasa nini kinaendelea.

J: Wengi hawajui. Baadhi wanajua.

D: Alisema alihisi kuna kitu kiliingizwa hadi kwenye pua yake. Unaweza kumweleza kuhusu hilo?

J: Kitu cha mawasiliano... kitu cha usawazishaji. Hiki kifaa kilikuwa cha kumsaidia yeye pamoja na sisi. Kilikuwa cha mawasiliano na usawazishaji, na pia kuvuta kitu... nishati pia... kama prosesa. Kama "microprocessor" kwenye kompyuta. Hicho ndicho ninachosikia... microprocessor. Nadhani wanajifunza hisia na mihemko jinsi inavyomhusu yeye.

D: Kwa nini wanataka kujifunza hisia na mihemko?

J: Inahusiana na maendeleo ya binadamu. Kuna kuharakishwa kunakotokea. Baadhi ya watu hawana uvumilivu mkubwa kama wengine kwa hili. Baadhi ni nyeti zaidi nalo na kuna haja ya kuelewa vyema kinachoendelea.

Ilikuwa inasikika kama wanarejea kwenye mabadiliko yajayo, na kuharakishwa kwa mtetemo na masafa.

D: Jinsi mwili wa binadamu unavyojirekebisha?

J: Ni zaidi ya mwili. Ni kiakili na kihisia. Kupokea mabadiliko na kuwa nyeti zaidi.

D: Nimeambiwa tunakuwa nyeti zaidi kwa nishati zinazoendelea kubadilika. Ndicho unachomaanisha?

J: Ndiyo, vivyo hivyo wengi wanabadilika, wanaharakisha, wanatembea mbele. Baadhi wanapata ugumu zaidi na hili, hivyo hii mawasiliano na usawazishaji ni njia ya kuelewa kutoka mtazamo tofauti jinsi inavyowaathiri wanadamu. Ni kifuatiliaji, lakini pia ni aina ya kiongezea-kiimarishaji, kisawazishaji. Usawazishaji kwa wanadamu wanaohusika, hivyo kinarahisisha na kusaidia wakati huo huo. Kinachangia katika maarifa na pia kinamsaidia mtu kujirekebisha wanapofuatilia maendeleo na kuyaweka sawa. —Kuna kujifunza kukubwa kunakoendelea na maendeleo haya kunakohusisha ustaarabu wengi sana waliotangulia wanadamu, lakini maendeleo siyo thabiti. Siyo sawa kila mara kwa kila mtu. Kuna tofauti na masuala yanayoweza kujitokeza hivyo wanafuatilia, kusaidia na kusawazisha marekebisho. Msaada mwingi unahitajika katika baadhi ya kesi.

D: Kwa sababu kutakuwepo tofauti hata ndani ya ustaarabu. Watu wote watakuwa tofauti. Ndicho unachomaanisha? (Ndiyo) *Je, pia mnakagua kuona kwamba akili haiumizwi na mabadiliko haya ya mitetemo? Hilo ni sehemu ya mchakato wa ufuatiliaji?*

J: Akili inakua... mchakato wa upanuzi, huenda kukawa na vizuizi, kufungamana. Sehemu kubwa ya hili inahusu mihemko. Uzoefu wa maisha ya watu, kama wamepitia unyanyasaji, hasi, kunyimwa kihisia, kupotoshwa... sijui maneno.

Hili hutokea mara nyingi kwamba SC au ET hushindwa kupata maneno sahihi. Hii ni kwa sababu hasa hufanya kazi zaidi katika kiwango cha mawasiliano ya kiakili. Daima huiambia ifanye kadiri iwezavyo.

J: Ni vigumu kwa baadhi ya watu hawa katika upanuzi kunapokuwa na mihemko mingi imekunjikana kila mahali. Mafunzo yao yote, hofu zao, na kuna mengi sana.

D: Je, kuna baadhi ya watu ambao watashindwa kujirekebisha kwa hili kwa sababu ya akili zao na mihemko yao?

J: Ndiyo, mmekuwa mkiliona hili sasa kwa muda fulani. Kuna hasira nyingi na vurugu zinazolipuka na kuna kujiangamiza, kujiua; ni kujiharibu tu. Ndiyo, baadhi hawatasonga mbele kwa njia ile ile. Hawawezi kujirekebisha au kusukuma kupita. Kuna mengi sana yanayowashikilia chini, yanayowazuia kiasi kwamba ni kama msongamano wa waya. Inaonekana si jambo safi kiakili unapokuwa na mihemko inayojipenyeza kila mahali, ikivuruga. Mihemko inasababisha matatizo kwa wengi. —Wote wanapokea nishati kwenye mifumo yao. Ni kwa kiwango wanachoweza kuipokea na kuichakata na kupanuka nayo. Bomba au handaki lililo wazi, njia ikiwa wazi, zaidi yaweza kupita humo na mambo yanaweza kuwa bora ikiwa hakuna vizuizi katika mfumo wa nishati.

Haliwezi kufanya kilichokusudiwa. Msaada wetu hutolewa na usaidizi unapatikana, lakini bado ni juu ya mtu mwenyewe.

D: Kwa hiyo ni jambo la mtu binafsi. Kila mtu ataitikia tofauti.

J: Kwa kiwango fulani, ndiyo.

Kisha baada ya kusita, ilionekana muungano umevunjika. Hakuna taarifa zaidi zilizoendelea kuja. Nikaomba ujumbe wa kuagana: "Ninachosikia ni kusafiri na kupata uzoefu. Tokomea peke yangu na nisiogope. Chunguza, uwe mbunifu, sikiliza hisia za ndani. —Anajua mengine."

SURA YA KUMI NA TISA

Mgeni wa Angani Mjitoleaji

Miriam alidjani alikuwa amepata ukutano na UFO, lakini alikuwa hajui kama ilikuwa kumbukumbu au ndoto. Hili ndilo jambo pekee alilotaka kuchunguza wakati wa kikao chetu. Nilimrudisha nyuma hadi tarehe iliyoshukiwa na nikamfanya ashuke chumbani kwake usiku huo. Nilipomuuliza alichokiona, alisita na kuonekana kuchanganyikiwa. "Sijui niko wapi. Sioni kitu chochote. Hisiwezi kama nyumba yangu."

D: Inajisikiaje?

M: Nahisi kuna shinikizo kubwa kwenye mwili wangu. Shinikizo ni kama kutoka kwenye diaframu hadi kidevu changu. Inajisikia kuwa nzito sana.

Nilimpa mapendekezo kwamba isingemsumbua, na angeweza kuzungumza kuhusu hilo.

M: Inajisikia kama shinikizo lipo katikati ya mwili, lakini sasa linaenda mwili mzima. Mwili mzima ni mzito. Iko mikononi mwangu na iko kifuani mwangu. Karibu kama inachoma. Inajisikia nzito. Ni tofauti na isiyo ya kawaida, lakini sioni kitu chochote.

Nilitoa maagizo kwamba angeweza kuwa na ufahamu zaidi, na kwamba alipozungumza kuhusu hilo, ingekuwa wazi zaidi.

M: Inajisikia kama labda niko ndani ya kontena na inatoa shinikizo kwa mwili wangu. Inatoa shinikizo kutoka kiunoni juu, lakini si kutoka kiunoni chini. Lakini sioni kitu chochote wala kusikia kitu chochote.

Kilichokuwa, kilikuwa kigumu kwa sababu hakuweza kuona kutoka ndani yake. "Ni mzito sana. Sijui ni nini hiki." Nilijaribu kumpeleka nyuma kabla hajafika kwenye kontena hili, lakini bado alikuwa na hisia zile zile. Kisha nilifikiri kumpeleka mbele hadi mahali ambapo hakuwa tena ndani ya chochote kile. Angekuwa hana tena hisia zisizo za furaha na aweze kuona kilichokuwa.

D: Ulikuwa ndani ya nini?

M: Inaonekana kama kisanduku kilichotengenezwa kwa chuma cha pua. Si chuma cha pua, lakini kama chuma cha pua kilichoshinikizwa. Kama kontena, kisanduku cha chuma cha ukubwa wa mahali pa kupimia sauti ambapo ungelala tu. Ni kama silinda, na nililalia humo na mwili wangu ulijirekebisha kwa namna fulani. Ni chuma kizima.—Sijui nilijeingia humo. (Nikiwa nimechanganyikiwa) Nahisi kama ilijirekebisha kifua changu. Nahisi kama ilikuwa na uhusiano na nishati ya afya. Ni nishati nzuri... nishati ya uponyaji. Haikuwa ya faraja. Nilikuwa na ufahamu wa hiyo kwa sababu hakukuwa na kitu kingine cha kuona. Haikugonga. Na ilijirekebisha nishati katika mwili wangu, iliiunganisha. Kwa urahisi, ilikuwa nje ya uwiano. Na sijui kwa nini, lakini nilipokea matibabu haya.

D: Sawa, utajua kwa nini. Itakuja kwako.

M: Nilikuwa nayahitaji. Nilikumbuka. Nilipatiwa matibabu hayo na wale watu wadogo wasiokuwa na hisia. Kwa kweli hawaonyeshi hisia yoyote. Hufanya tu kazi zao. Na sijui kwa nini nilikuwa nikifanya hiyo, lakini mwili wangu ulikuwa nje ya uwiano.

D: Unaona viumbe hawa wadogo?

M: Niwaona, lakini hawawasiliani kwa kweli. Hufanya tu kazi yao.

Nilidhani alikuwa akirejelea "madogo wa kijivu," ambao si lolote isipokuwa roboti za kibiolojia wanaofanya kazi zao bila hisia wala nia. Lakini alipojaribu kuwaelezea, ilikuwa ngumu kwa sababu haikuwa kama chochote alichowahi kuona kabla. Hakika haikusikika kama ET yoyote wa kawaida kutoka kwa filamu au fasihi. Walikuwa kama mchanganyiko kati ya kiumbe mrefu mwembamba na tabia za wanyama. "Sawaona vizuri. Labda sitaki kuwaona. Wanatisha. Sijawahi kuona kitu kama hicho maishani mwangu, kwenye kitabu, kwenye ndoto. Si watu wa kibinadamu wa kuzungumza. Tuweke hivi. Hufanya tu kazi yao. Wanajiona kama sehemu ya kazi yao. Wanajiona kuwa wapo hapo, kutazama. Lakini wanatisha sana. Wanatisha kama wanyama kwangu. Zaidi kama ngozi ya wanyama bila manyoya, karibu rangi ya panya. Hawaonyeshi hofu yoyote. Ni ya ajabu sana."

Kwa kuwa ilikuwa ikimtatiza, nilimwambia aangalie chumba. "Sanduku ni kliniki sana, na mbele yangu kuna milango, kama makabati. Na zaidi ya sanduku... sijui... inaonekana kama mashine kubwa. Sina wazo. Inajisikia kama ngumu sana. —Chumba... Sijui kwa vyema kwa yadi na miguu, lakini labda... arobaini kwa arobaini."

D: Uliingiaje kwenye hicho chombo? Ikiwa hukumbuki, unaweza kuwauliza na wanaweza kukuambia. Waambie tu kwamba tunashangaa.

M: Inaonekana mwili wangu bado uko kitandani mwangu, na kile ninachokijua kama mwili wa etheriki ambao huuweka mwili wa kimwili ukiwa mzuri, uliwekwa ndani ya chombo. Hawakuhitaji kuchukua mwili wa kimwili. Nikirudisha hiki na kukiweka ndani ya mwili wa kimwili, kitaponya mwili wa kimwili. Hicho ndicho walichonifanyia.

D: Hii ni sehemu gani uliyo? Wanaweza kukuambia?

M: Inaonekana kana kwamba ilikuwa karibu na nyumba yangu. (Akiwa amechanganyikiwa) Walisema kwamba wao huwafuatilia watu ili kudumisha mwili wa kimwili ukiwa mzuri, na huwaleta tu watu hapa. Hii ni kama kliniki ndogo ya upelelezi au kitu, kliniki ya rununu. Baadhi ya watu wanaowafuatilia, wakiona matatizo, watarekebisha kwa kutumia hii kliniki ndogo ya rununu. Na wanaweka ule usawa uliopewa nguvu ndani ya mwili wa kimwili na wanafanya hivyo kwa watu fulani. Ni kama jambo la kawaida tu. Watu wanaowajua au wanaowafuatilia, lakini sisi hatufanani nao. Mimi sifanani nao.

D: Hii sehemu iko angani au ardhini au wapi?

M: Iko angani.

D: Kwa hiyo wanaweza kuuchukua mwili wako wa etheriki hadi huko. Je, hii ni mara ya kwanza wamefanya hivi?

M: Wamefanya hapo kabla. Waliifanya nilipokuwa mgonjwa. Nilikuwa na homa ya baridi yabisi na walinichukua. Nilikuwa mdogo. Nilikuwa na miaka sita. Nilikuwa mgonjwa... mgonjwa sana.

D: Walifanyaje wakati huo?

M: Walifanya vivyo hivyo. Waliweka mimi ndani ya boksi. Waliweka mimi ndani ya silinda ile na kusawazisha—hawakusawazisha—waliuondoa kabisa ule ugonjwa. Halafu waliurudisha ule nguvu ndani ya mwili wangu. Hawakuchukua mwili wa kimwili.

D: Wanaweza kutengeneza bila kuuchukua. Walikuzuia usizidi kuwa mgonjwa. Hiyo ni nzuri sana. Wanakutunza.

M: Nafikiri hivyo.

D: Kwa nini wanakufuatilia?

M: (Ameshutuka) Ee bwana! Walisema mimi nilikuwa—ee Mungu wangu! Walisema mimi nilikuwa mmoja wao! (Akiwa haamini) Sijui kuhusu kuwa mmoja wao. Ee Mungu wangu! Wao ni wa ajabu kweli. Hawawezi kuonekana hapa Duniani sasa. Ni wa ajabu sana. Hawawezi kuonekana.

D: Wanaogopa wangeweza kuwatisha watu?

M: Naam, wangeweza! (Akinena kwa urahisi) Na nilikuwa nikiwajua, lakini kwa kuwa hawawezi kuja, basi nilihusikaje na hili? Mimi si "mmoja wao," lakini nilikuwa. Nilikuwa kwa muda, kwa hiyo bado wananifuatilia. Wananisaidia kwa sababu wanataka kusaidia hapa kwenye dunia hii, na hawawezi kwa hiyo wananisaidia.

D: Ikiwa wangewasaidia moja kwa moja, ingewatisha watu?

M: Naam, ingefanya hivyo!

D: Kwa hiyo wanapaswa kuwa na wanadamu ili wafanye kazi? (Ndiyo) *Lakini ulisema ulikuwa mmoja wao. Ulimaanisha katika maisha mengine?*

M: Ndiyo. Nilikuwa huko kwa maisha mengi. Nilikuwa pale wanapoishi... sayari yao... kituo chao cha nyumbani. Wananionyesha. Ninachokiona ni... si cha rangi nyingi. Ni kama kijivu kama wao. Lakini wao ni wema sana, ni wakarimu sana. Ni werevu sana. Ni wa ufanisi sana, wamesimamiwa vizuri. Lakini hawana hisia na hawana rangi. Hawana rangi nyingi kwenye sayari yao pia, katika nyumba zao, katika usanifu wao. Wana majengo yanayoonekana karibu kama ya metali. Ni ustaarabu, na majengo yako kwenye mwinuko badala ya duara au miraba au mraba. Ni kama kwenye mteremko... marefu na vitu viko kwenye mteremko. Sisi hatujengi hivyo. Nilikuwa na maisha mengi huko.

D: Ulifurahi huko?

M: Furaha? Sikuwa na huzuni. Nilifurahi? Nilikuwa salama sana na nimelindwa.

Hii ilinifanya nielewe kwa sababu alisema hawakuonekana kuwa na hisia nyingi. Nilihitaji kujua zaidi kuhusu viumbe vyenyewe. Nitatoa kwa ufupi majibu yake: Huenda walikuwa viumbe wa kijinsia kwa sababu aliona wa kiume na wa kike. Hakuona watoto, lakini huenda walikuwa mahali pengine. Walikuwa na mfumo wa mmeng'enyo, na walikula kitu kama uji uliotengenezwa kwa mwanga na jua, lakini, "Haikuwa tukio la kupendeza kula. Ni kula tu ili kudumisha kwa sababu chakula hakikuwa muhimu."

D: Inaonekana kama sehemu nzuri. Kwa nini uliamua kuondoka huko?

M: Nilihitaji msisimko. Ilikuwa sawa sana kila mara. Nilihitaji kuondoka.

D: Je, mwili ulilazimika kufa ili uondoke?

M: Neno ninachotaka kutumia ni "discorporate." Discorporate. Inakoma tu kuwepo.

D: Halafu ulijuaje wapi pa kwenda?

M: Kutoka pale niliona picha za dunia hii ya Dunia. Kulikuwa na chaguo nyingi, lakini Dunia ni yenye rangi nyingi, ya kuvutia na yenye uhai. Nilichagua Dunia kwa sababu ina kila kitu: msisimko, rangi, utofauti, hisia.

D: Ulilazimika kupata ruhusa ya kufanya hivyo?

M: Ndiyo, lakini ilikubaliwa kabisa. Ilikubalika kabisa.

D: Unakuja vipi duniani? Niambie mchakato unavyokuwa.

M: Mwili unakoma. Mwili ulivunjika pale mahali pengine, na hii... inanifanya nikumbuke kitu kama "kituo cha kusubiri." Ni kama wewe ni mwigizaji kwenye filamu au jukwaani. Unapaswa kuandaa mistari yako. Unapaswa kuandaa tabia hiyo itakuwaje. Ninataka kuhakikisha huyu ndiye mhusika, kile unataka kufanya. Kuna kipindi cha maandalizi, na ukitaka kufanya hivyo bado, unapelekwa ngazi inayofuata. Ikiwa huo ndio unachotaka kwa kweli, basi unakiboresha. Unataka kuishi wapi? Unataka kupitia nini? Unataka kupata nini? Kisha unaendelea kuboresha mpaka wale walioko katika "eneo la kusubiri" waamue, kwa makubaliano yako, kwamba hapa ndipo unapokwenda. Na kisha unapitia kuzaliwa.

D: Ilikuwaje?

M: Sijui. Nilichagua nisiingie mwilini mpaka mwili utakapokuwa tayari... mpaka kuzaliwa kukamilike.

D: Hilo ni wazo zuri.

M: Nilidhani hivyo.

D: Halafu nini?

M: Ninaona miale michache ya maisha... maisha ya hivi karibuni... ya kuvutia.

D: Mbali na maisha ya Miriam?

M: Ndiyo. Ya hivi karibuni kama kule Vienna ambapo nilikuwa tajiri sana... maarufu sana... wa hadhi ya juu sana. Niko kwenye kitu kama baraza, ambapo unakula nje ya mgahawa. Mimi ni wa kike. Nina kila kitu ninachoweza kutaka, na naichukia maisha yangu.

D: Kweli? Kwa nini unaichukia?

M: Nataka msisimko. Nina rangi. Nina mtindo. Nataka msisimko, na lazima niwe wa heshima na nivae kofia na nguo kumi na nijigambe kama wa kifahari zaidi... na naichukia.

D: (Akicheka) *Hukukuja hapa kwa ajili ya hiyo, sivyo?*

M: Naam, kulikuwa na hisia na kulikuwa na mvuto na kulikuwa na mtindo. Sikuwa na msisimko. Nilipaswa kufuata taratibu zote. Pia niliona miale ya maisha mengine. Kutoka pale nilitoka Boston kuchukua msisimko kuvuka nchi kuelekea maisha mapya magharibi. Mimi ni mwanamke tena, na hakuna mvuto na hakuna rangi na hakuna muziki na hakuna umaarufu na mali na pesa. Ni msisimko mtupu!

D: Ni kinyume cha maisha yale mengine?

M: Kinyume kabisa. Yenye msisimko mwingi, na naichukia! Nina watoto wawili... watoto wawili wachanga waliyezaliwa njiani. Tulianza safari na watoto wangu wawili wakafa (Analilia). Ilikuwa ni msafara wa magari ya farasi. Ilikuwa ngumu sana. Ilionekana kama milele. Ilidumu kwa miaka! Hatukuwahi kufika kule tulikokusudia. Tulikuwa tunaelekea Oregon... upuuzi! Tulisimama na watu wengine na tukakaa pale kuishi. Ni Wyoming. Na nikasema, "Hakuna Mungu!" Nitaenda mara moja zaidi. Nilichagua kuja mara moja zaidi kujua kama Mungu yupo... kumjua Mungu. Sijui kama hii ndiyo mara, lakini mara hii niliyo sasa ni kujua kwamba Mungu yupo.

D: Kwa hiyo kila wakati ulikuwa na sababu tofauti, sivyo?

M: Ndiyo, lakini naipenda dunia hii zaidi ya ile ya kijivu. Naipenda Dunia.

D: Je, uko hapa kwa sababu maalum?

M: Nimekuja mara nyingi vya kutosha duniani kiasi kwamba sijui kitu kingine kinachonivutia kuchunguza. Kwa hiyo sasa nataka kumjua Mungu kadiri tunavyoweza kumjua Mungu ndani ya mwili wa kibinadamu. Hili ni muhimu zaidi. Hapa si mahali nilipotoka awali au ile sayari ya kijivu. Mahali ambapo kwa kweli nilitoka ni mahali ambapo najisikia nilimjua Mungu. Na nataka watu wa duniani wajue kuhusu mahali hapo.

D: Mahali hapo linaonekanaje?

M: Naona rangi. Naona hisia ya Furaha ndani ya rangi. Naona kuna mapambazuko. Si mapambazuko halisi kila asubuhi. Kuna nyimbo zinaimbwa. Viumbe vyote vinaheshimu asubuhi. Kuna furaha kubwa... oh, Mungu wangu! Huo ndio nyumbani kwangu! Huo ndio nyumbani kwangu!

D: Je, ni mahali pa kimwili?

M: Ni mahali pa kimwili, si kimwili kizito, lakini ni kimwili sana. Kuna majengo, viwanja vya maonesho... kioo kinatumika. Mahali pa kimwili ni sayari, lakini hakuna hasi. Hatuijui. Hasi haipo.

D: Inaonekana kama mahali kamili.

M: Ni kamili kama nilivyowahi kujua.

D: Lakini ulisema uliingia kwenye mwili wa Miriam. Unajua lengo lako lilikuwa nini? Ulija kufanya nini?

M: Nilikuja kumtafuta Mungu. Nilipokuja duniani na nilipokuwa huru, basi jambo pekee nililotaka kufanya ni kuwasaidia kila mtu awe huru. (Analilia.) Kujua jinsi ilivyo kuwa huru. Wah! Na sijui unawasaidiaje watu wawe huru.

D: Tafsiri yako ya uhuru ni nini?

M: Uhuru wa hatia... uhuru wa aibu... uhuru wa nguvu ya binafsi... uhuru tu. Huo ndio.

D: Unamaanisha watu si huru?

M: Watu si huru. Hapana, hawako huru. Wanafundishwa tangu siku ya kwanza, wewe ni mwenye hatia. "Aibu juu yako kwa kuvunja hiyo! Aibu juu yako kwa kutopata 'A'! Aibu juu yako, wewe si mwema wa kutosha! Aibu juu yako, una hatia, utaenda motoni!" Hakuna aliye huru.

D: Ndiyo maana ulikuja? Kujaribu kuleta tofauti?

M: Nilikuja kuwa huru na kama naweza kumsaidia mtu yeyote awe huru. Oh, ndiyo, kulikuwa na wakati kule Misri, katika shule ile, nilipokuwa huru. Sijui kilichotokea, lakini nilikuwa huru... mwanaume mweusi... huru kabisa. Nilijua ilivyokuwa. (Anapumua kwa kina) Kwa hiyo tupo tena hapa... huru.

Nilikuwa sijui yote haya yanaelekea wapi, lakini nilidhani ningeyarudisha kwenye lengo la awali la kikao. Kugundua zaidi kuhusu uzoefu ule ndani ya chombo.

D: Kwa hiyo wakati mwingine mwili wako ulipelekwa kwenye chombo hiki kufanyiwa kazi?

M: Ndiyo. Sijui kuhusu sasa au baadaye, lakini ndivyo ilivyokuwa.

D: Ili kuuweka ukiwa na nguvu na usawa.

M: Inaonekana hivyo.

D: Wanawafuatilia wale wanaotoka kwao wanaochukua safari hii. Je, hilo lina maana?

M: Wanawafuatilia kwa sababu roho yangu kwenye mahali pa kijivu—sijui jina lake, mahali pale pa kijivu chenye chuma—ilikuwa daima ikitamani zaidi. Na bado kuna uhusiano pale. Watu wa ajabu, wa ajabu kuonekana.

D: Lakini wanajihisi wanalazimika kukufuatilia.

M: Kuna uhusiano.

D: Wanakutunza.

M: Hiyo ni nzuri.

D: Sawa. Unaweza kuwauliza maswali zaidi?

M: Wale wanaoonekana wa ajabu? (Ndiyo) Sawa.

D: Miriam alikuwa akijiuliza kama ana vipandikizi mwilini mwake. Unaweza kumwambia chochote kuhusu hilo? (Kimya) *Wanajua tunamaanisha nini?*

M: Wanajua... wanajadili. Wanasema kwamba—sijui nani anasema—wananiambia kwamba nina vipandikizi.

D: Sehemu gani za mwili za Miriam zina vipandikizi?

M: Oh, Mungu wangu! Inaonekana kuna vingi. Sijui kama inawezekana! Kuna vingine masikioni. Sijui hivyo ni nini. Oh! Hivyo ni ili wasikie kupitia sikio langu. Wasikie ninachosikia. Wana kipandikizi katika eneo la goti ambalo nimekuwa nikishangaa kila mara. (Kimya) Sehemu kubwa ya maisha yangu nimekuwa na mfumo wa mmeng'enyo nyeti sana. Nitahitaji kuchunguza hili. Walisema kipandikizi hicho ni kusaidia udhaifu wangu wa matatizo ya mmeng'enyo. Na nitahitaji kuangalia kama kiko kwenye meridiani ya wengu (?) ya acupuncture.

D: Je, kipandikizi kwenye goti kina uhusiano wowote na mfumo wa mmeng'enyo?

M: Inawezekana sana.

D: Miriam anafikiri ana kimoja kwenye paji la uso. Kuna kitu hapo?

M: Ndiyo. Wazo hilo ni kwamba bado hawezi kuona, kwa hiyo kimezuiliwa. Kama angeweza kuona kile ambacho hawezi kuona sasa, asingetaka kubaki. Hii ingemwonyesha uhusiano na upeo mkubwa wa ulimwengu. Oh, nataka kukiona!

D: Hiyo ni eneo la jicho la tatu? (Ndiyo) *Je, ataruhusiwa kuona hili kwa wakati?* (Ndiyo) *Kwa hiyo hatimaye kitaletwa wazi?*

M: Taratibu, kitayeyuka.

D: Alidhani ana kitu kwenye mkono wake wa kulia. Kuna kitu pale?

M: Sio kila kitu kiliondolewa, na kile kilichoondolewa kiko sawa. Kuna transistor. Ili kudumisha shughuli... ana tabia ya kuwa mtu wa ndani sana na kufikiria ndani yake. Hii ilikuwa transistor ya kudumisha mwendo katika mwili, nishati iendelee kufanya kazi katika mwili, lakini sasa haitaji tena. Ilimsababishia usumbufu mara nyingi, maumivu makali mara nyingi. Hatutaki hilo, lakini sasa amemaliza wajibu wake wa kuwa huru kutokana na hatia; huru kutokana na aibu na ana nishati yake mwenyewe. Hii moja haikuingilia kazi ya mwili wake. Amemaliza nayo.

D: Kuna zingine mwilini ambazo anatakiwa kujua?

M: Hapana. Hapashwi kuwa na wasiwasi juu ya vipandikizi vyovyote. Vyote ni vya manufaa.

D: Nimesikia kwamba vingine ni kama vifaa vya kufuatilia. Je, ni kweli?

M: Ndiyo, tunaweza kumfuatilia. Haitaji kuja tena kwenye chombo. Tunaweza kufanya usawazishaji sasa bila haja ya kuja kwenye chombo.

D: Alikuwa na swali la kiafya. Alitaka kujua kuhusu shinikizo lake la damu.

M: Anapaswa kuchunguza wakati shinikizo lake la damu linapopanda, kama anachukua jukumu la mtu mwingine. Anataka kurekebisha dunia, kurekebisha kila mtu na matatizo ya kila mtu. Na anachukua karma ya muda mfupi. Asibebe mzigo huu. Si wake. Mwambie aangalie wakati shinikizo lake la damu linapopanda, mzigo wa nani anabeba.

D: Unadhani ni wateja wake?

M: Sio sana wateja kwa sababu kuna usawa. Anafanya huduma yake. Analipwa kwa huduma hiyo. (Miriam alikuwa muuguzi katika ofisi ya daktari, lakini pia alikuwa anafanya acupuncture.) Ni usawa. Lakini marafiki wanamjia kwa sababu ya uhuru wake, hekima yake, huruma yake. Anahisi jukumu hilo na wajibu huo, na si jukumu lake kufanya hivyo. Haimsaidii mtu anayekuja kumwaga matatizo yake kwake. Anahitaji kutambua kuwa si jukumu lake. Ni jambo rahisi kweli. Si jukumu lake na anapoanza kuchukua na kurekebisha kwa ajili ya watu wengine, anahitaji kuwa wa kimantiki na kutambua kwamba anaweza kusikiliza, lakini hahitaji kutatua matatizo ya kila mtu ikiwa anaanza kuyachukua. Kwa hiyo uchunguzi tu utamsaidia sana. Anachohitaji kufanya ni kuwaacha watu wamwambie matatizo yao, lakini faida yake ni kujifunza ukingo mwembamba wa kusikiliza bila kushiriki. Na akifanya hivyo, hii itaimarisha safari. Kadiri anavyotamani asili yake ya ndani ya kumjua Mungu, kadiri hii inavyoendelea kwa tamaa hiyo pekee, itaendeleza pia mwelekeo anaotaka kwenda, kwa hiyo si jambo la kujifunza kutoka kwenye kitabu au darasa. Tamaa yake tu ya kumjua Mungu itaipanua na kuifanya kazi yake iwe ya kina.

D: Lakini madaktari wamemuweka kwenye dawa.

M: Aangalie tu, na kadiri anavyotambua shinikizo lake la damu linavyozidi kuwa thabiti na zaidi na zaidi ndani ya kudumisha shinikizo la damu lenye afya, ataweza polepole kuondoa dawa zenye sumu.

D: Najua hamkubaliani na dawa.

M: Hapana. Tunapendelea hapana. Vitu vya asili ni sawa, na tayari vinaanza kumsaidia.

Miriam alikuwa ameorodhesha matukio kadhaa yasiyo ya kawaida yaliyotokea maishani mwake, na alitaka majibu kwa haya. Moja lilikuwa tukio wakati Miriam na kaka yake walikuwa wanaendesha gari usiku na waliona UFO tatu. Ilimwogopesha, na alitaka kujua kama ilikuwa kweli au ndoto.

M: Hilo lilikuwa tukio halisi lililotokea kama mnavyosema "nje ya mwili." Halikuwa la tatu-dimensionali. Lilikuwa ni "kukutana nje ya mwili" kulikokubaliwa.

D: Lakini kaka yake pia alikuwa hapo.

M: Hilo lilikuwa ni kukutana kulikokubaliwa. Walikubaliana kukutana.

D: Walidhani wanaendesha gari, sivyo?

M: Walikuwa wanaendesha. Ndivyo walivyolikumbuka. (Anacheka) Walilikumbuka kama gari. Kumbukumbu ya gari ilikuwa gari. Kwa kweli hawakuwa na gari. Walikutana kiroho kuangalia UFO. Na hawakutaka kubaki kwenye eneo hilo, na wote mara moja walirudi kwenye miili yao.

D: Alisema iliwatisha.

M: Ndiyo. Kulikuwa na matukio mengine kwenye eneo hilo.

D: Alidhani kwamba UFO hizo zilikuwa hasi.

M: Haikuwa UFO hasi. Alilazimika kuondoka na kurudi kwenye mwili wake, na aliondoka haraka. Hiyo haikuwa uhusiano wa UFO. Kwenye akili yake aliunganisha yale mawili. Lakini haikuwa uzoefu hasi.

Hii ni moja ya zile "kumbukumbu za skrini" au mipangilio. Wakati unafikiria uliona kitu kwa njia moja na kwa kweli kilikuwa kitu tofauti kabisa. Sasa naona kwamba hata inapanuka kufikiri kwamba unafanya kitu kimoja na kwa kweli ni kitu kingine. Kufikiria kwamba alikuwa anaendesha gari, wakati kwa kweli alikuwa nje ya mwili. Kumbukumbu za skrini hutengenezwa na WET kwa msaada wa akili ndogo ya mtu kuwasilisha kumbukumbu ambayo ni salama na isiyoogopesha. Kwa hiyo katika kesi hizi, "Kuona si lazima kuamini."

Tukio lingine alilotaka kufafanua lilitokea alipokuwa anaishi shambani kwake kwenye milima. Kulikuwa na aina fulani ya nishati iliyokaa juu ya nyumba yote na kufanya nyumba itikisike. Ilitokea mara kadhaa.

M: Katika matukio yote mawili haya yalikuwa matukio halisi yaliyoshuhudiwa na mtu mwingine. Hii ilikuwa kupanua akili yake kutoka kufikiri kwamba lazima aone chombo cha tatu-dimensionali kukubali kwamba kuna njia nyingi... (Alisimama kidogo na kutabasamu.) UFO sio sahani zinazopaa pekee. Baadhi ya vyombo ni vya kibiolojia. Vinakaa kama futi tano kwa urefu na unaingia ndani na vinaenea maili tano. Kuna mionzi inayoweza kuhimili sayari.

D: Ni zaidi ya mionzi? Si imara?

M: Si kitu kigumu cha tatu-dimensionali. Ni chombo cha marudio (frequency vehicle).

D: Hii ndiyo iliyosababisha nyumba itikisike na kutetemeka?

M: Ndiyo. Atakumbuka kuona vyombo vya tatu-dimensionali nyuma ya nyumba kwenye milima. Aliingia ndani ya nyumba kwa sababu alikuwa hana raha kabisa. Halafu akarudi nje akitambua kwamba kama mtu angependa kuwasiliana naye, nyumba ingetofautisha nini? Wangekuja tu hata hivyo. Kisha kilitoweka. Lakini kuna vyombo vingine na mara mbili alikutana na nguvu na uwezo wa vyombo ambavyo haviwezi kuonekana au si vya tatu-dimensionali. Huwezi kuviona, lakini unaweza kuvihisi.

Ilikuwa inazidi kuwa wazi katika kazi yangu kwamba mikutano mingi na mwingiliano wa kimwili na WET ilikuwa ni viumbe tu wakifuatilia watu wao. Nafsi zile jasiri zilizochagua kuja duniani. Hawakuachwa hapa, bali wanatunzwa kwa uangalifu na kwa upendo.

SURA YA ISHIRINI

MGENI WAO WENYEWE

Judy alikuwa mshauri mwenye matatizo mengi ya kiafya ambayo yangekuwa lengo letu kuu. Pia alikuwa na historia ya matatizo tangu utotoni yaliyotokana na wazazi wake, yaliyomsababisha kuwa na hofu nyingi na kuzingatia mambo hasi. Nilihisi haya yote ndiyo sababu kubwa ya matatizo yake ya mwili. Hata hivyo, kikao hiki kiligeuka ghafla. Judy alipoingia kwenye tukio kulikuwa na giza. Nilidhani labda alikuwa ameingia katika maisha ya zamani wakati wa usiku (ambayo wakati mwingine hutokea). Lakini akasema, "Niko mahali penye giza. Sio usiku, ni giza. Sitaki taa iwashwe. Sitaki kuona. Sitaki kuona kilichopo pale." Nilimhakikishia kwamba hangehitaji kuona chochote asichotaka kuona. Lakini niliendelea kumuuliza maswali ili kuanzisha mtiririko wa taarifa. "Ni chumba. Kuna taa pale. Wanafanya kitu, lakini sitaki kwenda pale. Sitaki kuona. Naona mwendo. Ni kama miale. Kuna sehemu moja kwenye chumba ambako kuna mwanga. Unaangaza. Hii miale... sitaki kufumbua macho yangu."

D: Huhitaji kuona ikiwa hutaki. Unaweza kukitambua kwa njia nyingine. Upo wapi kwenye chumba?

J: Katikati ya mwanga. Chumba kimejaa giza, na kuna mwanga katikati, na nimelala katikati ya mwanga. Inahisi baridi. Kama baridi ya chuma.

D: Lakini ulisema ulihisi kuna wengine kwenye chumba?

J: Wapo gizani kuzunguka mwanga. Sitaki kuwaona. Wananitisha.

D: Sawa. Unajua hauko peke yako. Niko hapa na wewe. Tutaona tu kile unachohisi uko tayari kukiona. Una umri gani?

J: Nne.

D: Kwa hiyo wewe ni mdogo. Sikulaumu kwa kutotaka kutazama. Ulifikaje hapo?

J: Sijui. Nilikuwa nimelala kisha nikaamka. Wananitisha. Wana mikono ya ajabu. Wana nyuso za ajabu na sitaki kuziangalia.

D: Kwa hiyo wanaonekana tofauti. Huhitaji kuwatizama. Lakini mikono yao ni ya ajabu kivipi?

J: Vidole virefu vilivyopinda. Vilivyopinda. Wananigusa. Sitaki waniguse. Mmoja anaendelea kuweka mkono wake juu ya mkono wangu. Anagusa mkono wangu. Sijui anataka nini au kama anataka kitu.

D: Unahisije anapogusa mkono wako?

J: Unyevu. Mguso wa ajabu. Kichwa kikubwa. Vidole virefu.

D: Umejaribu kuwasiliana nao na kuwauliza maswali yoyote?

J: Hapana. Anataka nifanye hivyo. Ndio. Yule anayenigusa anataka nifanye hivyo, lakini naogopa. Anataka niongee naye, lakini sitaki kuongea naye.

D: Kwa nini unamwita "yeye"?

J: Sijui. Ni yeye. Inahisi kama yeye ni yeye.

Wakati jambo hili linapotokea mara nyingi hupata matokeo kwa kumfanya mhusika aulize maswali na kumruhusu kiumbe ajibu.

D: Sawa, unajua huenda ikawa jambo la kuvutia kuzungumza naye. Labda tunaweza kugundua kinachoendelea. Hiyo ni wazo zuri, sivyo? Kisha tunaweza kuelewa. Kwa sababu daima tunaogopa mambo tusiyoelewa, tusiyoyajua. Lakini unadhani anataka kuzungumza nawe?

J: Nadhani ndivyo. Anajua ninaogopa. Nadhani anajaribu kuniambia nisiogope. Anajaribu kunifariji au kitu kama hicho, lakini simwamini. Labda wanataka kunidanganya. (Ananong'ona) Nimechanganyikiwa.

D: Wacha tumuulize maswali. Hiyo inaweza kusaidia. Muulize kwa nini uko hapo. Angalia atakachokuambia.

J: Anasema mimi ni mgonjwa. Wanajaribu kunisaidia. Kuna kitu ndani yangu, kimevunjika.

D: Je, ulijua ulikuwa mgonjwa? (Hapana) *Muulize nini kimevunjika ndani yako.*

J: Anaweka mikono yake tumboni mwangu, lakini sijui. Hazungumzi kweli. Sijui jinsi ya kueleza. Anaashiria, na ninajua tu anachomaanisha. Anaashiria eneo la tumbo langu.

D: Je, unataka akirekebishe chochote kilichoharibika?

J: Ikiwa haitaumiza.

D: Mwambie anaweza kufanya ikiwa haitaumiza. Anasema nini?

J: Haitaumiza. Wengine wanakuja. Hataondoka, lakini wengine wanakuja kurekebisha.

D: Wanafanya nini?

J: Kuna kitu kinashuka. Sijui ni nini. Kuna kitu kinashuka. Chuma. Kiko tumboni mwangu. Sihisi chochote.

D: Kwa hiyo alikuambia ukweli, sivyo?

J: Ndiyo. Haumizi.

D: Inahisije?

J: Kioevu cha moto.

D: Unaweza kumuuliza mmoja wa wengine maswali? Labda mmoja wao anajua zaidi?

J: Nahisi siwezi kuwafanya waongee nami. Ni yeye tu anayeniongea.

D: Labda wana kazi nyingi?

J: Labda. Sijui. Lakini yeye yuko sawa. Siyo mkali.

D: Wanaenda kufanya kitu kingine?

J: Nahisi kama wananifungua, lakini sijui. Kuna mstari tumboni mwangu mpaka chini, lakini sielewi. Sihisi chochote, lakini kuna ufa, mstari. Ni kama wanafungua kitu.

D: Muulize wanafanya nini, ili uelewe.

J: Nasikia tu "kurekebisha hitilafu." Sijui hiyo inamaanisha nini. "Kurekebisha hitilafu."

D: Kwa nini wanafanya hivyo?

J: Matumizi mabaya mno, maumivu mengi mno. Sijui, ni kile nasikia. Sijui hiyo inamaanisha nini. "Matumizi mabaya mno, maumivu mengi mno." Sijui.

D: Kwa nini wanakufanyia wewe? Je, wanakujua?

J: Wamepewa. Wamepewa? Nasikia, "wamepewa." Mwangalizi. Wamepewa, mwangalizi.

D: Inaonekana kama ni watu wema ikiwa wanakutunza. Watarejesha nyumbani baada ya kumaliza kurekebisha? (Ndiyo) *Kwa hiyo wanakuangalia. Wanakufuatilia na kujua wakati kitu si sawa?*

J: Sio mara ya kwanza.

D: Je, ulihitaji marekebisho kabla ya haya?

J: Sijui kama ni marekebisho ya kwanza, lakini sio mara ya kwanza kuwa pale. Wananifuatilia, wananitazama.

D: Lakini hiyo ni vizuri ikiwa una mtu anayekuangalia na kukutunza. Jina lako nani?

J: Eleanore.

Nilidhani tulikuwa tunaangalia tukio kutoka utoto wa Judy, ingawa hakuwahi kutaja unyanyasaji wa watoto katika mahojiano yake. (Daima hufanya mahojiano na kila mteja ambayo yanaweza kudumu hadi saa mbili au zaidi, ili niweze kuwajua kabla ya kikao.) Lakini sasa ilionekana kwa mwanga tofauti. Huyu msichana mdogo mwenye umri wa miaka minne hakuwa Judy, bali msichana aitwaye Eleanore. Hakika kulikuwa na sababu Judy alikuwa anaonyeshwa hili, kwa hivyo nililazimika kulifuatilia. Eleanore alisema aliishi katika nyumba kubwa na mama na baba yake. Nilipomuuliza kama walikuwa wazuri kwake, alijibu, "Wakati mwingine." Nilihisi siwezi kuuliza moja kwa moja kuhusu jambo baya kama unyanyasaji wa watoto, hasa ikiwa lingesababisha madhara makubwa kiasi cha kuhitaji kurekebishwa. Kwa hivyo nilimfanya asonge mbele kwa wakati hadi walipomaliza na nikamuuliza nini kilitokea. "Wanakurudishaje?"

J: Nyeupe. Naona mwanga. Miale. Alikuja nami kwenye mwanga na akanipeleka kitandani. Inauma kidogo, lakini sawa.

Nilimtoa kwenye tukio hilo na kumsogeza mbele hadi siku muhimu, na nikamuuliza alikuwa anaona nini.

J: Nasema kwaheri kwa watu wangu. Hawa ni watu wangu.

D: Unamaanisha familia yako?

J: Hapana, hao ni watu wangu. Mimi ni malkia wao, au kifalme wao. Ninawapungia mkono. Kuna mamia, maelfu yao. Nimesimama mahali pa juu, na nawatazama. Lazima niondoke kwa muda.

D: Unapaswa kwenda wapi?

J: Kazi ya misheni? Kitu cha kusaidia watu wangu. Kitawasaidia zaidi yao. Ninawapungia mkono. Wote ni wenye upendo sana. Sitaki kuondoka, lakini najua lazima. Ninachagua kuondoka. (Ameanza kuwa na hisia.) Nina upendo mwingi kwao.

D: Unajua misheni ni nini?

J: Kurudi kwenye mahali pa asili na kukamilisha mzunguko.

D: Mahali pa asili? Unamaanisha nini?

J: Pale tunapotoka.

D: Unajua mahali hapo panafanana na nini?

J: Pagumu, ukilinganisha na maisha niliyo nayo hapa. Maisha haya ni ya furaha, maisha ni mazuri. Pagumu kurudi kwenye asili.

D: Kwa nini ni pagumu?

J: Ukosefu. Vikwazo. Ufahamu duni. Kazi ngumu lakini ni muhimu kukamilisha.

D: Ulisema lazima ukamilishe mzunguko? Unamaanisha nini?

J: Ndiyo, mizunguko. Kila kitu kina mzunguko. Kukamilisha kunahitajika kumaliza mzunguko. Unahitaji kurudi kwenye asili. Asili ni ya zamani. Nguvu ya zamani. Masomo ya zamani.

Mabadiliko ya fahamu yanahitajika kwa kukamilika. Vipande vinakosekana kwenye mzunguko. Vinahitaji kurudi na kujazwa ili mzunguko ukamilike. Asili inakosa mizunguko. Haiwezi kukamilika, mtu lazima arudi. Kuelewa, kufahamu chanzo cha taarifa, kunahitaji kurudi kwenye asili na kukamilisha mzunguko.

D: Lakini ulisema kuna vipande vinakosekana?

J: Kutoka kwenye mzunguko ulioanza kuna vipengele vinavyokosekana. Vipengele vinavyohitajika kwa kukamilika kwa safari. Vipengele vinavyokosekana kwa ujumla.

D: Lazima upate jukumu jingine ili kupata vipengele hivi vilivyokosekana?

J: Jukumu limewekwa. Ninaondoka kwenye jukumu sasa.

D: Ni jukumu gani?

J: Kurudi Chanzo. Hitilafu. Kurudi kwenye asili.

D: Asili ni kama nini? Mahali hapo panafanana na nini?

J: Nzito. Nguvu ngumu. Ya zamani sana. Inahitaji kuingizwa tena kwenye nguvu za zamani. Mifumo ya zamani. Mawazo ya zamani. Fahamu ya mtetemo wa chini. Kuna chumba chenye chaguzi za kuingizwa kwenye nguvu za chini. Fanya chaguo. Chaguzi zinapatikana kwa kukamilisha mzunguko. Maamuzi ya kikundi, kikundi kinahusika. Kusudi langu kuu ni chaguo, mimi kama msingi lakini kikundi cha msingi kinahusika katika kuchagua.

D: Kwa hiyo wanakusaidia? Wanakushauri?

J: Kushauri, ndiyo. Kushauri chaguzi nyingi, nyingi. Kuweka pamoja mpango. Muda ni muhimu. Kuangalia kupitia muda ni muhimu. Kuweka pamoja. Masuala fulani yanatafutwa, masuala fulani yanachunguzwa. Muda mbalimbali unatoa fursa kwa wale kukamilisha mzunguko mara unapopatikana. Chaguo la mwisho ni langu.

D: Na unaangalia uwezekano wote?

J: Kwa wakati mmoja, ndiyo. Inahitaji muda katika vipimo hivyo kukamilisha mzunguko.

D: Unajua vipande gani vinakosekana?

J: Thibitisho. Vipande vinajulikana. Tunajua. Tunajua nitakapokwenda.

D: Unafikiriaje kuhusu uwezekano huo? Unaonekana rahisi au magumu?

J: Haina maana kwa jukumu. Ugumu hauna maana. Ni muhimu.

D: Kwa hiyo si rahisi kila mara?

J: Thibitisho. Chaguo la kuondoka nyumbani, watu wake, ni gumu tu kuacha urafiki wao. Chaguo la kutoa fursa ya kukamilisha mzunguko ni muhimu na linahitajika kwangu. Kuna chaguzi nyingi za kukamilisha mzunguko. Wingi, tunapunguza hadi kile kitakachoonekana kama uzoefu kwenye ngazi nyingi.

D: Wacha tuone chaguo la mwisho lilikuwa lipi. Umechunguza uwezekano wote. Uliamua kipi hatimaye?

J: Mwanadamu.

D: Umewahi kuwa katika umbo la mwanadamu kabla?

J: Muda mwingi umepita kwa wanadamu tangu nilipokuwa mwanadamu mara ya mwisho.

D: Kwa hiyo imekuwa muda mrefu? (Sahihi) *Unafikiri ni busara kuwa mwanadamu tena?*

J: Njia rahisi zaidi kufanikisha kusudi. Mwanadamu hupitia chaguzi zote kwa safari hii mahsusi. Ni muhimu kuchagua kwa usahihi kwani chaguzi ni nyingi. Wanadamu huipitia kwa kusudi hili. Njia ya moja kwa moja zaidi.

Sasa kwamba alikuwa amefanya uamuzi, nilimsogeza mbele hadi alipokuwa kwenye mwili wa mwanadamu, na nikamuuliza inahisije. Alikuwa anakunja uso.

J: Imekaza. Imekandamiza. Marekebisho ni magumu.

D: Unamaanisha nini kwa marekebisho?

J: Fomu ngumu. Imegawanyika. Ngumu zaidi kuliko nilivyodhani kurekebisha hali.

D: Upo kwenye mwili wa mtoto?

J: Mtoto mchanga. Mtoto mchanga mgonjwa sana.

D: Kuna nini kibaya kwake?

J: Masuala ya kihisia, kutokuwa na raha kihisia. Kuunganishwa hakupendezi. Mtoto analia.

D: Kwa hiyo unapata shida kuzoea mwili wa kimwili. Lakini hili ni jambo muhimu kufanya, sivyo?

J: Sahihi.

D: Umeamua kufanya hili, lakini sasa lazima ubaki ndani yake, sivyo? (Sahihi) *Huwezi kurudi hadi umepata vipande vilivyokosekana?*

J: Kukamilisha mzunguko. Lazima nikamilishe mzunguko.

D: Unadhani itakuwa maisha rahisi au magumu?

J: Kwa mwanadamu, magumu.

Hapa majibu yake yakawa polepole zaidi hadi hakuwa anajibu. Nilijua alikuwa anatambulika zaidi na mwili wa kimwili aliokuwa ameingia, na sehemu nyingine yenye ufahamu zaidi ilikuwa inatoweka taratibu. Nilijua ilikuwa wakati wa kuita fahamu ya ndani ili kupata majibu fulani.

D: Tulidhani angeenda kwenye maisha ya zamani. Ile ilikuaje alipoona msichana mdogo, na walikuwa wakifanya kazi kwake?

J: Kukusanya nyenzo ili aelewe. Matatizo yake ya usagaji chakula katika maisha yake ya sasa yanatokana na kipindi hicho.

D: Maisha ya Eleanore? (Ndiyo) *Lakini walirekebisha uharibifu, sivyo?*

J: Kwa kiwango fulani. Kulikuwa na majeraha ya ziada yaliyoundwa kupitia maisha hayo. Marekebisho yalijaribiwa, hayakudumu kikamilifu. Eleanore alipata maumivu mengi, na yaliathiri maisha ya sasa. Aliishi hadi ujana wake tu. Uharibifu mwingi. Pia aliteseka na unyanyasaji katika maisha haya, na hakuweza kuyashughulikia ipasavyo. Uingiliaji haukufanikiwa wote.

D: Lakini kama Judy alipitia mara moja kabla, kwa nini lazima apitie tena katika maisha haya?

J: Hawezi kukamilisha mzunguko wake bila ujumuishaji kamili wa kuelewa chanzo cha tatizo.

D: Mara ya kwanza hakumaliza yote aliyopaswa kujifunza? (Sahihi) *Kwa hiyo ilibidi ianze upya tena kutoka mwanzo?*

J: Sio kutoka mwanzo kabisa. Tu wa mzunguko huo. Sehemu imekamilika. Si masomo yote yaliyohitaji kurudiwa. Eneo lililofanyiwa kazi ndilo lililokuwa dhaifu zaidi katika eneo hilo la maisha hayo maalum.

D: Kisha sehemu ya pili uliyomuonyesha ambapo alikuwa anaacha watu wake, na alipaswa kwenda kufanya uamuzi. Je, hiyo ndiyo nafsi iliyokuwa inaingia ndani ya Judy wa sasa?

J: Sahihi. Hiyo ilikuwa asili yake ya kweli.

D: Na aliona kulikuwa na sehemu ambayo haikuwa imekamilika?

J: Eleanore hakukamilika. Kwa hiyo roho ikaamua kurudi na kumaliza mchakato.

D: Lakini imekuwa maisha magumu sana kwa Judy. Changamoto nyingi.

J: Sahihi. Alihitaji uingiliaji mwingi kukamilisha jukumu hili.

D: Lakini sasa anahofia kwa sababu ana matatizo haya ya kimwili ambayo ulisema ni matokeo ya maisha mengine?

J: Sehemu yake ni matokeo ya maisha ya Eleanore. Uingiliaji haukufanikiwa wote. Ujumuishaji wa kundi hili la roho kwa mwanadamu huyu umekuwa mgumu. Jukumu ni gumu. Kuna uharibifu mwingi kwa mwili.

D: Je, hili lilifanywa na unyanyasaji kama mtoto?

J: Sahihi. Hii ni sehemu ya jukumu. Inaleta ukamilifu kwa mzunguko. Inaleta ufahamu, fahamu kwa wengi kushinda hali kama hizi. Chaguzi zinachukuliwa kushirikiana kwenye ngazi nyingi kwa wakati mmoja.

D: Kwa hiyo alikuwa na karma ya kulipa na watu wengine waliohusika, wazazi wake?

J: Karma fulani, lakini si nyingi kama mtu anavyoweza kudhani. Yeye (Judy) anadhani mengi zaidi yametokea kuliko kweli kwa lugha ya karma. Amekuwa akifahamu ngazi nyingi, lakini hii inasababisha usumbufu kwa nishati yake katika umbo hili.

Nilijua ilikuwa wakati wa kushughulikia matatizo ya kimwili ambayo Judy alikuwa akipata. Hii ndiyo sababu kuu ya kuja kwenye kikao. Nilikuwa nataka ayaachilie yaliyopita ambako yanastahili kuwa. Fahamu ya ndani ilikubaliana ni wakati wa kuyaachia. Judy alikuwa na matatizo na figo na kibofu.

J: Utoaji ndani ya figo zake wa kuingiza nishati ya zamani unasababisha matatizo. Lazima aondoe nishati ya zamani. Nishati ya zamani inashikilia nyuma, kusema kwa mfano, uwezo wa kusonga mbele. Ana miguu kwenye sasa, kusema kwa mfano, na mwili kwenye zamani. Ukosefu wa ujumuishaji wa vyote viwili.

D: Vipi kuhusu matatizo na mapafu yake?

J: Huzuni ya kuondoka kwa familia. Maombolezo. Kuchukua muda mrefu kuunganisha na kukamilisha, muda mrefu kuliko alivyotarajia. Huzuni. Anawakosa watu wake, familia yake. Ameeleweka vibaya sana. Anafidia hadi mwili kuathirika. Amekamilisha mengi, lakini anaelewa upungufu. Kuna sehemu isiyokamilika anayopenda kuimaliza.

Kisha fahamu ya ndani ilianza kufanya marekebisho kwenye sehemu zilizoharibiwa za mwili wa Judy. Daima hupata sehemu hii ya kufurahisha, na napenda iniambie inachofanya. "Nishati zinaondolewa. Kuunganishwa." Najua nguvu ya fahamu ya ndani na kile inaweza kufanikisha, lakini ghafla ikakutana na matatizo. "Fursa chache kwa kuondoa. Vizuizi. Uharibifu. Inafanya kazi."

Niliuliza kama ilikuwa sawa nikiendelea kuuliza maswali wakati ilikuwa inafanya kazi, na ikasema naweza.

D: Je, amekuwa akifanyiwa marekebisho maisha yake yote? (Ndiyo) *Kwa sababu alikuwa akijiuliza kama ana uhusiano na kile tunachokiita viumbe vya nje ya dunia.*

J: Majukumu yake, ni sehemu ya jukumu. Mwingiliano na spishi hizi ni hitaji la jukumu hili kwake.

D: Kama walivyokuwa na Eleanore.

J: Sahihi. Mwingiliano ni sehemu ya jukumu hili. Kwa asili yake ya kweli alinufaika na mwingiliano. Hofu ya Eleanore ilileta matatizo fulani, lakini spishi hazikumdhuru.

Nilijua hili ni kweli kwa sababu nimefanya kazi hii kwa miaka ishirini na tano. Sijawahi kupata kesi ambapo mtu alikuwa anadhuriwa. Ilikuwa ni tafsiri yao tu na mwitikio wao kwa kitu wasichokielewa.

J: Uharibifu ulirekebishwa kwa wakati huo, ukaharibika tena na tena. Haiwezekani kurekebisha kila wakati.

D: Vipi kuhusu sasa? Yuko tayari kuyaachilia, kuondoa vizuizi, kuondoa nishati ya zamani. Unaweza kuirekebisha sasa?

J: Inatoa. Tumbo bado linashikilia hofu za spishi zisizojulikana.

D: Basi itasaidia atakapofahamu walikuwa kweli wakimsaidia.

J: Ndiyo. Mkanganyiko unatokana na ufahamu duni. Majukumu yote katika eneo hili yanahitaji mwingiliano. Spishi ni wenye wema. Zinatumia wanadamu kwa madhumuni yao. Ni mkataba wa pamoja. Hawezi kuchakata taarifa hii. Wanafundwa kutoka kwa spishi ya binadamu. Wako kwenye makubaliano. Muonekano mara nyingi unakosewa kueleweka. Mkanganyiko mkubwa. Ukamilisho kati ya spishi ni sehemu ya jukumu lake.

Fahamu ya ndani iliendelea kufanya kazi kwenye mwili wa Judy na ikaendelea kukutana na ugumu. "Kuna kidonda kwenye eneo la tumbo ambalo tunalishughulikia. Tunajaribu kulifanyia kazi. Hii ni nishati ya zamani, tishu za zamani. Kuna uhusiano. Kuna zaidi ya eneo moja kwenye mwili huu. Mwili huu una ugumu kujibeba."

D: Ndiyo maana tunataka lirekebishwe, ili aweze kufanya kazi anayopaswa kufanya.

J: Sio wakati wake. Hajamaliza jukumu lake. Hataondoka. Nia yake ni imara.

D: Alikuwa anaogopa labda alikuwa anakufa.

J: Ana kazi nyingi ya kufanya. Atauchagua muda wa kifo chake. Kuna vidonda vingi katika mwili wa kimwili. Vingine ni kutoka maisha haya, vingine siyo. Vimeingiliana.

D: Vimechanganyika vyote pamoja.

J: Sahihi. Mkanganyiko, hisia za zamani. Jaribio la kusafisha. Kuna mkanganyiko. Yeye amechanganyikiwa kuhusu yeye ni nani. Anajiona binadamu, na anajiona kama spishi nyingine. Wakati fulani alikuwa mmoja wa spishi anazofanya nazo kazi. Anajikataa spishi yake. Ameunganisha pengo kati ya spishi hizi. Sehemu ya jukumu lake kukamilisha mzunguko. Daraja. Anahitaji daraja kati ya spishi hizo mbili. Daraja la nishati linaundwa. Tuko katika mapitio. Kuna kidonda katika chakra yake ya tano, uwanja wake wa nishati. Tunakiondoa.

D: Tumekupa mengi ya kufanyia kazi.

J: Sahihi. Tunaunganisha, tunarekebisha. Tunaondoa vizuizi katika viwango vingi. Tunaunganisha utambulisho. Mkanganyiko, mkanganyiko wa vipimo. Hawezi kuunganisha kiasi kikubwa cha uelewa peke yake. Anainua fahamu kadiri awezavyo. Zaidi yanahitajika. Mwili haujainuka kama fahamu, na kuunda maumivu, usumbufu, mvurugiko. Fahamu na mwili wa kimwili vinahitaji kuunganishwa. Ujumuishaji unajaribiwa usiku. Hauunganishi ipasavyo. Taarifa nyingi mno. Mwili hauwezi kuendana. Mwili hauunganishi ipasavyo. Mwili unaharibika. Tunarekebisha sasa. Bila dawa, bila upasuaji. Hili ndilo shauku la mwisho upande wake. Kuna makubaliano. Tunakubaliana kwamba anaweza kuunganisha, na ombi linafanywa kwa viwango vya juu kuunda njia ya ukamilishaji wa ujumuishaji. Bado tunasahihisha. Hii ni tumbo la matrix linalokosekana. Tunaweka upya mpangilio. Baada ya kukamilika kwa ulinganishaji upya mifumo yote ya matrix itakuwa imekamilika. Kila kitu kitaunganishwa. Hili halitahitaji juhudi yoyote. Vidonda vimeondolewa. Yeye lazima achague kuishi.

D: Nadhani atachagua kuishi mara tu asipokuwa na usumbufu wowote tena.

J: Sahihi. Makubaliano yamekamilika. Majukumu yamekamilika. Uhusiano kati ya spishi mbalimbali umekamilika. Marekebisho ya matrix yanaendelea. Tunatafuta mamlaka ya kiwango cha juu kukamilisha.

D: Je, mnapatiwa mamlaka hayo?

J: Tunangojea. (Kimya) Jukumu limekamilika. Tumekamilisha kazi yote kwenye mwili. Atawezeshwa kulala sasa. Viwango vya chini vya ufahamu vitaruhusiwa ili kuruhusu umbo la kimwili kupona kikamilifu.

D: Kwa sababu anahitaji kulala ili mwili ujirekebishe usiku.

J: Tumelewa. Ilitakiwa kuinua fahamu, kuunganisha. Ujumuishaji umekamilika. Atawekewa kiwango cha chini cha ufahamu ili aweze kulala na kuhuisha mwili huu ili kukamilisha kazi. Kila kitu kitakuwa kimekamilika, kwa maneno ya kibinadamu, miezi mitatu. Hatahitaji dawa zozote. Hatahisi maumivu. Atahisi usumbufu fulani. Miezi mitatu kukamilika. Utapungua. Utatulia. Atakuwa na ufahamu. Hatahisi maumivu, utatulia. Mizani itakuja. Usumbufu katika uti wa mgongo unatokana na kijeni. Tunarekebisha, tunasahihisha. Hii itasahihisha maeneo mengine ya mwili wa kimwili na kuruhusu mwili ulingane upya, na mifumo yote ya viungo ifanye kazi kwa ukamilifu. Vizuizi ndani ya uti wa mgongo vimesababisha hitilafu katika kila kiungo ambacho kimekuwa kikimuathiri. Hili linarekebishwa. Atagundua nyonga zake zinapata usawaziko. Ataweza kubeba muundo wake.

Kisha SC (Fahamu ya Juu) ikatangaza kuwa imekamilisha. Kawaida ninapofanya kazi na mhusika huwa kuna eneo moja au mawili tu ya mwili la kulenga. Kwa kesi ya Judy kulikuwa na mambo mengi ambayo SC ilipaswa kulenga. Ilichukua muda mrefu zaidi na ilihitaji kujitolea na mkazo zaidi. Kisha ikatangaza, "Ni wakati wake wa kuwa hai." Nikauliza, kama ninavyofanya daima, kama kuna ujumbe wa kuagana kwa ajili ya Judy. "Tunakukaribisha, uwe na amani. Wewe ni mmoja, umekuwa ukisubiriwa. Usiwe na haraka. Anaheshimiwa miongoni mwa wengi kwa mafanikio yake katika kukamilisha kile ambacho kazi yake imekuwa. Amelifanya hilo kwa ujasiri mkubwa. Anaheshimiwa. Angalia mara nyingi zaidi. Kuna kiwango kingine cha fahamu. Anafahamu hili. Tunasikia furaha kwa ajili yako kuwa msaada kwake."

D: Nasaidia watu wengi kwa msaada wenu. Siwezi kufanya bila ninyi.

Kiumbe cha kigeni kilichojaa ulezi na huruma kwa Eleanore mdogo kimekutwa na wateja wengi wangu waliopitia matukio ya UFO. Daima kinaelezewa vilevile: chenye huruma, kinachojali, na chenye nishati ya kike. Ninaviita aina ya "muuguzi" kwa sababu kila mara huonekana kuwahakikishia watu wanaofanyiwa kazi na ET. Vitoto vya kijivu au yeyote anayefanya kazi halisi mara nyingi huonekana kuwa na shughuli nyingi na wamelenga sana wanachokifanya. "Muuguzi" anaonekana kuwa na jukumu la kumhudumia mtu na kumfanya ajisikie vizuri na salama. Ingawa vinaelezewa kuwa vibaya kuonekana na mara nyingi vikiwa vimekunjamana sana, vinaleta nishati nzuri na ya kutuliza.

Kesi hii pia inaonyesha ugumu ambao nafsi mpya na safi inaupata inapoingia katika mwili wa kimwili. Akiwa mtoto wa binadamu alikuwa na hofu kubwa ya viumbe waliokuwa wakimfanyia kazi, bila kujua kabisa kwamba alikuwa mmoja wao. Kumbukumbu ilibidi ifutwe ili kuishi katika dunia hii na kuhifadhi akili yake. Hivyo aliwaona kama wageni na wa kutisha (kama wanadamu wengi wanavyofanya), na hakuelewa kwamba walikuwa tu wanamtunza na kumwangalia wao wa kwao. Hawangewahi kumwacha mmoja wa wajitolea wao katika sayari hii ya ajabu na yenye uhasama bila msaada. Lakini hofu hii ya ndani ilihamia katika maisha yake ya sasa kama Judy na ilisababisha matatizo makali ya kimwili. Matatizo pia yalitokana na unyanyasaji katika maisha ya awali uliotia mabaki katika seli, hivyo yakaongezeka na kuwa magumu zaidi kupunguza. Alipitia unyanyasaji wa mtoto katika maisha haya, ingawa hakulitaja kwangu wakati wa mahojiano. Daima najua kwamba SC litaleta jambo hilo ikiwa linafaa. Linajua kila kitu kumhusu mtu. Hakuna siri.

SURA YA ISHIRINI NA MOJA

TUKIO LA UTOTONI

Nilifanya kikao hiki mjini Charlotte, North Carolina mnamo Septemba 2002, nilipokuwa katika ziara ya mihadhara kwa gari kote North Carolina kupitia Raleigh, Charlotte na Greensboro. Nilikuja Charlotte kuzungumza kwenye mkutano wa UFO wa eneo hilo. Patricia alikuwa mrembo mwenye nywele za buluu, aliyeonekana kama mwanamitindo kwa sababu alijua jinsi ya kupanga nywele na kupaka vipodozi. Hii ndiyo kazi aliyokuwa akiifanya kwa maisha yake, na alikuwa mfano bora wa kazi yake mwenyewe.

Alikuwa amevutiwa na UFO kwa muda mrefu sana, ingawa hakuwahi kufikiri kwamba alikuwa na uzoefu wowote. Kulikuwa na kumbukumbu moja tu ya kuona kwa karibu sana katika miaka ya 1970. Alikumbuka kutoka kwenye ghorofa yake mapema asubuhi kuendesha gari kuelekea kazini. Alipofunga mlango wake aliangalia juu. Moja kwa moja juu yake kulikuwa na chombo kikubwa chenye taa nyekundu na bluu zinazozunguka. Kilikuwa kizuri sana. Alikitazama kwa dakika kadhaa kabla hakijapaa. Alishangaa kwamba hakuna mtu mwingine aliyekuwepo kuona. Kilikuwa wazi sana, kikubwa na dhahiri. Kumbukumbu hiyo ilimvutia kila wakati tangu hapo, ingawa alikuwa na uhakika hakuna kitu kingine kilichotokea. Hii ndiyo alitaka kuchunguza katika kikao hiki. Alitaka kurudi siku ile na kupata maelezo zaidi kuhusu chombo kile. Nilimwonya, kama ninavyofanya kila mara, kwamba wakati mwingine ukitaka kuwa na aina hii ya kikao kwa sababu ya udadisi tu, unaweza kufungua chupa ya minyoo ambayo haiwezekani kuirudisha. Ulinzi wa wateja wangu daima ni kipaumbele changu cha kwanza. Daima huwaambia, "Kama hakijaharibika, usikitengeneze." Kwa kawaida nachunguza UFO na uzoefu wa kiroho tu ikiwa vinamsababishia matatizo mtu katika maisha yake ya kila siku. Ikiwa sivyo, na wanataka tu kufanya kwa sababu ya udadisi, huwaambia wanaweza kupata zaidi ya walivyotarajia. Aina hii ya mambo ni bora kuachwa peke yake. Yeye alielewa, lakini alidhani itakuwa sawa kwa sababu alijua hakuna kitu kingine kilichotokea asubuhi ile. Ilikuwa ni tu uchunguzi wa karibu wa chombo kikubwa (au chochote). Hakuweza kukisahau, na ndicho kilichochochea hamu yake ya UFOs.

Alipoingia katika hali ya usingizi wa kina nilimrudisha kwenye asubuhi ya tukio. Kwa kawaida lazima nijipenyeze taratibu kuelekea tukio, kwa kulisogelea kutoka nyuma. Kwa kwenda tu kabla ya tukio, na kumwongoza mhusika hatua kwa hatua. Wakati huu ulikuwa tofauti. Aliingia moja kwa moja bila kusita. Nilikuwa nimemwambia ashuke kutoka mawinguni kuingia kwenye ghorofa yake asubuhi ile ya miaka ya 1970, alipokuwa akijiandaa kwenda kazini. Nilikuwa nimesema tu, "Unatoka sasa ghorofani."

Ghafla akapaza sauti, "Wananitazama!" Akawa na hisia na kuguswa na hofu kidogo katika sauti yake, "Wananitazama!" Nilitaka kujua alikuwa anazungumza kuhusu nani.

P: Hao viumbe, wananitazama.

D: Viumbe gani?

P: Wamenitazama. Wananieleza kwamba wako wawili na wako ndani ya chombo na wako juu ya ghorofa yangu.

D: Je, upo nje ukiwaangalia sasa?

P: Ndiyo, ndiyo. Nilipokumbuka mara ya kwanza, nilidhani niliona taa nyekundu na bluu, lakini siyo. Ni chombo. Kinaonekana kama mpira wa kioo. Kinaonekana kama mpira wa Krismasi kwenye mti wa Krismasi, lakini unaweza kuona ndani yake.

D: Mpira huu wa kioo ni mkubwa kiasi gani ukilinganisha na nyumba?

P: Labda futi tano. Ni mdogo sana; sijui kama binadamu anaweza kuingia ndani au la. Lakini ni wa uwazi, unaonekana kana kwamba una kofia ndogo juu yake kama yale mapambo ya kioo unayoweka kwenye mti wa Krismasi. Unang'aa kwa namna fulani, lakini unaweza kuona ndani yake. Nilidhani ulikuwa na rangi, lakini sioni rangi yoyote. Ni mpira wa uwazi tu.

Kwa hivyo fahamu yake ya ndani kwa dhahiri ilikuwa imeweka kumbukumbu ya skrini ya ulinzi au taswira bandia ili akumbuke ikionekana tofauti na ilivyokuwa kweli. Nimechunguza kesi nyingi nyingine ambapo tuligundua tukio halisi halikulingana na kumbukumbu ya fahamu. Hii mara nyingi hufanywa kumlinda mtu na kutoleta mshtuko. Hivyo wanakumbuka tukio tofauti na kilichotokea. Bila shaka, wakati mwingine hili husababisha matatizo yasiyotarajiwa na fahamu, kwa sababu mara nyingi tukio hukumbukwa kwa hofu kama uzoefu hasi. Dhahiri fahamu yake ilifikiri ilikuwa wakati wa Patricia kukumbuka, kwa sababu iliruhusu kumbukumbu ipite sasa bila vizuizi. Pia nimepata kesi zingine ambapo kitu kilionekana kidogo kuliko ilivyotarajiwa, kana kwamba hakitoshi kubeba watu wengi. Lakini walipoingia ndani ya kitu, waligundua hilo lilikuwa danganyo. Ndani kilikuwa kikubwa zaidi ukilinganisha na ukubwa kutoka nje. Kana kwamba viumbe wanaweza kudhibiti ukubwa na nafasi pamoja na muda. Kesi hizi zingine zimechunguzwa katika Wale Walezi. Jambo lingine la kuvutia ni kwamba sasa Patricia alikuwa akihisi hofu alipoliona chombo, ingawa kumbukumbu yake ya fahamu ilikuwa ya udadisi tu. Hili pia hutokea mtu akiwa chini ya hipnozi ambapo hisia tofauti hujitokeza.

D: Ulisema kuna mtu ndani yake?

P: Ndiyo. Kitu pekee ninachoweza kuona ni macho. Ni kama viumbe wenye macho. Wako juu angani na wamenitazama. Na hawatanidhuru, wananitazama tu.

D: Unajuaje kwamba wananitazama?

P: Naweza kuhisi. Pia walisema wananitazama.

D: Je, hii ndiyo mara ya kwanza kuwaona? (Hapana.)

Hii hakika haikuwa kumbukumbu ya fahamu. Patricia alikuwa amesema hajawahi kuwa na uzoefu wa kukutana nao.

P: Nilikuwa na miaka mitatu (akiwa na hisia nyingi) na walikuja kupitia dirisha. (Akilia kwa hofu.) Walikuja kupitia dirisha. Walikuja kupitia dirisha (Akivuta makamasi). Lazima niamke!

Alikuwa anajaribu kulazimisha macho yake yafunguke. Alikuwa anakusudia kuvunja usingizi wa hipnozi. Nilijua uzoefu ungetokea kuwa wa chanya, badala ya hasi, hivyo nilimzuia asifungue macho yake. Ikiwa angevunja usingizi wakati huu, angalijali kuhusu uzoefu na kuutambua kama kitu hasi. Kama angekuwa akipitia mshtuko mkubwa ningeshughulikia tofauti, lakini nilijua angebaki na hisia ya kutokamilika. Hivyo nilimwamuru kwa nguvu afumbe macho. Bado alikuwa anapinga na akasisitiza kwamba lazima aamke. Nilikuwa nimeamua kumtoa kwenye tukio hilo na kuchunguza kwa njia nyingine, wakati alipona kitu kilichonifanya nisimamishe. Udadisi wake ulikuwa unashinda hofu yake, na alikuwa anajaribu kunizuia nisimhamshe.

P: Subiri kidogo. Ee Mungu wangu, subiri kidogo!

Nikampa maagizo kwamba yuko salama na analindwa, na kwamba angeweza kutazama tukio hilo kama mtazamaji ikiwa anataka.

D: Huwezi kamwe kuruhusiwa kukumbuka chochote isipokuwa uko tayari kwa hilo. Uko salama kabisa. Na kama ni wakati unaweza kukumbuka. Fahamu yako ya ndani itaruhusu tu ukumbuke unachohitaji kujua wakati huu. Fumba macho yako.

P: (Akibubujika) Sikufikiri yalikuwa yamefunguliwa.

D: Sasa unaweza kutazama kama mtazamaji wa upande ikiwa unataka. Nini kilitokea ulipokuwa na miaka mitatu?

P: Walikuja chumbani kwangu kupitia dirisha. Walipanda kuingia kupitia dirisha. Ninalala pale kitandani mwangu. Na walikuja kupitia dirisha.

D: Je, chumba kilikuwa na giza?

P: Kulikuwa na mwangaza wa kutosha kuwaona. Hawaonekani kama nilivyodhani wataonekana. Hawawezi kuonekana hivyo! Hawaonekani sawa. Hawaonekani... hiyo haiwezi kuwa ninachoona.

D: Niambie unaona nini.

P: Inaonekana kama macho mekundu kidogo. Uso wenye mikunjo. Na kama hawana shingo. Wamepinda kwa mbele. Na... hawaonekani sawa.

D: Je, ni wakubwa sana?

P: Hapana, labda futi tano na nusu.

D: Ni rangi gani?

P: Siwezi kutambua rangi. Ni kwamba tu wanaonekana kwa namna ya ajabu. Kati ya mdomo na pua, vyote vimebanwa pamoja. Na wana haya macho makubwa yaliyo wazi, siyo yaliyopinda, haya ni makubwa na wazi. Na wanapita chumbani. Ni kama wananiangalia tu. Mmoja anakuja kitandani. Anafanya kitu kwenye nguo zangu ndogo za usiku, anafungua vifungo vya nguo zangu za usiku. Ni kama daktari. Ananiangalia tu. Anataka kuhakikisha kwamba kazi za mwili wangu zinafanya kazi ipasavyo. Nilikuwa na Homa Kali ya Mapafu (Scarlet Fever) na anataka kuhakikisha niko sawa.

D: Ulikuwa mgonjwa. (Ndiyo.) *Homa Kali ya Mapafu inaweza kukufanya ujisikie vibaya, sivyo?* (Ndiyo.)

Alipokuwa ameamka, Patricia alisema kwamba mama yake alimwambia aliwahi kuwa na Homa Kali ya Mapafu (Scarlet Fever) alipokuwa mdogo sana, lakini hakukumbuka chochote kuhusu hilo.

D: Kwa hiyo anaangalia mwili wako tu. Anafanyaje hivyo?

P: Ni kama anaweka shinikizo kifuani mwangu. Na labda mitetemo au kitu fulani kinapanda na anajua kama niko sawa au la. Hicho ndicho pekee ninachoona. Anaweka mkono wake kifuani mwangu.

D: Ana vidole vingapi? Unaweza kuona?

P: Vinaonekana vizito, na inaonekana kama ana vidole vikuu vitatu na labda kidole gumba au kitu kama hicho. Inaonekana vikubwa na vibaya, siyo kama mikono yetu. Yeye ni mkubwa na mbaya hata hivyo.

D: Naam, kile tunachokiona kama ubaya.

P: Ni mbaya. Hakika sijawahi kuona mtu yeyote anayeonekana hivyo.

D: Lakini anaweka mkono wake kifuani mwako, na anapitisha mitetemo kupitia kifuani mwako. (Ndiyo.) *Je, inahisi vizuri?*

P: Inahisi. Ni kama joto. Anajua niko sawa.

D: Kwa hiyo anakuwa mwema sana, sivyo?

P: Uh-huh. Alinitisha mwanzoni. Inaonekana kama ananiambia atarudi tena kunikagua. Kisha anageuka na kuondoka kupitia dirisha.

D: Unajisikiaje kuhusu yeye kurudi tena kukagua wewe?

P: Hakunidhuru. Anaonekana mbaya. (Nilicheka.) Anaonekana kama jini mzee. Mama yangu hunisomea vitabu vya hadithi, na anaonekana kama mmoja wa majini.

D: Huo ni mfano wa kuvutia wa kumfafanua.

Ilikuwa dhahiri kwamba Patricia hakuwa anafahamu aina tofauti za viumbe wa angani, ingawa alikuwa na hamu na jambo la UFO. Nimekutana na aina hii mara nyingi katika kazi yangu, na nimezoea kuwaita aina ya "muuguzi". Ingawa alimfafanua kama wa kiume, wengine wengi wanasema ana hisia ya kike, ingawa hakuna maelezo ya viungo vya uzazi. Nawaita "wauguzi" kwa sababu wanaonekana kuwa na huruma zaidi kuliko wale greys wa kawaida. Wanaonekana kuwa viumbe halisi zaidi kuliko wale greys wadogo wa kimitambo, na wanaonekana kufikiria wao wenyewe badala ya kutekeleza majukumu kwa moja kwa moja. Wanaelezewa kila mara kama wenye mikunjo na sura mbaya, lakini ni wema sana. Ingawa hii inaweza kuwa aina nyingine kwa sababu mara chache muuguzi huyu hufanya utaratibu wa uponyaji moja kwa moja.

Mara nyingi mhusika anapokuwa ndani ya chombo na juu ya meza akifanyiwa uchunguzi au utaratibu, huwa na hofu kubwa kwa sababu hawaelewi kinachoendelea. Wakati huo muuguzi hujitokeza karibu na meza na kuwafariji. Kila mara huwa na hisia kwamba anawahakikishia kila kitu kitakuwa sawa. Wale greys wadogo daima hufanya kazi yao kwa namna ya kimitambo na yenye mpangilio bila kuonyesha hisia. Muuguzi anaonekana kuwa aina tofauti. Hata kama mwonekano wake unastaajabisha, mwenendo wake ni mpole.

D: Lakini sasa ameondoka?

P: Ndiyo, lakini bado wananitazama. Nadhani waliweka kitu ndani ya mwili wangu.

D: Lini walifanya hivyo?

P: Nilipokuwa mdogo. Nilipokuwa mtoto halisi.

D: Naam, miaka mitatu ni mtoto.

P: Naam, nilipokuwa mdogo zaidi. Mimi ni mkubwa sasa.

D: Miaka mitatu ni mkubwa? (Ndiyo.) *Unadhani walifanya hivyo lini?*

P: Nadhani nilipozaliwa. Waliweka kitu ndani ya mwili wangu nilipozaliwa.

D: Kimewekwa sehemu gani ya mwili?

P: Ngoja nione. (Anasita) Inaonekana ni kitu kilicho karibu na tezi ya pituitari. Kitu kilicho karibu na paji langu la uso. Waliweka pale, kama kipande cha chip au kitu kama hicho. Ni kama kioo, lakini sidhani kama ni kioo. Sijui ni nini. Sijui kama yule mwanaume ndiye alifanya; labda mmoja wa rafiki zake alifanya.

Niliwaona wakikiweka. Walifanya kabla sijaruka kuingia mwilini mwangu.

D: Walikiweka wakati mwili wako bado ulikuwa tumboni mwa mama yako?

P: Ilikuwa kabla sijaruka ndani yake, kabla sijaja mwilini mwangu. Waliweka kitu pale.

D: Wanaweza kufanya hivyo ingawa kipo ndani ya mama yako?

P: Ndiyo, walinifanyia hivyo. (Akicheka) Ndiyo, walifanya! Ni kitu nilichozaliwa nacho. Ni kitu walichosema nitakuwa nacho maisha yangu yote, ili wajue niko wapi kila wakati. Kifaa cha kunifuatilia.

D: Unajisikiaje kuhusu hilo?

P: Hawakuniumiza. Nahisi ni wazuri. Wamekuwa wakinifanyia wema. Wana cheza nami mama anapokuwa hayupo. Tunaenda uwanjani na hakuna mtu yeyote anayeonekana huko. Dada yangu ni mkubwa na alikuwa ameondoka, baba pia alikuwa ameondoka, nao walikuwa wakicheza nami. Daima waliniambia nisiwaambie mtu yeyote.

D: Kwa nini?

P: Kwa sababu huenda ikawatia hofu. Mwanzoni nilihofia kwa sababu walionekana wabaya. Watu wengine wangeogopa... bado wanaonekana wabaya kwangu, lakini walicheza nami. Walikuwa wazuri, hata hivyo.

Hii inafanana na tukio nililoandika katika The Custodians kuhusu mwanamke ambaye alipokuwa mtoto alipata matukio na kiumbe cha nje ya dunia aliyesema kuwa yeye ndiye baba yake wa kweli. Alikuwa akija chumbani kwake na kuzungumza naye, akamfundisha jinsi ya kuinua vitu kwa nguvu za akili. Hata alimpeleka kwenye chombo chake cha angani kumwonyesha baadhi ya wanyama aliowakusanya kutoka sayari zingine katika safari zake. Aliacha kuja na kufuta kumbukumbu hizo wakati matukio hayo yalianza kumletea matatizo katika maisha yake ya utotoni. Hakuwa na ufahamu wowote wa mawasiliano hayo hadi yalipojitokeza kupitia hypnosis. Nimekuwa na visa vingine ambapo watu wazima walikumbuka chini ya hypnosis kuwa na mwingiliano wa kupendeza walipokuwa watoto na viumbe wadogo wa kijivu. Kwa kawaida, hawa walikuwa watoto wapweke waliokuwa wakifurahia sana uangalizi huo. Hakujawahi kuwa na tukio lolote baya lililoripotiwa kwangu kutoka kwa kumbukumbu zilizofutwa za utotoni. Wale viumbe wanaonekana kuelewa kuwa wanashughulika na watoto, na huwa wema na walinzi. Hata kama kumbukumbu za fahamu zilifutwa au kufunikwa, nahisi mtu huhisi kulikuwa na kitu cha ajabu kilichotokea akiwa mtoto, lakini hawezi kukumbuka. Mara nyingi hisia hiyo hubadilishwa kuwa hamu ya ajabu ambayo hawawezi kueleza.

D: Mlicheza mambo ya aina gani?

P: Walikuwa wakinionyesha vitu. Walinichukua uwanjani na kunionyesha mimea, wakinieleza kuhusu mimea hiyo. Walikuwa wakichukua udongo na kuniambia mambo kuhusu dunia. Na miti—walieleza kwa nini vitu vinamea hapa kwa namna vinavyomea. Walinieleza kuhusu sayari ili niielewe.

D: Uliiona kama kitu cha kuvutia?

P: Ndiyo. Waliwahi kunipeleka pangoni mara moja.

D: Nje ya uwanja wenu?

P: Ndiyo, walinichukua hadi pangoni. Tulifurahia sana. Walinionesha sehemu mbalimbali ndani ya pango, na kila moja ilikuwa ni hatua au tukio fulani katika maisha yangu.

D: Unamaanisha nini kwa "hatua tofauti"?

P: Matukio tofauti ambayo yangeweza kutokea maishani mwangu. Wangenipitisha kwenye njia ndani ya pango, wakinionyesha mawe madogo na makubwa. Kila mara tulipofika kwenye jiwe ndani ya pango, lilimaanisha kwamba nikipofika hatua hiyo maishani, wangenionyesha zaidi—labda kuhusu mimi mwenyewe, kuhusu kazi yangu hapa, na kazi yao hapa. Na pia ni kama walikuwa wananipa katika pango hili matukio ambayo yangetokea katika nyakati fulani maishani mwangu.

D: Kwa hiyo ni sehemu tofauti ndani ya pango moja tu?

P: Ndiyo, sehemu tofauti. Na kila jiwe au kioo tulichofika—sijui ni nini, ni jiwe linalong'aa lakini laini. Na vitu vinatembea ndani ya lile jiwe, na vinakuambia mambo tofauti kuhusu sayari na kuhusu wewe mwenyewe kwa kipindi hicho cha maisha. Walinipitisha humo na kunielezea mchakato huo ili kwamba nitakapofika huko, isitoke kuwa mshangao mkubwa sana. Kwa sababu Dunia ni mahali tofauti; ni mshtuko kwangu. Wanataka niweze kuelewa mambo. Pango lilikuwa tu kuelezea maisha yangu kabla sijaingia humo ili nielewe zaidi kinachoendelea.

D: Je, wanaweza kukuonyesha kitu utakachokuwa unafanya siku zijazo?

P: Ndiyo.

D: Wanaweza kukupeleka ukaone utakachokuwa unafanya mwaka 2002? Huo ni muda mrefu sana mbele, sivyo?

P: Ndiyo, ni kweli. Mimi nina miaka mitatu tu.

D: Waulize kama wanaweza kukuonyesha kipindi hicho cha maisha yako. Utakuwa mtu mzima, sivyo?

P: Ndiyo. Naona niko nikitembea... ni jiwe kubwa. Linaonekana kama lina nyuso nyingi. Kila uso unahusiana na kazi yangu na mambo ninayofanya. Ni kama nafanya kazi na watu wengi, lakini watu hawajui kwamba nawaathiri kwa njia wasiyoelewa. Ni kama nguvu zangu au uwepo wangu. Mambo waliyoyafanya kwa mwili wangu yanaathiri watu hawa. Naweza kupamba nywele za watu, kufanya maonyesho yangu, au kutembea tu kati ya watu kwenye kituo cha manunuzi na kuwaathiri kwa njia chanya sana. Kwa sababu wamefanya mambo kwa mwili wangu, na hizi nguvu hutoka na kuingia kwa watu.

D: Wamefanya nini kwa mwili wako hadi hilo litokee?

P: Ngoja niwaulize. (Kimya) Wananieleza kuwa inahusiana na roho—na pia katika kiwango cha molekuli. Wameingia humo ndani katika kiwango cha molekuli na kubadilisha mwili wangu. Unajua kila mtu ana nishati mwilini, kama aura. Na watu wanapotembea ndani ya aura yangu, hubadilika. Na hili limefanywa katika kiwango cha molekuli. Pia limefanywa katika kiwango cha roho. Kwa hivyo watu huathiriwa si kiakili tu, bali pia kimwili, kiroho na kihisia. Sikuwahi kujua hilo.

D: Je, mabadiliko hayo ya muundo wa molekuli yalifanyika kwa muda fulani?

P: Nilikuja kufanya hivi. Nilizaliwa nikiwa na mianguko ya nguvu mwilini mwangu ili kufanya hivi. Mianguko ya nguvu kwenye kioo ninachoangalia ni kama mianguko ya nguvu mwilini mwangu. Ni kama sehemu tofauti za nishati katika mwili wangu, zinapita juu na chini kwenye uti wa mgongo wangu. Wanaweza kutumia kompyuta kwenye chombo chao cha angani na kufanya mambo yatokee mwilini mwangu kuathiri mambo duniani na watu walio karibu nami. Yote yanadhibitiwa na kifaa kidogo walicho nacho kwenye chombo hicho.

D: Kwa hiyo ulizaliwa hivi?

P: Ndiyo! Wanafanya marekebisho kuhakikisha imelinganiswa ipasavyo. Wanatumia kifaa hicho kukipitia, nahisi wanakipitia kwenye uti wangu wa mgongo au kichwani kwangu kwa namna fulani. Hivyo ndivyo wanavyokipanga. Lakini sasa kimepoteza mlingano, na nimechoka sana. Ndiyo, nimekuwa nikifanya kazi sana, lakini kimepoteza mlingano mwaka 2002. Mwaka 2003 kitakuwa bora zaidi. Nimechoka sana, na kimepotea kwenye mlingano. Wanajua siwezi kufanya chochote kuhusu hilo. Naona hizi nyuso ndogo tofauti kwenye kioo; ni kama sehemu za nishati mwilini mwangu. Zinaunganishwa na kile kilicho kwenye chombo hicho, na zinatoa nishati kupitia hizo sehemu kama sehemu za kiakili za mwili. Lakini imefanywa katika muundo wa molekuli unaoniathiri mimi kimolekuli, kwa hivyo inaathiri wengine kimolekuli pia. Watu wanapokuja kwenye aura yangu ya nishati, hubadilika. Naweza kukaa tu kwenye kituo cha manunuzi, watu wanapokaribia ndani ya mita thelathini, huathiriwa pia na nishati. Ndiyo maana iliwekwa hivyo.

D: Wanapofanya marekebisho haya, je, wanakuchukua kimwili mahali fulani?

P: Ndiyo, lakini sifahamu. Wananichukua kwenye chombo cha angani. Kuna viumbe wa aina nyingi humo. Naona baadhi yao ni warefu, wembamba. Siyo wabaya kama wale wa kwanza. Hawa ni wembamba na wanaonekana tofauti. Wanaonekana kama wamevaa mavazi maalum au kitu kama hicho.

D: Unapandaje kwenye chombo hicho?

P: Wananichukua tu. Wanabadilisha muundo wa molekuli wa mwili wangu na kunifanya nipotee, kisha wananipandisha kwenye chombo hicho. Siwezi kupanda kimwili kwa sababu nisingeweza kupita ukutani (Anacheka).

Hili pia linaripotiwa kwangu mara kadhaa na limo kwenye kitabu changu *The Custodians*. Wale viumbe wana uwezo wa kuvunja muundo wa molekuli wa mwili ili uweze kupita kupitia vitu vigumu. Ni kawaida mtu kupita ukutani au dari la chumba chake.

P: Ndiyo, lazima wanibadilishe ili nipite ukutani.

D: Je, hutokea wakati umelala?

P: Ndiyo, wakati mwingine wamenitoa kwenye gari langu. Kwa sababu ninapokuwa kwenye gari langu, huwa katika hali tofauti ya ufahamu. Na wakati mwingine ninapokuwa nikifikiria mambo mengine, wanaweza kuja na kunichukua. Naweza kuwa bado ninaendesha gari, lakini wanafanya kazi mwilini mwangu.

D: Bila hatari yoyote ya kupata ajali au kitu kama hicho?

P: Hapana, hapana, hapana. Ni akili yangu ya fahamu inayofanya kitu kingine, na wao wanaweza kuja na kuathiri mwili wangu kwa sababu nimeunganishwa na kompyuta.

D: Wanapokutoa kitandani, je, mwili wa kimwili unabebwa kwenye chombo hicho?

P: Inabidi niwaulize. (Kimya kirefu) Kile ninachopokea ni kwamba wananichukua kimwili. Ninapotazama nyuma kitandani kwangu, naona kama kuna kitu kiko pale, lakini mimi sipo. Ni kama naona gamba tu, lakini mimi sipo. Ni kama kipande cha nishati kiko pale, lakini mimi sipo kitandani.

D: Lakini wanafanya hivi na hukumbuki chochote kuhusu hilo?

P: Hapana, hapana, hawajawahi kuniambia.

D: Sawa kwako kujua sasa?

P: Wanataka nijue. Sikuwahi kujua lolote kuhusu haya. Hawajawahi kuniambia. Sijawahi kuwa na alama yoyote mwilini mwangu.

D: Lakini sasa ni wakati wako wa kujua?) Ndiyo(*Patricia alikuwa akitaka kujua kuhusu kusudi lake. Wanaweza kusema ni nini Patricia atakuwa akifanya wakati huu wa maisha yake—mwaka 2002? Kuanzia hapo, anapaswa kufanya nini? Wanaweza kukuambia?*

P: Ndiyo. Wanataka niwe na uelewa zaidi wa watu wengine, na nijue kwamba watu wa dunia wana mipaka yao. Natarajia watu wa dunia wawe na upendo na kujali zaidi kwa kila mmoja na wasiingie vitani. Lakini hawafanyi hivyo. Nimekata tamaa kwa sababu siwezi kubadilisha hilo mimi mwenyewe kwa sasa. Wana sheria za kiroho za ulimwengu au kitu kama hicho. Sijui ni nini, acha niwaulize. (Kimya) Wamesema wana kitabu cha alama na wanataka alama hizo zije duniani kwa sababu watu wanapoziangalia, zinabadilisha fahamu zao. Na alama hizo ni za amani, mwanga na upendo tu. Hakuna kitu kibaya ndani ya alama hizo. Zinabadilisha mawazo ya watu. Badala ya kufikiria mauaji, chuki, ulafi na uharibifu wa sayari, wanawaza tu juu ya mwanga, amani na maelewano. Wanataka dunia hii iwe sayari ya mwanga, upendo na kujali. Na wanataka niandike chini baadhi ya alama hizo. Wanataka niandike maneno fulani katika vitabu ili kuwaambia watu kuhusu mambo mazuri wanayoweza kufanya kwa kila mmoja. Lakini msamiati wangu kwa sasa haujaniruhusu kueleza vizuri. Mimi bado ni mdogo sasa.

Patricia bado alikuwa anaona mambo kutoka mtazamo wa mtoto. Nilikuwa nimesahau hilo. Nilipaswa kumfanya aangalie habari hii kupitia mtazamo wa Patricia mtu mzima.

D: Waulize, je, haya ndiyo yanayotokea mwaka 2002? Watu wengi wanasema wanachora alama —je, haya ndiyo yanayotokea?

Ninashirikiana na wachunguzi wengine kote ulimwenguni katika mradi huu. Sote tunapokea michoro ya alama na maandiko ya ajabu ambayo tunatarajia kompyuta itaweza kuyafasiri. Kufanana kwa alama hizi ni la kushangaza, na jambo hili linazidi kuenea. Pia nimeambiwa kwamba huu ndio umuhimu wa Crop Circles (alama za mashambani). Kifungu kizima cha taarifa kinaweza kupelekwa kwa akili ya mtu anayetazama alama moja tu ndani ya duara. Mtu hahitaji kuwepo kimwili ndani ya duara; anatakiwa tu kuiona alama hiyo ili taarifa ihamishiwe kwenye fahamu zake za ndani. Duara hizo ni lugha inayofahamika katika kiwango cha fahamu ya ndani, siyo ya kueleweka na akili ya kawaida. Mada hii imeelezewa zaidi katika The Custodians. Wamenipa mifano ya jinsi akili zetu zinavyopokea vizuizi vikubwa vya taarifa kutoka kwenye alama moja tu, hata katika maisha ya kila siku. Wamesema taarifa huingizwa kwenye ubongo katika kiwango cha seli, na itakuwa pale inapohitajika. Itajitokeza yenyewe, na hatutajua hata imetoka wapi.

P: Alama hizo ni jaribio la mawasiliano yetu na wanadamu. Alama hizo, kama nilivyosema awali, ni za nuru takatifu, amani na maelewano. Na watu wa dunia wanapoziona alama hizi na kuziingiza kwenye fahamu zao za ndani, wataelewa uzuri na amani ambayo ndiyo asili yetu. Sisi ni uzuri, ni amani, ni mwanga — na tunatamani haya kwa kila mtu duniani. Tuna upendo mkubwa kwa wale walio duniani.

D: Hii ndiyo sababu alama hizi zinafikishwa kwa watu?

P: Ndiyo, ndiyo, ndiyo! Wapo walioko duniani wanaojua maana ya alama hizi, na watatokea hadharani na kueneza ujuzi huo kwa kila mtu duniani kwa sababu ni muhimu sana kwa wakati huu. Huu ni mwaka 2002.

D: Lakini unamaanisha kwamba watu hawahitaji kuelewa maana ya alama hizo? Wanahitaji tu kuziangalia?

P: Zinaingia katika fahamu ya ndani. Fahamu ya ndani inajua kila kitu. Fahamu hiyo ilitoka kwa Chanzo Kimoja. Chanzo hicho kina maarifa yote. Wakati wanapokuja duniani na kuzikumbuka alama hizo tena, wanakumbuka. Ni njia ya mawasiliano wanayoifahamu katika kiwango cha roho. Hawaiwezi kuelewa kwa akili ya kawaida. Kwa hivyo wanaposoma alama hizo, wanajua maana yake, na wapo watu duniani wanaoweza kuzifasiri kwa wengine. Na ndiyo maana tunafanya hivi. Sio kuumiza, sio kutisha — ni njia ya mawasiliano katika kiwango cha roho.

D: Hivyo ndivyo nilivyoambiwa pia, kwa hivyo naamini.

P: Ninashirikiana nao. Wamenituma hapa. Sikutaka kuja, kwa sababu nilijua itakuwa ngumu kwangu. Kimwili, na hewa hapa ni tofauti, ni vigumu kupumua. Nina matatizo ya pua. Wakati mwingine hunifanya tumbo langu liwe na maumivu.

D: Ulitoka wapi ambako ni tofauti?

P: Nilikuja kutoka kwenye sayari yenye gesi nyingi. Siioni kama sayari ya kimwili, inaonekana kama sayari ya gesi. Kuna gesi nyingi, lakini tuna miji huko. Ukiangalia, usingeona kwa sababu sehemu tunakoishi ni kipimo kingine cha uhalisia — ni kiwango tofauti. Ukiweza kuona sayari yetu, ungeona gesi tu, usingeona miji yetu mizuri. Tuna majumba makubwa, tuna miji mizuri sana, na tunaishi kwa maelewano kamili.

D: Mna miili ya aina gani huko?

P: Tuna miili ya mwanga. Kwa hakika, unaweza kutuona kwa sababu tuna ganda la nje linaloweza kuonekana. Ni kama umbo la kimwili. Yule mwanaume aliyeingia dirishani kwangu sio mmoja wao; yeye anafanya kazi kwa niaba ya watu wangu. Ndiyo maana anaonekana mbaya. Watu wangu wana miili, unaweza kuona umbo lake, lakini ndani yake hakuna kitu ila nishati. Hatuna viungo, hatuna damu, wala hatuli. Tunaishi katika kiwango cha juu cha kiroho, ndege ya juu ya kiroho. Na tuna miili ya mwanga. Ndiyo maana tunaweza kusafiri kupitia muda na anga bila watu kutuona.

D: Kwa nini uliambiwa uje duniani ikiwa hukutaka kuja?

P: Sikutaka kuja kwa sababu nilijua ningelazimika kuingia katika mahali penye uzito mkubwa. Hapa kunahisi kama ni kizito na kibaya. Ninapotembea katika mwili huu, unahisi mzito. Hewa yetu huko si kama hii. Siipendi, na watu hapa ni wakali wakati mwingine. Watu si wakali huko ninapotoka.

D: Kwa hiyo kwa nini ulilazimika kuja hapa?

P: Walitaka nije kusaidia kubadilisha dunia. Na waliweka vitu hivi ndani ya mwili wangu ili niweze kufanya hivyo. Walitaka mtu aje na kuathiri maisha ya watu wa kawaida. Kama ningekuwa katika nafasi maalum, kama Rais wa Marekani, nisingekuwa na uwezo wa kuathiri watu wengi kama ninavyofanya sasa. Ninafikia watu wa kawaida. Rais wa Marekani anaathiri na kuzungukwa na watu wachache tu duniani.

D: Yaani amejitenga na watu wa kawaida?

P: Ndiyo. Walitaka niwe na ushawishi kwa watu wa kawaida. Ndiyo maana waliweka vitu hivi ndani ya mwili wangu, ili ninapokuwa karibu na watu wa kawaida, niweze kufikia umati. Hata hivyo, sikuwahi kufikiri ninafikia umati. Nilihisi nimevunjika moyo kwa sababu nilihisi kama nafanya nywele za watu wachache tu, au naenda dukani kununua vitu vidogo vidogo vya kawaida. Sikuwahi kuhisi kama ninatimiza kile nilichotumwa kufanya.

Lakini walisema, hapana, siyo hivyo. Hiyo ni kwa sababu ya nishati ndani ya aura yangu — watu ninaowapita tu barabarani hubadilika. Watu ninaoongea nao hubadilika. Nikiongea kwenye simu, nishati hupita kupitia waya. Ndivyo ilivyo. Wote hubadilika. Hawajawahi kuniambia haya. Hawajawahi kuniambia chochote. (Anacheka) Hawakutaka nijue. Nimefurahi sana wamenieleza sasa. Kwa sababu sikutaka kuja hapa, inahisi vibaya sana. Mwili unahisi mzito. Siupendi huu mwili, ni mzito.

D: Lakini kuna wengine wengi wanaohudumia kusudi hilo hilo, sivyo?

P: Ndiyo, kuna maelfu hapa. Sio wote kutoka sayari yangu; wengine wanatoka maeneo au vipimo vingine. Ni vigumu kueleza... ni kama lifti. Ukipanda lifti, kuna ngazi nyingi na sakafu nyingi tofauti. Ndivyo viumbe walivyo duniani. Kuna viumbe kutoka viwango tofauti, na wote wako hapa wakifanya kazi ndani ya viwango vyao, wakiathiri dunia. Kama mtu yuko kwenye sakafu ya kumi, anafanya kazi yake, lakini sio bora au kubwa kuliko yule aliye kwenye sakafu ya kwanza — ni tofauti tu. Maelfu haya ya roho yametumwa kutoka sehemu mbalimbali za ulimwengu kusaidia dunia kwa sababu walihofia kwamba dunia ilikuwa inakufa. Muundo wa kijenetiki ulikuwa umebadilika, na jaribio lote lingelazimika kuharibiwa kwa janga. Na tuliamua hatutafanya hivyo, tutalibadilisha. Na hivyo ndivyo tunavyofanya hapa.

D: Lakini ni vigumu sana kwa watu hawa kwa sababu hawajazoea dunia.

P: Ndiyo, sikutaka kuja. Kwa watu kama mimi ni vigumu zaidi kwa sababu hatukuwa hata na midomo wala viungo vya ndani vya kuzingatia. Hatukuwa tunakula. Na tuliweza kwenda popote tulipotaka, lakini sasa lazima nitumie gari. Si ajabu hiyo? Lazima nitumie gari.

D: Lakini Patricia anahisi viumbe wamekuwa wakizungumza naye ndani ya akili yake?

P: Viumbe ambavyo vimekuwa vikizungumza naye tangu utotoni, hao ni sisi. Sisi ni familia yake kutoka kwenye sayari yenye gesi iliyo na miji mizuri. Sisi ni warefu, wembamba na tuna macho makubwa. Hao ni sisi. Yeye ni mmoja wetu.

D: Lakini ulisema yeye ni kama nishati ing'aayo upande wa ndani.

P: Ndiyo, sawa kabisa—ndani sote ni mwanga. Kiumbe mwingine akitutazama, tutajidhihirisha kama miili hii myembamba, mirefu inayometameta yenye macho makubwa, ili iwe nukta ya umakinifu. Kupitia mageuzi tumebadilika. Hapo mwanzo hatukuonekana hivi. Hapo mwanzo tulikuwa na mdomo mdogo sana. Hapo mwanzo tulikuwa na viungo vya ndani, lakini kwa mamilioni na mamilioni ya miaka, miili yetu ilibadilika, sayari yetu ikabadilika. Sio ya kimwili tena. Imetoka katika hali ya kimwili kwenda ya gesi. Kwa hiyo imepitia mamilioni ya miaka ya mageuzi ya kiroho. Na sasa sisi ni viumbe wa mwanga tu. Sayari yetu pia ni ya mwanga.

D: Kwa hiyo mmekuwa mkiwasiliana na Patricia maisha yake yote ili asijihisi mpweke? (Ndiyo.) *Alikuwa akiwaza kuhusu ninyi. Na alitaka kujua kama mnahusiana na shirika fulani au baraza?*

P: Sisi ni sehemu ya baraza. Naona... niangalie... unataka niwe na umri wa miaka mitatu?

D: Tunaweza kusonga mbele kwenye umri wako sasa kama mtu mzima.

P: Sawa, ili nipate uelewa bora kidogo wa kile wanachotaka.

D: Tusonge hadi mwaka 2002. Mwaka 2002, Patricia ana msamiati zaidi na uelewa zaidi. Tuiangalie kutoka mtazamo huo.

P: Baraza ambalo ni letu ni baraza la kiroho. Sio chombo cha kiserikali, ni baraza la kiroho. Tunafuata sheria za Mmoja. Sheria hizi zinatufikia moja kwa moja kutoka Chanzo. Na sisi ni walinzi wa Mwanga, na wa maarifa ya yule Mmoja. Ndio maana Patricia yuko hapa. Yeye hupokea taarifa zake moja kwa moja kutoka

Chanzo. Kutoka kwenye maarifa ya Mmoja. Nasi tunaiacha ipite. Haya ni mafundisho ya kiroho. Haya ni zaidi ya mafundisho tu. Huu ni uwepo. Hii siyo tu kuwa wema kwa kila mmoja, bali kuwa kiumbe wa mwanga mwenyewe, kuwa Mungu. Ndio maana yuko hapa kuwafundisha watu jinsi ya kuwa Mungu.

Nilirudi kurejea maswali ya Patricia:

D: Alitaka pia kujua, je, kuna aina nyingine za viumbe vinavyowasiliana naye, au ni ninyi tu?

P: Tuna wengine. Wapo hapa chini ya uongozi wetu. Na wanafanya majaribio naye ili kubaini jinsi binadamu wanavyoitikia sisi. Sio lazima kwetu sisi, bali kwa viumbe wengine wanaotusaidia kwenye majaribio. Tuna wadogo kijivu, tuna baadhi ya viumbe wa aina ya reptilia. Tuna baadhi ya viumbe ambao katika mawazo yenu wangekuwa wa ajabu sana, kama mipira juu ya mipira juu ya mipira—kama mipira mitatu inayotembea pamoja, lakini kimsingi ni kiumbe. Tuna viumbe wa ajabu mno pamoja nasi, lakini wanafanya kazi naye kubaini mwitikio wa binadamu kwetu au kwa aina tofauti za viumbe. Anaona aina tofauti za viumbe, lakini hakumbuki kwa sababu wanaweza kumtisha. Tulijaribu kabla tukamtisha. Tuliruhusu spishi hii maalum ije, ijidhihirishe kimwili na alihofia. Kwa hiyo tunajua kwamba wakitua katika jiji kubwa au kitu kama hicho, watu wataitikia kwa hofu na wanaweza kutumia silaha za nyuklia au aina fulani ya kisasi.

D: Ambayo haingekuwa nzuri kwa yeyote.

P: Hapana, hapana. Kwa hiyo tunamtumia yeye kwa hili tu. Anafahamu katika kiwango kingine.

D: Hofu — hiyo ni upande wa kibinadamu wa watu.

P: Ndiyo, lakini wanapaswa kujifunza kukua hadi kutambua kwamba mwonekano wa kimwili hauna uhusiano wowote na kiroho cha roho. Sisi ni viumbe wa kiroho sana. Wenye upendo mno, wenye kujali sana, na wanapotutazama wanahisi hofu. Na tunajaribu kufanya kazi na watu tofauti duniani ili wapande juu ya hofu hii. Tunawajia watu kama Patricia na tunajidhihirisha. Wakati mwingine wanakumbuka, wakati mwingine hawakumbuki. Ili kuwazoesha kututazama ili tutakapokuja ana kwa ana, kusiwe na hofu.

D: Watu, binadamu, huona sehemu ya nje tu.

P: Ndio, na wanahitaji kutambua—na watatambua—kwamba kuna upande wa kiroho na watu wanapaswa kuhukumiwa kwa kiini chao cha kiroho. Anatakiwa kujifunza kuzoea kuwasiliana nasi katika uwanja wa kimwili. Hadi sasa, tumewasiliana zaidi kwa mawazo. Ndio maana hajawahi kutuona, hakuwa tayari. Tunapaswa kumzoesha kusikia sauti za kimwili. Ndio maana tunamwamsha katikati ya usiku. Anapaswa kuzoea mafunuo ya kiroho yanayotengeneza sauti kwa sababu tutawasiliana naye siku zijazo. Tutamtembelea kimwili. Na lazima aweze kukubali hili. Tutampa mafundisho fulani, na tutakuwa na aina tofauti za viumbe wakija kumpa taarifa, na watashuka kimwili. Na atatishwa kweli. Ataogopa sana, sana. Hataweza kuhimili. Ndio maana tunafanya majaribio haya naye kumwandaa kwa siku zijazo ili aweze kuwasiliana moja kwa moja na viumbe wetu. Na tuna mashirika mengi tofauti—aina nyingi tofauti za viumbe. Nisingeliita hili "shirika." Hizi ni vikundi vya viumbe vilivyojitengeneza kwa kusudi. Ndio maana tunaita "shirika" kwa lugha yenu. Lakini katika lugha yetu, ni kusudi takatifu. Kila kundi la viumbe lina kusudi takatifu. Wale anaowasiliana nao sasa, watu wake wenyewe, tuna kusudi takatifu tunalopokea moja kwa moja kutoka Chanzo. Pia wapo viumbe wengine wanaopokea moja kwa moja kutoka Chanzo, lakini wana misheni tofauti. Naye atawasiliana na viumbe wote hawa. Kama vile wewe mwenyewe ulivyo na seti yako ya viumbe wanaofanya kazi pamoja nawe kupitia hipnoterapi. Hii husababisha mtetemo fulani wa nishati unaovuta roho hizi zinazofanya kazi katika kiwango hicho cha nishati au mtetemo.

D: Lakini alikuwa na wasiwasi kama alikuwa anavuta aina nyingine ambazo zinaweza kuwa hasi.

P: Hakuna hata mmoja wao aliye hasi.

D: Ndivyo nilivyoambiwa.

P: La, yeye haelewi kwa sababu hakuwa tayari. Na hatukutaka kumwambia mengi kabla hajaandaliwa. Amekuwa na mambo mengi ya kidunia ya kukabiliana nayo, lakini hili lilihitajika—kupitia mambo haya ya kidunia ili kumfanya awe mwenye nguvu zaidi. Ili hatimaye atakapofanya kazi yetu, asiwe tu mwenye nguvu kiroho, bali pia kimwili na kiakili, na aweze kushughulikia mambo ya kidunia kwa urahisi zaidi. Mara tu atakapokuwa hodari zaidi katika kushughulikia mambo ya kidunia, hayatatatiza kazi yake ya kiroho. Ndio maana hatujamjia mapema kuliko hivi.

D: Baadhi ya watu wana dhana potofu kwamba kuna viumbe wengi hasi huko nje. Lakini nimeambiwa kwamba hawa hawaruhusiwi kuingilia watu duniani kwa sababu ya baraza. Je, hilo ni sahihi?

P: Wapo viumbe tunaowaona kama wasioendelea sana kiroho. Hiyo haimaanishi kuwa ni hasi. Hatuna "uhasivu" ndani ya ulimwengu. Hakuna chanya wala hasi. Kuna uzuri wa yule Mmoja tu. Tulicho nacho ni viumbe ambao hawajaendelea kiroho vile tunavyotamani, lakini hatutawaita hasi. Nilitaka kuleta mfano, kwa mfano, wa viumbe wa nje ya dunia wanaofanya kazi na serikali yenu. Viumbe hao wako hapa kwa malengo yao wenyewe ya kupata metali kutoka duniani na kemikali, elementi na vitu mbalimbali wanavyoweza kutumia. Wakati mwingine wanachukua zaidi ya hivi wanavyoiambia serikali. Hatukubaliani na hili, lakini tumewarusu washuke kwa sababu mtetemo wa sayari ni wa chini na wanaweza kuingia katika mtetemo huu na kuwasiliana na serikali. Hii haimaanishi kuwa ni hasi. Wanakua kiroho. Na tunawarusu waje. Hawaiumizi sayari kwa sababu wamejifunza kwamba lazima watoe.

Na wanatoa teknolojia kwa serikali. Kwa hiyo ni "kutoa na kuchukua." Tunakosa kuridhika, lakini si hasi. Sijui viumbe vyovyote hasi vinavyoendesha shughuli kwenye sayari hii.

Hili lilishughulikiwa katika kitabu changu The Custodians, kwamba wapo baadhi ya viumbe waliokuja tu katika miaka 1000 iliyopita, ambao wameruhusiwa kukusanya metali na madini wanayohitaji. Haya ni vifaa vya kawaida duniani, hivyo hawaiumizi sayari kwa kuyachukua. Wako chini ya uangalizi mkali wa baraza kuhakikisha hawafanyi chochote wasichopaswa.

P: Baadhi ya viumbe hapa hufikiria kwa mtazamo wa "zuri au baya," na huo si mtazamo sahihi. Unapaswa kuangaliwa kwa mtazamo wa maendeleo ya kiroho. Baadhi ya viumbe hawa hawajaendelea kiroho kama wengine. Haimaanishi kuwa ni hasi.

D: Baadhi ya wachunguzi wengine hufikiri baadhi ya mambo yanayoripotiwa kufanyiwa watu ni hasi. Mimi huyatazama tofauti kwa sababu hupata taarifa kuhusu kile kinachoendelea kweli. Lakini siyapati kama hasi.

P: La, wewe unaona kwa namna tunayotaka uone. Unaona kwa namna ilivyo kweli. Lakini kujaribu kuwaeleza watu katika sayari hii kwamba baadhi yetu sio hasi, au kwamba baadhi ya matendo haya si hasi—fahamu zao haziwezi kukubali kwa wakati huu. Pengine baadaye. Lazima uendelee na kuendelea na fikra zako chanya juu yetu kwa sababu hiki ndicho wanachohitaji kukijua kuhusu sisi kwa kuwa hii ndiyo kweli.

D: Hiki ndicho ninachojaribu kufanya katika mihadhara yangu na vitabu vyangu—kukieleza kwa namna kinavyopaswa kuwa. Swali moja niliuliza mara nyingi, na nikaambiwa sehemu yake inahusu ukatwaji wa ng'ombe. Watu wengi hulichukulia hilo kama hasi. Mnaweza kutuambia chochote kuhusu hilo?

P: Ndiyo. Kuna spishi tofauti zinazofanya kazi na ukatwaji wa ng'ombe. Hapa Marekani wametumia homoni nyingi—nadhani ndivyo mnaziita—kemikali katika mifugo. Na baadhi ya spishi zinachunguza athari za homoni hizi kwa ng'ombe. Kwa hiyo wanatoa viungo na sehemu za ng'ombe ambazo huenda ziliathiriwa na hili na wanaangalia matokeo. Athari hasi za homoni hizi kwa ng'ombe. Kuna aina nyingine ya spishi, wanatumia damu ya wanyama hawa. Sio tu ng'ombe, bali pia kondoo, mbwa na paka. Nao wanaainisha muundo wa molekuli wa damu. Na tena watu wanafikiri mambo haya ni mabaya ambayo viumbe hawa wanafanya. Lakini si mabaya; wanachunguza damu ili kubaini athari hasi za vichafuzi vya sayari hii kwa mimea na wanyama hawa. Hamzioni kwenye mimea kwa sababu—mmea ni nini? Lakini ng'ombe wao bora anapokatwa, basi watachunguza.

D: Hilo linaeleweka kwangu. Kwa sababu najua mnachunguza mambo mengi. Nilikuwa na taarifa fulani, lakini sikuwa na jibu kamili. Asante kwa kunipa hilo.

Hatimaye jibu lenye maana. Niliambiwa kwamba wana wasiwasi sana kuhusu vichafuzi hewani, na vihifadhi n.k. tunavyoongeza kwenye chakula chetu. Wanahofia athari zake kwa afya ya miili yetu, na pia kwamba viambato hivi vinasababisha kuongezeka kwa saratani. Hii ndiyo sababu ya majaribio mengi ambayo "waliodai kutekwa" huzungumzia. Viumbe wa nje wanachunguza athari za viambato hivi na vichafuzi kwa mwili wa binadamu. Na pia kuona kama vinaathiri muundo wa kijenetiki. Ni kipi kilicho cha asili zaidi kuliko pia kuangalia chakula tunachokula kwa vichafuzi vinavyoathiri miili yetu? Lazima kuna mtu anayefanya hivyo. Serikali yetu hakika hafanyi.

D: Pia nimeambiwa na watu wenu kwamba lishe ya binadamu wengi inabadilika. Najua yangu imebadilika.

P: Hiyo ni kwa sababu nishati za sayari zinabadilika. Msipobadilisha lishe mtaumwa sana na huenda mkafa. Chakula kilichopo sayarini kinabadilika. Kila kitu katika sayari kinabadilika taratibu. Hii ni kabla hatujaanzisha mlipuko mkubwa wa mwanga tunaopanga kuufanya baadaye. (Tazama Sehemu ya Dunia Mpya.)

Kinabadilika. Tunapaswa kukibadilisha kwa sababu vinginevyo mngekufa kwa sababu ya vichafuzi vyote. Lazima ubadilishe lishe yako kwa sababu mwili wako umekuwa nyeti zaidi kwa vichafuzi kwa miaka mingi na unadhoofika. Nguvu za kimungu zimeanzisha mabadiliko haya kupitia vinasaba ili kufanya miili ya watu idumu. Tunataka iendelee kustahimili. Na haistahimili—inadhoofika. Na hili litasaidia kulirejesha.

D: Hivi ndivyo nilivyoambiwa; tunajiondoa kwenye vyakula vizito kuelekea aina nyepesi zaidi za vyakula.

P: Sahihi, kwa sababu miili ya sayari inavyobadilika, inakuwa na uzito mdogo ("less dense"). Na bila shaka miili isiyo na uzito mkubwa inahitaji chakula chepesi. Unajua ng'ombe ni wazito sana. Kuku ni bora—ni "wapepesi." Vyakula vya baharini ni bora. Mimea ndiyo kilele kwa sababu miili yenu inazidi kuwa "less dense." Mtakuwa mkila chakula kisicho na uzito mkubwa. Hilo ni dhahiri. Lishe zenu zitabadilika, na hilo ni kulinda miili yenu. Ili muundo wa vinasaba usiharibike kabisa.

D: Ndiyo maana linanitokea mimi pia.

P: Bila shaka! Unaishi hapa, sivyo?

D: Ndiyo, ni kweli. (Anacheka) *Niliambiwa linatokea kote duniani.*

Walisema kadiri tunavyobadili lishe, tutahamia zaidi kwenye vimiminika kama supu na "smoothies," na kuacha vyakula vizito.

Tulipokuwa tukifika mwisho wa kikao, viumbe vilikuwa na ujumbe kwa Patricia:

Nataka kumwambia kwamba tunampenda sana, na tuko kando yake kila wakati. Hahitaji kuogopa. Daima tutakuwa hapa kumlinda. Hatuwezi kujidhihirisha kimwili kwa sababu miili yetu iko hivyo kwamba karibu haiwezekani kwetu kujitokeza kimwili kwa kuwa sisi ni viumbe wa mwanga. Na tukishuka na kujitokeza kimwili, kungevuruga nishati za kiroho zilizo ndani ya uwepo wetu. Na hutuchukua muda kupona kutokana na jambo kama hilo.

Kwa hiyo hatufanyi safari za kimwili hapa. Tuna viumbe wanaotaka kumtembelea kimwili, na atafurahi kujua hilo kwa kuwa hilo ndilo alilotuuliza hapo zamani. Hajaandaliwa kwa sasa. Lazima uhakikishe anajua kwamba hajaandaliwa sasa. Lakini atakuwa tayari ndani ya miaka ya Dunia takribani baada ya miaka kumi.

SURA YA ISHIRINI NA MBILI

MWANGALIZI MWINGINE

Kipindi hiki kilifanywa kama onyesho kwa darasa langu la hypnotherapy kule Hawaii. Teresa tayari alikuwa akifanya mazoezi ya hypnotherapy na kufanya kazi kama mponyaji, lakini alitaka kujua kama yuko kwenye njia sahihi. Alisumbuliwa na mashaka mengi na kutokuwa na uhakika. Alienda kwenye maisha ambayo alikuwa aina ya mzungu wa kazi, mwanamume aliyekuwa akienda kutoka sehemu moja hadi nyingine akifanya kazi kwa muda kisha anasonga mbele. Asiye na makazi halisi, lakini hilo halikuonekana kumsumbua, ingawa alikiri kuwa wakati mwingine alikuwa mpweke.

T: Napenda kuwa peke yangu, lakini huwafahamu sana wale watu kwa sababu unawafanyia kazi. Nakaa labda miezi miwili, kisha nasonga mbele kazi yangu inapokuwa imekamilika. Najua tu pale kazi yangu inapokamilika, au mtu hunieleza kuwa tumemaliza, ndipo muda wa kuondoka unapowadia. Naona nyota hii sasa hivi. Naendelea kuiona nyota hii unaponiuliza maswali haya. Wakati mwingine nyota hunieleza. Wakati mwingine najua. Inapokuwa muda wa kuondoka, natembea tu. Au mtu huja kunichukua, nami naenda kwenye kazi inayofuata.

D: Unamaanisha, nyota inakuambia nini?

T: Hilo ndilo jambo la ajabu. Naendelea kuona nyota hii na najua kuwa inanieleza mambo, nami nasikiliza.

D: Inakuambiaje mambo?

T: Ni mwanga wa dhahabu unaoshuka na najua mambo.

D: Mwanga huo unatoka wapi?

T: Mbali sana angani kwenye usiku wa giza. Sijui kama ni sayari au nyota, lakini ni kitu kilicho huko. Unaposhuka, najua tu mambo kichwani mwangu. Ndiyo maana lazima niwe nje. Najihisi niko karibu nayo... karibu na kila kitu nikiwa nje.

Hili lingeweza kuendelea kwa muda mrefu, hivyo nikamsogeza mbele hadi siku muhimu. Tulipofika huko alisema alikuwa kizunguzungu. "Kila kitu kinaanza kuzunguka sasa. Hicho ndicho ninachohisi mwilini mwangu sasa hivi. Kwa ujumla kama niko kwenye kifaa cha mzunguko wa kasi." Nikatoa mapendekezo ya ustawi ili asijisikie hisia zozote za mwilini. "Mwili wangu wote unazunguka kama niko kwenye kisingapasi. Ndivyo kabisa inavyohisi. Sioni chochote. Ni kama kila kitu ni cha machungwa na mwili wangu wote unazunguka na siwezi kuusimamisha mzunguko. Kote ni giza... giza la rangi ya machungwa, rangi ya machungwa. Ni kama niko ndani ya kitu na kinazunguka. Bila shaka niko ndani ya kitu."

D: Ungependa kujua ni nini? (Ndiyo) *Unaweza kufanya hivyo.*

T: Najua naweza. Najaribu kujiondoa, na niko ndani ya aina fulani ya chombo. Ninaliangalia chombo kutoka nje. Ni tambarare chini na kina kuba juu na kingo zinazotokeza kama bakuli lililogeuzwa na kuwekwa juu, na kuna kitu chini yake. Taa. Ninaona si kikubwa sana. Na... ninazunguka.

D: Je, chombo chote kinazunguka, au ni kitu ulichomo ndani?

T: Nafikiri ni chumba nilichomo. Kimeanza kupungua sasa. Chumba kimo ndani ya chombo. Kuna kiumbe. Siko peke yangu, lakini hawamo kwenye chumba nilichomo.

D: Wanaonekanaje?

T: Siwezi kuona vyema. Napata tu hisia ya hili. Ni kiumbe mkubwa... mrefu. Nataka kusema "kiumbe," lakini si kiumbe wa mnyama. Ni kiumbe (hai). Nayaona hayo kutoka nje—niko sehemu mbili kwa wakati mmoja. Niko ndani ya chumba, naona upande wa nje wa chumba. Naona kilele cha kilicho. Ni kama nyenzo ya kioo. Unaweza kutazama ndani, lakini si kioo.

D: Je, hiyo ndiyo sehemu ya kuba unayoizungumzia?

T: Ndiyo. Naweza kuona vidhibiti au kitu. Ngependa kufikiria ni vidhibiti. (Alitabasamu.) Najua wapo viumbe wengine... wadogo. Ni ajabu kwa sababu wanaonekana tofauti sana. (Kicheko kikubwa.) Sio kama ningevyodhani. Ni wadogo na kama wa buluu, na si kama nilivyoona kwenye picha. Wao ni wa buluu, na yule mwingine ana rangi tofauti, kama ya machungwa.

D: Unaweza kuona nyuso zao zinakuwaje?

T: Hapana, nawaona kutoka mgongoni. (Kicheko) Na kwa kweli mimi ni mmoja wao. Sijajiona bado, lakini najua mimi ni mmoja wao. Sijui ni yupi bado. Ningependa tu kuvua barakoa. Kuvua barakoa ili niwe mimi ni nani... si yule mtu aliyeingia pale. Huyo si mimi halisi.

D: Kwa hiyo ulipoingia humo ulionekana tofauti? (Ndiyo) *Unadhani kwa nini ulikuwa kwenye chumba kile kinachozunguka?*

T: Kubadilika kurudi kuwa mimi ni nani. Mzunguko unafanya kitu kwa muundo wako wa molekuli. Unabadilisha molekuli zako. Sijui kama huo ndio umbo langu halisi, lakini kwenda kwenye umbo jingine. Nami ni mmoja wa viumbe wakubwa.

D: Je, umemaliza kazi yako? Ndiyo maana uko hapo sasa?

T: Hapana, sidhani kuwa nimemaliza. Nadhani nilihitaji tu kurudi na kuwa kwenye chombo kwa muda kidogo. Wanapaswa kuniambia mambo, na mambo yamebadilika na hawakuweza kuunganishwa nami kwa sababu fulani. Hawakuweza kuniambia mambo hivyo nilihitaji kuja hapo na kujifunza zaidi. Kuna kitu kimebadilika.

D: Kwa hiyo walitaka kurejesha muunganisho?

T: Ndiyo. Nadhani nilihitaji kuwa nao tena. Niliuhitaji. Kule chini ni upweke. Hapa si upweke.

D: Kazi yako ni nini ukiwa huko?

T: Mimi ni aina fulani ya nahodha au kitu kama hicho.

D: Unajiona ukifanya nini?

T: Sifanyi chochote kwa sababu siko tena kwenye "kifani" kile kile. Lakini naweza kuendesha chombo na kusafiri na kufanya mambo ambayo nimeelekezwa kuyafanya. Nami napenda.

D: Nani anakuelekeza ufanye nini?

T: Yule mtu ninayefanya naye kazi na ninayemfanyia kazi. Ni sayari nyingine. Nilikuwa Duniani, lakini sitoki Duniani.

D: Je, kuna ndiko tu unakoenda?

T: Hapana, nimeenda sehemu nyingine pia, lakini kwa sasa ni Dunia. Nina kazi Duniani. Nimesahau tu ilikuwa nini.

D: Kusudi la kuja Dunia na kufanya mambo haya lilikuwa nini?

T: Kuchunguza kwanza na kuona watu walikuwaje, kuona wameendelea kiasi gani, na hofu zao zilikuwa zipi.

D: Ndiyo maana hukuchangamana sana nao? (Ndiyo) *Ulikuwa mtazamaji tu?* (Ndiyo) *Unafanya nini na taarifa baada ya kuzikusanya?*

T: Nampa mtu mwingine, naye huzifanyia uchambuzi. Halafu tunaendelea na safari nyingine. Nimekuwa sehemu nyingi zaidi ya Dunia. Nadhani ni ya kuvutia sana.

D: Unaonaje watu wa Dunia ulipokuwa ukiwaangalia?

T: Basi, nilipokuwa, hakukuwa na watu wengi sana, na wanaendelea kuishi. Wanaishi, lakini si kwa kiwango kikubwa, bado.

D: Unakwenda kufanya nini sasa? Unajua?

T: Hapana, hawajaniambia bado. Labda kurudi Dunia. Lolote wanalotaka sawa kwangu. Natumaini watahama kwenda wakati tofauti.

D: Kipindi tofauti cha wakati au mahali tofauti.

T: Vyote viwili. Wao huchagua.

Nikaisogeza saa mbele hadi uamuzi wa kurejea Dunia ulipofanyika. "Je, wamekuambia wanataka uende wapi na wanataka ufanye nini?"

T: Hapana, wanaweka tu mimi pale.

D: Nafikiri ungependa kuwa na la kusema juu yake, sivyo? (Sote tukacheka.)

T: Hapana, sawa tu. Wananileta pale. Halafu wananieleza kila kitu ninachohitaji kujua.

D: Wamekuweka wapi?

Akaona akiwa amesimama kando ya msitu. "Je, wamekuambia unachopaswa kufanya?"

T: Hapana. Najua tu. Nitajua nitakapomuona, lakini bado mimi ni mtazamaji. Mimi ni mtazamaji tu.

D: Hupaswi kuhusika sana?

T: Hapana, sipaswi. Mimi ni mtazamaji tu. Natazama. Siwezi kuonekana kama mwanadamu. Sijui mimi ni nini. Mimi ni mrefu na mwembamba... sijui kama mimi ni mwanadamu. Nahisi kama niko kwenye sayari nyingine. Msitu... kuna miundo ambayo ni kuba ambayo inanifahamisha. Ni ya chuma yenye paa kubwa za kuba. Na mimi ninaonekana tofauti. Mimi ni mweupe sana, mwembamba na tofauti. Labda mimi ni kiumbe wa sehemu hii, lakini sasa si mwanadamu. Mimi ni mtazamaji. Ni kazi ya kuvutia. Natazama tu na kuona. Ni aina fulani kama kazi ile nyingine, lakini hii ni bora zaidi. Ni yenye joto zaidi.

Hili lingeweza kuendelea kwa muda, na ningeweza kuchunguza maisha haya ya kigeni pia. Lakini kwa wakati huu wa kikao ilikuwa muda wa kumuita SC ili tupate majibu na tiba. Zaidi ya hayo, kilikuwa ni onyesho kwa darasa, na sikuwa na muda mwingi kama nilivyo nao katika kikao cha faragha. Nikauliza sababu ya kumuonyesha Teresa maisha hayo.

T: Ili aelewe zaidi kuhusu kile alichokiona na aende ndani zaidi. Anahitaji kuelewa maisha yake ya zamani.

D: Je, amekuwa mtazamaji kila mara?

T: Sio kila mara.

D: Lakini katika maisha hayo alikuwa?

T: Ndiyo. Pia alihitaji kujua jinsi ya kuwasaidia watu. Kuona vipengele vyote vya watu... kuingia ndani zaidi.

D: Watu wana vipengele vingi, sivyo? (Ndiyo) *Wamechanganyika.*

T: Sana. Anaona chini ya uso, lakini mara zote haelewi. Ana mashaka juu yake.

D: Kwa nini aliamua kuwa mwanadamu ikiwa alikuwa na maisha haya kama viumbe wengine?

T: Ili kwenda haraka zaidi katika mageuzi yake. Kisha alikuwa tu mtazamaji, mfuatiliaji. Anaweza kwenda haraka zaidi akiwa na mwili wa kibinadamu. Aliamua kufanya hivi, lakini wengi husahau.

D: Hiyo ndiyo sababu mlitaka kumkumbusha kwa nini yuko hapa?

T: Ndiyo, ana kazi nyingi za kufanya. Yeye ni msafiri. Anaenda kutoka sehemu moja hadi nyingine, lakini amekaa sehemu moja kwa muda mrefu... mrefu mno. Safari hii walichagua sehemu ya mbali (Hawaii). Ili tu kusogea... alisahau kuwa aliipenda. Anahitaji kufanya kazi yake sasa, haraka iwezekanavyo. Lakini anaendelea kubuni majukumu kwa sababu amesahau.

D: Anapaswa kufanya nini anaposafiri?

T: Kuzungumza na watu, kuwasikiliza watu, kuwasaidia, na kufanya kazi yake. Kusaidia kufanya watu wahisi vizuri tena... wawe na furaha tena, wapone maumivu yao. Watu watamtambua na watakuja. Ataweza kuwasaidia. Kuuliza maswali kisha kusikiliza. Maswali ni sehemu ya kusikiliza. Vitu vingine ni milango tu. Vilimfikisha tu hapa. Vitu vipya vitakuja. Atakuwa akishiriki.

D: Aligundua kwamba atakuwa karibu kwa miaka mia tatu. (Sote tukacheka.) *Unafikiriaje?*

T: Anaweza kuwa ikiwa kweli anataka.

D: Tuna udhibiti juu ya mwili wa kibinadamu, sivyo?

T: Ndiyo, lakini hakujua kuwa ni kweli.

D: Nimesikia unaweza kuishi muda mrefu utakao kwa sababu unaweza kudhibiti mwili, sivyo?

T: Ndiyo, tunaweza.

"Tunaweka mabadiliko ndani yake... DNA yake... inabadilika."

D: Inatokea kwa watu wengi, sivyo?

T: Ndiyo, inatokea.

D: Kwa nini DNA inabadilika?

T: Kwa sababu kila kitu kinabadilika. Sayari inabadilika. DNA yenu inabadilika. Inapaswa kubadilika... kubeba nishati, kubeba marudio.

D: Baadhi ya watu hawawezi kuhimili, sivyo?

T: Hapana, na lazima waondoke. Nao wana furaha kuondoka. Wanajua hiyo ndiyo wanayopaswa kufanya. Ni jambo jema.

D: Wale wanaobaki wanarekebisha marudio yao, na DNA inabadilika ili kurekebisha.

T: Ndiyo. Unaweza kuhisi wakati mwingine. Unahisi mambo kwenye mgongo wako.

D: Kwa njia gani?

T: Tu mizunguko. Mwili huu unaipata sasa.

D: Baadhi ya watu wangesema hiyo ni Kundalini tu.

T: Hapana. Hii si Kundalini. Hii ni DNA.

D: Hii inamaanisha kwamba vitu vinapobadilika tutahisi mitetemeko mwilini?

T: Ndiyo, na wakati mwingine maumivu ya kichwa tunaporekebisha. Maumivu ya mgongo... maumivu ya kichwa. Lakini yataondoka. Hayatakuwa ya muda mrefu.

D: Na tunapozidi kurekebishwa kwa marudio, yanaacha?

T: Ndiyo, yanaacha. Tunampa nguvu nyingi zaidi. Alikuwa amezimwa kwa mabadiliko. Ndio maana alikuwa anahisi nguvu za chini. Mambo mengi ndani yake yalikuwa yanabadilika, na sasa yatabadilika kwa mabadiliko haya, na DNA.

T: Alibishana nasi kuja hapa darasani. Alitaka kuja, lakini hakutaka kuja.

D: Unamaanisha nini? Eleza.

T: Nitaeleza, lakini alihitaji kuunganishwa nawe, siyo tu na mmoja wa wanafunzi wako. Alihitaji kuwa hapa nawe, kukusikia na kukuhisi kwa sababu ilibadilisha nishati yake. Nishati yako inabadilisha watu wengine kwa kuwa tu katika uwepo wako. Siyo tu kile unachofundisha. Hicho ndicho unachofanya.

D: Ulisema hakutaka kuja?

T: Hapana. Alitaka kuja, lakini hakujua ni muhimu kiasi gani kuja. Hii ilikuwa muhimu sana leo kuwa katika wakati huu na nafasi hii nawe na hawa watu.

D: Unafikiri kundi hili litaweza kufanya kile nilichowafundisha?

T: Oh, ndiyo... sio wote, lakini wengi wao. Baadhi hawataki kufanya. Baadhi walikuja tu kwa uzoefu, lakini baadhi watafanya.

D: Tunahitaji kufikia watu wengi kadiri tuwezavyo.

T: Ndiyo, tunahitaji.

Ujumbe: Yeye huangaliwa kila mara. Yeye anapendwa na sisi tuko hapa kila mara. Tuko hapa daima kwa wote. Kamwe si peke yake.

SURA YA ISHIRINI NA TATU

AJENDA BORA KWA DUNIA

Randy alifanyia kazi nyumbani na kompyuta yake. Alijihusisha sana na metafizikia na alikuwa akitumia hilo kutafuta maana katika maisha yake. Alikuwa ameoa na ana watoto, ilhali alikuwa amevunjika moyo kwa sababu alihisi kuna jambo alilopaswa kufanya kusaidia Dunia. Hii ilikuwa sababu kuu ya kikao, kusaidia kugundua kwa nini yuko hapa.

Randy alipoondoka kwenye wingu, alikuwa akitazama tukio la ajabu. Alikuwa mahali fulani kwenye maeneo yenye theluji kwa wingi katika eneo lililojitenga, na alikuwa akitazama meli mbili za angani zilizotua juu ya theluji. "Ziko sehemu ya mbali sana duniani. Inaonekana kama moja ya ncha... Ncha ya Kaskazini." Moja ya vyombo hivyo vilikuwa na nembo ya umbo la almasi. Kila kimoja kilionekana kuwa kikubwa vya kutosha kubeba watu takribani kumi. Alihisi vilikuwa vinawakilisha kambi mbili tofauti, ingawa hakujua maana yake hasa. Kulikuwa na watu kuzunguka vyombo hivyo. "Wamevaa vifaa vyepesi. Sijui kama ni sare, lakini ni zaidi kama safu kinga. Zaidi kama skafandari ya angani kuliko nguo. Miili yao yote imefunikwa, hata kofia ngao. Wamelindwa vyema dhidi ya baridi." Alionekana kuwa mtazamaji tu, hakushiriki. Hivyo watu hawakuwa wakimfahamu.

R: Ni kama kambi mbili tofauti. Wanazungumza kuhusu aina fulani ya majadiliano.

D: Unamaanisha kama nchi mbili tofauti?

R: Hapana, ni mitazamo au mawazo mawili yanayokinzana. Inahusiana na Dunia. Wote wawili wanataka mageuzi ya Dunia yatokee. Wana mchango wa mawazo kuhusu njia bora ya hilo kutokea. Kundi moja linataka ushawishi wa moja kwa moja, na kundi lingine linataka ushawishi usio wa moja kwa moja. Ni mitazamo miwili tofauti. Mawazo mawili tofauti; kama ni ushawishi wa moja kwa moja au usio wa moja kwa moja.

D: Kila moja lingeweza kuwa na matokeo tofauti, sivyo? (Ndiyo) *Ulisema wote wanakubaliana juu ya mageuzi ya Dunia?*

R: Sahihi. Hilo ndilo lengo lao la pamoja.

D: Wanaona nini kama mageuzi ya Dunia?

R: Mageuzi ya fahamu za binadamu. Kuwastua watoke kwenye mzunguko walio ndani yake. Kwa hiyo kundi moja lingependa hatua ya haraka—simaanishi "haraka" kwa maana hasi. Njia ya moja kwa moja zaidi, na kundi jingine lingekuwa kama njia laini zaidi.

D: Lakini wote wanakubaliana kuwa ni wakati wa fahamu za Dunia kubadilika?

R: Ndiyo. Na pia wanakubaliana kuwa wanataka kufanya kazi pamoja. Hawataki kuwa na makundi tofauti. Hawataki kuwa na mifano miwili inayopingana. Hilo ndilo sehemu ya wanachokizungumzia. Wanajaribu tu kuona mitazamo ya kila mmoja ili waweze kuja na lengo moja lililounganishwa.

D: Je, unajua kama kuna mtu amewaambia wafanye hivi?

R: Hapana, inaonekana wako kwenye kiwango cha juu cha fahamu ambapo wanaweza kuona mawazo ya kila mmoja.

Kisha nikamuuliza anavyoitambua miili yake. Nilijiuliza kama naye ni mmoja wao. "Naam, kwa wakati huu mimi ni fahamu tupu tu. Mtazamaji tu."

D: Ukiwa fahamu tupu, unaweza kunasa mawazo yao?

R: Haswa.

D: Je, wamewahi kuhusika katika kuwasaidia watu wa Dunia hapo kabla?

R: Ndiyo, wamekuwa hapa daima.

D: Hivyo si kundi jipya lililoingia? (Hapana) *Ikiwa wamekuwa hapa daima, wamehusika katika sehemu gani?*

R: Mshawishi hafifu. Wameshikiliwa kwenye ngazi nyingi tofauti, kwa hiyo kwa upande mmoja, uwepo wao tu, masafa yao.

D: Uwepo na masafa hayo yamefanikisha nini?

R: Naweza kusema yameleta mwanga. Tayari naona uhusiano.

Alipoanza kueleza, ghafla akawa mwenye hisia sana. Alikuwa anajaribu kulia, lakini akijitahidi kujizuia.

D: Kwa nini kinakugusa kihisia? (Randy bado alikuwa anajaribu kujidhibiti.)

R: Ni kama mzazi... kujaribu kutoa mazingira yenye afya, yenye furaha. Inakuwa hisia ya uwajibikaji.

D: Hilo lina uhusiano gani na sababu ya wewe kuwa hapa?

R: Hivyo naweza kurudi na kuwaangalia hawa viumbe waliopo hapa. Wanafanya kazi kwenye dimensheni nyingi. Kwenye dimensheni moja wana meli. Wana maumbo ya kimwili yaliyojitokeza. Wana uwezo wa kuathiri viumbe wengine na nia zao. Na wanafanya kazi kwenye ile dimensheni ambapo wanaweza kuwa na ushawishi kwa uwepo wao tu. Hii itapunguza kiasi cha viumbe wengine wanaoweza kuja hapa na kuathiri. Kwa hiyo ingawa hawashiriki katika kitu chochote, uwepo wao unajulikana, na kwenye dimensheni ya juu au dimensheni tofauti, masafa ya fahamu zao, nia yao, pia husaidia kuunda ulinzi kuizunguka Dunia. Sio kufungia. Bado kuna hiari kamili, mtiririko huru, lakini kuna nishati ya kuongeza.

D: Ingekuwa kinyume na hiari yao huru kama wangeathiri fahamu. Sivyo?

R: Ndiyo, lakini hawafanyi hivyo. Wanatoa tu masafa na nishati, ndiyo maana nasema ni kama mwanga... mwanga mtakatifu.

D: Basi wana nia bora kabisa?

R: Bila shaka.

D: Lakini ulisema wako viumbe wengine ambao hawatakuwa na nia za juu kabisa?

R: Ndiyo, kwenye ngazi nyingi tofauti. Hapo ndipo panapokuwa na msuguano... ile mitazamo miwili tofauti. Kuna kundi linalotaka kuathiri moja kwa moja zaidi, kwa hiyo kwa upana wake linaweza kumaanisha wako hapa kwa kuingilia kati kundi jingine. Hiyo ni ngazi moja, na wanaweza kuathiri kwa kufanya mabadiliko ya kimada katika uhalisia huu wa dimensheni... mabadiliko yanayoonekana. Kundi moja linafikiri itakuwa na manufaa zaidi na kundi lingine ni tulivu zaidi. Bado hawajakuwa na uhakika.

D: Kwa hiyo bado haijaamuliwa Dunia iende njia ipi?

R: Sio jinsi Dunia inavyopaswa kwenda. Ni suala la kuingilia kati au labda kutoingilia. Ni suala la kurudi kwenye mfano wa malezi. Lini unaongoza, au unawezaje kuongoza, bila kuingilia au kuingilia kupita kiasi? Hilo ndilo hitilafu nyembamba kati ya kuingilia na uingiliaji au kitu kama hicho. Hawajahakikishiwa kama kuingilia, kuharibu au hatua nyingine ya moja kwa moja ambayo kundi jingine linazingatia, haina madhara.

D: Je, kuna yeyote anayewashauri?

R: Kunaonekana kuwa na mkusanyiko wa pamoja.

D: Inaonekana wanataka Dunia ibadilike; kama ni kitu kinachopaswa kutokea.

R: Ah, ndiyo. Ndiyo, hilo ni wazi.

D: Je, hili linamaanisha wanataka wabadilike kwa njia chanya, na kuondoka kwenye hasi?

R: Sijui kama wanaona hivyo. Nafikiri wanaona kama kubadilika kuwa na utambuzi wa hiari yao huru na chaguo huru. Hivyo naamini lile kundi linalotaka hatua za moja kwa moja lina uvumilivu mdogo. (Kicheko) Huo ndio ufafanuzi wangu. Wanafikiri inachukua muda mrefu mno, na kwamba baadhi ya hatua zao zinaweza kuharakishwa. Lakini tena, kundi lililo mtazamaji zaidi au lenye ushawishi usio wa moja kwa moja, linaheshimu kiwango cha fahamu kilichopo hapa. Na kuna kama kitendawili, kana kwamba fahamu zote mbili hazijui kuhusu hiari huru, na hazijui kuwa zina chaguo, na ni vigumu kusonga mbele. Basi tunawezaje kuanzisha uwezekano wa hiari huru bila kuathiri hiari yao huru? Kwa maneno mengine, kama hawataboreka kiasili hadi hali ya utambuzi ambapo wanatambua hiari huru, basi hilo linaweza kuwa kama halijatokea kamwe. Kwa hiyo lazima litokee ndani ya fahamu zao za pamoja kupitia mageuzi, au kama kundi moja linapendekeza, linaweza kuwa la haraka zaidi kwa ushawishi. Na ushawishi unaweza kuwa kwa kuanzisha mawazo mapya na dhana mpya na mifumo ya imani. Si lazima iwe kwa mawasiliano au mwingiliano wa kimwili.

D: Hivyo wanaweza kuingiza mawazo mapya kwenye fahamu ya pamoja ya binadamu?

R: Ndiyo, lakini tayari yapo. Suala ni jinsi ya kuwafanya watu wayatazame. Jinsi ya kuwafanya watu watambue. Sasa hivi watu wanaangalia vidole vyao tu. Hawaoni chochote zaidi ya vidole vyao, ilhali maarifa na zawadi zote za ulimwengu viko hapo hapo. Wanaonekana hawajui. Hawana zana zozote kwa kiwango cha fahamu cha jinsi ya kupata taarifa hiyo.

D: Huenda hata hawajui inakuwepo.

R: Sahihi. Kuna kipengele kingine cha kuingilia au chochote, nacho ni jinsi ya kutumia uwezo huo. Ni ustadi. Naam, chenyewe ni wazo tu. Unawezaje kuwafanya waipanue fahamu yao?

D: Je, wana wazo lolote jinsi hii inaweza kutimizwa?

R: Pia kuna mawazo tofauti ndani ya hilo kundi. Lililo la ujasiri zaidi lingekuwa wajifanye wajulikane wazi, lakini inaonekana hilo lingeleta tukio kubwa chanya na hasi. Watu walio tayari wangelitambua kwa urahisi, na watu ambao hawako tayari wangekuwa rahisi kukumbwa na hofu na kutojiamini na mashaka, na wangegeuka na kukimbia kinyume. Kwa hiyo lingekuwa na manufaa sana kwa baadhi, lakini lingeweza kuwa hatarishi. Sio hatarishi kwa kiwango cha dunia nzima, lakini lisilo la msaada. Hilo ni moja ya vipengee vilivyo mezani.

D: Vingine ni vipi?

R: Kuwasiliana na watu wachache walioteuliwa ambao wako tayari na kufanya nao kazi kuja na wazo.

D: Je, hili liwe mawasiliano ya kimwili? (Ndiyo) *Kwa njia isiyomtisha mtu.*

R: Sahihi. Hapo ndipo kiini cha jambo. Hilo ndilo mojawapo ya mambo yaliyo mezani. Ni hali yenye utepe sana. Unajitambulisha kwao, kisha unapendekeza uwezekano, halafu wao wanapata watu wachache kuuthibitisha uwezekano huo. Uache uwe wenye nguvu sana. Kisha unajua hutaingilia hiari huru, na basi mpango utakuwa kuufanya uwe nia pana zaidi ya kuanzisha watu wengi zaidi kwenye wazo hilo. Kwa hiyo labda huyo ni mtu mponyaji anayebuni mawazo yanayoenezwa, ili yatie ndani mageuzi yanayotokana na fahamu za kibinadamu.

D: Kwa njia hiyo haisi kinyume na hiari huru. (Sahihi) *Mshughuliko ni kuwafanya watu wengine wasikilize.*

R: Hilo lingekuwa jukumu au kazi ya wanadamu. Kwa hiyo jambo lingekuwa kupata mwendo, kasi. Kupata "wingi muhimu" na huo wingi muhimu unaweza kurekebisha mbegu za fahamu ya pamoja.

D: Je, kwenye ajenda yao kuna kuwasiliana na serikali?

R: Hapana. Kuna mawazo mengi mengine. Hilo halionekani kuwa kuu. Itakuwa ni watu binafsi walio tayari.

D: Je, kuna mawazo mengine mezani?

R: La mwisho tulilolizungumzia linaonekana kuwa wazo au suluhisho linalowezekana zaidi, lenye uwezekano mkubwa, ikiwa itaenda upande huo. Kwa hiyo upande mwingine ni ule tulivu zaidi, ambapo wanaona litaibuka kiasili katika wakati fulani, ambao utachukua muda mrefu zaidi.

D: Basi wakishawasiliana na watu hawa, ni aina gani ya taarifa watakayowapa au kushiriki nao?

R: Nafikiri itategemea mtu. Hakuna haja ya kushirikisha akili kwa maana hawahitaji kubashiri—wanaijua. Wanajua kile watu wanaotarajiwa kuwasiliana nao wanavutiwa nacho au—"kuvutiwa" linaonekana kuwa neno bora—wanajua mwelekeo wao. Na watafanya kazi na mtu huyo, kulingana na nafasi au maslahi ya mtu huyo binafsi. Kwa kuanzia kutakuwa na ujumbe wa mtu mmoja mmoja kwa kila mtu.

D: Je, mtu ataweza kukubali kuwa na mawasiliano na kitu ambacho hakika si mwanadamu?

R: Watu wanaowasiliana nao hawatakuwa na tatizo. Kwa sababu wanaweza kuona mawazo ya watu.

D: Katika miaka mingi iliyopita, watu wamekuwa wakiuona vyombo, meli angani; na watu wengi zaidi wanaongea juu ya kuwa na mawasiliano.

R: Nafikiri hili ni kundi tofauti. Hili ni kundi ambalo halijawahi kuonekana. Hili ni kundi tofauti kabisa. Hili ni kundi ambalo halijaingilia... halijazuia. Wamekuwa daima wakiangalia tu. Wamekuwa tu wakiwepo hapa. Watakuwa wa moja kwa moja zaidi katika siku zijazo. Kwa sasa hawafanyi chochote.

D: Nilikuwa nafikiria jinsi ilivyo ngumu jukumu lao kuwa mtazamaji muda wote huu na ghafla kubadilika. (Ndiyo) *Lakini wanafikiri hili linaweza kuwa wazo bora?*

R: Sehemu ya kundi, ndiyo.

D: Wangejionyesha kwa watu vipi?

R: Kwa namna ambayo mtu huyo angeweza kuwapokea vyema. Viumbe ninaowaangalia wana uwezekano mwingi unaotokea kwa wakati mmoja. Wanaweza kuwa kwenye dimensheni yoyote wanayohitaji, hivyo wanaweza kuwa katika umbo la kimwili, au wanaweza kuwa "etha", hivyo wanaweza kuathiri ngazi nyingi za uhalisia kwa pamoja. Kwa hiyo wangeonekana katika umbo linalokubalika zaidi.

D: Muonekano wao wa kawaida ni upi?

R: Hapo ndipo palipo na kuvutia. Ni sambamba. Wanaweza kuwa wa kietheriki au wanaweza kuwa kimwili tu, na wanaweza kuwa vyote kwa wakati mmoja.

D: Kwa hiyo hawana umbo la kawaida la kimwili?

R: Ndiyo... hapana. Naweza kusema fomu ya masafa ya chini ni makadirio ya fahamu zao za juu, lakini kwa namna fulani ni uhusiano shirika kamili.

D: Unawaona viumbe hawa wamevaa suti za kuzoea mazingira, kwa hiyo nilidhani wana aina fulani ya umbo la kimwili ndani yake.

R: Hilo ndilo la kuvutia. Labda hilo lilikuwa kwa ajili ya mawasiliano tu kwa sababu, ndiyo, wana umbo la kimwili. Sijui hasa ni masafa gani ya hilo umbo, lakini inaonekana nalo ni linaloweza kunyumbulika. Walikuwa Duniani kufanya mkutano huu, ambao huenda ulikuwa kwa manufaa yangu tu.

D: Je, hili linaeleza kwa nini wewe uko hapa Duniani?

R: Kwa nini basi niko hapa? Nimeona ulinganifu kati ya nia zao na nia yangu. (Kicheko) Ninaonekana niko "ndani yake" kidogo zaidi. Ni kuwa hapa, kuwa hai, kushika masafa, kushika wema na kuuruhusu upatikane. Iwapo watu wanajua upo au la. (Akiwa mwenye hisia tena.) Na inarudi kwenye kuvunjika moyo kwangu kuhusu kama nitaingilia au kuingilia... au... kama kuwa na ushawishi wa moja kwa moja zaidi.

D: Na unaona kazi yako ni ipi?

R: Kazi yangu katika hali hii ya utambuzi au kazi yangu katika umbo la kibinadamu?

D: Yoyote. Unaweza kuzungumza kuhusu vyote viwili.

R: Inaonekana ni kutazama mtu mmoja mmoja. Nahisi kama "kama juu, ndivyo chini"... ingekuwa kutazama. Ni vigumu kuwa mtazamaji asiye na hisia. Nafikiri sehemu ya changamoto ni kuwa mtazamaji na mtazamaji tu mwenye mtazamo fulani. Kwenye kiwango fulani chochote kinachotokea kinafaa. Na nahisi kama kuna sahihi na kosa, au jema na baya, au nuru na giza, au ushawishi bora au ushawishi hasi. Na nachagua kutenda pale au kufanya tofauti au kuingilia au kuingilia kupita kiasi. Ninapofanya kazi katika kiwango hicho, basi mimi ni tiba au sehemu ya tatizo? Na tena hiyo ingehitaji ngazi nyingine ya kulitazama, hivyo nafikiri sijui jinsi ya kucheza.

D: Unapaswa kucheza sehemu gani katika mchezo?

R: Ninaona kwamba nikishawishi, basi nashawishi tu kutoka hali ya utambuzi niliyo nayo mahali hapo. Lakini nisipofanya chochote na kutazama tu, inaonekana kama hali ya kiasili zaidi kwangu. Ndiyo maana nahisi upweke hapo.

Hili bila shaka lilikuwa fumbo, na ingawa tulikuwa tumepata baadhi ya taarifa, nilijua kulikuwa na zaidi ambayo tusingeweza kuyapata kwa njia hii. Kwa hiyo nikamwacha atoke kwenye tukio hilo, na nikamwita SC. Nikauliza kwa nini Randy alionyeshwa tukio hilo ilhali angeweza kuonyeshwa chochote (hasa tulipokusudia kutafuta maisha ya zamani.).

R: Ilikuwa mfano wa kimantiki zaidi.

D: Kwa nini ulitaka Randy aione?

R: Ili aweke mambo katika mtazamo. Sababu ya kuwa katika umbo la kimwili.

D: Mwelezee. Hilo ni moja ya mambo aliyotaka kujua.

R: Kuna ngazi nyingi za uhalisia uliopinda na unaopindika unaopitia uumbaji huu mpana. Na sioni kazi kamili katika umbo la kimwili kwake wakati huu. Ana hiari ya bure na hajui afanye nini nayo. Hii ni sehemu ya kipengele cha kusonga mbele kwa sababu hatua inayofuata ni ipi mara unapogundua una hiari ya bure? Unafanya nini nayo? Na yeye yupo katika mstari wa mbele wa hilo. Atakapoligundua (Kicheko) basi litakuwa nyongeza kwa mageuzi ya fahamu.

D: Unaweza kumpa vidokezo vyovyote ili aligundue?

R: Ndiyo maana tulikuwa tunacheka kwa sababu hilo ndilo jukumu la sisi kila mara kujaribu kati ya kuingilia moja kwa moja, kuathiri, na mageuzi.

Randy alikuwa amechukua madarasa mengi ya kimetafizikia na kuchunguza njia nyingi na mbinu mbalimbali. SC haikufikiri hilo ni jambo muhimu. "Rahisi zaidi ni tu kuonyesha hiari yake ya bure. Yote anayopaswa kufanya ni kuionyesha. Hiyo ndiyo sehemu pekee iliyosalia. Hakuna maarifa zaidi, hakuna ufahamu zaidi unaohitajika. Ni tu kufikia hatua ya kujitambua. Kwa hivyo nafikiri huo ndio utafutaji binafsi, kujaribu kugundua afanye nini na hiari yake ya bure. Sasa kwa kuwa anaelewa hiari ya bure na anaamini katika hiari ya bure na anaiona, sasa anahitaji kuweka nia yake ya jinsi ya kuonyesha hiari hiyo ya bure. Hii itatokea duniani, na kila mtu, mara tu wanapogundua hiari ya bure, watakutana na hali hiyo hiyo. Kwa hivyo tunayo hiari ya bure, sasa tunaiona. Tunaweza kuchagua hiki, tunaweza kuchagua kile, lakini tena, wanapaswa kuweka nia ili kudhihirisha uhalisia. Kwa hivyo kujua tu kwamba wana uwezo wa kuchagua hiari ya bure au kuchagua sawa au kosa, kushoto au kulia, juu na chini, lazima kudhihirike ili kuwa na uzoefu... kupata maarifa... kupata hekima ya kufanya mageuzi. Ikiwa tungeliona dhana ya wazo, haingekuwa mageuzi kwa umbo lake huru zaidi."

D: Kwa hivyo lazima ajigundulie mwenyewe?

R: Hiyo ni sehemu ya mchakato wa kugundua, ndiyo.

D: Je, anamalizia mizunguko yake?

R: Ndiyo, sahihi.

*D: Kwa hivyo ikiwa amemaliza m*asomo yake yote, hii inapaswa kuwa ya mwisho duniani?

R: Hakukuwa na masomo kweli. Hakukuwa na mahitaji. Hakukuwa na mchakato wa kitamaduni hapo.

D: Nilikuwa nafikiria sawa na shule.

R: Naam, hakika, kuna jambo la kujifunza popote na kila mahali unapopata fursa ya kuwa na uzoefu. Sababu ya uzoefu huu ni kujua, kupata uzoefu wa hiari ya bure kutoka ngazi nyingi. Viumbe ambavyo kwa jadi vinazaliwa hapa vinapanda juu katika ufahamu vilevile, na mchakato wao wa kuzaliwa upya utabadilika kwa kiasi kikubwa. Na sehemu ya udhihirisho wetu wa kuzaliwa katika ngazi nyingi kwa sambamba ni kusaidia katika ngazi hizi katika sambamba.

D: Je, muundo wa kuzaliwa upya utabadilika vipi?

R: Kuna mifumo ya imani inayokuwapo kwenye kiwango cha uhalisia pia iliyoundwa na viwango vya fahamu ndani ya uhalisia huo, ambavyo vinajizuia vyenyewe. Na kama vile duniani, mageuzi ya fahamu kuwa na ufahamu wa kitu kipana zaidi pia yanatokea katika ngazi inayofuata ya fahamu.

D: Lakini bado kuna watu ambao watalazimika kuendelea kurudi, kuzaliwa upya, sivyo?

R: Ndiyo na hapana na huenda. Watu wanaoamini kwamba wanalazimika kuzaliwa upya, ambao hawako tayari kufungua nafsi zao kwa fursa, wanaweza kuendelea kudumisha uhalisia huu bila kikomo. Viumbe vinavyoruhusu nafsi zao kupokea zaidi mawazo na imani zingine watapata nafasi ya kuchunguza chaguzi zingine na kuhamia katika uhalisia tofauti. Kisha kuna viumbe ambavyo vimekuwa vikisubiri hili litokee kwa muda mrefu sana. Kwa hivyo watu, viumbe, ambavyo vimesubiri hili litokee, unaweza kusema wao ni baadhi ya mabwana ambao bado wapo karibu na sayari hii na wamebaki hapa kusaidia, kutoa msaada wao, ujuzi wao, maarifa yao, hekima yao, ushawishi wao. Wanajua kuna kitu zaidi, na wanaweza kuendelea.

D: Kwa hivyo kila kitu kinabadilika?

R: Hakika kila kitu kinabadilika.

D: Anasema anatafuta ukweli. Na ukweli ni nini hata hivyo?

R: Ukweli, kutoka mtazamo mpana zaidi, ni kila kitu na hauwezi kuelezeka kikamilifu. Ama unaona picha kubwa zaidi au unatazama maelezo madogo sana. Kwa hivyo ukweli—kujibu swali—hakuna kitu kisicholingana, isipokuwa mawazo yake na imani zake na mawazo yake. Hakuna uongo, kwa maneno mengine. Amefanya kazi yote. Ana maarifa. Ana uzoefu. Ana hekima. Anachohitaji tu ni kuchagua nini afanye nayo. Akiweka nia zake kutakuwa hakuna mipaka kwa kile atakachofanya nayo. Akiweka nia zake, hakuna mipaka. Ana uwezo usio na kikomo. Hii ndiyo itakayotokea kwenye ndege ya dunia. Fahamu zake zitafunguka kwa uwezo wake, na bado hazitadhihirisha thamani yake ya kitaaluma... akili yake. Lazima kuwe na nia na msukumo na motisha na mwelekeo na uthabiti wa maarifa hayo kabla hayajawa halisi katika uhalisia huo. Na wachache sana wameweza kufanya hivyo, na hiyo ni sehemu ya kazi yake.

D: Inaonekana ni ngumu.

R: (Kicheko) Ni rahisi kama kuwasha swichi.

D: Je, yeye ndiye anayeigeuza swichi au ni nyinyi?

R: Yeye ndiye. Sisi hatujawahi kuingilia. Hebu tuseme upya kauli hiyo. Tuiweke katika muktadha wake kama rejeleo. Hapa yupo akiwa na uwezo wa kuunda chochote. Ana mfumo wa imani ambao utamwezesha kudhihirisha nia na tamaa zake... kuunga mkono nia na tamaa zake. Hakuna mgongano kati ya mifumo yake ya imani na uwezo wa kudhihirisha. Jambo kuu ni kwamba, ingawa anaamini ana uwezo, ambao anao, hajauweka uwezo huo katika mwendo. Kwa hivyo tunasema ni swichi, lakini ni swichi ya nia. Sio swichi kwa maana nyingine yoyote. Bali ni kukubali tu nafsi yako kama unavyojiona. Na si nia yoyote ya iwapo katika neno pana la fahamu ya pamoja ya kibinadamu, unaweza kusema, "Unataka kuwa nani leo?" Na ukifafanua hilo, basi kudhihirisha kutafuata. Nina wakati mgumu kueleza, lakini atakapofikia hatua ya kuungana na nafsi yake... hatua ya kuunganisha nafsi yake... hatua ambapo hatajiona tena kama kipengele kilichotengwa. Atakapofikia hatua hiyo, atakuwa tu "Kuwepo." Na atakapokuwa hatua hiyo, basi atafanya athari hapa, na kwa hivyo ana hiari ya bure. Na haijapangwa wala haijapangwa kabla, lakini atakapofikia hatua hiyo, ataonyesha nafsi yake. Tupo katika hatua ambapo lazima afanye uamuzi wa kusonga mbele. Lazima afanye uamuzi wa kuweka nia yake na kufafanua nia yake, na kuunda uhalisia wake mwenyewe.

SURA YA ISHIRINI NA NNE

MGENI ANATEKWA NA MGENI

Michael alikuwa kijana mfanyabiashara ambaye alihama kutoka Urusi kwenda Marekani. Ingawa alikuwa ameoa na kuwa na watoto na kwa kiasi fulani alifurahia kazi yake, alikuwa na kutokuwa na usalama mwingi na hofu. Alihisi amezuiwa na alikuwa na hisia za kudumu za upweke, za kutohisi kuwa sehemu ya kitu chochote. Hizi ndizo mambo aliyotaka kuchunguza wakati wa kikao. Nilijua SC (Consciousness ya Juu) ingeweza kupata majibu, lakini safari hii ilichukua njia ya ajabu sana. Daima tarajia yasiyotarajiwa!

Kitu cha kwanza ambacho Michael aliona alipoingia katika tukio hicho kilikuwa ni udongo mwekundu na anga ambalo halikuonekana kuwa na rangi sahihi. Kisha alipokuwa akiangalia kuzunguka aligundua majengo fulani kwa mbali, lakini alipoyatazama kwa makini zaidi yalionekana kuwa mabaki ya majengo, kama viganja au magofu. Hakukuwa na miti wala mimea, ni udongo tupu wa rangi nyekundu-kahawia na magofu. Hakukuwa na dalili za viumbe. "Kuna hisia kwamba kulikuwa na uharibifu. Sihisi hofu yoyote. Sihisi kitisho chochote au jambo kama hilo. Nimesimama peke yangu mahali hapa na sijaelewa kwa nini nipo hapa. Inaonekana kama kuna mabaki fulani kwenye upeo." Alipokaribia kwenye magofu kulikuwa na harufu ya kitu kilichoungua hewani, ingawa hakuona moto wowote. Kulikuwa na mabaki ya majengo kadhaa ya mawe ambayo yalikuwa yamebomolewa kwa aina fulani ya uharibifu. Niliuliza kama alihisi uhusiano wowote na mahali hapa. "Nahisi kwamba labda si mahali nilipoishi, lakini nilihusiana na mahali hapa na nilikuja kuona kwamba palikuwa limeangamizwa. Nahisi huzuni ndani. Sijioni nikiwa hapo wakati kilipotokea."

Alijiona akiwa katika mwili wa kike wenye umbo la kibinadamu na amevaa vazi la aina ya kitambaa kinachotiririka. Nilidhani kuwa kama alikuwa na uhusiano na mahali hapa, huenda alikuwa sehemu nyingine wakati kilipotokea. Tukijua tunaweza kusafiri katika mwelekeo wowote tunaotaka wakati wa vikao hivi, nilimrudisha nyuma aone alikuwa wapi kabla ya kufika hapa. "Sasa hivi niko kwenye anga wazi, na naona mwinuko wa sayari mbele yangu. Naona nyota. Inaonekana kama galaksi fulani, lakini rangi ya sayari ni rangi ya giza. Kama upande wa giza wa asubuhi, lakini ukingo wake una mwanga. Nipo upande wa giza wa sayari hii."

D: Hii ndiyo uliyoikuwepo hivi sasa, au unajua?

M: Sijui, lakini niko angani.

D: Je, unasafiri ndani ya kitu chochote?

M: Sijui jinsi ya kueleza. Kuna dirisha, lakini dirisha limening'inia. Sio kama "flying saucer," lakini dirisha ni la nusu duara mbele yangu, limezunguka juu na moja kwa moja chini. Natazama kupitia hili. Na inaonekana kama ninasafiri ndani ya chombo hiki au kitu kama hicho.

D: Je, kuna mtu mwingine ndani ya chombo pamoja nawe?

M: Ninageuka nyuma. Inaonekana kama kuna mtu. Siwezi kuona umbo, lakini inaonekana kuna viumbe fulani. Sipo peke yangu. Inaonekana kama sare ya fedha na nina mikono mirefu. Ni joto. Nahisi joto.

D: Kazi yako ni ipi ndani ya meli hiyo? Unaona unafanya nini?

M: Mbele yangu kuna aina fulani ya mfumo wa anga... taa fulani. Na inaonekana kama nafanya urambazaji kwa sababu taa za mfumo ziko mbele ya dirisha hili. Na inaonekana kama ninasogeza chombo hiki.

D: Je, una mahali pa nyumbani ambapo ulianza?

M: Lilikuja akilini mwangu: Mars. (Kicheko) Hilo ndilo lililokuja kwanza.

Nilimuomba arudi kwenye mahali alipoita nyumbani, na kuelezea jinsi lilivyoonekana. Alisema bado alikuwa akihisi joto, na nikampa mapendekezo kwamba angehisi baridi na raha. "Inaonekana kama niko ndani ya jengo lenye rangi nyekundu. Sioni dirisha, lakini sakafu ni ya mawe. Najaribu kutoka ndani ya makazi haya, na anga si ya buluu, ni zaidi kama ya kijivu. Sioni jua lolote. Sijui kama hapa ndipo nakaa wakati sipo safarini, lakini niliiona sehemu hii kwenye sayari hii." Nilipouliza kama alikuwa anakula, alisema hakuona chakula kikiwa sehemu ya maisha. Nilimpeleka mbele hadi siku muhimu na kuuliza anaona nini sasa. "Najiona nikitazama mazingira yenye mwanga zaidi mbele ya kile kinachoonekana kama chombo cha anga kilichosimama wima. Chombo hiki ni cha rangi ya fedha na kimesimama ardhini. Ninapotazama kuzunguka, kuna mimea ya kijani kwa mbali."

D: Kwa hivyo unasimama mbele ya kile kinachoonekana kama meli. Hiyo ndiyo meli unayoishi nayo?

M: Hapana. Naitazama meli hii kwa mshangao.

D: Unashangazwa na nini?

M: Kuiona meli na kuangalia kwa udadisi.

D: Kwa hivyo siyo kitu ulichokizoea? (Hapana.) *Niambie kinachotokea.*

M: Ninaona mlango ukifunguka kwenye meli chini ya sehemu ya mlango unaposhuka, na inaonekana kama mtu anatoka kwenye meli. Rangi yake ni kama ya kijani kidogo lakini ina kichwa kikubwa na macho makubwa... mikono nyembamba... na inakuja kuelekea kwangu.

D: Ni tofauti na watu wako?

M: Ndiyo, tofauti... kimo kifupi, na nahisi ni mgeni kwangu. Nahisi kitu tofauti... hofu ndani kwa sababu sielewi ni nini.

Kisha akaona mwanga kutoka kwenye ncha ya juu ya meli ndefu ukienda kwa pembe ya kulia upande wake wa kushoto.

D: Kusudi la mwanga ni lipi? Unajua?

M: Sijui kusudi, lakini nina hofu kwamba hii ni kitu nisichokielewa. Na nina hofu kwamba huenda ina—unasemaje—nia hasi au kitu nisichokielewa. —Ninahisi kutaka kukimbia, na ghafla ninainuliwa kutoka ardhini na nahisi kama nipo nikipaa mlalo miguu yangu ikiwa inakabili meli. Inaonekana kama kitu kinanivuta ndani. Nahisi nguvu zikivuta kutoka meli, kwa sababu naingia ndani yake. Sasa nipo ndani na haionekani kubwa sana ndani, lakini ninachoona ni aina ya vyumba, kama chumba... ni kama "holodeck" au kitu. Naona kiumbe kingine, ambacho ni tofauti na kile cha kwanza. Miguu nyembamba sana, mikono nyembamba sana, kichwa kidogo, kola ya fedha.

D: Lakini wao ni tofauti na watu wako?

M: Wao ni tofauti, ndiyo, na sasa nahisi sina cha kuogopa. Ni kama wanajaribu kunituliza. Ni hisia tofauti.

D: Unaweza kuwauliza kwa nini walikuleta humo?

M: Nahisi ni kwa ajili ya majaribio. Ninauliza swali, kwa nini? "DNA. Inahusiana na mifumo yako. Mifumo. Tunapaswa kuipanga upya." Najaribu kupata maelezo zaidi. Ninasikia kwamba... Ni mchakato wa mpangilio upya. Wanajaribu kufanya upyaji wa mifumo ya DNA. Kwa nini? Ili kuboresha utendaji. Utendaji wa aina gani? Uwezo bora zaidi. Ili kufungua vyanzo zaidi. (Alikuwa akizungumza nao.) Vyanzo vya nini? Kudhibiti nishati. Kusonga katika mwelekeo mpya... mwelekeo mpya ndio unaokuja akilini.

D: Wanataka ufanye nini na nishati hiyo, mara tu watakapoweka upya kila kitu au kubadilisha DNA?

M: Kuleta amani duniani ndilo lililokuja akilini. Amani duniani.

D: Wanataka uende duniani? (Ndiyo) *Ukiwa na uwezo huu wanaourekebisha?* (Ndiyo) *Kwa nini walikuchagua wewe?*

M: Uharibifu. Nilikuwepo pale? Najaribu kugundua. Nimetakiwa kutumia nishati kwa njia yenye tija zaidi. Si jambo jema kwamba nilikuwepo wakati wa uharibifu, lakini sababu ilikuwa ipi?

D: Lakini wanataka uende duniani ukiwa na uwezo huu? (Ndiyo) *Utalifanyaje hilo?*

M: Vipi? Kuzaliwa upya.

D: Je, hiyo inamaanisha lazima ufe katika mwili huo? Najaribu tu kuelewa.

M: Hadi sasa, nahisi joto. Napokea maneno tofauti, lakini si sentensi kamili. Najaribu kutambua miale ya taarifa.

D: Kwa hivyo uwezo huu mpya unahusiana na kudhibiti nishati?

M: Kuunda nishati kwa njia yenye tija zaidi. Kuunganisha na watu wengine... kuvuka maneno tu na nasikia "picha za kielelezo." Ni vigumu kidogo kuunganisha mambo. (Kicheko) Ninasikia akilini mwangu jinsi watakavyofanya hivi. Ninashangaa kama nipo peke yangu, au kuna viumbe wengine wanaotumwa duniani? Ninasikia... kama kikundi.

D: Kwa nini wangekuchagua wewe?

M: Kwa sababu ya uwezo wa kuunganisha nishati. Zaidi ya kujikita na kuzingatia.

D: Hivyo basi huu ni uwezo wa kiasili uliokuwa nao tayari?

M: Ndiyo, na walitaka kuufanya uwe na umakini zaidi. Lazima niutumie nitakapokuja duniani.

D: Hivyo basi ni kazi yao kwenda kuwatafuta viumbe wa kubadilisha, ili waweze kuja duniani?

M: Ndiyo. Wanajua uko wapi na wewe ni nani. Ninamaanisha kikundi cha watu, na watakuwa wanajua ni nani na wapi pa kuwapata.

D: Na wanawapata na kubadilisha DNA ili waweze kufanya kazi hii?

M: Ndiyo. Ninajaribu kuwauliza kuhusu hifadhidata. Ni hifadhi kubwa kwenye galaksi yenye watu walio na uwezo tofauti tofauti.

D: Je, hilo halipingani na hiari ya watu?

M: Ni pale tu ambapo kundi lao lipo. Ni jambo linalochanganya sana.

D: Sawa tu kwa sababu ni kitu ambacho hujazoea. Lakini wanataka upeleke uwezo huu duniani na kuutumia?

M: Inaonekana hivyo.

Kisha nilifikiri tungweza kupata taarifa zaidi kwa kuwasiliana na SC ya Michael. Hivyo nikamtoa kwenye maisha yale, na nikamuita SC aje mbele. Niliuliza kwa nini ilichagua hali hii ya ajabu kwa Michael kuiona.

M: Ilikuwa muhimu.

D: Unataka ajue nini kuhusu hilo?

M: Kuhusu uwezo wake. Jinsi ya kuutumia.

D: Katika maisha yale, alikuwa kiumbe wa aina tofauti, sivyo?

M: Ndiyo. Alikuwa na uwezo wa kudhibiti nishati.

D: Yule kiumbe mwingine alibadilisha DNA ili kuongeza uwezo huu. Siyo kweli?

M: Ndiyo, lakini alitumia vibaya nishati yake. Safari hii ni kujifunza jinsi ya kuutumia ipasavyo kwa manufaa ya watu. Matumizi mabaya ya nishati yalikuwa ya jumla na yalileta madhara makubwa.

D: Kwa hiyo sasa lazima lilipizwe, unamaanisha?

M: Ilibidi ibadilike njia ya kutumia nishati kwa namna ya ubunifu zaidi.

D: Je, hii ndiyo unataka Michael afanye? Ndiyo sababu ulimuonyesha maisha hayo?

M: Ilikuwa mfano.

D: Je, anatakiwa kutumia uwezo huu sasa?

M: Kwa njia fulani ya kufasiri... kufasiri nini? Mifumo ya nishati... kurudi kwenye mifumo ya nishati. Aina fulani ya mifumo ya nishati. Mazoezi ya umakinifu. Kuzingatia nishati. Mfumo wa udhibiti wa nishati. Urejeshaji wa amani. Ulimwengu na usawa.

Kulikuwa na dhoruba kubwa ya radi ikiendelea wakati wa kikao, na ilifanya kazi ya kunakili tepu kuwa ngumu.

M: Kuandaa watu wengine na kukuza maisha yenye afya. Anaweza kutumia uwezo wake wa kuandaa watu ili kuandaa watu na kuleta athari kubwa zaidi duniani kwenye maisha ya watu wengi. Ni yenye nguvu zaidi. Ni ya ajabu zaidi. Shirika ambapo watu wanaweza kwa pamoja kubadilisha nishati kwa njia chanya ili kusiwe na hasi, kusiwe na hofu, kusiwe na huzuni. Ni kazi kubwa mno. Yeye anatakiwa kujiandaa, na hatua kwa hatua litamjia. Mwili wa dimensionali na kuwaandaa watu na wanakwenda katika Dunia mpya. Kusambaza ufahamu kuhusu hili, kubadilisha mwendo. Kuwasaidia watu kuelewa hili. Matumizi makubwa zaidi ya nishati... kuhusu matumizi makubwa zaidi ya uga fulani wa sumaku. Sauti ni yenye nguvu sana, kipengele cha kimuundo. Atasaidia anapozingatia na kuomba msaada. Nitatoa vyanzo vyote anavyohitaji ili aendelee na kusudi hili. Wakati wowote atakapochagua, tupo hapo. Anajua hili.

Hili lilikuwa kikao cha kuchanganya kidogo, na nilitarajia kupata taarifa zaidi kutoka kwa SC, lakini inaonekana kwamba mgeni pia anaweza kutekwa na kufanyiwa majaribio juu yake. Yote kwa kusudi lile lile. Haionekani kuwa jambo la kibinadamu duniani pekee. Viumbe wa nje pia wanajumuishwa katika makundi ya watu waliokuja kusaidia Dunia kwa wakati huu.

SURA YA ISHIRINI NA TANO

KIUMBE WA AJABU CHA KIGENI

Dorothy alikuja moja kwa moja kutoka Australia ili kuwa na kikao hiki. Alikuwa muuguzi anayefanya kazi katika ofisi ya upasuaji wa urembo, na hakuwahi kuolewa. Alikuwa na maswali mengi ya kibinafsi kuhusu mwelekeo wa maisha yake, hasa juu ya kumpata mtu wa kushiriki naye maisha yake. Pia ushauri kuhusu kazi yake. Katika hali ya kawaida hii ingekuwa regressi ya maisha yaliyopita ya kawaida kabisa. Lakini SC ilikuwa na mipango mingine, na hakika haikuwa ya kawaida.

Dorothy alishuka kupitia mwanga wa buluu hadi sehemu yenye mwanga mweupe. Alijisikia amezungukwa na mwanga huo.

"Kilicho mbele yangu sasa hivi ni weupe. Nahisi ninataka kuugusa. Unaweza kuuhisi. Hauwezi kutengana lakini naweza kupita ndani yake. Unatiririka. Sio mgumu. Sasa napita ndani yake na naona taa tofauti ukutani, kama handaki. Ukuta umetengenezwa na mwanga huu. Kuta ndio taa." Alipozidi kuuchunguza aliona kwamba taa hizo zilikuwa ni fuwele zilizokuwa na mwanga wao. "Ninaendelea kupitia handaki hili na nahisi mikono yangu inagusa hizi, na zinakuwa ngumu na baridi kwa kuguswa. Ninagusa fuwele na zinang'aa mwanga, na sasa ni mwanga mweupe tu. Kwa kweli ninatembea juu ya fuwele kwa sababu kuna fuwele chini yangu na zina mwanga. Rangi zinatoka kwenye fuwele... mwanga wa asili. Naweza kuuhisi kwenye miguu yangu na kugusa kwa mikono yangu." Fuwele zilikuwa kila mahali kiasi kwamba alikuwa amezungukwa nazo na mwanga wao unaobadilika rangi. Ingawa alikuwa anatembea juu yao hazikumfanya ahisi usumbufu.

Kisha alipoendelea kutembea, kuta za handaki zikawa kioo cha wazi na aliweza kuona kupitia ndani. Akaona alikuwa angani ndani ya aina fulani ya chombo, na alikuwa anaangalia chini kwenye sayari iliyofunikwa kwa sehemu na mawingu. Alishangazwa na uzuri wa hali ya juu alipokuwa akielea kuzunguka sayari hiyo ndani ya chombo hiki. Kisha akatambua mwili wake, na hakika haukusikika kama wa binadamu. "Mikono yangu... usingeweza kuuita mikono, lakini inahisi kama mikono kwa sababu nilikuwa naugusa. Naona vitu vidogo virefu, lakini sio vidole kamili. Kuna kitu kama jeli kuzunguka. Sio kama mshipi wa pweza, lakini una vile vitu vidogo vya kunyonya vya pweza chini yake. Ni vya buluu giza na juu yake kuna rangi ya chungwa kidogo. Nilidhani nilikuwa na miguu lakini ni kitu tofauti. Ni kama tentakeli ? Ajabu... ni ajabu sana. Inabadilika kila mara."

Nilipouliza kuhusu sehemu nyingine ya mwili wake, alionekana kufafanua kuwa ulikuwa umetengenezwa kwa nyenzo hiyo hiyo. "Inaonekana kama aina ya plasma... kitu cha jeli kilichoundwa? Ni tofauti. Sio mwili wa kibinadamu. Ninajaribu kugusa uso wangu. Unahisi kama ua, umbo la petali. Laini na laini kama vile, lakini siwezi kubaini macho au mdomo. Hata hivyo naweza kupumua. Naweza kuona. Ni vigumu sana kueleza. Ni kama kipande cha... jinsi umbo la yai lililokaangwa linavyoonekana. Na kadri inavyosogea linaweza kubadilika na kuunda hivi tentakeli, na naweza kubadilika kuwa laini sana. Labda zaidi kama kitu cha plasma. Tofauti kabisa... kama jellyfish."

Hii ilisikika kama kiumbe kwenye mfululizo wa filamu Terminator ambacho kinaweza kubadilisha umbo la mwili wake. Kwa kawaida maelezo kama haya yangekuwa ya kutisha, lakini baada ya miaka yote ya kuchunguza kesi hizi, hakuna kinachoshangaza kwa sababu vazi tunalovaa wakati wa safari hizi za maisha ni mavazi tu. Ni roho iliyo ndani ndiyo muhimu.

DO: Bado niko ndani ya kitu hiki cha kioo ambacho naweza kugusa na kinaniwezesha kuona nje angani, lakini hiki kitu cha kioo na fuwele pia kinaniwezesha kuona kila mahali.

D: Je, uko peke yako hapa, au kuna wengine pamoja nawe?

DO: Nilidhani niko peke yangu, lakini kuna wengine wawili au watatu pamoja nami. Tunaangalia sayari. Wao wanachukua kumbukumbu.

D: Je, wanafanana na wewe?

DO: Hapana, wanaonekana tofauti na mimi... spishi tofauti... tofauti kabisa.

D: Je, na wewe unachukua kumbukumbu pia?

DO: Ndiyo. Sio kama ningefanya nikiwa binadamu. Yote hufanywa kutoka kwenye akili, na naingia kwenye chumba hiki na kinagusa ubongo wake. Unapogusa kioo na kuangalia nje, taarifa hupitia kwako na kwenda kwenye kitu hiki, na kitu hiki kitahifadhi rekodi ya kile unachoona.

D: Kama kinameza taarifa? (Ndiyo) *Kile kitu kinachoonekana vipi ambacho unapeleka taarifa ndani yake?*

DO: Ni cheusi thabiti lakini ni kidogo sana. Kina taa ndogo zinazopenya. Hahisi baridi, hahisi moto, na ninajitanua kuifikia. Mkono mmoja kwenye kioo na mwingine—ambao unaweza kuuita mkono—unaenda upande wa pili na kugusa kitu hicho. Na kila kitu nilichoona kinapitia ndani yangu na kuingia kwenye mashine hizi.

D: Kwa hiyo ni kama mashine ndogo ndani ya chumba hiki.

DO: Ndiyo. Ni ajabu, ni chumba kwa sababu kimezunguka. Naweza kuona viumbe wengine... viumbe wa ajabu. Ni warefu zaidi na tofauti, na wanagusa vitu vilivyo mbele yao. Viumbe vya ajabu sana, lakini wote wana shughuli nyingi. Hawanipi umakini. Wanafanya kazi zao, na mimi natakiwa kufanya kazi yangu na hiki kitu cha fuwele chenye taa tofauti. Nimekuwa nikiwatizama tu, lakini wao wanaendelea kuchukua kumbukumbu zao.

D: Lakini ninyi mnaangalia tu sayari hii?

DO: Ndiyo, ninachunguza, ndiyo, ninachunguza umbo la sayari hii. Mawingu yanaundwa na aina fulani ya gesi ambayo ndiyo inaunda mawingu. Tunakaa karibu sana na sayari, na chombo kinavuta baadhi ya gesi hiyo na inapitia humo. Na unaweza kuona inavyopita kwa sababu ni wazi. Tunataka kuona sayari hii ni nini hasa. Imetengenezwa na nini na tunachukua maelezo na tunachukua sampuli za gesi. Na unaweza kuona inavyopitia ukuta kwa sababu ni wazi sana. Inapitia vyumba vidogo vidogo dhidi ya hizi kioo, na kinaihifadhi humo, na kisha inakuwa ngumu na hatuioni. Chombo chetu kinasogea kwenye gesi ya sayari, na kwa namna fulani kitu kinaiingiza ndani. Na kisha inaingia kwenye chumba hiki na unaweza kuona ikipitia, kupita, kupita, na inaingia ndani ya kitu, na huwezi tena kuiona. Inaingia humo, lakini mimi sifanyi hivyo. Kuna mtu mwingine anayefanya hivyo. Kazi yangu ni kwa kugusa kwa hizi aina za mikono, hizi aina za vitentakeli. Taarifa inaingia kwenye mwili wangu kwenye mwanga midogo midogo mingi na inaenda kwenye kifaa hiki tunachogusa.

D: Je, hiyo ndiyo kazi yako ya kwenda kwenye sayari tofauti na kuchunguza na kufyonza taarifa?

DO: Ndiyo, lakini taarifa ni ili kuona tunaweza kufanya nini na sayari.

D: Unadhani kuna kitu mnachopaswa kufanya na sayari hii mnayoitazama?

DO: Ndiyo, ina uhusiano na sayari nyingine tuliyoiona. Inahusiana na taa. Hiyo sayari nyingine niliweza kuona, tulikuwa na taarifa kwamba ilikuwa imejaa taa tofauti tofauti. Watu, viumbe, tayari wako huko. Na gesi ni muhimu sana kwa rasilimali za sayari yao. Kwa hiyo tumepelekwa kuona kama tunaweza kuitumia. Na hii ni sayari ndogo sana, na ile sayari nyingine ni kubwa, kubwa, kubwa sana... kubwa kweli kweli. Tumekuwa huko, na tumekuwa kwenye hii sayari ndogo ambapo tunakwenda kutumia rasilimali. Lakini hatutamaliza sayari. Tutatumia rasilimali za asili ambazo zitasaidia sayari kubwa, lakini hatutaharibu sayari hii ndogo. Ile nyumbani ni kubwa sana, na hii ni kama njegere.

D: Mnapelekwa pia kuangalia sehemu zingine?

DO: Ndiyo. Kwa sababu hizi sayari, rasilimali zao... tungependa kuona jinsi tungeweza kutumia kwa hizi sayari kubwa. Sayari hii ndogo iko sawa. Ni yenye afya, lakini haina uhai. Ina rasilimali nyingi ambazo zinatumika kwenye sayari yetu. Sayari hii ndogo ni kama ukubwa wa njegere na sayari yetu ni kama ukubwa wa chungwa.

D: Mlibidi kusafiri mbali ili kuipata sayari hii?

DO: Hapana, hapana. Hiyo ndiyo uzuri wake. Unapata hii amani na unajishikiza kwa hizi filamu za mwanga, na zitakupeleka unapotaka kwenda.

D: Kwa hiyo hamhitaji kwenda kwenye meli au chombo?

DO: Tulipo ni aina ya kibubula—ukitaka kukiita hivyo—kilichotengenezwa kwa glasi hii unayoweza kuhisi, lakini kisha unaweza kugusa mwanga huu.

D: Kwa hiyo ni kama gari. (Ndiyo, ndiyo, ndiyo.) *Na hamhitaji mafuta?*

DO: Sijaona hivyo, lakini tunahitaji kugusa hii sahani ya mwanga. Na hii sahani ya mwanga inasogea, na inapohama tunasimama mahali ambapo tunapaswa kuwa. Ni mwanga, sahani ya taa tunayoishikilia kisha tunaenda.

D: Kuna mtu anayewaambia mnapaswa kwenda wapi?

DO: Tayari ipo ndani ya kidonge kidogo tulicho nacho. Tayari kimewekwa humo na tunapaswa kuunganisha na taa tofauti za rangi. Sote tulijua itakuwa nzuri sana. Tunachukua sampuli tu na tutarudi baadaye.

D: Ulisema hamtamaliza?

DO: Hapana, hapana, hapana, kamwe haitokei hivyo. Tunahakikisha haitaharibu sayari au wakaazi wowote humo kabisa. Gesi zitakuwa nzuri sana kwetu. Kuna mchanganyiko fulani tunaohitaji ambao tunaweza kutumia kuunda vitu vyote kwenye sayari yetu.

D: Unajua ni mchanganyiko gani hiyo?

DO: Naweza kuiona tu kwa rangi, na tunatafuta hizi gesi zenye aina ya rangi ya njano. Na tunaona kwamba sayari hii ina hiyo, lakini tunahitaji kuisafisha kuipata hadi rangi hiyo.

D: Unakwenda kufanya nini sasa? Unarudisha taarifa kwenye sayari yenu nyumbani?

DO: Ndiyo. Tulijua tulikokuwa tunaenda kuipata. Tunataka tu kuhakikisha kwamba ni salama, ni sahihi na ni kile tulichohitaji. Tunachukua sampuli na taarifa, kisha tunaenda na kila mtu ana kile anachohitaji kufanya.

D: Mnaweza kurudi na kwenda haraka?

DO: Ndiyo. Haturudi kwa njia ile ile tuliyoingia. Tunapita tu njia moja, kisha tunarudi kwa njia nyingine tofauti, kama mashimo ya minyoo, nadhani. Tunapokuwa tayari kwenda tunapita kwenye mashimo haya ya minyoo yenye mikondo ya vitu au vipande vya mwanga wa buluu. Na tunapita humo na kisha inakupeleka nyumbani. Kuna mtu anajua jinsi ya kufanya hivyo.

D: Inakuwaje inaonekana unapokuwa unarudi?

DO: Nimeelea juu yake. Tuko karibu tu kuingia. Tunaelea. Nimeshangaa, na kila wakati ninaona hii sayari iliyotengenezwa kwa mwanga... mikondo mirefu ya mwanga wa buluu na mwanga mweupe. Unaweza kuona anga dhidi yake. Ni karibu buluu ya giza na una nyota kidogo mbali sana. Na ukiangalia chini kwenye sayari imetengenezwa tu kwa mikondo ya mwanga inayokwenda ndani. Unapopita kwenye mkondo huu wa mwanga, kiasili inakupeleka kwenye hili. Tunabofya tu mahali tunapotaka kwenda kisha tunaenda. Tumetua mahali fulani. Ninaangalia juu na kuna anga na anga haina nyota, au ni chache sana. Naona mirija mingi midogo inayokupeleka njia nyingi tofauti, lakini hakuna watu wengi karibu. Ni kwa sababu hapa ndipo tunapofanya kazi. Hapa si mahali ambapo kila mtu anaishi, kwa hiyo ni wale tu waliokusudiwa kuwepo ndio wako. Kuna mirija mingi, na unaona mirija mingine yenye madirisha inayokatiana, na inaenda kila mahali.

D: Kwa hiyo hapo ndipo mnafanya kazi na si mnakaa.

DO: Sasa inanichukua kupita mahali fulani kama niko kwenye roller coaster. Niko katika aina hii ya mwili wa plasima wa jelly, na ni raha kuchukua safari hii. Nimesimama na nashuka, na plasima yangu inaweza kujivuta yenyewe kuunda mikono au miguu ikiwa nataka, au inateleza tu.

D: Kila kitu kinachohitajika kinakifanya?

DO: Ndiyo. Hii ni jukwaa jeupe ambapo nimesimama. Na hapa ndiyo nyumbani. Na kuna huyu kiumbe wa kibinadamu, lakini tofauti nami. Sio kama mimi. Nahisi kama ni mke. Hii ndiyo nyumbani.

D: Sehemu hiyo inaonekanaje?

DO: Imetengenezwa kwa kioo na metali nyeupe. Na una madirisha ya kuangalia nje. Na unapoangalia nje unaweza kuona anga na kuna nyota chache sana. Tunatumia madirisha kama ya kioo. Unaweza kuona nje na kuta ni mchanganyiko wa metali na kioo na una hii nyenzo yenye weupe, na ina ukubwa tofauti. Inaingia ndani. Inatoka nje. Inazunguka na ni nyeupe. Na unapogusa mwanga unatokea, na unajua unataka kubofya wapi uende njia ipi. Hutembei. Unaelea, na ninaongea na huyu kiumbe. Na ana furaha sana juu ya tulichogundua. Na ananiangalia tu na tunaelea.

D: Je, unapaswa kula chakula mahali hapa?

DO: Si kweli. Ikiwa nataka kula kitu najua kwamba naweza kujipanua kwa kugusa kwa mkono au mwanga. Na nikibonyeza mikono yangu juu yake napata ninachohitaji.

D: Kwa hiyo lazima ule kitu?

DO: Sio imara. Ni zaidi mipira midogo ya nishati inayotembea. Una vitentakeli vidogo. Najua hizi taa nyeupe ndogo zipo, na ninapobonyeza mkono wangu juu yake, inaingia ndani yangu na ninahisi nishati nyingi.

Alieleza kuwa mke wake alikuwa aina tofauti ya kiumbe. Niliuliza kama walikuwa na uzazi au kuzaana kwenye sayari hiyo, na alijitahidi kueleza. "Unaweza, lakini inafanyika kutoka sehemu zingine. Tunafanyaje hii? Ah, ndiyo. Ni kama unavyoweka mikono yako dhidi ya kitu hiki, na kinachukua kipande chako na kinaweza kuchukua kipande chake. Na wanaweza kuchanganya na kitu kingine kinatokea. Ninamuuliza aeleze jinsi tunavyoweza kuzaana, na ninasikia akisema, 'Ah, tunafanya tu hivi.' Kisha tunaweza kuona mbele yetu jinsi kiumbe kipya kinavyoundwa na kinaenda kwenye kitu kingine mpaka kukomaa. Lakini hatuwatunzi. Hawakai nasi. Kinaenda mahali pengine na kinahitaji kukua. Na baada ya kukua kinajitokeza. Sasa tunaweza kuwaona wakiwa wakubwa. Wanahitaji kwenda sehemu maalum ya kukua." Ilikuwa kama aina fulani ya upandikizaji wa kijenetiki uliofanywa nje ya mwili. Pengine ulifanywa kwa seli na vinasaba.

Walilazimika kuishi kwenye makazi haya kwa sababu ya kazi waliyokuwa wanafanya. "Tunaingia kwenye vituo hivi vilivyotengwa. Unapozaliwa unajua hivi. Ndio maana unaweza kufanya hivi. Umezaliwa na hiki." Watu wa kawaida waliishi nje ya makazi haya juu ya uso wa sayari. "Kuna wengi tofauti, viumbe tofauti. Sayari inavyo hivyo. Na wanaishi kwa amani."

D: Na hii ni moja ya kazi kuu—kwenda na kupata vitu ambavyo sayari inaweza kutumia?

DO: Ndiyo. Hii ndiyo kazi yangu. Ni yenye matukio. Yake ni tofauti, lakini hatoki nje kama mimi. Anakaa humo na nitasema kwamba yeye hufanya utafiti.

Kwa kuwa alionekana tofauti, niliuliza amwelezee. "Ana umbo la kibinadamu zaidi. Shingo ndefu yenye kichwa kidogo, na aina ya mikono midogo. Lakini sioni miguu, labda kwa sababu hatembei."

Nilihisi ni wakati wa kusonga mbele kwenye siku muhimu, na kitu cha vurugu kilikuwa kinatokea. "Kuna kitu kilienda vibaya sana. Kuna nishati mbaya sana na kila mtu anapaniki. Ni katika kituo ninachofanyia kazi, kilicho ndani ya sayari. Mlipuko! Kitu kilitokea. Kitu kilivuja. Naona mlipuko. Hakuna ninachoweza kufanya. Niko katikati yake na naona tu mlipuko. Unanipofusha macho. Ni mkali sana. Unatokea tu ghafla." Alionekana kuchanganyikiwa akirudia, "Mlipuko. Ulilipuka. Mahali nilipo. Ulilipuka na kila kitu kikaenda angani. Ilikuwa kubwa... kitu kilisababisha mlipuko na kilivunja kituo hiki tulichomo, na mlipuko ukaenda mbali angani. Hakuna... hakuna aliyenusurika! Ilikuwa mbaya."

D: Umesema ulikuwa mkali sana ulipokupofusha?

DO: Ndiyo. Niliuangalia. Ilikuwa katikati ya siku, na ulilipuka na kulipuka na kuwa mkubwa na kuharibu kila kitu, na kuvunja kioo na kuenda mbali nje. Niliweza kuona mlipuko. Niliweza kujiona nikijaribu kutoangalia, lakini... hakuna kilichobaki. Tumepoteza yote. Hakuna kilichobaki baada ya mlipuko wa kituo. Kila mtu alikufa humo. Kuna mtu hakutambua walichokuwa wanafanya. Kitu kilivuja na kikasababisha mwako huu na kilitoka na hakuna mtu aliyekuwa na muda wa kukimbia.

Kwa hiyo hata kwa ujuzi wao mkubwa na utaalamu, ajali bado zingeweza kutokea. Sasa alikuwa nje ya mwili wake, lakini bado alikuwa akiathiriwa na mtetemo wa mlipuko. Ulikuwa unamsukuma nje na mbali zaidi. "Ninajisikia nimechoka. Bado ninaangalia wingi wa mlipuko. Lakini nahisi kama nahitaji kupumzika. Nahitaji kuelea mbali. Ilikuwa ya haraka. Ninaona kilichotokea, lakini hakiniathiri sasa."

D: Kawaida kwenye sayari hiyo watu walikuwa wanaugua na kufa?

DO: Ndiyo. Kama sasa hivi na mlipuko nasikia vilio tofauti. Hakuna wanachoweza kufanya. Wanalazimika kufunga maeneo na kuona kama kuna uharibifu zaidi. Nilifariki, lakini nahisi mke wangu anaangalia kinachotokea. Na hakuna kitu anachoweza kufanya kwa sababu walifunga eneo hilo. Anajua nimekufa kwenye mlipuko.

D: Lakini kwenye sayari hiyo watu waliwahi kuugua?

DO: Sio sana. Wanaishi muda mrefu.

D: Lakini inawezekana kufa?

DO: Ndiyo, ndiyo. Unaweza kuamua ni lini utakufa. Lakini haikuwa chaguo langu wakati huu. Ilikuwa ajali. Lakini kwenye sayari hii ungeweza kujirejesha kuwa kijana na mwenye afya tena, au kujipeleka kwa amani... bila magonjwa. Unaamua tu kujipeleka.

D: Kwa hiyo yote inahusiana na akili?

DO: Sio kwenye akili. Inahisi kama kiini. (Pumzi ndefu ya kuhema.) Niliuona mlipuko na sasa ninautazama, na nahisi usingizi. Ninateleza mahali fulani. Nanelea tu. Mimi ni sehemu ya mawingu ya manjano yenye krimu. Kile ninachokiona tu ni huu mwanga wa manjano ninaohitaji kuingia ndani yake. (Aliendelea kuhema.) Mahali pa kupumzika.

Kisha akaingia kwenye mahali pa kupumzika, jambo ambalo lingekuwa la kawaida baada ya kupitia kifo cha ghafla na cha vurugu, kwa hivyo ilikuwa ngumu kupata taarifa zaidi. Kwa kawaida roho inapoingia mahali pa kupumzika, inaweza kukaa huko kwa muda mrefu ikiwa inahitajika kabla haijamua (au kuambiwa) kurudi kwenye gurudumu la karmiki. Kwa hivyo nilimruhusu Dorothy aondoke kwenye tukio hilo, na nikaita SC. Swali la kwanza ninalouliza kila mara ni kwa nini SC ilichagua maisha hayo hasa. Kila mara lina sababu zake.

DO: Kumuonyesha kwamba kila kitu alichofikiria kinawezekana kinawezekana.

D: Kutoka mtazamo wa kibinadamu hayo yalikuwa maisha ya ajabu sana, sivyo?

DO: Sio kwake, hapana. Anaonekana kuzoea hili. Kujua kuhusu dunia zingine. Anaweza kulimudu.

D: Kwa nini ulitaka ajue hilo?

DO: Ili awe na uhakika kwamba kuna maisha na kwamba aliishi kama vile alivyokuwa akishangaa kila mara. Na inawezekana na ni kweli, na yeye anatoka —kama anavyosema—"kutoka kwenye nyota." Tulitaka tu kumwambia, "Ndiyo, ulikuwa sahihi." Umekuwa huko juu muda wote huu.

D: Alisema kila mara amekuwa akivutiwa na dunia zingine. (Ndiyo) *Je, ndiyo sababu?* (Ndiyo) *Ameishi maisha mengi kwenye dunia zingine?*

DO: Mengi... mengi sana.

D: Hilo lilikuwa na mwili wa ajabu sana.

DO: Hapana, ni kawaida.

D: Kama Dorothy, huu ni wakati wake wa kwanza kuishi kwenye mwili wa kibinadamu?

DO: Hapana, hapana, sio mara yake ya kwanza.

D: Lakini hukwenda kwenye maisha hayo.

DO: Hakukuwa na haja. Hakukuwa na haja. Haya ni muhimu zaidi. Ameishi maisha kwenye mwili wa kibinadamu, lakini sio mengi kama kwenye sayari zingine. Hakuwa na haja ya kujua kuhusu miili ya kibinadamu. Alihitaji kujua kuhusu maisha yake kwenye sayari hiyo.

D: Moja ya maswali yake lilikuwa, ana karma yoyote ya kulipa?

DO: Imekwisha... imekwisha. Kila siku ni siku mpya kwake. Anahitaji kujifunza kidogo zaidi kuhusu upendo. Sana.

Kisha nikaleta swali la milele ambalo kila mtu hutaka kujua: kusudi lake. Hakuwa na uhakika kuhusu kubaki kwenye kazi yake ya sasa kama muuguzi, na alitaka ushauri. "Anahitaji kujifunza kuamini na kuleta. Ndiyo maana tulimwonyesha haya, kumwamsha. Ana maarifa ya kuwa kitu kingine. Mitetemo itamsaidia katika kipindi hiki. Mwambie azingatie mitetemo. Yupo kwenye njia sahihi. Mitetemo, sauti... anahitaji hizo sauti... muhimu. Anaposikiliza sauti, mitetemo inakuwa bora. Hafanyi vya kutosha na muziki wake. Amesahau kuhusu kuwa na furaha. Kusikiliza muziki wake. Alikuwa na muziki kwenye maisha yake, anahitaji zaidi yake sasa. Mingi na mingi. Aina ya muziki inayouamsha mwili wake ni nzuri. Inafanya iwe nzuri kwa mitetemo yake. Hafanyi hivyo."

D: Pia anasema kwamba harufu, manukato, ni muhimu sana kwake.

DO: Hisia zake zitaelekezwa kwenye harufu ya manukato. Hicho ndicho anachohitaji, manukato. Ndiyo maana tuliweka manukato kwa ajili yake atumie. Ni vizuri kwake. Inasafisha hisia zake. Hicho ndicho anachohitaji. Anahitaji kujizunguka na mimea yenye manukato zaidi. Inasafisha mapua. Anahitaji kuzingatia mafunzo ya akili yake. Tulimwonyesha jinsi ya kuleta na alishtuka. Hakuna haja ya kushituka. Iko kwenye asili yake kufanya hivi. Itakuwa mlipuko wa maarifa na ufahamu na atakuwa ameelewa sana. Itakuwa nzuri kwake. Anafikiri hastahili, na anastahili hilo na zaidi. Tunaweza kumpa zaidi. Anahitaji tu kuruhusu. Anahitaji kuzingatia kila siku... kila siku hadi iwe ya kawaida kwake. Kisha anaweza kwenda ngazi zinazofuata za masomo yake, lakini akili yake ni yenye nguvu sana kwa ajili yake kupanuka. Tunamhitaji aruhusu isikike zaidi. Tunamhitaji mitetemo yake. Ni muhimu kwetu. Anahitaji kutusikiliza kwa sauti zaidi na mitetemo yake kupanda juu zaidi. Kadri mitetemo inavyopanda juu ndivyo atakavyoweza kusikiliza upendo kwa urahisi. Tunamhitaji avae manukato kwa hilo, furaha kwa hilo na muziki kwa hilo.

SURA YA ISHIRINI NA SITA

Mwanga wa Mwito

Alice aliingia kwenye tukio akiwa amesimama ufukweni akitazama bahari. Alikuwa amekazia macho upinde wa mvua mzuri uliokuwa kwenye upeo wa macho, ukigusa maji. Kisha aliruka ndani ya maji na kuogelea kuelekea kwenye upinde wa mvua. "Naogelea pamoja na rangi, naelekea kwenye rangi. Sasa niko ndani yake. Njano, machungwa, waridi, nyeupe. Nzuri sana. Niliogelea ndani yake. Niko ndani ya upinde wa mvua." Akavuta pumzi kwa kina, "Ni uzuri! Nimezungukwa na rangi. Halafu nikigeuka ndani yake, au zinanizunguka. Nimeungana na rangi. Ni ya kushangaza! Ina joto, na ni ya amani sana. Niko kwenye mtetemo mpya. Niko kwenye nishati ya kioo."

D: Niambie kuhusu hilo. Unamaanisha nini?

A: Nishati ya kioo. Ni hali ya kujua yote. Kwa nini nalia?

D: Kwa sababu ni nzuri. Kwa nini unaiita nishati ya kioo?

A: (Pumzi ya kina) Ni marudio. Inakumbatia. Inafariji sana. Ni nyeupe sana yenye... siwezi kueleza. Haina umbo hasa. Ina rangi tu fulani. Sio umbo.

D: Ulisema pia ni hali ya kujua yote.

A: Ni... mahali. Najihisi nimezungukwa na mwanga. Lakini pia ninashika mtetemo. Huo ndio utofauti. Ni vigumu kueleza.

D: Sawa tu. Nimeshasikia kuhusu mahali hapa kabla.

Ilikuwa kama kurudi kwenye Chanzo, ambacho mara nyingi huelezwa kama mwanga mweupe mzuri, wa kufariji. Pia huelekezwa kama rangi nyepesi nyingi.

D: Ni mahali pazuri. Unajiona vipi mwenyewe?

A: Ninayeyuka. Siyo kama ninayeyuka, lakini sina mwili. Nilipoingia kwenye rangi nilitoweka kwenye rangi.

D: Kwa hiyo huhitaji mwili mahali hapa?

A: Hapana. Sikutaka kuwa nao. Ukiwa duniani lazima uwe na mwili, na hiyo inakatisha tamaa sana. Nipo kimwili kwenye mtetemo huu mwingine. Nachukua umbo la mtetemo.

D: Kwa hiyo una maana lina hisia za kimwili?

A: Ndiyo. Kwa sababu bado nipo hapo.

D: Upo peke yako, au kuna hisia ya wengine pamoja nawe?

A: Hakuna mtu hapa.

D: Ni wewe na mtetemo tu?

A: Upo hapa. Au naweza kukusikia.

D: Hii ni sehemu unayoifahamu?

A: Sio mpya. Naiacha sasa.

D: Unaenda wapi?

A: Sijui. Nimetoka pale na naenda sehemu nyingine. Nanelea. Ninapita, na hakuna kitu. Hakuna kitu. Nnapita tu. Hakuna kitu hapo. Ni nishati tu ndani ya chumba hiki sasa. Zambarau. Inaingia ndani. Ni nishati kali sana katika chumba chako—katika chumba hiki. Ni yenye nguvu sana.

D: Unaenda wapi?

A: Usiniulize. (Kicheko) Sina uhakika. Napitia nishati sasa. Hakuna kitu pale. Hakuna kitu.

Niliamua kumpeleka kwenye nyumba yake huko Las Vegas ili aweze kuona kitu, kisha nimpeleke kwenye maisha ya zamani yanayofaa. Alijikuta kitandani. Lakini jambo lililofuata aliloliona lilikuwa mwanga mkali ukiingia kupitia dirisha la chumba chake cha kulala. Hili halikutarajiwa kwa sababu hakuwa ametaja uwezekano wa kukutana na Viumbe wa Anga.

“Kuna mwanga mkali sana. Ooh! Unang’aa. Ni mkubwa sana. Uko nje ya nyumba. Ni mkali mno! Unanivuta nje! Unaniumiza macho sasa. Tunaenda juu—juu! Unanivuta juu kwenye mwanga huu sasa. Sasa huo ndio upo tu. Unang’aa kana kwamba uko kwenye jicho langu la tatu. Wanaweka kitu kwenye jicho langu la tatu. Wanapokea taarifa kupitia paji langu. Niko kwenye mwanga na unamwagika ndani ya kichwa changu. Naweza kuhisi sasa. (Kwa sauti ya chini) Jamani! Acha nizingatie hili. (Kimya) Napokea hekima. Inasikika kama upuuzi. (Kimya) Lo! Napokea hii hekima ya kioo. Inamwagika ndani ya kichwa changu. Inamiminika. Ndio kinachotokea. Sijui niko wapi. Ni mkali sana. Siwezi kustahimili, ni mkali sana! Siwezi kufungua macho yangu."

D: Lakini unahisi kama hekima inaingia kichwani mwako. (Ndiyo, ndiyo, ndiyo.) *Unajua aina gani ya hekima?*

A: Ndiyo. Ufuatiliaji. Lazima nibaki nimeunganishwa. Ndivyo ninavyowasiliana. Ee Mungu! Niko karibu kulia tena! (Kwa hisia) Nimekosa ninapotoka. Walikuja nyumbani kwa sababu walikuwa wakijaribu kuwasiliana, kwa sababu—naapa hii ni ya kipuuzi—natoka kwenye ile meli! Nataka kurudi. (Analilia) Nimeikosa ile meli! Nimeunganishwa nayo. Ninawasiliana kupitia jicho langu la tatu. (Kisha pumzi ya kina na ufahamu wa ghafla.) Ewe Mungu! Mimi ni mtetemo! Mimi ni mtetemo wa kitu kikubwa sana—kikubwa sana. Naona. Naiona. Ni ya kushangaza—ni kama mwangaza mkubwa wa strobe. Nimeunganishwa na hicho. Ee Mungu! Iko mbali sana! Nimeikosa.

D: Uliingiaje hapa ikiwa ulitoka kule? Unaona ilitokeaje?

A: Ndiyo, naona. Ninarushwa kupitia... ni vipande vidogo milioni... Naona. Ee Mungu, ni milioni... vinavyorushwa nje—vinavyorushwa nje. Vidogo sana, lakini vyenye mwanga mkali.

Hii ilisikika kama ule mgawanyiko kutoka kwa Chanzo mwanzoni kabisa kilipolipuka na cheche zote ndogo zikapaa. Cheche ambazo hatimaye zikawa nafsi zetu za kibinafsi.

D: Kuna mtu alikuambia urushwe kutoka pale?

A: Ndiyo, ilikuwa mpango.

D: Unaujua mpango?

A: Ndiyo, naujua. Sijisikii vizuri na mpango huo. Nililazimika kuja hapa. Upandikizaji... Ni upuuzi. Kupandikiza Dunia. (Kimya) Hekima kutoka mbali. Kushirikiana hekima kutoka mbali, kwa karne. Na namaanisha kwa karne nyingi. (Kimya) Naona mzee, yule mzee mwenye busara. Nilikuwa kipofu. Nilikuwa mzee na maskini. Nilikuja kutoka mbali, nilitoka angani, na waliniweka kwenye mwili mbaya. Nilikuwa na hekima nyingi, lakini nilikuwa maskini. Lakini akili yangu, ningeona kila kitu ingawa nilikuwa kipofu. Kwa hivyo nilikuwa na mwili uliodhoofika, lakini nilijua kila kitu. Nilikuwa mbali sana. Nilikuwa maskini. Watu walidhani nilikuwa kipofu na wa kuhurumiwa. Na niliona kila kitu ninachokiona sasa, na nilihisi kila kitu. Hawakunipa mwili mzuri waliponituma hapa chini, lakini walinipa hekima.

D: Uliweza kushirikisha yeyote wakati huo?

A: Hapana. Hawakusikiliza. Waliogopa kwa sababu ya miguu yangu, na kwa sababu ya upofu wangu. Ilikuwa sehemu ya mpango, na sikupenda. Na sipendi sasa, pia. (Kicheko)

D: Bado wewe ni sehemu ya mpango?

A: Mimi ni sehemu ya mpango. Sidhani ni mpango mzuri sana, kusema ukweli.

D: Lakini wewe sio aliyefanya mpango.

A: Hapana. Sio mimi.

D: Nini kilitokea baada ya hapo, uliingia kwenye miili mingine? (Ndiyo) *Uliweza kushirikisha hekima?*

A: Ndiyo. Niliishirikisha kutoka mawasiliano ya kudumu na anga. Nimeunganishwa daima. Na wanatembelea na kunirudisha.

D: Wanapokutembelea, unaenda wapi?

A: Naenda nao. Naenda kwenye meli. Ndiyo, nafanya hivyo. Ninaiyapenda.

D: Je, hapo ndipo walipokuwa wakipakua hekima zaidi?

A: Ndiyo. Hapo ndipo. Niliingia kwenye meli. Naenda juu na kuingia, na sasa naona viumbe. Ninawapenda na wao ni watu wangu.

D: Mwanzo ulisema ilikuwa ni mwanga tu.

A: Naona sasa. Niko kwenye meli. Au pengine niko kwenye sayari. Wanakuja na kunichukua. Wanaweza kukurusha tena chini kupitia mwanga. Ninaelewa sasa. Wanakurusha kupitia mwanga na mtetemo.

D: Na wanakuja kukuchukua mara kwa mara? (Ndiyo) *Wanafanya nini wakati huo?*

A: Wananifufua tena. Ni ya kushangaza. Nina uponyaji sasa. Nina nishati zaidi. Nina telepathi zaidi. Wanaweka... ni kama chaji ya nishati.

D: Na wamekuwa wakifanya hivi...

A: Ndiyo, milele. Milele.

D: Katika maisha yako yote kama Alice pia?

A: Milele. Nilihitaji kupata zaidi. Ilianza kunigusa zaidi. Wamelazimika kurudi na kufanya marekebisho zaidi.

D: Nini kimeanza kukugusa?

A: Vipimo vipya. Mimi ni wa vipimo vingi zaidi, na ninapaswa kuwa na uwezo wa kutoka mwilini haraka zaidi. Lazima niwe na uwezo wa kuondoka haraka. Na lazima niweze kubadilika kuwa mwanga haraka, na walilazimika kufanya kitu ili—hii inasikika kama upuuzi... hii ni wazimu. Lakini nililazimika kuwa na uwezo wa kuhamia kwenye aina mpya ya nishati ya mwanga.

D: Ili kufanya mambo unayopaswa kufanya sasa, unamaanisha?

A: Ndiyo. Lazima niweze kujibu kwa sababu nao wana teknolojia mpya pia.

D: Wao pia wanakua?

A: Wanakua, wanakua kwa kiwango kikubwa. Nafikiri nina ujumbe kwako. Najua ujumbe huo.

Hili daima ni jambo la kushangaza, lakini si geni.

D: Una kitu kwangu?

A: Wanataka ujue kwamba wao wanabadilika, na wanakubadilisha wewe pia. Na kwamba nishati zako zinafanana na nishati zetu. Kwamba utaweza—una "geuka"—naita kugeuka. Unaweza kugeuka kuingia na kutoka haraka zaidi sasa, na wanafanyia kazi hilo ndani yako. Na meli zao zinaongezeka kwa idadi, zipo kote kwenye sayari hii. Na wanataka ujue kwamba utakuwa mwepesi zaidi. Na kwamba wanakupeleka wewe pia. Na kwamba... (Pumzi ndefu) Ni ya kushangaza. Pengine tayari unajua hili, lakini kasi inaongezeka. Inang'aa zaidi sana, na chochote wanachofanya hapa Duniani, hakuna atakayewahi kuwafikia. Na wanaizunguka sayari kwa mwanga mwingi sana, na kwa umeme mwingi—sio umeme kama fizikia yetu ya Duniani inavyojua. Lakini wanaizunguka kwa sababu kile kitu ambacho Dunia inakifanya kitaweza kupenya kwa sababu wao ni wa juu sana kimaendeleo na wana kasi zaidi. Usiogope.

Hii ilikuwa ikionekana kama milipuko ya mwanga ambayo viumbe vya nje ya dunia (ETs) walikuwa wakituma kuelekea Dunia ili kupunguza uharibifu ambao binadamu wanafanya kwenye sayari. Hili liliwekwa wazi katika Convoluted Universe, Kitabu cha Pili.

D: Kuna sababu kwa nini hili linatokea?

A: Ndiyo. Teknolojia ya anga na anga hapa Duniani. Kuna mabadiliko makubwa. Nyota tofauti. Ni ulinzi, ni tabaka. (Kwa msisitizo) Serikali kamwe haitawagusa.

D: Hilo ni zuri, lakini una maana gani kwa tabaka kuzunguka Dunia?

A: Wanaweka tabaka kuzunguka meli zao. Ni teknolojia mpya. Hawawezi tena kuwafikia. Yote kwa sababu wamelazimika kulifanya katika mwanga. Ni marudio yanayozunguka. Wanalazimika kulifanya ili kuendelea kuishi. Bado wataweza kuangalia hapa. Wanapaswa kuja na kuondoka kwa sababu wamewaacha wengi wetu hapa, na bado hawajamaliza nasi tukiwa hapa. Kwa hiyo wanalazimika kutulinda, na kujilinda wao wenyewe.

D: Na hii ndiyo sababu bado wako kwenye mawasiliano na wale waliowaacha hapa?

A: Ndiyo. Mimi ni njia tu. Ninachofanya ni kuwasilisha taarifa kuhusu yanayotokea kunizunguka. Nachukua mengi. Nayarejesha. (Kimya) Kuna mpango mkubwa. Wanawawezesha watu. Sio mimi tu, ni watu wengi. Wanafanya kwa mitetemo. Ni lazima uwe mahali penye uwazi. Kuna usumbufu mwingi. Ndio maana ni pazuri ulipo. (Ninaishi sehemu ya mbali mashambani juu ya mlima.) Kwa mfano, inanilazimu kuondoka Las Vegas—kuna usumbufu mwingi sana.

D: Ndiyo, ni nishati yenye vurugu sana huko.

A: Ndiyo, ni mwingiliano wa usumbufu. Kwa hiyo wanajaribu kutusogeza kwenda sehemu zilizo wazi zaidi, safi—zisizochafuliwa. Bila uchafuzi, bila usumbufu. Wanatulihitaji kwa sababu, kwa sababu fulani, tunawapa mrejesho. Siwezi kuona jinsi wanavyofanya.

D: Waache wakuuonyeshe.

A: (Kimya) Wanataka nifanye nini? (Kimya) Hakuna kitu. Nadhani mimi ni mnara wa mwanga—beacon. Sielewi hata mimi.

Nimeshaeleza hapo kabla kuhusu baadhi ya watu ambao ni njia tu, antena, au katika kesi hii, miale ya mwanga. Hawahitaji kufanya chochote ili kusaidia mabadiliko yajayo. Wanachohitaji ni kuwa tu. Kwa njia hiyo wanasaidia kwa kusambaza taarifa bila kujua.

D: Wanamaanisha nini kwa kuwapa mrejesho?

A: (Kwa kunong'ona) Unaniambia nini? (Kimya) Ni kipuuzi sana. Nikuambie? Haina maana yoyote.

D: Ndiyo, niambie. Huenda inanitia akili.

A: (Pumzi ndefu) Sawa. Mimi ni mnara. Kama nyaya zimevurutana kupita kiasi katika eneo fulani, naweza kuwarejeshea nyanja za nishati. (Alikuwa akifanya ishara kwa mikono.) Nawarejeshea wakati ni salama kuingia. Nawaweza kuhisi sasa. Ni ajabu sana kwa sababu hawawezi kuingia kama kuna vurugu nyingi. Wanaifuatilia Dunia, na baadhi yake itaharibiwa. Sehemu nyingi zitaangamia. Na wanatufuata kwa sababu tumeunganishwa, ili kutupeleka sehemu salama zaidi (Kwa upole kwa nafsi yake: "Hii ni ya ajabu sana.") kwa sababu baadhi ya maeneo yamevurugika kabisa. Nyaya zimechangana. Kwa hiyo wanatusogeza ili tuweze kuwa na vikundi pamoja. Wanatutaka tuwe pamoja. Ni nishati ya kioo. Watasogeza watu pamoja. Wanahitaji nishati ya kioo. Hivyo ndivyo wanavyobaki kwenye mawasiliano na Dunia bila kutua Duniani. Hawalazimiki kutua hapa kama wanatupata sisi. Sisi si wa kufungwa na Dunia. Tumeunganishwa nao. Ni salama kwa kila mtu. Ni salama zaidi. Ni wazi zaidi.

D: Kwa hiyo hawataki kila mtu mahali pamoja, lakini wanataka kila mtu aunganishwe?

A: Ndiyo, wanataka tuunganishwe sote. Nahisi mitetemo mikali ya kioo ikishuka, na tumeunganishwa moja kwa moja juu sana, juu sana. Ni uzuri! Na tuna kitu ndani yetu. Kwa nini wanatutaka tuwe kila mahali? Wanataka tumezagaa kwa sababu kutakuwa na maeneo yatakayogongwa. Na wanataka muundo mzuri wa nishati zilizosambazwa ambazo wanaweza kupitishia mawimbi. Wanataka transmitters ambao wanaweza kuendelea kuunganishwa nao wakati kuna uharibifu mwingi unatokea. Kwa sababu baadhi ya maeneo yatajilipua kabisa. Kabisa!

D: Unamaanisha halisi, au ya kiasili?

A: Kuna ya kiasili, kuna isiyo ya kiasili. Kuna uharibifu mkubwa kupita kiasi katika maeneo fulani. Kuna vita, bila shaka, vinakuja. Bila shaka tunajua kuna vita. Lakini yanawapa maarifa ya moja kwa moja ya nini kinatokea Duniani wakitutawanya. Tupo wengi, pia. Ni wengi.

D: Kwa hiyo tunaweza kuwa kwenye mawasiliano hata bila kujua tuko? Wakati Alice alipoingia katika maisha haya alikuja na mpango huu? Kwamba alikuwa sehemu ya hili?

A: Sikutaka kuwa sehemu ya mpango. (Kicheko) Niliona picha kabla ya kuingia. Nilijua nilihisi huu sio mpango mzuri kwangu kufanya kwa sababu niliuona na niliwahi kuuona kabla. Ningependa sana kustaafu. Mimi ni wa kawaida sana. Ningependa tu kukaa kwenye mtetemo mmoja. Na sipendi vurugu. Sipendi maigizo na vurugu.

D: Ulisema wale viumbe wengine wanakusanya taarifa tunazotuma?

A: Wanazikusanya.

D: Watazifanyia nini?

A: Nataka kukupa taarifa sahihi. Wanazikusanya. Ni kama kipindi cha redio. Wanazisomea vizazi vijavyo. Ni kuiweka historia. Sayari. Wanaingia kumbukumbu. Ninaona sasa. (Kicheko) Viumbe wa kuchekesha. Ndiyo. Ni viumbe wa kuchekesha. Wameambiwa wafanye hivyo.

D: Wanapata maagizo yao kutoka wapi?

A: Wacha niangalie. (Kimya) Wamepangwa. Sote tumepangwa, inaonekana. Wanapata maagizo yao kutoka kwenye meli mama, chanzo mama. Kuna chanzo kikubwa, kama mama wa uvumbuzi. Ni ya kuchekesha, mama wa uvumbuzi. (Kicheko) Ni kama wako daima wanajaribu. Sawa. Sitabuni. Unataka kweli nikuambie kile ninachoona? (Ndiyo) Kuna panzi wadogo wa buluu kwenye meli hii. Kuna ofisi ndogo. Ni nzuri sana. Wanaweka vitu vidogo na wanafanya kazi kwa bidii sana. Daima wako kazini. Wana mikono mirefu, kama nyuki wafanyakazi wadogo, lakini si nyuki. Na wanafanya kazi kwa bidii. Wana mwendo wa kimitambo sana wanapoweka vitu hivi, ukifika huko juu... Je, huyo ni mimi? Pengine. Sijui. Niko ninapanga—naweka vitu. Kila kitu kinaenda kwenye sehemu yake. Napenda kupanga vitu. Nilipenda kazi hiyo, ilikuwa kazi nzuri. Ohhh, vinawekwa pamoja! Na ni kama Biblia fulani, ili waweze kurejelea. Wanataka kuwa na rejeleo. Ni mwongozo wa rejeleo kwa ajili ya siku zijazo, ikiwa watapata watu kutoka Duniani. Kisha wanataka kujua, "Sawa, ni sawa kuzungumza na mtu huyu? Tunataka kuwa na rejeleo." Watajua kabisa mahali pa kwenda. Tunachanganya jamii zetu sasa, na wanataka kuwa na kumbukumbu kama rekodi ya hospitali. Wanataka kujua namna ya kushirikiana. Na ndiyo sababu wanaweka miale katika maeneo tofauti. Ili waweze kuwa na rekodi, kusoma nyuma katika historia ili kufuatilia. Baada ya miaka mia saba kutoka sasa wataweza kuangalia nyuma. Hiyo ndiyo muda wa maisha yao, miaka mia saba. Hiyo ndiyo wanayofanya kwa maisha yao. Kwao, kwa sisi ni karne saba, lakini kwao hiyo ni maisha moja tu. Wanapaswa kuangalia mambo haya, kuyarekodi. Hawana maoni. Wapo tu wakitazama. Wakirekodi.

D: Umesema pia kulikuwa na muunganiko?

A: Ni muunganiko wa jamii. Tunapaswa kuunganishwa. Tunakuwa roho zilizoendelea. Wanataka kutuendeleza. Mimi ni roho iliyoendelea, wewe ni roho iliyoendelea. Wanataka kuona mpaka wapi wanaweza kwenda na mwili wa binadamu ili kutuendeleza hadi kiwango chao. Mimi ni wa vipimo vingi nikiwa hapa. Ndiyo, ninapaswa kukusanya hii nishati ovu iliyooza. (Kicheko) Ndiyo, mimi ni kama panya wa majaribio ya utafiti.

D: Je, Alice anatakiwa kutumia hili kwa namna fulani? Au kukusanya tu na kulipitisha?

A: Hilo ni swali kubwa. Nina uwezo wa kushiriki hili na wengine kwa kutumia mikono yangu. Nina uwezo wa kuweka nishati yangu kwenye paji la uso la mtu. Naweza kulipitisha. Sijui kama ninapaswa kufanya hivyo.

D: Wanasema nini?

A: Ninapaswa kuwa nikipitisha hekima, na ndiyo, ninapaswa kufanya hivyo. Naweza kupitisha hekima hii. Iko ndani yangu. Ninaweza kuisikia sasa hivi.

D: Na usingejua hata inatoka wapi.

A: Hapana, nisingejua. Sawa, sasa najua. Fanya kazi na jicho la tatu. Yote ni kuhusu jicho la tatu.

D: Lakini umesema wanataka niendelee na kile ninachofanya?

A: Wewe ni mwale. Ndiyo sababu lazima uende kila mahali. (Kicheko) Wanakutuma kila mahali kwa sababu ni lazima.

D: Walisema kweli walikuwa wanahuisha mwili wa Alice.

A: Wanakuhuisha na wewe pia. Wanakuhuisha kwa sababu lazima uendelee kwenda kwenye sehemu hizi tofauti. Na kila unapondoka sehemu unawaachia sehemu yako humo, na wanaweza kuipata. Wanakupenda. Lazima uende.

D: Ninajaribu kupitisha taarifa.

A: Ndiyo, unaiacha pale na wataipata. Watu unaowafundisha, wataipata kwa sababu unaacha kitu pale.

D: Je, wanahuisha mwili wangu?

A: Ndiyo. Wanahuisha, na unajua hilo. Hawataki ubaki umefungwa duniani. Wanataka uwe zaidi pamoja nao. Wanataka uwe mwepesi zaidi. Wanataka uwe katika mwanga safi.

D: Kwa hiyo watatunza mwili wangu ili niweze kuendelea kufanya mambo haya?

A: Ndio wanavyotaka, uwe mwepesi. Utakuwa kama kioo wewe mwenyewe. Wanabadilisha mwili wako mzima. Wanabadilisha kila kitu kukuhusu wewe. Wanabadilisha ubongo wako.

Nilielezwa jambo hili lilelile mwanzoni mwa kazi yangu. Kabla sijaanza kabisa kusafiri, waliiambia kwamba ningekuwa nikienda kwenye nchi nyingi, na kwamba kila mahali nitakapokwenda nitaacha sehemu ya nishati yangu. Haingepunguza nguvu zangu, na nisingeijua hata, lakini ingeachwa mahali pale na ingehisiwa na wengine. Pia walisema kwamba vitabu vyangu vingebeba nishati ambayo ingehisiwa na wengine. Kwa hivyo inaonekana mambo mengi yanatokea bila ufahamu wetu wa moja kwa moja.

SURA YA ISHIRINI NA SABA

Njia ya Kuingia

Wakati wa kikao Pamela alitaka kuchunguza jambo ambalo alidhani lilikuwa tukio la UFO. Alikumbuka kuona kitu ambacho alidhani ni UFO, lakini hakujua kama jambo jingine lolote lilitokea. Nilimrudisha usiku ule. Aliingia katika tukio wakati alikuwa akiendesha gari lake kurudi nyumbani. Aliona kitu angani, lakini ilikuwa ngumu kwake kukielezea. Mwanzoni alidhani ilikuwa taa kwenye vilima. Lakini kisha, "Hapana, haikuwa taa. Ilikuwa ni chombo kilichoonekana kama mwezi mkubwa. Na nilijua kweli haikuwa mwezi. Ilikuwa tu na umbo la mwezi, na ndivyo ilivyoonekana kwangu. Ilionekana kana kwamba nilibaki kwenye gari langu, na nakumbuka nilipaki kwenye barabara ya nyumbani. Lakini nilijua pia kwamba nilikuwa nimeenda juu huko. Nilijiona nikiendesha. Nilijiona nikiendelea kurudi nyumbani, lakini pia nilijua kwamba nilikuwa pale juu. Kwamba nilikuwa nimechukuliwa hadi kwenye chombo hicho. Siwezi hata kueleza kile ninachoona."

D: Kama kuwa katika sehemu mbili kwa wakati mmoja?

P: Ndiyo, kwa sababu nilitambua niko kwenye gari na kurudi nyumbani, lakini pia nilitambua kuwa sipo ndani ya mwili wangu. Hata hivyo nilijua mwili ulikuwa umeenda nyumbani. Sasa ninaona mirefu... lazima niite "mishororo" kwa sababu sijui ni nini. Ni nishati tu yenye ncha. (Akipiga ishara za mikono za kitu kinachopita mlalo.) Ni bapa, lakini ni nishati. Sidhani kama ni metali. Nafikiri ni nishati yote. Kuna kiini, na kuna kituo, na kituo kinaonekana giza. Na kuzunguka kituo kuna mwanga wa manjano mkali, lakini pia unaweza kuona mishororo ya mwanga ikitoka. Lazima inatoka huku upande wangu wa kushoto. Kila kitu ni nishati tu. Hakuna muundo. Kila kitu kinaonekana kana kwamba kinafanya kazi pamoja, lakini pia kinaenda katika mwelekeo tofauti. Na ninaona gurudumu hapa juu. (Juu yake.) Juu kabisa, gurudumu kubwa sana. Na kuna kitu hapa (upande wa kushoto) ambacho kina mwanga mkali unatoka ndani yake. Ni mwanga mkali. Ni kama huwezi kuutazama kwa sababu ni mkali sana. Inaonekana kama—nataka kusema "Jua," lakini sina uhakika kama ndivyo.

D: Je, ina uhusiano wowote na hilo gurudumu?

P: Hapana, gurudumu limeondoka sasa. Ni mwanga mkali tu. Nilikuwa nikifikiria kuhusu chombo, na ndipo kiliponipeleka, kurudi mahali hapa. Hapa ndipo ninapohusiana.

D: Kwa nini unahisi hivyo?

P: Kwa sababu ni penye starehe. Ndiyo mimi, huo mwanga. Popote pale panapokuwepo, hapo ndipo nyumbani kwangu. Ndiyo mimi ni huo mwanga. Na unajitokeza—kama mikuki, au mirija mikubwa inayotoka. Siwezi hata kueleza inafanya nini, lakini ni mkali na wa starehe, na kuna nishati nyingi pale. Kuna viumbe vingi pale na vyote ni nishati. Vyote ni kimoja.

D: Na unahisi umewahi kufika mahali hapa hapo kabla?

P: Oo, ndiyo. Ni mahali pa kawaida. Na unameremeta. Siwezi hata kufikiria mfano wa kuelezea. Lakini upo tu.

D: Je, hii iko ndani ya chombo hiki, au meli?

P: Hapana. Hata sijui chombo kina uhusiano gani na hicho. Lakini mara nilipoingia ndani ya chombo niliona ile mishororo—ilionekana kana kwamba kuna mishororo inayoshuka kwa pembe—na kisha kulikuwa na mishororo inayotoka mbali na huu mwanga mkali, huu nyumbani. Ni nyumbani tu, na kila kitu ni cha amani na cha ajabu pale. Inang'arisha kila kitu. Kuna nishati nyingi pale, na vyote ni kimoja. Wewe unajitenga tu unapondoka katika nafasi hiyo. Lakini, katika mwili huu ulio hapa, naweza kuhisi kila kitu ni cha molekuli. Ni kama unaweza kuhisi kila molekuli ambayo kitu hiki kimetengenezwa nacho. Na naweza kuhisi kwamba kuna uhusiano kati ya hivi viwili. Sijui jinsi vinavyohusiana.

D: Kati ya mwili na mahali pale?

P: Na mwanga. Ni kipengele chake. Nadhani unaweza kuuita mwili kipande chake.

D: Lakini ulisema hii siyo tena chombo au meli?

P: Ni mahali pengine. Chombo kilikuwa ni lango la kupita kufika pale, kama sehemu ya kuanzia. Mara tu ulipofika pale, kisha ulіletwa hapa. Kwa hiyo ilikuwa kama pembetatu, kuwa hapa, kisha pale, na kisha huku. Hivyo ndivyo vinaunganishwa.

D: Kwanza ilibidi uende kwenye ile iliyokuwa na umbo la mwezi.

P: Ndiyo, na hiyo ilikuwa kama lango la kuingilia. Hiyo (meli) ilikuwa tu lango, njia ya kupita kuelekea mahali hapa. Mahali hapa ni kimoja chote. Ni mwili mzima wa nishati. Ni nafasi ambapo nishati yote inachanganyika. Na tunaondoka pale ili kwenda kupata uzoefu wa kuwa na miili. Huo mwanga mkali, mzuri, ambapo mipira inatoka. Ni mkali na unaong'aa.

D: Lakini wewe unaishi katika mwili duniani. Kwa nini ulirudi kule usiku ule wakati unaendesha gari?

P: Ili tu kutembelea. (Sauti yake ilivunjika alipokuwa akihisi hisia.) Nilihitaji kurudi kule ili nikumbuke nyumbani. Ili nikumbushwe. Ili nijue kwamba ninahusiana kule. Na hakuna kitu ila nishati. Hakuna muundo. Ni nyumbani tu. Ungefikiri ningeweza kukuambia jina, lakini hakuna jina la kimwili kwa hilo. Isipokuwa naweza kukuambia tu kile ambacho wangesema duniani ni "nyumbani." Lakini hicho ndicho nyumbani. Ni ukumbusho wa upendo tu.

D: Ndiyo sababu ulipewa ruhusa ya kurudi usiku ule?

P: Ninarudi huko mara nyingi. Ni kwamba tu sikumbuki.

D: Kwa nini ulikumbuka usiku ule?

P: Nadhani kwa sababu nilikuwa nimechoshwa na yale yanayotokea hapa duniani. Kwa sababu ya huzuni zote na mambo yanayotokea hapa. Na najihisi sina msaada kwamba siwezi kuyarekebisha.

D: Ni mahali pagumu, sivyo?

P: Wakati mwingine ni mahali pa ovyo.

D: Ulisema kulikuwa na wengine pale. Je, unaweza kuzungumza nao?

P: Huna haja ya kuzungumza nao kwa sababu mara unapokuwa pale na umejumuishwa katika Ukuu, kila mtu anajua na kuelewa, na ni kama upyaisho. Huzungumzi. Unakuwepo tu. Na unajua kuwa yote yako sawa. Na kwamba unahitaji kuwa hapa kusaidia. Lakini mara kwa mara lazima urudi tu kuhisi. Kwa sababu unaposhuka hapa duniani unahusiana na mambo ya kidunia, na unavutwa katika mwelekeo tofauti. Na unahitaji kuhisi ule umoja tena. Unahitaji kuhisi upendo na starehe ndani ya mwanga. Unahitaji tu kuhisi hivyo.

Kwa hiyo inaonekana kwamba viumbe hivi safi, wasio na hatia ambao hawajawahi kufika duniani, na wameitwa kuja hapa wakati wa uhitaji wa dunia, wanahisi wametengwa. Nimekuwa na kesi nyingi ambapo viumbe kwenye UFO wanaingiliana na mtu, na mtu analia kwa sababu anataka kwenda nao. Hawataki kuachwa hapa. Wanahisi karibu sana na viumbe hao, karibu zaidi kuliko familia yao ya kidunia. Lakini viumbe hao mara nyingi huwakumbusha, "Huwezi kuondoka bado. Kumbuka uko kwenye misheni. Huwezi kuondoka hadi ikamilike. Lakini zaidi ya yote, kumbuka hujawahi kuwa peke yako." Kwa hiyo ingeleta maana kwamba wameruhusiwa kurudi na kutembelea "nyumbani" mara kwa mara (na bado wasikumbuke kwa fahamu kwa sababu kumbukumbu inaweza kuingilia "mpango") ili kufanya maisha duniani yaweze kuvumilika. Pia kama wangekumbuka mengi mno, wasingependa kubaki hapa.

Nyumbani huku pia kulisikika sana kama vile jinsi Chanzo au Mungu anavyoelezewa na watu wanaorudi huko. Kwa hiyo je, ET pia wanaweza kumsaidia mtu kurudi kule? Ikiwa, wakati wa kuangalia kwao mtu, wanagundua kwamba kweli anahitaji kuona kidogo mahali alipotoka, wanaweza kumsaidia kwenda kule kwa ziara fupi. Inaonekana kuna sababu nyingi tofauti kwa watu kupitia kile wanachokiona kama utekaji nyara. Wanapofahamu sababu halisi, si hasi, na inaweza kuwa yenye kuridhisha sana. Kujua kwamba wanatunzwa kwa uzuri na kwa upendo.

D: Ikiwa mahali pale palikuwa pazuri sana, na ulikuwa mwenye furaha sana pale, kwa nini uliingia kwenye mwili wa kimwili?

P: Kwa sababu nilidhani kweli ningeweza kuleta tofauti.

D: Kuna mtu alikuambia uje?

P: Hapana. Wewe mwenyewe unachagua kuja. Siyo kwamba unachoka kuwa katika Ukuu kwa sababu wewe ndiye Ukuu. Lakini unaenda na kufanya mambo mengine. Sasa ninaona vitu vingi tofauti. Sijui ni vitu gani hivi vingine. Lakini unaenda sehemu tofauti, na nilikuja duniani kwa sababu nilitaka kusaidia.

*D: Kutoka pale un*geweza kuona dunia na kile kilichokuwa kinaendelea?

P: Hapana, sikuona kile kilichokuwa kinaendelea.

D: Basi ulijuaje kwamba ilihitaji msaada?

P: Unajua tu. Ni sehemu ya wewe ni nani. Ni sehemu ya maarifa kwa sababu wewe ni sehemu ya Ukuu. Wewe ni sehemu ya kila kitu kilicho. Wewe ndiye mwanga huo. Unajua tu. Lakini dunia si mahali pabaya pa kuwa. Ni kwamba tu unahitaji kurudi nyumbani mara kwa mara ili ujue kwamba mambo yanaweza kuwa shwari na mazuri na yenye amani.

D: Ulidhani ungewezaje kuleta tofauti?

P: Sijui. Ninaona tena lile lango. Ni ule mwezi, na sasa uko katika nafasi ya chini juu. Ni kwa kuwa tu hapa. Kwa kuvunja tu marudio yaliyokuwa yanaendelea hapa. Nilidhani marudio yangu yangaleta tofauti. Kuna wengi wetu tunaofikiria hivyo. Na kuyaona sasa, kwa sasa kunaleta tofauti. Ni kwamba tu marudio, nishati, nishati ya wingi, jumla, safu kwenye dunia hii... ilikuwa imekwama? Je, hilo ndilo neno sahihi? Ilikuwa imekwama. Haikubadilika. Na kwa hivyo kwa vipande tofauti kuingia katika sehemu tofauti vikichoma nishati hii inayotokea kwenye dunia hii, ingewasha tofauti.

D: Karibu kana kwamba nishati ya dunia inakuwa kutopevuka? Je, hilo lingekuwa neno zuri?

P: Ndiyo, imekwama. Hicho ndicho nilichoona. Ile mishororo ya mwanga ilikuwa hivyo vipande vinavyoingia. Na ile mishororo iliyokuwa ikienda mwelekeo mwingine ilikuwa nishati zinazotoka. Ile mishororo mirefu yenye ncha iliyokuwa inatoka kabla sijaona "nyumbani." Na mara zilipoondoka kwenye mwanga hazikuonekana tena kama mwanga. Ziliianza kuonekana za kahawia, au kama zilikuwa na dutu zaidi. Hizo zilikuwa nishati zikiondoka kwenda sehemu nyingine, na sijui zilikwenda wapi zote. Baadhi zilikuja duniani na zingepenya ndani ya Ukuu, ule wingi. Na zingetengeneza mashimo na kutenganisha nishati. Ndiyo, hicho ndicho kilicho. Hicho ndicho kinachofanya tofauti. Kulikuwa na makundi yao yakiondoka kwa wakati mmoja, lakini sijui zingine zilienda wapi. Baadhi yetu tulikuja hapa, lakini zote zinaenda sehemu tofauti.

D: Na vipi kuhusu nishati ya viumbe ambao tayari wako hapa duniani? Je, hawangeweza kufanya mabadiliko?

P: Wamekwama. Wamefanya jambo lile lile kwa muda mrefu sana kiasi kwamba wamekwama.

Hasa ikiwa wameishi maisha yasiyo na idadi duniani na wamefungwa katika karma. Kama nisemavyo, "Wanabeba mizigo na taka nyingi." Wanahitaji kuachilia yote hayo kabla hawajaanza kuleta tofauti. Na wengi, wengi wa wateja wangu hawawezi kuachilia karma, kile hasa kinachowafunga hapa. Wanasema,

"Nawezaje kumsamehe yeye? Hujui walichonifanyia." Hivyo kwa wazi kwa muda mrefu kama mitazamo hii itabaki, wamekwama na hawawezi kuunda au kushiriki katika mabadiliko yanayohitajika sana.

P: Kwa hiyo tulihitaji kuchoma kile kilichokuwa kinaendelea ili nishati iweze kutawanyika. Na huo ndio njia pekee wangeweza kufanya mabadiliko. Ingekuwa kama vile ukiwa na kizuizi kikubwa cha kitu—na ndivyo ilivyo, kizuizi. Na kama ungepeleka vipande ndani yake, kingevunjika. Na kisha nishati ingeanza kuwa tofauti.

D: Na hiyo ndiyo uliamua kufanya.

P: Nilipotoka kwenye mwanga, hapa ndipo nilipokuja. Wengine pia walifanya hivyo.

D: Je, huu ndiyo wakati wa kwanza umewahi kuwa katika mwili wa kimwili?

P: Hapana, lakini sioni kamwe nimeonekana kama hivi hapo kabla. Naona mimi kama dutu. Kama nzito zaidi kuliko nishati, lakini sioni mimi nikiwa na mwili kama huu ninaoishi nao sasa. Sioni mimi kama huyo, kamwe. Natazama. (Kukaa kimya) Sioni kimwili. Ninaona dutu. Ninaona nishati hafifu, ya ethereal, lakini sioni dutu thabiti. Ni tofauti na mwili wa dunia.

D: Lakini ni tofauti na ule uliotoka.

P: Oo, ndiyo. Ule niliotoka... Siwezi hata kueleza hisia na furaha kwa sababu ni ya ajabu sana. Ni mwanga na ni safi na ni ya juu. Kila mtu ni mmoja, au kila kitu ni kimoja. Nishati yote ni moja, na kila kitu ni cha usimbiosi. Nafikiri hiyo ndiyo njia ya kuelezea. Na kisha unapokuwa unaanza kuondoka unahisi siyo ya starehe sana, lakini sote tunaenda. Tunaweza kwenda katika nyanja zingine na kuchukua maumbo. Naweza kuona maumbo, lakini siyo mazito kama haya yalivyo mazito. Hayana uzito huo.

D: Unaweza kuona ni maumbo gani hayo yalikuwa?

P: Naweza kuona gwaride la maumbo, kweli, ambapo mengine ni membamba na marefu, na mengine ni hafifu tu, na mengine ni mawimbi. Inaonekana kama vitu vinavyoanza kuingia tena katika kiini, kwenye mpira. Kila mara kinaonekana giza kila kinapoanza kufanya hivyo. Kinakuwa kizito sana na huwezi kuona tena ndani yake.

D: Je, unadhani ulikuwa, kwa kiasi fulani, ukijaribu maumbo na vitu tofauti?

P: Sote tunafanya hivyo. Tunaenda na kujaribu kuona ni wapi tunaweza kuishi. Ni wapi tunaweza kufanya mema zaidi. Ni wapi ni pazuri zaidi.

D: Na baadhi yao hukupenda?

P: Kwa kweli, ninapotazama zote zinaonekana nzuri. Nafikiri bora zaidi ni pale ambapo huna umbo thabiti, lakini bado una umbo la kutosha ili uweze kusogea na kuruka, na kuelea. Inaonekana kama sehemu zote nilizokuwa, dunia ndiyo yenye uzito zaidi. Ni mahali penye uzoefu mwingi.

D: Masomo mengi. Mambo mengi ya kujifunza?

P: Ndiyo. Siwezi kuona jinsi kujifunza yote haya ni muhimu. Labda nitakapoorudi yataeleweka zaidi.

D: Basi mwili wa Pamela ndiyo wa kwanza uliokuwa nao kama mwili wa kimwili?

P: Ninahisi kwamba huu ndio mwili wa kwanza wa kimwili nilio nao kama huu. Unahisi tofauti. Haujihisi vizuri sana. Hakukuwa na vizuizi na mingine. Uliweze kusogea kwa uhuru, na huu mwili, umekwama. Kukwama siyo vizuri. Unajua unaweza kufanya zaidi.

D: Pamela alisema alipokuwa mtoto aliweza kuinua vitu na kuvisogeza.

P: Ndiyo, huo ulikuwa wakati wa furaha, wakati bado mdogo. Aliweza pia kupita moja kwa moja kwenye vitu ambavyo unadhani ni thabiti. Lakini sasa hawezi tena. (Kwa hisia) Sijui nini kilitokea. Ndiyo maana siyo raha kuwa hapa kwa sababu huwezi kuwa wewe ni nani. Lazima ufanye kile kila mtu mwingine anafanya. Huwezi kufanya vitu unavy Kama mtoto alijua angeweza kufanya mambo hayo. Na bado anajua anaweza, lakini havifanyi kazi tena. Vyote vinahusiana na imani. Anapopanda kule hakwama kwa sababu nishati ni tofauti. Na unaweza kusogea, na unaweza kuona, na unaweza kuhisi. Na unaweza kufanya mambo yote ambayo huwezi kufanya unapokwama kwenye mwili. Ukishuka hapa unanza kufikiria unaweza kufanya hiki, na unaweza kufanya kile. Na kisha unaanza kujaribu kuleta tofauti, na ndipo tatizo lilipo. Ndiyo maana nilirudi kwenye mwanga, ili niweze kukumbuka hili na nikumbushwe hili.

D: Kwa hiyo lazima atambue kwamba hawezi kujaribu kubadilisha kila mtu.

P: Hapana, siyo hiyo ndiyo maana yake. Hiyo siyo nishati yake. Nishati yake ni kuwa yeye ni nani. Kila kitu ni kamilifu pale. Ndani kabisa anajua mambo haya. Ni kwamba tu hatendei kile anachojua. Hilo ndilo linalokurarua kila mara unapojua jambo, halafu unaendelea kujaribu kufanya jambo jingine. Hapo ndipo matatizo yote ya kimwili yanapotokea. Tunaendelea kujaribu kukataa tulichokuja hapa kwa ajili yake. Kuna wengi wetu hapa chini. Na kuna watu kutoka sehemu nyingi nyingine ambao wako hapa pia, wanaosaidia. Kuna watu wengi.

D: Je, wote walikuja kwa kusudi moja?

P: Hapana. Watu wengi—siyo watu—nishati nyingi zilikuja hapa ili kuhisi inavyohisi. Baadhi walikuja kujifunza. Nadhani wote wana sababu zao wenyewe. Sijui nishati zao. Inahisi kama kwamba walikuja kusaidia kwa njia yao wenyewe. Ningesema, ndiyo, hiyo ni kweli.

D: Je, wote walitoka mahali pamoja?

P: La, hasha. Kuna sehemu nyingi.

D: Kwa hiyo hawakutoka wote kwenye lile eneo la nishati.

P: La hasha. Naona mahali panapoonekana kama dutu ya kuakisi. Na kuna mwanga wa buluu-kijani unaotoka humo. Wakati mwingine panaonekana kama kuna dari yenye ncha; na nyakati nyingine panaonekana kana kwamba panaendelea hadi bila kikomo. Nyingi ya nishati zilitoka kwenye sehemu hii ya dutu inayoakisi. Sijui mahali hapo ni wapi. Ni mbali. Nahisi hizo nishati. Naona sehemu nyingine pia. Ahhh, sehemu hii haionekani nzuri kwa sababu ina giza kuizunguka. Ni mahali pa giza, na hizo nishati si nzuri kweli. Lakini nishati zinazotoka kwenye ile dutu inayoakisi zinakuja kusaidia.

D: Je, wengi wa hawa wanaingia katika mwili wa kimwili kwa mara ya kwanza?

P: Wacha nikague. (Kimya) Baadhi yao. Ninachopokea ni kwamba tukiwa katika hali yetu ya nishati, sote tunahisi tunaweza kusaidia, popote tunapoenda. Na sote tunachagua kujitenga, kwa nyakati mbalimbali, kwenda sehemu tofauti kwa sababu tunahisi nishati yetu itakuwa faida kule tunakoelekea. Na mara nyingi, nadhani ndivyo ilivyo. Kwa hiyo napokea kwamba sisi—nasema "sisi" kwa sababu yote ni nishati—kwamba tunaenda sehemu nyingi tofauti tunapodhani tunaweza kuinua, au kupata uzoefu ambao hatujawahi kupata kabla.

D: Lakini, bila shaka, mnaposhuka hapa, ni tofauti, sivyo?

P: Oh, ni tofauti sana. Tofauti sana.

D: Hasa kwa sababu watu hawakumbuki mara wanapoingia kwenye mwili wa kimwili.

P: Ni kama vile unakatwa mbali na wewe ni nani. Narudi kule mara kwa mara. Nimetambua tu kwamba huruhusiwa kurudi mara nyingi. Na nakumbuka nikitaka kurudi na kubaki kule. Na sijui ni nani wanioniambia, au labda ni mimi ninayeniambia kwamba nahitaji kubaki hapa. Ni mimi. Hakuna "wao." Nahitaji kubaki, na kufanya nilichokuja kufanya. Kama ningeweza kukikata kifupi ningekuwa nimeshatoka hapa muda mrefu. Ningekuwa nimeondoka, lakini si hivyo ndivyo nishati ilivyo. Na najua si hivyo ndivyo ilivyo. Ni kwamba tu unapokuja duniani na kuhusika huku chini unahisi, "Sitaki kuwa pale. Pana sura mbaya. Nataka kuondoka." Lakini si rahisi hivyo. Na ninachoona sasa ni kwamba nishati tuliyoiacha nyuma haituruhusu kurudi bado kwa sababu inahitaji kupata uzoefu huo, kuuhisi.

D: Inahitaji kupata uzoefu?

P: Ninachopokea sasa ni kwamba nilitaka kupata uzoefu huu. Hebu waza hilo. Lakini hicho ndicho ninachopokea.

D: Na huwezi kurudi hadi umemaliza kazi yako. (Hapana) Lakini mengi ya mambo ambayo Pamela alikumbuka, au aliyoyahisi, alidhani yanahusu ET na vyombo vya angani. Hii haisikiki hivyo.

P: Wacha nipate picha. (Kimya) Sasa naona vyombo vingi. Oo. unajua nini? Hivyo ndivyo tunavyosafiri wakati mwingine. Hivyo ndivyo vyombo tunavyosafiria. Sikuwa navyo. Nasema "sisi" kwa kuwa nawawaza wale waliokuja—hatukuwa na vyombo tulipokuja duniani. Tulishuka tu katika umbo letu la nishati. Sasa naona mtoto mdogo kabisa. Si jambo la kuchekesha? Kuna nishati kubwa sana tuliyo nayo, halafu tunashuka kwenye kiumbe hiki kidogo kabisa. Inaonekana ajabu kwa sababu nishati iliyobaki itaenda wapi?

D: Je, ilibidi muombe ruhusa kuingia kwenye mtoto?

P: Kwa namna fulani yote hayo yalipangwa, na sioni hilo sasa.

D: Nilifikiri lazima kuwe na kanuni na masharti.

P: Kuna uongozi. Kila kitu kinaongozwa. Sioni hilo sasa.

D: Basi, kusudi la kusafiri kwenye vyombo ni nini?

P: Huo ni kwenda sehemu nyingine ambapo unahitaji kusafiri ukiwa na aina yako ya nishati. Kwa sababu tulipo, hata ninaposema naweza kuona ule mpira mzuri, ang'avu, mkubwa wa mwanga—huo ni mseto mahsusi wa nishati. Ni nishati ya nyumbani. Hivyo ukisafiri nje ya himaya yako, unahitaji kusafiri kwenye chombo kilicho na nishati ile ile unayoishi ndani yake, uliyoo.

Niliambiwa pia nishati hiyo ya kipekee lazima ifungwe, la sivyo ingebebwa na kuungana na nishati nyingine unazopita katikati yake. Hii ni aina ya ulinzi. Kwa hiyo viumbe wengi wasafirihao kwenye UFO ni viumbe wa mwanga. Wengi pia wana uwezo wa kubadilisha umbo ili kufanana na mazingira wanayojikuta.

D: Je, yeye hufanya hivi akiwa katika mwili wa kimwili?

P: La, hasha. Huo ni sehemu nyingine yake inayosafiri. (Ghafla kutambua.) Ndivyo ilivyo kwa sababu ameunganishwa kwa karibu na sehemu hizi nyingine. Kwa hiyo anahisi sehemu hizi nyingine zinapofanya mambo haya, lakini hapati picha nzima. Sasa naona sehemu yake ikisafiri kwenye chombo kwenda mahali penye nguzo ndefu sana. Kuna kioo (crystals), na viumbe wa nishati. Na si mahali alipotoka, hivyo analazimika kusafiri katika nishati yake mwenyewe kufika huko. Sijui anafanya nini huko. Kwa kweli, si "yeye" (wa kike).

D: Lakini ni sehemu nyingine yake? (Ndiyo) *Kana kwamba alipojitenga kutoka kwenye mwanga wa nyumbani, mahali pa nyumbani, iligawanyika vipande tofauti?*

P: Ndiyo, kuna vipande vingi tofauti.

D: Na mojawapo ya vipande hivyo ni Pamela?

P: Vyote ni kipande kilekile, kama vile mishale (shafts) inavyotoka kwenye jumla. Kisha ule mshale unaweza kwenda sehemu nyingi katika nyanja tofauti kupata uzoefu mbalimbali. Kwa namna fulani siwezi kuunganisha vyote hivyo. Najua tu ndivyo inavyotokea. Kumewekwa utepe kuzunguka kichwa chake. Nahisi kama kubana kuzunguka kichwa. (Anaonyesha kwa mkono kwenye paji la uso.) Unatia muhuri ule muunganisho. Ni muunganisho ili asipate zile sehemu nyingine. Nadhani hapaswi kuzipata. Ajue tu kwamba kuna sehemu zingine zinazofanya kazi, nishati zingine zinazofanya kazi. Inapaswa kuwa faraja kujua kwamba yote ni sawa. Kwamba kila kitu kiko katika mpangilio mkamilifu. Kwamba vipande vyote vinafanya kazi pamoja na kutekeleza vyao, na vitakuwa pamoja tena muda si mrefu. Huo ndio ujumbe; unapaswa kuwa faraja.

D: Unajua wanadamu walivyo. Wasipoelewa kitu aidha wanakiogopa au wanakikuza kupita kiasi.

P: Unajua ni nini? Ni kwa sababu ya mipaka iliyopo hapa. Nadhani mara uko nje ya mwili, unakuwa wewe halisi, na umeunganishwa wote. Ni kama sufuria kubwa ya supu. Unaweza kuwa karoti au kiazi, lakini bado ni supu na mmeunganishwa wote. Kisha unapochukuliwa kutoka kwenye supu na kuwekwa sehemu au maeneo tofauti, hapo unatenganishwa na jumla. Hupokei yote na inachanganya. Haina maana wakati huo. Lakini ukirudi nyumbani, au mkishakuwa pamoja tena, basi unajua yote ni sawa na kila kitu kiko kama kinavyopaswa kuwa.

D: Basi anapokuwa na mawazo haya kuhusu vyombo vya anga na ET, anakuwa anapata kumbukumbu au uzoefu wa zile sehemu nyingine zake.

P: Ndiyo, hicho ndicho kinachotokea.

D: Alikuwa anajiuliza kuhusu vipandikizi. Je, unajua kama vipo mwilini mwake?

P: Ndiyo, kuna vipandikizi. Kimo kwenye upande wa paji la uso; kimo kwenye bega la kulia.

D: Nani aliviweka humo? Au tuseme vimefikaje humo?

P: Kwa hakika alipoingia (kuzaliwa) tayari alivyo, na ni vya kienerjia kutoka anakotoka. Vimekuwapo siku zote. Miaka ya karibuni amekuwa akijiuliza, lakini anajua kwamba ni salama.

D: Katika kazi yangu najua viumbe wengine huweka vipandikizi kwa watu kwa sababu mbalimbali.

P: La, sipati kwamba ni viumbe wengine; ni kutoka anakotoka.

D: Kusudi lake ni nini?

P: Ni taarifa anazoweza kuwaita. Zinamsaidia kutambua malango (portals) ili ajue jinsi ya kurudi nyumbani.

D: Karibu kama viliwekwa alipokuja hapa, ili asipotee. Je, hiyo ni njia nzuri ya kusema?

P: Ndiyo, hiyo ndiyo njia sahihi ya kuiweka.

D: Ili asipotee katika ulimwengu wa kimwili, na kumruhusu apate milango ya kurudi nyumbani.

P: Sahihi. Ni kitu chema kweli. Na pia ni ukumbusho wa yeye ni nani. Naambiwa kwamba pale vinapowasha na kumfanya avitambue, hapo ndipo anapokuwa na mawasiliano zaidi na nyumbani. Sidhani anatambua hilo.

D: Naona aina tofauti za watu. Je, yeye ni aina tofauti na wale ambao nimewahi kufanya nao kazi?

P: La, nadhani umeshawahi kufanya kazi na wengi wetu kabla.

D: Bila shaka, niliambiwa nisiwaweke watu hawa pamoja.

P: Ni kweli. Wanafanya kazi vyema zaidi wakiwa peke yao. Wakiwekwa pamoja kunatia nguvu tu hamu ya kurudi. Na wanahitaji kubaki hapa.

D: Niliambiwa nishati itadhoofika wakipatanishwa.

P: Ingekuwa dhaifu.

D: Niliambiwa nitakutana na kadhaa, lakini sijui kamwe kwa hakika. Hii basi ni aina ile ya nishati.

P: Ni aina tofauti ya nishati. Kulikuwa na aina zote tofauti za nishati. Tunaletwa kutoka sehemu tofauti; tunabeba vitu tofauti vinavyounda vipande vya jumla. Na sehemu ninayotoka, sijakutana nayo kabla. Nahisi kwamba wewe umekutana. Lakini sioni kwamba kwenye sayari hii ya Dunia nishati hizi zinahitaji kuletwa pamoja kwa sababu zina nguvu zaidi zikiwa peke yao.

D: Nilipewa mfano kwamba ni kama mawimbi mawili baharini.

P: Ni kweli. Yanaenda njia tofauti.

D: Lakini mawimbi yakikutanishwa basi yanadhoofisha nguvu zao.

P: Kisha yanaanza kwenda njia moja.

D: Ndiyo maana ni sawa mimi kujua kuwahusu, lakini sipaswi kuwaunganisha. (Hapana) *Hata kama wakati mwingine wanahisi upweke.*

P: Sijawahi kuona nikiwa mpweke katika mwili wa Pamela. Najihisi mwenye nguvu sana nikiwa peke yangu. Nina nguvu zaidi nikiwa peke yangu kuliko ninapochanganyika na wanadamu kwa sababu wanaonekana kusambaratika. Wamegubikwa sana na yanayotokea kwenye sayari yao kiasi kwamba wanasahau wao ni nani. Na mwili wa Pamela, anapokuwa peke yake, anakumbuka na anajihisi mwenye nguvu sana. Lakini anapokuwa na wanadamu wengine na kuanza kufanya mambo wanayofanya wanadamu, inamvuta kwenye mwelekeo asio na raha nao. Ndio maana anapenda kuwa peke yake.

D: Lakini alipoona mwanga mara ya kwanza, alitaka kurudi. Kwa hiyo nilidhani alikuwa mpweke.

P: Ilikuwa hisia ya kukata tamaa kama kwamba huwezi kusubiri kurudi nyumbani. Kuna wengi kutoka sehemu tofauti za ulimwengu wanaokuja kusaidia na kutawanya nishati iliyo hapa. Na inahitajika sana.

SURA YA ISHIRINI NA NANE

Kipengele Kingine (cha Juu?) Kinaongea

Kipindi hiki kilifanyika kama maonyesho katika darasa langu katika Chuo cha Northwest New Mexico huko Santa Fe, New Mexico. Chuo hiki ni cha kipekee kwa sababu kinatoa kozi ya miaka minne katika nyanja zote za tiba mbadala na uponyaji wa asili.

Jane alikuwa msichana mzuri kijana ambaye alikuwa anajulikana sana kwa kazi yake kama mponyaji wa kisaikolojia. Alizaliwa na uwezo mwingi alioweza kuhifadhi na kutumia. Havikusukumwa nyuma na kusahaulika, kama ambavyo mara nyingi hutokea kwa watoto wa aina hii. Alitaka zaidi taarifa kuhusu asili yake. Hili ni swali la kawaida: "Nimetoka wapi?" Bila shaka, jibu daima ni lilelile. Watu hufikiri walitoka kwenye sayari fulani ya nyumbani, lakini hiyo ni hatua moja tu katika safari yao ndefu. Sote tulitoka mahali pamoja tulipoumbwa na Mungu (au Chanzo) na kutumwa kuishi safari zetu. Pia alitaka taarifa kuhusu njia ya maisha yake.

Jane alipotoka kwenye wingu alikuwa anapanda juu badala ya kushuka duniani. Alisogea kwenye nyota, na akawa na hisia kubwa za kihemko alipofanya hivyo. Alisema ilikuwa kama kurejea nyumbani, "Kwa sababu ya nilipotoka." Alisema alikuwa amekosa mahali pale, na itakuwa vizuri kulipata tena. Alitaka kwenda kaskazini na alipofanya hivyo, aliona amezungukwa na fuwele angani. Kisha alipokuwa anasogea kwa haraka sana kwenye anga, alikuwa anakaribia mahali alipopata. Mbali aliwaona meli zinakuja. "Ni ndogo na duara, nyeusi na fedha. Na zinakuja kunikaribisha. Hazitoki pale nilipotoka... ni wapokeaji tu." Kisha alihisi kama alivutwa ghafla kuingia moja ya meli hizo. Kisha jambo la ajabu lilitokea—ambalo nimewahi kukutana nalo kabla. Daima huwa tayari kwa mambo yasiyo ya kawaida kwa sababu kwangu si jambo geni. Hata hivyo, kwa darasa linaweza kushangaza. Sauti tofauti ilianza kuzungumza, na ikaonekana kama vile nilikuwa nawasiliana na kiumbe fulani kilichokuwa ndani ya ile meli, badala ya Jane. Wakati jambo hili linapotokea, mimi huendelea nalo.

D: Unaona nini baada ya kuingia ndani?

J: (Ameyumbishwa) Sielewi lugha yako.

Nilitoa maagizo kwamba aweze kuelewa ninachosema na kuwasiliana nami. "Unaweza kufikia sehemu ya ubongo wa Jane inayoweza kuelewa ninachosema? Ningependa sana kuzungumza nawe. Je, hilo litakuwa sawa?" Ilikubali. Nikaeleza kuwa nilijua halitumii lugha, bali huwasiliana kiakili. Hata hivyo, tunahitaji kutumia maneno kuwasiliana. "Nataka uwe na faraja na tuwasiliane. Je, utaweza kufanya hivyo?" Ilikubali, hivyo nikaanza kuuliza maswali.

D: Tunatafuta taarifa. Je, ni sawa ukituambia kuhusu mahali hapa? (Ndiyo) *Je, hii ni meli ndogo?*

J: Ndiyo. Ni ndogo sana kwa sababu situmii muda mwingi hapa. Inatumiwa tu kwenda na kurudi. Inaonekana kama ndege ndogo ndani, isipokuwa haina viti. Ina aina ndogo ya jikoni ya chuma. Sijui jinsi ya kueleza. Kana kwamba natengeneza chakula pale, lakini sielewi jikoni hiyo.

D: Ikiwa ni jikoni, je, unalazimika kula kitu chochote?

J: Silazimiki kula... sijui jinsi ya kueleza hilo. Binadamu huiita chakula, lakini sisi tunaunda madini... hapana, si neno sahihi. Tunaunda tu vitu ambavyo muundo wetu unavitumia kama nishati. Siwezi kueleza. Nahisi tu, lakini ninaombwa niruhusu... kuna watu wanahitaji kujua habari hii kwa sababu wanapaswa kufanya kazi na nishati hii.

Nilimuuliza atoe maelezo ya mwili wake. "Sionekani kama kitu chochote. Siwezi kujiona. Najihisi kama nishati... binadamu huiita duara la mwanga (orb). Hata hivyo, tunaweza kubadilika kuwa maumbo tofauti kutegemea tunaposafiri."

D: Je, mnafanya hivyo mnapotaka, au inapotakiwa na hali?

J: Ni pale inapohitajika tu. Hatutumii vibaya uwezo wetu.

D: Je, uliwahi kuwa na mwili wa kimwili wakati fulani?

J: Ndiyo, ninafahamu sana mwili wa kimwili. Sielewi, lakini najua hisia hii kutoka nilipokuwa mtoto na mwili wangu ungebadilika kuwa nishati na ningepotea tu.

D: Kwa hiyo ulikuwa na mwili wa kimwili wakati fulani?

J: Ndiyo. Nimekuwa na maumbo mengi.

D: Je, huo ni uwezo wa watu wenu? (Ndiyo) *Wanaweza kuanza kama wa kimwili, kisha kubadilika?* (Ndiyo) *Hiyo ni ya ajabu sana. Kwa hiyo huhitaji mwili tena. Unakuwa tu nishati?* (Ndiyo) *Basi mnafanya nini kama nishati?*

J: Tunafundisha watu. Tunafanya mambo mengi. Kuna kazi nyingi za kufanya kwenye ulimwengu kwa sababu wanadamu wanaharibu mambo mengi.

D: (Akicheka) *Naam, naamini hilo.*

J: Hivyo wanapotupa nishati zao nje, tunalazimika kurekebisha nyota na kutoa gesi zao. Sielewi hii nishati wanayoitoa ni nini. Kuna nishati za kigeni zinazoingia kwenye ulimwengu na kuchafua ulimwengu mzima. Inasumbua sana.

D: Je, zinatoka kwa wanadamu? (Ndiyo) Je, uko karibu na Dunia? (Hapana) *Kwa hiyo inasambaa mbali sana?* (Ndiyo) *Wana projecting nini ambacho ni hasi sana?* (Jane akaanza kulia.) *Ni vigumu kushughulika navyo, sivyo? Mnalazimika kusafisha machafuko. Mna kazi muhimu. Kwa nini inakufanya uwe na hisia?*

J: Oh, sielewi tu kwa nini wanadamu wote hawaelewi wanachotufanyia. Wanatumia vibaya alchemy yao duniani. Wanaunda kemikali zinazotapakaa kwenye ulimwengu tofauti, na hawaelewi hilo.

D: Hawatambui kwamba siyo tu imefungwa kwenye dunia yao wenyewe?

J: Hiyo ni kweli.

D: Kwa hiyo inaenda nje na kuathiri ulimwengu wenu?

J: Sina ulimwengu. Ninamiliki tu ulimwengu wote.

D: Ulijua ulimwengu fulani wakati fulani, sivyo?

J: Ndiyo... (Akiwa analia) kabla haujaharibiwa.

D: Niambie kilichotokea.

J: Niliishi kwenye sayari ya fuwele. Na gesi zilikuwa kali sana zikayeyusha sayari, kwa hiyo tulilazimika kuunda meli ili tuwe na mahali pa kwenda.

D: Kwa nini iliyeyuka?

J: Ilikuwa ni gesi kutoka ulimwengu wa binadamu. Zilikuwa kali mno na zikayeyusha.

D: Gesi zilikusanyika baada ya muda?

J: Ndiyo. Gesi zinaharibu sayari nyingi, kwa hivyo tunalazimika kuokoa watu wengi pia. Viumbe vingi tofauti kwenye sayari zingine. Tunawakusanya viumbe tofauti.

D: Kwa hiyo iliharibu sayari nyingi?

J: Ndiyo, inaendelea kuharibu sayari na sisi tunaendelea kujaribu...

D: Unamaanisha nishati bado inatoka?

J: Ndiyo, na tunaendelea kuisafisha na kujaribu kufunika mapengo, lakini wanaendelea kufanya mambo yanayofungua tabaka la ozoni yao na inatoka nje na... (Akivuta pumzi ndefu) Inasumbua sana. Kuna mambo mengi yanahitaji kutokea.

D: Kwa hiyo wakati ambapo sayari yenu iliharibiwa, ulisema mliondoka?

J: Tulikuwa tumetengeneza meli ili tuweze kuondoka na kuendelea na kazi yetu. Kisha tukagundua hatuna tena sayari.

D: Je, ulikuwa na mwili wa kimwili wakati huo ulipokuwa kwenye meli?

J: Ulikuwa na muundo fulani.

D: Kisha nini kilitokea mpaka mkamua kutokuwa wa kimwili tena?

J: Hatukuuhitaji. Ilikuwa ni baraka kwa njia fulani kupoteza sayari kwa sababu tayari tulikuwa tunaendelea kubadilika hadi sehemu ambapo hatukuwa na haja ya nyumba tena. Na hatukuwa na haja ya muundo wowote wa kimwili kuzuia umbo letu la nishati.

D: Mlikuwa mmebadilika zaidi ya hapo. (Ndiyo) *Kwa hiyo lini uligeuka kuwa kiumbe wa nishati, duara ulilo sasa?*

J: Ilikuwa baada ya hapo.

D: Je, kuna mtu alikuambia kwamba lazima ufanye kazi hii?

J: Iliamuliwa na baraza. Naam, siyo kazi yangu tu. Kuna kadhaa kati yetu wanaofanya hivi.

D: Ulionana na baraza?

J: Nahisi kama walileta maagizo. Hatuwaoni. Tunawasiliana nao kwa njia ya nishati, na wako kila upande wetu.

D: Na ulikubaliana kutoka katika ulimwengu mzima na kujaribu kurekebisha mambo haya yanayotokea? (Ndiyo) *Ni vipi unapotambua nishati inayotoka duniani? Unaitambuaje?*

J: Ina mzunguko mnene, wa chini, na hata sielewi jinsi inavyoweza kuingia kwenye vipimo hivi. Ni kama nyoka mweusi wa moshi unaotambaa, lakini haujatuvamia. Ni rahisi kutosha kuisafisha. Ni kwamba tu hatuhitaji kutumia muda wetu hivyo wakati kuna kazi zingine ambazo zinahitaji kufanywa.

D: Nilijiuliza jinsi ingeweza kufika mbali sana kutoka duniani hadi kwenye vipimo vingine.

J: Ndiyo, inavuka hata galaksi yetu. Inaenda zaidi na kuingia kwenye ulimwengu mingine. Inapenya sana, na tunajua wanadamu hawakusudii. Inasumbua sana kuangalia.

D: Wanafikiri inabaki tu duniani na wanajiumiza wao kwa wao.

J: Ndiyo. Tumefunga milango mingi ya aina hii, kwa bahati mbaya wanadamu wanahisi bado wanahitaji walimu fulani. Wanadamu wanahisi wanahitaji kujifunza mambo kwa njia ngumu, hivyo wanakaribisha nishati zinazowafundisha masomo kwa njia ngumu.

D: Naam, ni sayari ya masomo.

J: Ndiyo, hiyo ni kweli.

D: Umesema hizi nishati hasi ni rahisi kuisafisha? Mnafanyaje hivyo?

J: Sielewi neno sahihi kwa hilo... tunazizunguka na aina fulani yenye nguvu ya nishati ya kioevu cha fuwele. Tunazizuia na kisha tunafanya mahesabu tofauti. Tunapaswa kupima mzunguko wake na kutafuta mzunguko ulio na nguvu ya kutosha kuiyeyusha. Halafu inayeyuka na kurudi kuwa nishati, lakini kama nilivyosema, inatumia muda mwingi. Kuna kazi zingine kwenye ulimwengu ambazo zina manufaa zaidi kwa jumuiya nzima.

D: "Jumuiya nzima" ni nini?

J: Uhalisia wote wa ulimwengu na wakazi wake. Kuna spishi nyingi nyingine, na wanadamu hawaelewi hilo. Lakini tunawapenda wanadamu. Wao ni sehemu yetu, na hugundua hivyo wanapotoka kwenye miili yao. Kama wangejua hili wangeishi tofauti. Wao ni wazuri sana. Wana nia njema, na wote wana upendo huu moyoni mwao, na tunataka tu wapende kutoka moyoni. Na wakipenda kutoka moyoni, hawatengenezi mambo haya yanayotokea.

D: Upendo ndiyo kila kitu, sivyo?

J: Sahihi. Muumba ana upendo mkubwa. Wana mtazamo mdogo tu wa jinsi Muumba anavyowapenda sana.

D: Lakini nafikiri hiyo ndiyo sehemu ya kwa nini wako duniani, ili kugundua mambo haya.

J: Ni kweli. Hawaoni miti inawapungia mikono na kuwapigia macho ikisema "habari." Wanaikata tu.

D: Hawaoni kwamba kila kitu kipo hai. Wanafikiri kila kitu kipo kwa manufaa yao.

J: Hiyo ni kweli.

D: Ikiwa usingekuwa unatumia muda mwingi kusafisha machafuko, ungependa kufanya nini?

J: Ah, kuna miradi mingi. Kuna sayari nyingi zinazongoja kuzaliwa, lakini wanajua si salama vya kutosha kuzaliwa. Na kuna spishi nyingi zingine zinazotaka kuwa sehemu ya mchakato wa kubadilika na kujiunga na jumuiya nzima.

D: Kwa hiyo hii ni sehemu ya yale ambayo mnaweza kufanya?

J: Ndiyo. Ni rahisi sana kuumba sayari, kama ilivyo rahisi kuharibu sayari. Au kuzielekeza kwenye galaksi na maumbo mengine yanayohudumia jumuiya nzima.

D: Nimezungumza na watu wengine kama wewe, ambao huumba sayari. Ni sehemu ya kikundi cha washiriki wa Muumba, sivyo? (Ndiyo) *Je, mnafanya kwa kutumia nishati?*

J: Ndiyo. Ni zaidi ya nishati. Kama wanadamu wangeelewa... tunalifikiria, kisha linatokea.

D: Ndiyo maana mawazo ni yenye nguvu, sivyo? (Ndiyo) *Labda ndiyo maana wanadamu hawajafika hapo bado.*

J: Wanadamu ni wabunifu sana kwa akili zao. Na wakitumia mawazo yao na nia zao kwa njia tofauti, wangeumba maisha yenye amani zaidi. Tulipoiumba sayari, iliundwa kama oasisi. Hawakukusudiwa kuteseka. Kuna mtu aliwafundisha kuteseka... si sisi. Lakini wote wanajua katika hekima yao ya ndani kwamba akili zao zina nguvu sana. Wanatumia tu sehemu ndogo kama ukubwa wa karanga ya ubongo wao, lakini ubongo wao ni mkubwa sana. Na wakipata ile nishati yote kwenye ubongo wao, dunia ingekuwa mahali tofauti kabisa. Na kwa kweli wanajua kinachoendelea. Wanahisi. Wanaibadilisha. Na sayari hii ya Dunia haibangui. Napenda sana wasilenge kwenye hilo kwa sababu wanazingatia nishati ya uharibifu na hivyo wanaumba uharibifu.

D: Chochote wanacholenga, wanakiumba.

J: Hiyo ni kweli.

D: Je, una furaha na unachofanya?

J: Ndiyo, napenda sana kazi yangu. Ninaposema "kazi," hiyo ndiyo wanadamu wangesema.

D: Ndiyo, hiyo ndiyo tungeita. Na unazunguka tu kutoka sehemu moja hadi nyingine na kufanya unachopaswa kufanya? (Ndiyo) *Hiyo ni ya ajabu na una furaha nayo?* (Ndiyo)

Sasa ilikuwa muda wa kufanya uhusiano na Jane. "Je, unatambua kwamba unazungumza kupitia mwanadamu?"

J: Nahisi ni jambo la kuchekesha, la ajabu. Kuna kizuizi fulani hapa.

D: Ndio maana ulilazimika kutumia lugha. (Ndiyo) *Je, hilo linakusumbua?*

J: Kutumia mwili wa binadamu?

D: Kuwasiliana nami.

J: Hapana. Ni muhimu.

D: Ningependa kufafanua jambo fulani. Nataka kujua kama wewe ni yeye, au ni sehemu yake, au nini? Unaliona vipi hilo?

J: Yeye ni sehemu yetu.

D: Je, yeye ni sehemu ya kundi lenu? (Ndiyo) *Mwambie kuhusu hilo. Anatafuta majibu.*

J: Tayari anajua majibu.

D: Ndiyo, lakini hayajui kwa ufahamu. Unaweza kumwambia ili aelewe?

J: Ndiyo. Yuko hapa kuwafundisha watu jinsi ya kuumba. Jinsi ya kutumia nishati zao kutoka walikotoka.

D: Nishati kutoka mlipotoka? (Ndiyo) *Yeye kweli ni wewe, sivyo?* (Ndiyo) *Hapo ndipo mambo yanapokuwa magumu tunapojaribu kuyaweka kwa lugha yetu.*

J: Ndiyo. Mara nyingi humuweka katika hali zenye nguvu sana. Na mara nyingi, katika maisha yake ya kibinadamu amekuwa na mengi mnayoyaita hali za "umaarufu mkubwa." Na watu hawaelewi kwamba anataka tu kuwafundisha jinsi ya kuumba.

D: Ikiwa ulikuwa na furaha na kazi yako kule, kwa nini uliamua kuwa mwanadamu?

J: Ni muhimu.

D: Ni kizuizi, sivyo?

J: Ndiyo, na yeye hapendi hilo.

D: Nini kilitokea mara ya kwanza ulipolazimika kuwa mwanadamu? Je, uliambiwa lazima ufanye hivyo?

J: Ndiyo. Ni vigumu kueleza kwa sababu yeye hajawahi kujisajili kuwa mwanadamu. Lakini amekuwa akikubali kazi zake kila mara.

D: Unamaanisha hakujitolea?

J: Hiyo ni kweli.

D: Kuna wajitoleaji, sivyo?

J: Ndiyo. Kuna wengi ambao wanadamu wangewaona kama wako kwenye "orodha ya kusubiri" ili kuingia kwenye sayari kwa sasa.

D: Lakini yeye hakujitolea.

J: Hapana, yeye hapendi mwili.

D: (Akicheka) *Basi je, alipewa tu kazi au vipi?*

J: Kuna wengi wetu—sehemu nyingi za ukamilifu wa yule unayezungumza naye—ambazo zipo katika vipimo vingine kwa sasa, na yeye alichagua kuwa kwenye sayari ya Dunia. Lakini bado kuna mgawanyo mwingi wetu kwingine kwa sasa.

D: Nafikiri ninaelewa hili zaidi ya watu wengi kwa sababu ninaelewa kwamba tuna sehemu nyingi. (Ndiyo) *Sisi siyo sehemu moja tu.* (Ndiyo) *Kwa hiyo anaweza kuwepo kama mwanadamu, na pia kuwepo kama wewe.*

J: Hiyo ni kweli. Lakini ana majukumu mengi, na anaelewa kwamba kuna picha kubwa zaidi. Anahitaji kuleta mizunguko na mafundisho ambayo ni muhimu kwa wanadamu ili waweze kuzingatia nishati zao. Na kuelekeza upya shughuli za ubongo wao ili zitumikie zaidi Muumba wao na ulimwengu wao. Na mara wanapotoka miilini mwao wanaelewa hilo.

D: Naam, ndiyo wazi kabisa wakati huo. (Ndiyo) *Lakini hata hivyo, aliamua kukubali majukumu haya na kuwa mwanadamu?*

J: Ndiyo. Hujawahi kubishana kuhusu hilo. Ndiyo maana tunampa kazi ngumu. Anapenda hivyo. Anapenda changamoto.

D: Si rahisi ukiwa mwanadamu na una uwezo tofauti (uwezo wake wa kisaikolojia). *Sivyo?*

J: Ndiyo. Amefanya alivyoweza ili kuwafanya watu wajisikie vizuri kabla hajawaonyesha kinachoendelea kweli.

D: Naam, huyu unayezungumza kupitia kwake, jina lake ni Jane. (Ndiyo) *Je, amewahi kuwa na maisha mengine duniani?* (Ndiyo) *Kuna yoyote anayohitaji kuyajua?*

J: Hapana, si muhimu kuyajua kwa wakati huu.

D: Kwa hiyo lile analolizingatia kwa sasa ndilo muhimu zaidi.

J: Hiyo ni kweli.

D: Kazi yake ni ipi wakati huu?

J: Anatakiwa kufundisha watu wengi, na kuna waponyaji wengi wanaohitaji kukumbuka wao ni nani, na mizunguko yao waliyoileta hapa, na nishati zao, ili waweze kufanya kazi yao kwa uwezo wa juu zaidi.

D: Inaonekana kama jukumu kubwa. (Ndiyo) *Yeye alisema anakumbuka hata alipokuwa mtoto mchanga akiwa na uwezo wa kufanya mambo ya ajabu.*

J: Ndiyo. Alikuwa akiwasiliana nasi akiwa kwenye kitanda chake cha mtoto. Kwa sababu ya kazi yake, alihitaji kutoingia katika hali ya kusahau sana kama wanadamu wengine.

D: Kwa sababu watu wengi hawakumbuki walipokuwa watoto wachanga.

J: Hiyo ni kweli. Watu wengi hawataki kukumbuka hilo. Lakini nafsi hizo ni nzuri sana, na wanadamu hawazitambui kama hivyo, lakini zinapaswa kuingia bila kumbukumbu ili ziweze kutumikia watu ambao wanaweza kutumikia sayari.

D: Lakini yeye aliweza kukumbuka hata akiwa mtoto mchanga kuwa na uwezo wa kufanya mambo hayo. (Ndiyo) *Lakini familia yake ilikuwa yenye kuelewa sana.*

J: Ndiyo, walikuwa wenye ugumu.

D: Lakini alilazimika kuweka uwezo huu nyuma, kama unavyofahamu ninavyosema. (Ndiyo) *Kwa sababu ili kuishi kama mwanadamu, lazima ubadilike.* (Ndiyo) *Anataka kujua kama inawezekana kuyarudisha tena uwezo huu sasa?*

J: Ndiyo, sasa ni wakati wa hilo. Anajua jinsi ya kuutumia, lakini alihitaji kuuweka kando kwa sababu kulikuwa na—kile wanadamu wanaita nishati za "kijivu"—katika mfumo wa shule aliyokuwa akifanya kazi. Na alijua kwamba wangeweza kuona anachoweza kufanya. Kwa hiyo ili kulinda taarifa, alihitaji kuweka uwezo wake kando. Alikuwa analinda nafsi yake, lakini pia alikuwa analinda taarifa.

D: Kwa hiyo alilazimika kujichanganya wakati huo na kuwa mwanadamu. (Ndiyo)

Nilijua sehemu niliyokuwa nazungumza nayo ingeweza kujibu maswali ambayo Jane alitaka kujua, hivyo nilijua sitalazimika kumwita SC. Ilikubaliana nami, kwamba tayari nilikuwa nazungumza nayo. Wakati mwingine ni vigumu kujua tofauti kati ya mwongozi au kiumbe kingine na SC. Mwongozi au kiumbe kingine huenda kisipate ufikiaji wa taarifa zinazohitajika, na mara nyingi ndicho cha kwanza kukiri hivyo. Wakati mwingine kitaambia kwamba ninapaswa kumwita SC kwa sababu hakiwezi kujibu maswali. Yote yanarudi kwa ukweli kwamba sote ni wamoja hata hivyo. Sehemu zote zingine za nafsi zetu pamoja na SC zote ni sehemu ya Chanzo. Mwanzoni huyu alisikika kama ET au mgeni wa kawaida aliyekabidhiwa kwenye meli ndogo. Kisha alisikika kama Kiumbe cha Muumba, halafu akajitambulisha kama sehemu nyingine ya Jane. Kwa hiyo kilikuwa ni vitu vingi, kama sisi sote tulivyo. Hivyo nilijua ningeweza kupata taarifa kwa ajili ya Jane bila kumwita SC.

D: Tunaweza tu kuzungumza na kuwa na taarifa, sivyo?

J: Ndiyo, na wewe ni njia bora ya kupitisha taarifa hii, na tunakushukuru kwa kila kitu unachofanya.

D: Ninashirikiana nanyi kila mara.

J: Ndiyo, unafanya hivyo.

D: Najua nguvu zenu na ninaiheshimu. Lakini kama ataruhusiwa kuzirudisha tena hizi uwezo, je, itakuwa nzuri? Itakuwa salama?

J: Ndiyo, tutaumba mifumo ya ulinzi karibu naye ili kuyaleta hayo. Kuna wanadamu wengi kwenye sayari kwa sasa wanaosubiri taarifa hii ipitie kwake. Ni wakati wake kabisa.

D: Mimi ni mwenye kulinda sana, na hatutaki kufanya chochote kitakachomuumiza, au kuvuruga maisha yake. Yeye lazima aishi hapa hata hivyo.

J: Hiyo ni kweli. Ndiyo maana tulibadilisha upya atomi zake.

D: Niambie kuhusu hilo.

J: Zinabeba kaboni zaidi na zina uwezo wa kubeba hidrojeni zaidi, hivyo upanuzi wa nishati na nguvu ya nishati inaruhusiwa kuingia kwenye uga wake wa nishati.

D: Kwa nini seli zilihitaji kubadilishwa upya?

J: Unaweza kufikiria kiwango cha mizunguko kitakachokuwa kinapita kupitia kwake. (Ndiyo) Hivyo hatutaki mwili wake wa kimwili uharibiwe.

D: Nimeambiwa hili hapo kabla. Baadhi ya nishati ni yenye nguvu sana kiasi kwamba inaweza kuharibu miili yao ya kimwili.

J: Hiyo ni kweli, na hilo limetokea kwa wanadamu wengi.

D: Mara nyingi wakati aina yenu ya viumbe inajaribu kuingia, mwili wa mtoto hauwezi kushikilia nishati. (Ndiyo) *Unaharibika au huzaliwa amekufa. Hicho ndicho nilichosikia.* (Ndiyo) *Hivyo mnalazimika kujaribu tena kwa kufanya marekebisho.*

J: Kiumbe tumboni kiko sawa. Ni mama ndiye hafanyi juhudi ya kutunza nishati inayozunguka kiumbe hicho.

D: Ni nyingi mno kwa mama. (Ndiyo) *Je, mlilazimika kufanya kitu fulani kwa Jane kabla hajazaliwa?*

J: Ah, ndiyo. Jane hakuingia tumboni hadi baada ya miezi sita kwa sababu walikuwa wakifanya kazi kwa mwenyeji wake. Mwili wa mama. Kwa hiyo hakuweza kuingia hadi miezi sita akiwa tumboni.

D: Kwa hiyo mtoto alikua kwa miezi sita kabla hajaruhusiwa "kujaribu maji," kwa namna ya kusema?

J: Ndiyo. Lakini alikuwa busy akifanya mambo mengine. Sijui jinsi ya kueleza, lakini kimsingi nafsi ya juu ya mwanadamu huamsha hekima yake ya kuumba mwili wake. Na jinsi ya kuunda kiumbe kwa kiwango cha seli, ili nishati iweze kuingia.

D: Mara nyingi mnakua na shughuli nyingi kiasi kwamba hamtaki kuingia hadi dakika za mwisho hata hivyo.

J: Ndiyo. Hicho ndicho Jane alikuwa akifanya.

D: Unamaanisha nafsi, roho, ndiyo inayokuja?

J: Hiyo ni kweli. Hawaji mara moja.

D: Wanaumba kiumbe ili kiwe jinsi wanavyotaka kiwe?

J: Ndiyo. Kiumbe huwa kinaumbwa kwa njia ile ile kila mara, na kisha kiumbe kinapokuwa tayari, kinajiandaa kwa ajili ya roho kuja ndani, na hapo ndipo inafika.

D: Kwa hiyo hawabadili au kuendesha kiumbe basi?

J: Naam, watafanya hivyo, ndiyo, lakini mama anahitaji kuumba... nafsi zinapaswa kuundwa. Wakati mwingine nishati au nafsi humwambia mama kwamba zinakuja, kisha zinakuwa na shughuli zingine na mara nyingine husahau kuingia kwenye mwili.

D: Hilo hutokea?

J: Ndiyo, kwa hiyo basi mtoto huzaliwa bila roho ndani ya mwili, na hiyo ni kwa sababu mambo mengine yalichukua kipaumbele... basi tu.

D: Mtoto anawezaje kuwepo bila roho mwilini?

J: Naam, mwili wa binadamu wa mama umeundwa kutuma damu yote na oksijeni yote kwenye seli ili kuumba kiumbe. Kwa hiyo hekima ya mwili wa binadamu huchukua nafasi ya kuunda kiumbe halisi au muundo wa kimwili kwa ajili ya roho kuja.

D: Mwili ni kitu tofauti, sivyo?

J: Ndiyo. Kwa hiyo ni kama kiwanda cha uzalishaji. Mara kwa mara mwili unajua jinsi ya kuunda kiumbe. Ndiyo maana roho inaweza kuamini kwamba inaweza kuja baadaye kwa sababu kazi tayari inafanyika.

D: Ndiyo maana nimekuwa nikiwaambia watu kwamba kiumbe huishi kutokana na mama, na nguvu ya maisha yake ndiyo huweka hai. Kwa hiyo roho haipaswi kuwa kwenye mtoto hadi itakapojitenga na mama.

J: Hapana. Wakati mwingine roho huja na kuangalia, na hapo ndipo wanapohisi kupiga teke na mambo kama hayo. Kisha huondoka tena, na ndiyo maana mama hawezi kutabiri vipigo kwa sababu roho huja na kutangaza uwepo wake, hufanya aina fulani ya "alama," kisha huondoka tena. Bila shaka, roho inaweza kuwa sehemu nyingi kwa wakati mmoja.

D: Hicho ndicho ninachowaambia watu. Haipaswi kubaki mwilini hadi itakapojitenga na mama. (Ndiyo) *Kisha inapaswa kuwepo au mtoto hatakuwa hai.* (Ndiyo) *Lakini umesema kila kitu kilipaswa kubadilishwa upya ili Jane aweze kushughulikia nishati hii.* (Ndiyo) *Na ana kumbukumbu za uwezo wake alipokuwa mtoto.* (Ndiyo) *Na sasa ataweza kuvitumia hivi?* (Ndiyo) *Mtaviamsha vipi tena?*

J: Tutamjia katika usingizi wake usiku wa leo na kumkumbusha. Kumkumbusha jinsi ya kufanya kazi navyo kwa usalama na jinsi ya kuwa karibu na wanadamu wengine huku akivitumia. Jinsi ya kufundisha kwa usalama; jinsi ya kutumia kwa usalama. Ni nguvu sana, unajua. Yuko tayari.

D: Ni uwezo upi mtakaorudisha kwanza?

J: Naam, anahitaji sana kuwa katika sehemu nyingi kwa wakati mmoja. Na kwa hivyo ataimudu hilo kisha atalifundisha.

D: Uwezo wa kuonekana sehemu mbili kwa wakati mmoja aliokuwa akizungumza juu yake?

Huu ulikuwa uwezo mwingine alioukumbuka akiwa mtoto. Aliweza kusogeza mwili wake wa kimwili mara moja kutoka sehemu moja hadi nyingine kwa kufikiria tu.

J: Ndiyo. Ni zaidi ya hapo. Yeye husafiri sana kwenye siku za usoni na kuandaa maisha yake ya baadaye tayari. Kutakuwa na zaidi ya hayo na kutakuwa na safari kwenye nchi nyingi kwa wakati mmoja akiziandaa hali pale atakapowasili kuwafundisha taarifa wanazohitaji.

D: Je, watu watamwona kama mwanadamu thabiti?

J: Ndiyo, ndiyo, atachukua maumbo tofauti.

D: Unamaanisha hatakuwa akisafiri kwa njia ya roho tu?

J: Hapana, atachagua umbo na kuingia humo.

D: Je, litaonekana kama umbo alilonalo sasa?

J: Hapana... naam, wakati mwingine. Inategemea anaenda wapi na jinsi anavyohitaji kujichanganya.

D: Kwa hiyo watu wengine watamwona kama mwanadamu halisi? (Ndiyo) *Katika mwili wake kama Jane, je, atatambua kwamba anafanya mambo haya?*

J: Ndiyo. Tayari anafanya. Hajawa tu na ufahamu wa moja kwa moja.

D: Kwa hiyo ni sawa kama akijua sasa?

J: Ndiyo. Kila mara anawasaidia watu.

Moja ya maswali ya Jane lilikuwa kuhusu hisia kwamba kuna kitu kinamjia usiku. Viumbe vya aina tofauti vilionekana.

J: Ah, hizo ni kazi zake nyingi. Kulingana na kile anachofanya katika ulimwengu, watu huwasiliana naye na kumjulisha jinsi wanavyofanya katika kazi zao, na kumwomba kushiriki na kusaidia katika maeneo mengine.

D: Alisema wakati mwingine inamsumbua.

J: Ndiyo, lakini anapenda kuwa na shughuli.

D: Alisema wakati mwingine alihisi kuna marekebisho yanafanyika.

J: Ndiyo. Ni changamoto kubwa kwake kuendelea kuondoka mwilini, na kwa hivyo tunapaswa kuendelea kumrekebisha ili kila mara anaporudi mwilini akumbuke yuko kwenye mwili. Kwa hiyo tunafanya hivi usiku.

D: Akielewa hili itarahisisha mambo. (Ndiyo) *Ni uwezo gani mwingine mnataka kumrudishia? Mnataka ayadhibiti moja baada ya jingine?*

J: Atayafanya kwa wakati mmoja. Ana mwendo mwingi kuzunguka kwake na anahitaji kujifunza jinsi ya kuhamisha vitu kwa urahisi zaidi, na kutumia nishati kidogo katika kuhamisha mambo. Anaweza tu kuyahamisha kabla hajafika.

D: Uwezo wa kuinua vitu (levitation) *aliokuwa nao akiwa mtoto?* (Ndiyo) *Eleza unamaanisha nini.*

J: Naonyeshwa picha yake akiwa ndani ya gari lake, na wakati mwingine kuna vizuizi barabarani, au magari mengine kwenye njia. Au hali zingine zinazojitokeza kwenye njia anayopitia ambazo zinampunguza kasi ya kufika pale anapohitajika kuwa. Na hivyo hivyo vitahamishwa.

D: Atajua tu hili na kuweza kuvihamisha? (Ndiyo) *Huo ni uwezo wa kuvutia sana kuwa nao.*

J: Ndiyo, ni kweli. Wakati mwingine husahau kwamba gari lake siyo chombo cha angani. (Nilicheka.) Anaendesha kwa mwendo wa kasi. Kuna miradi mikubwa zaidi pia. Kuna volkeno katika eneo ambalo wanadamu huita "Hawaii," zinazojitayarisha kulipuka, na bado si wakati wake. Hivyo atalazimika kufanya kazi nazo ili kuzipunguza kasi. Hizo ndizo aina ya miondoko.

D: Oh? Hizi ni kazi mnazompa usiku? (Ndiyo) *Je, atazifanya akiwa katika hali ya usingizi?* (Ndiyo) *Kwa hiyo hatakuwa na kumbukumbu ya fahamu?*

J: Atakumbuka. Tunapaswa kumruhusu apumzike wakati fulani.

D: Bila shaka. Hatutaki kumchosha.

J: Hiyo ni kweli.

D: Kwa hiyo anapofanya kazi hizi atakuwa na kumbukumbu? (Ndiyo) *Hahitaji kuwaambia kila mtu, sivyo?*

J: Asingeweza kupata maneno sahihi ya kueleza.

Niliuliza baadhi ya maswali yake zaidi. Moja lilikuwa kama anapaswa kuondoka Kanada.

J: Ndiyo, anahitaji kuondoka. Bado si wakati wake kamili. Kuna nishati kali sana mahali anapoishi ambayo inahitaji kufutwa. Kuna sumu nyingi na mazingira ya jiji. Kuna uchafuzi mwingi. Nitakumbusha jinsi ya kufuta hilo na jinsi ya kuchuja hewa, lakini anajua... anaona mapambazuko ya kemikali hiyo inayoundika juu ya jiji. Na anaona malaika wakubwa kuizunguka kila anapoendesha kuelekea humo.

D: Hii ni moja ya kazi zake?

J: Ndiyo. Kuna uchafuzi mwingi pale... uchafuzi mwingi kwenye maji pia.

D: Kwa hiyo lazima afanye hivi kabla hajaondoka Kanada. (Ndiyo) *Alitaka kujua mahali pazuri zaidi kwake... sehemu bora ya kuwa kwake.*

J: Anapaswa kwenda Seattle. Watu wangemwelewa huko. Na kuna kazi ya kurekebisha ardhi inahitajika kufanyika. Kuna sehemu zinazojitayarisha kuzama. Zinaelemewa na nishati. Atahamia huko baada ya mwaka mmoja, kwa muda wa kibinadamu. Tutamtuma kwenye maeneo ya pwani. Kuna kazi nyingi za kufanyika pale.

Anataka kuunganishwa kwa ufahamu nasi. Tunajiandaa kuwa na mikutano naye sebuleni mwake. Kile anachotamani ni kutuona kwa sababu anatukosa. Na ubongo wake wa kibinadamu hauelewi kwamba umbo letu halina umbo. Lakini angependa kutuona, na kwa hivyo tutafika mara kwa mara. Tutachagua umbo ambalo litamfanya ajisikie vizuri.

Fizikia: Tulifanya uchunguzi wa mwili. "Kemikali haziko sawa. Homoni. Mfumo wa endocrine unarejeshwa sasa. Ulikuwa umechoka kupita kiasi. Tunahitaji apunguze kasi. Mgongo wake umekuwa ukichezewa na wataalamu wasio na uelewa mara nyingi kiasi kwamba tutahitaji pia kuuweka sawa. Walikuwa wakifanya kazi na aina ya mwili tofauti na walizozoea. Tunarekebisha, lakini itachukua siku chache. Hapaswi kumruhusu mtu mwingine kufanya kazi juu yake. Waponyaji wengine hawaelewi mwili huu. Pia hatambui kwamba anachukua nishati za watu wengine. Anahitaji kulinda tumbo lake. Anahisi vitu hivi pale. (Walitunza). Tuliunda kinga ya nishati katika eneo la tumbo lake ili kumlinda dhidi ya nishati za watu anaofanya nao kazi."

(Ujumbe wa kuaga:) "Tunajivunia sana kwake na tunajua anafanya kazi kwa bidii sana. Ana kazi muhimu ya kufanya, na anawapenda kila mtu. Tumefurahishwa na kazi anayofanya."

D: Tulikuwa tukitaka kuingia kwenye maisha ya zamani, lakini umesema hayo si muhimu?

J: Hapana. Ameunganisha uhalisia wake wote wa vipimo vingi. Hii maisha ndiyo muhimu zaidi.

D: Kwa hiyo tulionyeshwa ile orb kwa sababu hiyo ilikuwa moja ya nishati zake kuu? (Ndiyo) *Na sikuhitaji kukuomba uje mbele.* (Hapana) *Ulikuwa unajua tulichokuwa tunafanya, sivyo?*

J: Hiyo ni kweli.

SURA YA ISHIRINI NA TISA

MWALIMU ANAUAWA

Loretta alikuwa mtaalamu wa tiba ya masaji ambaye wasiwasi wake mkuu ulikuwa kumbukumbu nyingi za uzoefu wa viumbe wa nje ya dunia. Alitaka kujua kama vilikuwa ndoto au halisi. Kila mara tegemea kisichotarajiwa kwa sababu kikao kilichukua mwelekeo wa ajabu na wa kuvutia. Loretta hakupoteza muda. Mara tu alipokuwa kwenye usingizi wa kina alijikuta mara moja kwenye piramidi kubwa nchini Misri. Aliona mlango mkubwa ukifunguka kuingia ndani ya piramidi na bila kusita akaingia ndani na kushuka chini kwenye handaki la giza. Alitembea akipita vyumba ambavyo alijua hakuruhusiwa kuingia, na akaendelea. Katika kujibu maswali yangu alisema alikuwa msichana mdogo mwenye nywele ndefu nyeusi. Sauti yake ilivunjika kana kwamba alikuwa amehuzunika na kuogopa. "Kuna hisia nyingi. Sihofii. Ni nguvu. Naweza kuisikia katika jua langu la plexus. Nadhani nahisi nguvu ya piramidi. —Kuna ngazi. Ninapaswa kupanda ngazi, na kuingia chumba hiki. Kwa hiyo niko ndani ya chumba na mbele yangu kuna sanamu kubwa mbili za paka weusi. Wanalinda mlango. Inaonekana kuna mwanga kule nyuma, lakini ni giza mlangoni. Nataka kujua nini kiko humo. Kuna mwenge hapa. Nitaushika mwenge huu na kuangalia. —Naam, kuna mlango mwingine. Nachukua ufunguo na kufungua mlango. Sioni chumba. Naona mwanga wa zambarau kila mahali. —Nataka kuuliza kama una ujumbe. Inasema, 'Hekima ya zama.' Amesema hiyo tu... hekima ya zama. Huu ni mwanga wa zambarau ambao nimeuona kabla. Ninaona mara nyingi na kila wakati mwanga huu wa zambarau unapokuja, unapeana hekima ya zama."

D: Unapeanaje?

L: Ni katika kujua tu... wakati mwingine najua majibu. Najua mambo na sijui kwa nini najua.

D: Je, unauliza taarifa zaidi?

L: Siulizi. Inakuja tu. Sijui kamwe itaniambia nini.

D: Leo inataka ujue nini?

L: Inatoka hekaluni. (Kwa mshangao) Inatoka hekaluni... hayo ndiyo maneno yanayokuja, lakini niko ndani ya piramidi. Ah! Ni hekalu lililojengwa ndani ya piramidi.

D: Je, umeunganishwa na hekalu kwa namna fulani?

Alikuwa akipokea habari kwamba mlango unaolindwa na paka weusi ulikuwa ufunguzi wa hekalu. Mwanga wa zambarau ulikuwa ndani. Akaona kwamba kazi yake ilikuwa kushughulika na wafu.

L: Kuna jiwe lenye mwili juu yake, na ninajiandaa kuuandaa mwili.

D: Unafanya nini unapouandaa mwili?

L: Ni mende... mende na kuufunga kama mumia.

D: Unamaanisha nini kwa mende?

L: Mende... kitu fulani na mende. Nawaweka mende juu ya mwili. Kuna mitungi, na mitungi hiyo ina mimea iliyokaushwa tofauti. Naweka hiyo juu ya mwili ninapoufunika.

D: Kwa nini unafanya haya yote?

L: Ni kwa heshima ya kuandaa mwili kwa ajili ya makaburi.

D: Je, makaburi yako sehemu hiyo hiyo?

L: Hapana. (Alikuwa akihisi sana.) Ni kama mimi naandaa miili, kisha wanakuja na kuichukua.

D: Kwa nini hili linakufanya uhisi sana?

L: Linaonekana la kusikitisha sana. Sitaki kufanya hivi.

D: Kwa nini linasikitisha?

L: Kuna kitu kuhusu mende.

D: Nilidhani ulikuwa na huzuni kwa sababu mtu alikuwa amekufa.

L: Hapana. Hilo si baya. —Nadhani mende wanatambaa juu ya mwili ili kuula mwili.

D: Je, wako chini ya vifuniko?

L: Ndiyo. Hiyo lazima iwe sehemu ya mchakato. Naweza kuona sasa... wanatambaa juu ya mwili. Sijui kama wako ndani ya mwili.

D: Lakini kwa nini hilo linakuhuzunisha ikiwa ni sehemu ya mchakato?

L: Linafanya nitokwe na machozi. Najiuliza kama mwili haujakufa kweli. Wanaweza kuwa wananiletea mtu ambaye hajafa kweli? Labda wananiletea watu wa kuzikwa ambao hawajafa kweli. Hmm.

D: Unaweza kusema kwa kuangalia kama wamekufa au la?

L: Hapana. Nadhani kuna kitu kama koma. Wanaweza kuwa katika hali kama hiyo na mimi sijui.

D: Hawatakuwa wanapumua? (Hapana)

Loretta alipata ufahamu wa ghafla usiopendeza. "Na vipi ikiwa... labda si mimi ninayewatengeneza. Labda ni mtu mwingine ananitengeneza mimi, na mimi niko juu ya meza? —Nadhani ndiyo hiyo." Alivurugika sana na kuogopa. Mara moja nikatoa mapendekezo ya ustawi. Kwamba ataweza kutazama kwa njia ya lengo ikiwa atataka, na kuweza kuzungumza juu yake. "Walinifunga wakati bado niko hai... (Nikiwa na mateso)... na waliweka mende juu yangu. Waliweka kaburini. Sikuwa nimekufa! (Akiwa analia)... Je, walidhani nimekufa?" Alianza kupumua kwa nguvu.

Mvutano huu wa kurudi na kuendelea kati ya ikiwa alikuwa mtazamaji au mshiriki ulikuwa wa kawaida wa ulinzi ambao SC hufanya ili kuhakikisha mtu hatapewa zaidi ya kile anachoweza kushughulikia. Nikaamua kumrudisha nyuma kabla ya jambo hili kutokea. Itakuwa njia ya kumtoa katika hali hii mbaya, na kugundua ni nini kilichosababisha. Akaanza kujieleza: "Naweza kuona nyuma ya kichwa changu na nina nywele ndefu nyeusi, na mimi ndiye yule msichana mdogo niliyeona mapema. Nina vitu vya dhahabu kichwani mwangu. Naambiwa, 'Kwa ajili ya wema wa watu.' Hmm... haimaanishi kitu. 'Kwa ajili ya wema wa watu utazikwa.'"

D: Kwa nini? Hilo lingewasaidiaje watu?

L: Inaonekana kama mimi ni mwanamke mchanga anayesema waziwazi, na hili litafundisha wanawake hawawezi kuwa hivyo. Kwa mfano. Nilikuwa ninaongea waziwazi sana. Nilikuwa nikiwaonyesha kwa mfano jinsi nilivyoishi maisha yangu, kwa hivyo walinifanya mfano. Ninaona mwanga wa zambarau. Naona nimesimama mbele ya mwanaume na akiniambia walikuwa wananifanya mfano. Na sasa siwezi kujiwona tena. Naona mwanga wa zambarau.

D: Lakini ulisema ulikuwa unawafundisha kwa mfano?

L: Ndiyo, nilikuwa mfano mzuri. Mwanaume huyu hakutaka nifundishe. (Kwa ukaidi) Lakini kama ningekuwa nikifundisha kitu kibaya, kwa nini nione mwanga wa zambarau? Naona wananivuta. Wanaume wawili... mmoja kila upande wa mikono yangu na miguu yangu inav dragged. Walinipiga ubavuni mwa kichwa. Hicho ndicho walichonifanyia. Lazima walinipiga tu hadi nikazimia. Kisha wakanichukua... wakaweka mende juu yangu na mimea iliyokaushwa, wakanifunga na kuniweka kwenye kisanduku! Walidhani nimekufa. Wakanizika nikiwa hai!

Hili lilikuwa la hisia sana kwake, na nilipaswa kila mara nikumbuke kwamba SC haitamwonyesha mtu zaidi ya kile anachoweza kushughulikia. Katika kesi nyingi SC imekataa kumwambia mteja kuhusu maisha ya zamani yenye vurugu au ya kutisha kwa sababu haikutaka kumhuzunisha. Katika kesi hii lazima ilifikiri ni muhimu kwake kupata habari hii ya kusumbua. Nikamtoa mbali na tukio hilo, ili asihitaji kupitia hisia hizo. Lakini bado nilitaka kujua alikuwa anadhibiwa kwa nini. Alikuwa amefanya nini kustahili kifo cha kikatili hivyo? "Je, ulikuwa mwalimu?"

L: Nilikuwa nikifundisha uchawi. Uchawi ni mzuri. Uliohusiana na wale paka wakubwa weusi. —Naona kilichotokea mahali pale. Kulikuwa na duara la wanawake hekaluni na wale paka wawili. Niliwafundisha katika duara na nadhani huenda nilikuwa nikifundisha kile ambacho mwanga wa zambarau ulikuwa unanifundisha.

D: Ulisema, Hekima ya Zama?

L: Ndiyo. Wanaume hawakupenda.

D: Hawakutaka wanawake wajue mambo haya? (Ndiyo) *Ndio maana waliamua kukuua?*

L: Ndiyo. Unapofanya mambo haya... tazama kinachokutokea.

D: Walitaka kuwatisha wengine. (Ndiyo) *Sawa, sasa umetoka kwenye mwili huo na unaweza kuangalia maisha yote kutoka mtazamo tofauti. Kila maisha yana kusudi. Je, kuna kitu chochote ulichojifunza kutoka maisha hayo?*

L: Nilifundisha kile nilichofikiri kilikuwa sahihi na nikafungwa kwenye kisanduku.

D: Kwa hiyo unafikiri ulichojifunza ni nini?

L: Labda kupigana zaidi kwa kile ninachoamini.

D: Hata kama uliuawa kwa ajili yake?

L: Ni aidha nipigane zaidi kwa kile nilichoamini, au niseme nilikufa bure. Sipendi kufa bure. Sijui kwa nini lazima iwe mapigano.

D: Je, unafikiri hicho ndicho ilikuwa ikijaribu kukufundisha? Unaweza kupigania kile unachoamini?

L: Ndiyo, walikuwa tayari wamefanya mbaya zaidi. Moja ya maneno ninayopenda sana ni, "Nina nini cha kupoteza?"

Alipohamishwa kutoka kwenye tukio lile la maumivu kupelekwa kwenye maisha mengine, Loretta alijiona akielea angani bila mwili. Kulikuwa na hisia nzuri tu za kuwa nishati. Ni mahali pa amani ambapo alijihisi amejitenga na kila kitu. Nilijaribu kumpeleka sehemu nyingine, lakini akasema, "Naona nishati tu inapita. Inapita kwa umbo la viputo. Viputo vya zambarau... zambarau yenye giza zaidi na kijivu na machungwa. Naonekana niko kwenye ulimwengu wa mwanga. Nishati nyingi. Bado niko kwenye ulimwengu huu wa nishati na rangi hizi zinakuja kwangu."

D: Unatakiwa kutumia hii nishati kwa namna fulani?

L: Naambiwa, ndiyo. Kutumia hii nishati... taa za rangi. Nitumieje hii nishati... kwa macho yangu? Nifanyeje hivyo... kwa kuangalia tu na kuwa? Ni rahisi hivyo? Ni rahisi hivyo. Naituma nishati kwa macho yangu. Wananifundisha kulenga.

D: Inakwenda wapi unapoilenga?

L: Kwa mtu ninayefanya naye kazi. Nafanya kazi na wazee. Nafanya kazi na vijana. Nafanya kazi na watu wa barabarani.

D: Kwa kuwatizama tu?

Loretta kwa wazi alikuwa mmoja wa "Wimbi la Pili."

L: Ndiyo. Watu wanakuja kwangu kuzungumza na hawajui kwa nini. Ni kwa mimi kuwatizama.

D: Hiyo haihitaji jitihada yoyote, sivyo? (Hapana) *Ulijua ulikuwa unafanya hivi?*

L: Nimefikiria hivi karibuni, labda. Najua ninafanya zaidi kwa macho yangu; hasa kwa wazee kwa sababu macho yangu yanawavuta na kisha wananisikiliza.

D: Huyu ni Loretta tunayemzungumzia? (Ndiyo) *Kwa hiyo uliingia kwenye mwili wa Loretta?* (Ndiyo)

Kisha sauti ikabadilika na ikajitambulisha kama kitu au mtu kutoka kwenye chombo, ambacho kiliita chombo chake. Walianza kuelekeza nishati kwenye mwili wake kuponya na kumrahisishia kulenga nishati atakayokuwa akifanya nayo kazi.

L: Anawatazama watu na wanakuwa bora. Iwe ni mambo ya kimwili, mambo ya kiakili. Anafanya kazi na watu na hawajui hata hivyo, lakini wanakuwa bora. Amekuwa akifanya hivi, lakini hakujua. Sawa kwa yeye kujua sasa, kwa sababu huu ndio kazi yake. Atakuwa akisafiri, kukutana na watu. Kama upepo tu. Upepo unagusa watu wengi. Na ni rahisi sana. Haihitaji kuwa ngumu. Aende popote roho inapomtuma. Oh, kuna kitu kipana zaidi. Atafanya kazi na mwanga mwingine. Mwanga huu mwingine ni wa dhahabu na mkali. Fungua uzoefu mpana zaidi... mpana.

Niliuliza habari zaidi kuhusu chombo. "Kwa nini kina nia na Loretta?"

L: Kina sema, " Wewe ni binti yangu. Utahudumu kwa macho yako. Wewe ni mtoto wa mwanga."

Habari ikasimama nilipoomba maelezo zaidi juu ya chombo. Alionekana kuogopa, na hofu ikazidi mawasiliano. Kwa hiyo nikaita SC na nikauliza kwa nini ilichagua maisha tuliyoyapitia.

L: Hayalazimiki yote kuwa hivyo. Ilikuwa makosa kufanya hivyo, na yeye hahitaji tena kufanya hivyo. Anafikiri kila mara anadhibiwa kwa kusema ukweli. (Alibadilika hadi nafsi ya kwanza, ishara kwamba Loretta alikuwa anajaribu kuingilia.) Nafikiri katika maisha mengi, mengi, mengi nilidhibiwa na labda sasa sijui jinsi ya kukubali katika maisha haya.

Nilitumia mapendekezo chanya kuachilia mambo yaliyotokea kwenye maisha hayo ili yasimshikilie tena. Hii ilichukua muda wa kurudia mapendekezo, hadi akasema kwa mshangao, "Nimeiona. Nimeiona nishati ikiachiliwa!" Kisha nikarudi kwenye maswali na nikasisitiza kwamba aliruhusu SC ijibu.

D: Alikuwa na tukio lililotokea miaka mingi iliyopita alipokuwa akiishi Edmond, Oklahoma, ambapo aliona viumbe chumbani mwake. Alitaka kujua kilichomtokea usiku ule. Unaweza kumwambia kuhusu hilo? Je, lilikuwa tukio halisi?

L: Ndiyo. Ilikuwa rafiki aliyerudi kumchukua. "Nilirudi kukuchukua nyumbani kwa muda."

D: Ilimpeleka wapi?

L: Kwenye sayari ya buluu. Kulikuwa na miti na nyasi, lakini ukiitazama sayari kutoka anga ya mbali, inaonekana buluu. Kuna mji pia. Anauita Mji wa Dhahabu. Watu wenye furaha. Walikuwa na sherehe kusherehekea kurudi kwake nyumbani. Alikuwa ameondoka kwa muda.

D: Ikiwa alikuwa na furaha, kwa nini aliacha mahali hapo?

L: Alitakiwa kwenda kusaidia... alijitolea kusaidia ulimwengu. Alijitolea kuwa mwanadamu.

D: Alikuwa anaenda kujitolea kusaidia vipi?

L: Kwa kuwa mwanadamu. Kwa nishati yake kusaidia.

D: Wakati tukio lilipoanza usiku ule, aliona kitu kilichoonekana kama pembetatu.

L: Ndiyo. Pembetatu nyeupe ang'avu! Inarudi kwenye chombo cha anga. Moja kwa moja kurudi kwenye chombo cha anga kwenye mwanga. Pembetatu zilikuwa kwenye dari. Ni nishati. Hiyo ndiyo nishati iliyohitajika kumpeleka kupitia handaki... kupitia shimo la minyoo.

D: Kumludisha nyumbani kwa ziara?

L: Ndiyo, na zilikuwa zimetengenezwa kwa mwanga mweupe. Pembetatu zilikuwa chanzo cha nishati. Na pembetatu zilikuwa viumbe vya mwanga pia. Walikuwa viumbe wa nishati. Ilinirudisha kwenye chombo kilichokuwa na mwanga juu yangu. (Loretta akaanza kuingilia tena.) Sidhani meli zote ni nzuri. Wanataka kunifanyia kazi. Nakumbuka nikiwa nimelala juu ya meza baridi sana bila nguo. Wote wapo kuzunguka meza.

D: Waulize kwa nini uko hapo.

L: Tunajaribu kukusaidia. "Kusaidia mimi nini?" (Akiwauliza.) Ninyi watu mnahitaji kuzungumza nami. Hawajui lugha yangu. "Mna maana gani hamjui lugha yangu? Naweza kuwasikia." Walisema walikuwa wanajaribu kunisaidia. Sidhani wanajaribu kunisaidia. Wamenishikilia chini. Hiyo si kunisaidia. (Kwa ukaidi.) Kwa nini mnaweka chombo puani kwangu hadi kwenye ubongo wangu? (Amechukizwa) Mnataka nifanye hivyo kwenu?

D: Mwambie Loretta kwa nini hilo linatokea. Mweleze. Hataogopa ukimweleza. Wanadamu wanapenda kuelekezwa.

L: Wanafanya marekebisho kwenye tezi ya pituitari... marekebisho?

D: Kwa nini inahitaji kurekebishwa?

L: Si kubwa ya kutosha... maarifa zaidi.

D: Unataka aweze kupata baadhi ya maarifa aliyokuwa nayo awali?

L: Ndiyo. Kusaidia watu.

Walieleza kwamba wao si wale watakaompa maarifa. Maarifa yatatoka mahali pengine, lakini tezi ya pituitari ilihitaji kuwa kubwa vya kutosha kuyapokea. Kisha akasikitika tena. "Wamechoma kitu ukeni kwangu. Mayai? Mnataka mayai?"

D: Kwa nini mnataka mayai?

L: Kiumbe... kuhifadhi... kwa ajili yake? — Wanayahifadhi kwa ajili yangu?

D: Kwa nini lazima yahifadhiwe kwa ajili ya Loretta?

L: Maisha tofauti. Maisha yajayo... maisha ya baadaye.

D: Kwa nini lazima yahifadhiwe kwa maisha hayo?

L: Biolojia sasa ni muhimu.

D: Unamaanisha nini? Katika maisha yajayo, hatakuwa na uwezo wa kutoa mayai yake mwenyewe?

L: Sio kama haya.

D: Kuna tofauti gani kuhusu haya?

L: Mambo yanabadilika... yanabadilika kimaumbile... yanageuka... yanabadilika.

D: Unamaanisha yanaendelea sasa, au yatakuja au vipi?

L: Sasa... mambo ni tofauti sasa. Mayai ni tofauti sasa.

D: Yanabadilika? (Ndiyo) *Na mnayataka kuyahifadhi?*

L: Ndiyo. Huenda nisirudi tena katika hali hii.

D: Je, yanabadilika kuwa bora au kuwa mabaya zaidi au vipi?

L: Sio mabaya... tu tofauti. Yatatumiwa baadaye.

D: Kwa hiyo katika maisha yajayo hayatatengenezwa kama haya?

L: Hapana, siyo kama haya.

D: Ni nini kinachosababisha mayai kubadilika?

L: Mtetemo.

D: Najua mitetemo inafanya mwili kubadilika. (Ndiyo) *Lakini pia inafanya mayai kubadilika?*

L: Ndiyo... DNA inabadilika.

D: Lakini sasa hawezi tena kupata watoto. Je, hilo linafanya tofauti yoyote?

L: Katika maisha haya hapati watoto.

D: Lakini mayai bado yanafaa?

L: Lazima yawe.

D: Kwa hiyo mayai lazima yachukuliwe na kuhifadhiwe? Ndio unamaanisha? (Ndiyo) *Ili yaweze kupandikizwa kwake katika maisha yajayo?* (Ndiyo) *Ni nini kitakuwa kibaya kwa mayai katika maisha ya baadaye?*

L: Si vibaya... tu tofauti. Huu unaonekana ni wakati maalum wa kubeba mitetemo ya juu sana. Inafanya mambo kubadilika... inafanya mambo kushikilia nguvu zaidi.

D: Lakini katika maisha yajayo mayai hayatakuwa na mtetemo wa juu namna hii?

L: Sio kwake. Hatatengeneza mayai katika maisha yajayo.

D: Je, watu wataacha kutengeneza mayai au ni yeye tu?

L: Siwezi kusema kwa uhakika. Yeye hatatengeneza. Ana jambo tofauti la kufanya katika maisha yajayo, na watoto watakuwa tofauti... mchakato tofauti, siyo kama hapa duniani. Kwa hiyo anaokoa mayai kuyatumia baadaye katika mchakato mpya.

D: Wakati huo ataelewa?

L: Ndiyo, ataelewa. Atajua wakati huo.

D: Je, atakuwa na mwili wa kimwili?

L: Huenda hapana.

D: Je, mayai yatatumika kutengeneza wanadamu wengine?

L: Viumbe mchanganyiko wengine... siyo wanadamu. Itakuwa mchanganyiko wa mtetemo wa juu sana. Labda kwenye Dunia Mpya!

D: Inaonekana kama itakuwa muhimu sana.

L: Ndiyo. Kuna timu inayofanya mambo kama haya. Yeye ni sehemu yake... timu.

Ujumbe wa Kuaga: Jipende. Jipende. Sisi tunakupenda.

SURA YA THELATHINI

Mshindo wa Taarifa

Evelyn alikuwa muuguzi anayefanya kazi na wagonjwa waliokuwa wakikabiliana na kifo. Alionyesha huruma kubwa na alipenda kufanya kazi hii. Hata hivyo, alitaka kujua kuhusu tukio linaloshukiwa kuwa la UFO. Alikuwa na kumbukumbu ya kutembelewa chumbani kwake na hicho ndicho alichotaka kuchunguza katika kikao hicho. Pia alikuwa na kumbukumbu zisizo na msingi wa kuona viumbe vya kigeni wakiwa kwenye incubator na katika hali ya kusimamishwa. Nilipomuingiza katika hali ya usingizi wa hypno, nilimrudisha nyumbani kwake katika tarehe iliyodhaniwa ya tukio, muda mfupi kabla ya kwenda kulala. (Ninachoita njia ya "mlango wa nyuma.")

Alielezea nyumba yake ndogo na kusema paka wake na mbwa wake mdogo walipenda kulala naye kwenye kitanda chake kikubwa. "Tulimpata huyu mbwa (cockapoo) kutoka kwenye hifadhi ya wanyama, na paka alikuwa hana makazi. Nimemlea kwa miaka sasa. Wana nyumba nzuri. Wamezoea kudekezwa." Usiku huo alikuwa na wasiwasi na alikuwa akipata taabu kulala, ingawa ilikuwa tayari usiku sana. Kisha jambo fulani lilianza kutokea lililofanya usiku huu kuwa tofauti. "Kiumbe hiki kiliingia chini kupitia dari. Nimeshangaa. Wanyama wanaona, lakini hakuna kitu wanachoweza kufanya." Nikauliza maelezo, na sasa akaelezea viumbe wawili, "Wana mikono mirefu... mikono ya aina ya binadamu... wana nguo... suti nyeusi... na mashati meusi... viatu vyeusi."

D: Wanajichanganya na giza la chumba, sivyo? Nyuso zao zinaonekanaje?

E: Karibu kama binadamu, lakini si binadamu... macho makubwa meusi na mviringo, kama ya binadamu, lakini makubwa zaidi. Hakuna hisia. Hawasemi. Hawatabasamu. Hawaonekani kuwa na hasira. Hawaonekani kitu chochote... ni uso tu... nywele fupi nyeusi.

D: Nini kinatokea?

E: Wamenivuta mkono wangu... mkono wangu wa kulia, lakini ameshika sehemu isiyo sahihi au kitu fulani. Inauma. (Niliweka mapendekezo kwamba isimsumbue.) Ni mwenye nguvu sana... ananivuta kwa mikono yangu. Yule upande wa pili anaonekana kuwa mwangalifu zaidi, nadhani, lakini huyu wa kulia, amenivuta mkono... na mimi ni mzito. —Tulienda juu kupitia paa.

D: Lazima wawe na nguvu kama wanaweza kufanya hivyo.

E: Hawana haja ya kuwa na nguvu. Inafanya kazi kwa njia nyingine. Ina kitu cha kufanya na nguvu za mvuto. Wanajua jinsi ya kufanya hivyo.

D: Kwa hiyo mnakwenda juu kuelekea dari?

E: Hapana, tuko tayari juu ya paa.

D: Ilikuwaje kupita kwenye paa?

E: Ni ajabu. Unapopita ndani yake, unakuwa kitu kimoja na paa. Unaweza kuhisi paa lote lililotengenezwa, na linaonekana kama viputo vya hewa au kitu fulani. Dari inabadilika. Karibu kama mchoro na halipo kweli.

Kulikuwa na visa kadhaa vinavyofanana vilivyoripotiwa katika. Mwanzoni ilikuwa ni kuchanganya kwa watu kugundua kwamba waliweza kufanya hivi. Walienzi walieleza kuwa muundo wa molekuli za mtu uligawanywa ili kulingana na muundo wa kitu walichokuwa wanapita ndani yake. Katika kila moja ya kesi hizi mtu alikuwa akisindikizwa na viumbe wawili, mmoja kila upande. Kana kwamba ni lazima ili kumsaidia kupita kwenye vitu vigumu na kuingia kwenye chombo.

E: Ilinishangaza. Tumepita moja kwa moja. Sasa niko nje na ninaangalia chini kwenye jengo. Inatokea haraka sana. Sijui hata nini cha kufikiria.

D: Unaelekea wapi? Unaona?

E: Hapana... juu mahali fulani, lakini siwezi kuona. Inatokea haraka sana.

D: Ni kitu gani kinachofuata unachokiona?

E: Ni chumba. Ni giza. Kina mwanga ndani yake, lakini bado ni giza. Hakuna madirisha... hakuna milango.

D: Viumbe hivi viwili bado viko pamoja nawe?

E: Ndiyo. Wamesimama nyuma yangu. —Ninafikiri hii haitokei.

D: Unamaanisha nini?

E: Hiki ni chombo. Hiki ni chombo cha anga, na hawa watu wawili nyuma yangu si binadamu. Kwa hiyo hitimisho langu la mantiki linaniambia kwamba mtu fulani amenichukua kwa usafiri.

D: Unajuaje kuwa ni chombo cha anga?

E: Najuaje? Najua tu.

D: Nini kinatokea kisha?

E: Hakuna kitu. Tumesimama tu hapo tukisubiri kitu fulani.

Sikuwa na njia ya kujua itachukua muda gani, kwa hiyo nikamwambia afupishe muda ili aone chochote walichokuwa wakingoja. Kisha akaona taa zinawashwa kwenye korido ndefu na kiumbe kikamkaribia. "Kiumbe hiki ni kirefu sana. Ni mpole sana, lakini sikumbuki kuona kitu kama hicho kabla. Uso wake una umbo la pea... hakuna nywele na hakuna kidevu, na ni mwenye akili sana, mwerevu. Nadhani ni aina fulani ya kiongozi. Ngozi yake ni tofauti sana na yetu. Ni karibu kama ana ngozi thabiti, hana nguo, hana viatu au kitu chochote."

D: Unamaanisha nini kwa ngozi thabiti?

E: Hakuna matundu ya kupumua kwenye ngozi kama binadamu wanavyokuwa nayo. Lakini ni laini. Ni laini sana... nyembamba, vidole virefu sana.

D: Ana vidole vingapi?

E: Vidole vinne, lakini karibu vina urefu uleule. Inaonekana kama kuna dole gumba, lakini nadhani havipo mahali pale pale, na kiko karibu zaidi kila kimoja.

D: Ana macho, pua na mdomo kama sisi?

E: Ndiyo, lakini hatumii hivyo. Havina kazi hasa. Hatumii pua yake kupumua. Na hatumii mdomo wake kula au kunywa. Na hana meno wala ulimi, pia. Ipo tu kwa, sijui, mapambo au kitu fulani.

D: Kuhusu macho yake je?

E: Ni marefu, yenye umbo la mcheduara... mazuri sana. Sijawahi kuona rangi hizo kabla. Kama yangu... kijani kibluu... rangi ileile kama yangu. Haitaji kutumia macho jinsi tunavyofanya. Anaona, lakini anafanya kila kitu kwa akili yake. Hatumii kwa kusoma au kazi zozote tunazofanya, lakini pia ni macho nyeti sana... laini sana.

Katika wakati huu Evelyn akaanza kukohoa na alipata ugumu wa kuacha. Nikampa mapendekezo ya kumsaidia ili tuendelee na isitukatishe.

E: Ananiambia kitu kuhusu mapafu yangu. Yamechafuliwa... yamechafuliwa sana.

D: Anaweza kuona mapafu yako?

E: Ndiyo. Kwenye akili yake.

D: Anaweza kuona ndani ya mwili wako?

E: Hahitaji kuona. Anaweza kuhisi. Anajua kila kitu tu.

D: Kuna kitu chochote anachoweza kufanya kuhusu mapafu, au hicho ndicho anachofanya?

E: Anafanya mambo mengi. Anafanya kila kitu. Anasema mazingira yetu yote yamechafuliwa.

Evelyn bado alikuwa anapata shida ya kukohoa, kwa hiyo nililazimika kumpa mapendekezo zaidi.

E: Anasema kwamba uchafuzi umefikia karibu hatua ya kuvunjika, kwa hiyo inahitaji kusafishwa. Hali ya hewa yenyewe...

alinionyesha kwamba upepo mkubwa unahitaji kuja na kufagia uchafu wote.

D: Inawezekana kufanya hivyo?

E: Kila kitu kinawezekana, unajua. Anajaribu kuniambia kwa maneno ninayoweza kuelewa, akisema kama upepo mkubwa utakuja juu ya uso wa Dunia na kuzunguka Dunia kwa mzunguko wa saa, ukiwa na aina fulani za vipengele au nguvu ndani yake, unachukua sumu yote ya giza na kijivu. Uchafuzi sio uchafuzi wa hewa tu, ni hisia zote za binadamu na hasi zinazochafua. Yote yameunganishwa. Anaonyesha yote yameungana... yote ni moja.

D: Lakini kama wana upepo mkali kuja na kujaribu kufagia hii yote, je, hiyo itawaathiri watu?

Kuhusu wakati huu niliweza kuona kwamba Evelyn hakuwa tena anachukua nafasi ya mwangalizi anayepokea majibu kutoka kwa yule kiumbe. Kama kawaida hutokea, kiumbe kilichukua nafasi na kuanza kujibu maswali moja kwa moja. Au huenda kilikuwa SC kwa sababu kilianza kutumia istilahi na mitindo ya maneno niliyozoea. Kwa vyovyote vile, Evelyn aliondolewa kwenye mazungumzo. Wakati hili linapotokea ninaweza kupata majibu moja kwa moja bila kupitia kichujio cha akili cha mtu.

E: Haitalazimika kuwaua watu kwa sababu mchanganyiko wa upepo ungekuwa na chembechembe za nguvu ndani yake kama nguvu za nishati zilizojengewa ndani ya upepo huu. Mamia na mamia ya chembe tofauti ndani yake. Haitasafisha hewa tu, bali itasafisha mtetemo. Itapita ndani ya mwili wa binadamu kama wimbi la nishati, ikiusafisha na milima yote, mito na wanyama, kwa hiyo si upepo tu. Una vipengele mamia tofauti. Alisema nisingeweza kuelewa.

D: Kwa hiyo siyo kama kimbunga au aina hiyo ya upepo?

E: Upepo wenye nguvu sana, lakini pia una nishati. Unavuma juu ya sayari nzima.

D: Siku zote tunafikiria upepo mkali kama kitu cha uharibifu.

E: Huu ni mfano ambapo utazunguka Dunia kwa mzunguko wa saa kama upepo, ukungu ndani ya upepo. Ni upepo wenye nguvu, lakini hautakuwa na uharibifu wa aina ya kimbunga. Ni kama nishati ya ukungu safi na wazi. Itakuwa na nishati nyingi ya kupunguza. Wanaenda kupunguza nishati, nishati mbaya, sumu, huzuni, mfadhaiko, pesa... hakuna kati ya vitu hivi ambavyo vitaweza kuwa muhimu. Wakati upepo huu unapopita kwenye sayari, watu wangesahau mambo yaliyotokea zamani. Amnesia, wangekuwa na amnesia. Chembechembe hizi zingesafisha mambo mengi.

D: Unamaanisha nini, wangesahau mambo yaliyotokea zamani?

E: Watakuwa na mwanzo mpya.

D: Unamaanisha wangesahau mambo waliyoshikilia?

E: Hapana. Chochote walichokuwa nacho, watakuwa nacho, lakini wataona mambo kwa njia tofauti sana sasa... mtazamo tofauti, mtazamo mpya, uelewa tofauti, ufahamu tofauti. Huo ndio njia pekee tunaweza kusafisha sayari hii. Kuna uharibifu mwingi sana umefanyika.

D: Unafikiri itaathiri watu wote hapa?

E: Oh, ndiyo... sayari nzima. Lazima. Hatuwezi kufanya nusu tu na siyo nusu nyingine.

D: Lakini baadhi ya watu wako ndani sana ya hasi.

E: Haijalishi. Wanakuwa wenye nguvu zaidi. Hii itawapa amnesia ya mambo mabaya, na wanahitaji kuendelea mbele na mambo mazuri... mwanga mwingi na upendo. Itakomesha kwa kiasi kikubwa wakati na tutakuwa na ukurasa mpya tu. Hakuna maswali kuhusu zamani zako. Wengi wanatazamia hili. Wanajua kuna kitu kinakuja.

D: Wanajua ni wakati wa kuachilia yaliyopita?

E: Ndiyo, na kufanya kazi na mwanga unaoongoza... kufanya kazi na ulimwengu.

D: Lakini kwa kufanya hivi, hamuingilii uhuru wao wa kuchagua?

E: Hapana, kwa sababu muda haupo, kwa hivyo tunaweka tu mwisho wa muda huu. Na wanaweza kuuchukua tena wakati ujao wanapokwenda mahali pengine. Chelewesha tu, kama unataka kuangalia muda, chelewesha tu.

D: Lakini nilikuwa nafikiria uhuru wa kuchagua ni muhimu sana. Nilidhani hawaruhusiwi kuingilia uhuru wa kuchagua.

E: Tunaelewa unachosema, lakini tutakuwa na muda zaidi wa kuelezea. Wacha tuseme hivi. Kipaumbele... una kipaumbele. Kipaumbele chetu ni... hapana, hiyo siyo maelezo mazuri. —Sisi ni kitu kimoja. Sisi ni Mungu... tukiwa na Mungu... nishati. Mmekuwa mkicheza michezo yenu kwa mamilioni mengi ya miaka. Mko kwenye uwanja mdogo wa michezo na tunawaangalia muda wote mkifanya mazoezi ya michezo yenu. Lakini mnaharibu uwanja wa michezo, na hatutaki ugonjwa huu usambae kwa wengine ambao bado wako katika mchakato wa kujifunza.

D: Kwa wengine, unamaanisha sayari nyingine?

E: Sayari nyingine... viumbe wengine ambao bado wanasimama pembeni kwenye sanduku la mchanga wakicheza.

D: Siyo wote tuko kwenye hatua tofauti za kujifunza?

E: Unajifunza kile unachochagua kujifunza, lakini tayari unakijua. Kwa kweli huna chochote cha kujifunza. Wewe ni Mungu. Wewe ni mjuzi wa mwanga wote. Sisi sote ni mwanga.

D: Lakini unajua tunapokuja duniani, tunasahau mambo haya yote.

E: Kwa sababu unachagua kucheza kwenye sanduku lako la kuchezea kwa hiari yako. Na unaweza kufanya unavyotaka, kwa hivyo kwa kweli si kuingilia kwa sababu huwezi kuingilia Mungu kama mmoja. Ni chaguo tu. Unacheza kwenye sanduku la michezo na sisi tunakutazama, na tunataka kuhakikisha kwamba mchezo wako hauendi nje ya udhibiti kama watoto wadogo. Unatoka nje ya udhibiti, kwa hivyo tumewaacha mcheze na muda, na sasa tunasafisha tu sanduku la michezo. Basi. Chelewesha tu mambo.

D: Kwa hiyo tunaposogea kwenye wakati huu mpya, kama ulivyosema, je, kitu kitatokea kwa Dunia ya zamani? Tulizungumza kuhusu upepo, lakini kuna kitu kingine kitatokea?

E: Maji... maji yanapanda... kingo kuvunjika, bahari na mawimbi makubwa sana. Si kwamba upepo tu utakusanya uso wetu, bali pia utasaidia sayari mara unapopita kwenye sayari pia, si uso tu, sayari nzima ndani na nje. Ndani... nje.

D: Najua kuna miji chini ya sayari, sivyo?

E: Ndiyo... kwao pia kusafisha sanduku lao la michezo... baadhi yao. Kwa hiyo tufanye kazi hiyo hata hivyo. Siyo wote waliokamilika, na baadhi wanacheza michezo michafu zaidi kuliko wale juu ya uso. Kwa hiyo tuwasafishe wote. Unafikiria kwamba wote lazima wafe. Haimaanishi hivyo. Ni kwamba mitetemo hii ya upepo itapita ndani na nje.

D: Nilikuwa nikifikiria maji pia yangekuwa utakaso.

E: Oh, inachukua zaidi sana ya maji kusafisha sanduku la mchanga. Kila kitu kitabadilika kwenye sayari yako. Samahani siwezi kuelezea maelezo, lakini kila kitu kitabadilika kutoka kile unachopitia leo. Tuna maarifa tuliyonayo leo kwa sababu hatukuwahi kwenda kucheza. Hatukuchagua hivyo. Wengi walichagua, ambayo ni sawa, hicho ndicho wanachofanya. Sisi tulibaki kwenye mwanga. Katika nyakati zote za binadamu, hatukuchagua, lakini haimaanishi hatujui kinachoendelea kwenye sayari yako au sayari zingine. Mtetemo wa sayari utakuwa wa juu zaidi. Ingawa hawataweza bado kupata mtetemo tunaobeba, bado kutakuwa na mabadiliko makubwa. Masafa yanabadilika. Kama masafa ya mawimbi ya redio... miili ya nishati, nishati.

D: Je, tutaendelea kuwa na miili ya kimwili?

E: Wengi wanaweza, kabisa, ndiyo, kwa mabadiliko fulani. Mabadiliko yatatoka kwenye mwanga, kutoka kwenye vyanzo vya chakula. Watu wataishi zaidi kwa amani na mazingira na na miili yao. Wataelewa kwamba kusudi la mwili huu ni kutumikia kusudi la mchezo. Na kwa hivyo wataamriwa kulinganisha mwili huu kuendana na mchezo wowote wanaocheza. Watakuwa na ufahamu zaidi—kama hilo ndilo neno sahihi—ufahamu zaidi wa miili yao, ufahamu zaidi wa akili, na macho zaidi na kuamka kwa mchezo.

D: Miili itabadilika vipi?

E: Itakuwa yenye viputo zaidi... ya mtetemo zaidi.

D: Je, bado tutakula chakula?

E: Naam, mtaacha kuua wanyama kuwala kwa sababu kula mitetemo ya kiumbe sasa kutakufanya uwe mgonjwa sana. Mtakula vitu vya majimaji zaidi, na mnapopanda chakula chenu, mtapanda si kwa wingi, bali kwa ubora wa upendo. Na italeta mitetemo ya juu zaidi mnapopanda miti yenu, na matunda yatakuwa na mtetemo wa juu zaidi, kwa hivyo hamtahitaji kula sana tena.

D: Hatutahitaji kweli chakula?

E: Siyo kweli... kidogo tu kudumisha sehemu ya kimaji. Inayo maji zaidi kuliko imara. Chochote utakachopanda kitakuwa na mitetemo mingine. Mizizi ya mmea unayoweka ardhini, unapanda kwa mtetemo wa juu zaidi kwa sababu mikono yako na mawazo yako, akili yako, kwa mtetemo wa juu zaidi, vinaingia kwenye upandaji kwa hiyo kila kitu kinajipanga na mtetemo wa juu zaidi.

Wakati wa mahojiano Evelyn alikuwa ametaja (na ilikuwa moja ya maswali yake) kwamba sasa alikuwa anakwazwa na chakula. Nilijiuliza kama hii ndiyo ilikuwa inasababisha. "Kuinua mitetemo yake haraka sana. Ni kichwa ngumu na sasa chakula kinamfanya awe mgonjwa."

D: Kwa nini hilo linatokea?

E: Anataka kuinua mtetemo haraka zaidi, na hivyo mwili haukubaliani na maarifa anayoyajua chini ya fahamu. Hatujui kwa nini. Hatuwezi kulinganisha mwili ipasavyo. Kwa sababu fulani, haukui kama kioo mwili. Tulikuwa na matatizo fulani katika mwili wa kimwili kuukioo ili kuingiza mtetemo wa juu zaidi... mtetemo wake wa asili. Tunaona mawazo yake kwamba anapenda chakula, ambacho ni kitu atakachokikosa, lakini tunahitaji kufanya haraka zaidi.

D: Lakini mnajua lazima ale ili aendelee kuishi.

E: Anaendelea kuishi kwa vinywaji vyake vizuri na mahitaji ya kioo yanahitaji usafi. Ili kuinua mtetemo kwenye mwili, unahitaji kuukioo na kuusafisha mwili kutokana na sumu zilizomo mwilini. Unahitaji mchakato wa haraka zaidi. Kadri tunavyofanya kazi zaidi kwa mwili, ndivyo unavyokuwa na sumu zaidi kutoka duniani kwa hiyo ni hatua moja mbele, mbili nyuma... moja mbele... mbili nyuma... hatuwezi kuendana na hilo kwa sababu fulani. Tunafanya marekebisho mengi na mambo mengine mengi na mwili wa kimwili.

D: Unamaanisha anakataa kwa sababu fulani, au hilo ndilo neno sahihi?

E: Huzuni nyingi kwa sababu hajui alichopaswa kufanya, na kiwango cha upinzani... huzuni yake.

D: Huzuni hiyo inatoka wapi?

E: Upweke duniani, upweke mkubwa sana. Tunaelewa kwamba anataka kurudi nyumbani. Tunajua hilo na linamfanya awe na huzuni kubwa sana... upweke mkubwa... kujitenga... anajitenga.

D: Hataki kuumizwa. Ameumizwa sana.

E: Unaona, tatizo hapa ni akili. Inafikiria. Akili yake nyingine ambayo tunafikiria nayo, akili yako ya juu... anajua yeye ni nani. Anajua yeye ni nani... anajua.

D: Sisi hatujui mambo haya kwa ufahamu. Hilo ndilo tatizo.

E: Hatujui kweli kwa nini tunalazimika kusema kila kitu kwa maneno kwenu watu.

D: Ninaelewa. (Kicheko) *Nafanya kazi nanyi mara nyingi. Tunafanya kwa njia ya taratibu.*

E: Ndiyo, lakini kwa sababu tunajua kila kitu kwa sababu tunaunganishwa na mshauri, maarifa ya Mungu, mwanga ambao utakupofusha ukisema hivyo. Haupokufushi. Ni usemi tu wa hilo. Sijawahi kupenda kuwa ndani ya mwili huu kabla. Sijawahi kuwa na vidole vya kimwili, sawa? Kwa hiyo, nafikiri kwa njia fulani, hatuelewi kweli sehemu hiyo. Hatujui, ikiwa unatoka nyumbani, unatoka wapi alipotoka yeye, mnawezaje kutojua hili? Anajua, lakini hajui. Inamaanisha nini? Unawezaje kujua na kutojua kwa wakati mmoja? Unaona, kama una kifuniko au kitu juu ya macho yako, kisha unakiondoa, au chochote mnachosema. Akili zenu haziunganishwi? Tunaelewa hilo, lakini kwa nini mnahitaji kuuliza maswali haya yote wakati tayari mnajua nyinyi ni nani na ni nini?

Evelyn alianza kunena kwa fujo katika sehemu hii, na haikuwa na maana yoyote, kwa hiyo nimeondoa baadhi yake. Nilijaribu kushikilia yale yaliyokuwa muhimu zaidi.

E: Hiyo inarudi kwenye huzuni yake. Anahitaji kuondoa ufahamu wote, kuondoa kwa sababu unaweza kufanya kazi bila huo, amini usiamini. Hapana, hiyo si kweli kwa sababu tunaona unahitaji kuzungumza lugha, kufanya hesabu na kuendesha gari. (Kicheko)

D: Kwa sababu tunahitaji ufahamu kuishi katika dunia hii.

E: Ndiyo, tunaelewa hilo sasa. Tunafundishana. Sawa? Kwa hiyo tunahitaji kumtoa kwenye kipimo hicho kidogo zaidi na kumruhusu aelewe kidogo zaidi, kumruhusu aone kidogo zaidi, ili akili yake nyingine, akili yake ya ufahamu iwe na amani na kuturuhusu kufanya ubadilishanaji wa masafa kuinua mitetemo zaidi.

D: Lakini usiku ule tulioanza kuchunguza, anadhani hii ndiyo mara ya kwanza aliienda kwenye chombo na kukutana nanyi. (Evelyn alicheka.) *Nafanya kazi nanyi vya kutosha, najua huenda haikuwa mara yake ya kwanza.* (Sote tulicheka.) *Kwa nini alipelekwa pale usiku ule?*

E: Ili kumkumbusha kwa ufahamu. Ndiyo maana tulimruhusu akumbuke kila undani ili aweze kushikwa na udadisi na kuuliza maswali zaidi badala ya kusema tu, "Oh, ndiyo, sawa."

D: Hiyo ilikuwa sehemu ya udadisi wake, nini kingine kilitokea usiku ule?

E: Kilichotokea ni kwamba juu ya kichwa chake kiliwekwa kando kwa mfano. Hii ni kwa mfano, siyo kimwili. Hatumkati kichwa. (Kicheko)

D: (Kicheko) *Ndiyo, najua hilo.*

E: Na kumruhusu apitie kikamilifu ukamilifu wa mwanga. Kwa hiyo anataka kila kitu kiwekwe kwa maneno. Naam, hatuna miaka milioni hamsini kuweka kila kitu kwa maneno. (Kicheko) Kwa hiyo ni vigumu sana. Huwezi kukiweka kwa maneno. Hakuna muda wa kutosha katika ulimwengu. Ni kero tu.

D: Najua. Nimeambiwa mara nyingi, kwamba maneno hayatoshi.

E: Hata hatuna maneno. Ni kero. Usiku mmoja atakumbuka mwanga.

D: Kwa nini mnataka akumbuke hilo?

E: Mwanga? Ni asili yake. Daima ulikuwepo. Ulikuwa umefunikwa tu. Tunataka akumbuke kikamilifu na ajue... kujua kikamilifu... hakuna maneno. Ndiyo maana hii ndiyo ile sehemu ya wakati uliopotea hawezi kueleza kwa sababu hakukuwa na wakati katika kujua kila kitu. Kuwa na kumbukumbu kamili na kutojali mambo mengine na kuuliza maswali. "Je, ni kweli au si kweli?" Ni hivyo tu. Hakuna maelezo. Mungu ni mwanga, nishati. Yule mnayemwita Mungu... ni hivyo tu... hakuna maneno.

D: Unaona kumbukumbu hii itamsaidia katika maisha yake?

E: Ndiyo. Kisha anapolileta nishati kwenye akili ya ufahamu, pia ataieneza kila mahali. Unaona, hii ni sehemu ya upepo. Huo ufahamu na chembechembe anazoeneza ni sehemu ya upepo. Siyo kwamba mwili utapasuka na kwenda kwenye vipande milioni.

Nishati yake, hata kama haiprojeki kutoka kwenye mwili wote, bali kutoka kwenye akili, hiyo itakuwa sehemu ya upepo. Lakini kueneza huku ni kujua kikamilifu na kunatoka hasa kwenye jicho lako la tatu pia. Unaleta hilo ndani, kile ninachokiona sasa. Unajua ninaona nini sasa? (Nini?) Hakuna. Hakuna kitu. Hakuna maneno, hakuna mawazo, hakuna kitu na kwa wakati mmoja, ni kila kitu. Mara unapoliprojeka hilo, hilo kujua, kila kitu na hakuna kitu vinakuwa sehemu ya upepo.

D: Lakini bado upo kwenye chombo hiki pia kama kiumbe huyu, sivyo?

E: Yule mwenye macho ya buluu? Hapana.

D: Sijui ninaongea na nani hapa.

E: Yule mwenye macho ya buluu wa asili. Lakini mimi si mwili. Mimi ni mwanga. Taswira ninayoprojeka ni projeksioni. Ni kama sinema. Ni kwa macho tu kuona... kuhusisha, lakini si mimi halisi... hapana. Ni kwa macho kuona na kukumbuka... kitu cha kushikika. Unahitaji kuwapa wanadamu picha. Kwa hiyo anaweza kukuambia hadithi kwamba "Niliona mwanaume mrefu." Kwa sababu kama angesema aliona mwanga... hakuna mtu angejua alikuwa akisema nini.

D: Ningejua kwa sababu nafanya kazi na hili.

E: Lakini wao hawaelewi. Watu hawana subira. Yeye ana hii kutokuwa na subira. Sasa kwa kuwa ameonyeshwa kujua anatarajia kila mtu mwingine ajue pia, na hiyo inachangia mzigo mwingine mwilini. Kwa sababu kila hisia hasi, kutokuwa na subira, kuchanganyikiwa, haya yote yatakuwa kikwazo kingine ambacho huenda tukakipita kwa wakati huu kwa sababu anahitaji kukiondoa kwa ufahamu. Kinahitaji kulingana. —Unajua ni huzuni—maneno ni yapi—kadri unavyojua zaidi, ndivyo usivyoelewa wengine. Kadri unavyoelewa kitu ambacho huwezi hata kukiweka kwa maneno, ndivyo unavyopoteza subira kwa wengine. Inawezekanaje wao wasielewe mwanga ilhali wote walitoka kwenye asili? Unawezaje kusahau hili? Unawezaje kuwa hivyo—sitaki kusema neno analotumia. Linaanza na "S"—(Ananong'ona: mjinga). Unawezaje kutoelewa? Unawezaje kutojua na kuwa na kitu ndani yako cha kuchochea kitu cha wema na upendo safi usio na masharti? Yeye hataki mtu mzima wote... huyu kiumbe wa mwanga. Anataka tu chembe moja ndogo ya mwanga ndani ya kila mtu kuchochea. Ana uwezo wa kuchochea hivi na bado kwa wakati mmoja, anajidhuru mwenyewe kwa sababu ya kukosa subira, kutoelewa. Wao hawaelewi na kwa njia fulani, kwa kiwango cha ufahamu, hata yeye haelewi pia. Kwa hiyo lipi bora? Kujua kidogo au kujua zaidi? Tunawezaje kulinganisha hili kwa usawa? —Uligunduaje kwamba mimi sina mwili?

D: Nimezungumza na viumbe wa aina yenu kabla, ambao ni mwanga. Na wengi wao huprojeka taswira iliyo rahisi kwa wanadamu kuelewa.

E: Oh, bila shaka. Na tunawajua watu waliokuja hapa kufanya kazi na mwanga kama mtu. Ni vigumu sana kueleza mambo. Lakini tunawadanganya watu kuwapa taswira ya mwili, kwa hiyo sasa mna mamia ya miili. (Kicheko) Inachanganya, sivyo? Hii ni utani mzuri kwako.

D: Watu siku zote wanawafikiria ninyi kama hasi, na najua kwamba si hivyo.

E: Hata hatuelewi hasi ni nini. (Kicheko) Hatuwezi hata kulielewa.

D: Lakini wale wasioundelewa wanasema ninyi ni hasi.

E: Hiyo ni kwa sababu hawaoni mwanga na wanaogopa. Hofu. Na tutaisafisha hiyo pia. Angalau kuipunguza kwa kiasi kikubwa.

D: Alitaka kujua kama ataweza kuwa na mawasiliano nanyi mara nyingi zaidi?

E: Ndiyo, hiyo ni sehemu ya huzuni yake. Unajua, daima tumekuwa na kiunganishi. Sijui jinsi ya kueleza hili lakini unajua sote tuna kiunganishi. Daima kilikuwepo tangu siku ya kwanza alipokuja kwenye sayari hii katika maisha haya. Sekunde kabla ya kuzaliwa, tulikuwa na kiunganishi. Kwa hiyo huenda tutaonyesha mwanga kwake mara nyingi zaidi. Kama sasa, ni angavu sana na ya kupendeza na hapa tu ndipo anapopata amani. Si katika shughuli zake za kidunia. Hakuna kitu kilichowahi kumfanya ajisikie chochote, isipokuwa pale tulipoweza kuungana kikamilifu kwenye mwanga.

D: Lakini alipata mambo mengi hasi kama mtoto kiasi kwamba kwa kawaida alisahau. Aligeuka kuwa binadamu.

E: Alikuwa na shughuli nyingi sana, ndiyo, shughuli nyingi sana na maisha. Shughuli nyingi kwa sababu tulihitaji kusafisha mazingira fulani karibu naye. Tulihitaji kueneza mwanga huo na kuuchochea, na kisha, kama sasa, ulisema uhuru wa kuchagua. Wengine walitii na wengine hawakutii. Na kila mara alipokuwa na nyakati mbaya sana, hakujua kwamba daima alikuwa hapa pamoja nasi. Tulimrudisha nyumbani. Kwa njia hiyo aliweza kuendelea na kuendelea... siku moja baada ya nyingine. Ndiyo maana kinachoitwa "kujiangamiza" hakitokei; hakipo ila tu katika mwili wa kimwili. Hairuhusiwi, lakini alikuwa hapa pamoja nasi. Alikuwa nyumbani.

D: Vipi kuhusu sauti hii anayosikia sikioni mwake mara kwa mara?

E: Tulijaribu kufanya mtetemo uwe wa juu zaidi kwa kurekebisha miili. Tunajaribu kuirekebisha. Siyo kipchipu cha kimwili, kupandikiza—ni hivyo tu. Sijui jinsi ya kueleza. Kwa hiyo anahitaji kuizingatia na kujua kufanya mabadiliko fulani.

D: Evelyn anapofanya kutafakari hujiprojeka kurudi kwenye chombo hiki, na wakati mwingine hujiona yuko kwenye incubator. Unaweza kumweleza kuhusu hilo?

E: Huo ndio mwili wake wa kimwili. Hatusaidii tu na chembe za kimwili, atomi na udhihirishaji wa vipimo vitatu, bali pia kila wakati tunafanya marekebisho kidogo zaidi ya mtetemo kwa masafa. Ni kama bomba la kurekebisha.

D: Unamaanisha wakati huo mwili wa Evelyn unafanyiwa kazi?

E: Ndiyo, mwili wa kimwili pia unahitaji kurekebishwa. Bomba hilo ni kama kifaa cha kurekebisha, lakini halisaidii tu mwili wa kimwili kupona. Wakati huo huo unaporudi nyumbani na kutumia muda wako pamoja nasi kwenye mwanga, ni wa mwili wa kimwili. Unapouondoa roho, mwili ni wa vipimo vingi. Hatuwezi kusema ni wa vipimo vingi, bali ni holografiki. Picha... kwa hiyo hizi chembe, tunapoprojeta mwanga fulani kwenye masafa, hizi picha za holografiki huchukua hilo na kulipitisha, kama vile unarekebisha mashine hizi au kitu.

D: Anaamka kwa wakati kuona kwamba yuko ndani ya aina fulani ya chombo.

E: Hiyo ni sehemu ya maarifa tunayomruhusu ajue na kuona. Kwa hiyo anaweza kusema kwa kweli, "Sijakuwa kichaa." Niligusa. Niliiona na mwili ulikuwa umelala pale, na kisha kutokana na mashine, taa na vitu, holografiki. Lakini wakati huo huo anaweza kuingia kwenye mwanga na kufufuka kikamilifu, na hivyo anapokuwa anarudi kwenye sayari, kila kitu ni tofauti. Kila kitu ni kamili. Hakuna kilichotokea. Kila kitu kinavumilika. Kila kitu ni tofauti tu.

D: Pia aliona maelfu ya watu wengine kwenye vyombo vingine, kwa hiyo hii inamaanisha inawatokea wengine pia?

E: Maelfu... mamilioni. Tunawahitaji wengi wao sasa kusaidia. Tunahitaji kuzalisha tena au kuzalisha. Siyo wote ni viumbe kama yeye. Pia tunachukua viumbe wengine ambao wanaweza au wasiwe na miili ya kimwili, na hatubagui. Sisi sote ni kitu kimoja na tunajaribu kurekebisha miili ya kimwili mingi iwezekanavyo ili iweze kubeba mitetemo ya juu zaidi, iweze kuhimili, iweze kuieneza, na iweze kushiriki ndani yake.

D: Lakini kila mtu hawezi kufanya hili?

E: Siyo kila mtu, hapana. Lakini tunaendelea vizuri sasa... vizuri sana. Hii itafanya tofauti kubwa. Hii ni kitu cha shirika, unaelewa. Unalazimika kubadili picha za holografiki uziziunge na mwili wa binadamu duniani kwa sababu vinginevyo hakuna kitakachovumiliwa. Kwa hiyo mwili wa asili—ambao wanaweza kuwa na miili ya kimwili—unadumisha mitetemo ya chini zaidi kuliko yetu, lakini bado ni ya juu vya kutosha... hili ni gumu, sivyo? (Ndiyo) Lakini hata hivyo, wana uwezo wa kuiprojeka sura ya mwili wa binadamu au kuifunikia juu yake pia, kama ungeweka filamu juu ya filamu. — Mwili huu hutolewa kupelekwa kwenye chombo hadi kwenye incubator, na fikiria mwili wa kimwili kama si kitu ila ni picha za holografiki zinazokaliwa na kiumbe wa mwanga uliomo ndani.

D: Ningesema kwamba mara tu cheche ya uhai inapondoka, basi mwili huharibika?

E: Hapana, kwa sababu picha za holografiki ndizo tunazozifanyia kazi kwa kuwa hicho ndicho anachokitumia katika maisha haya.

D: Ninamaanisha kwamba kile tunachokiita "kifo" hutokea pale cheche ya uhai inapouacha mwili, na ndipo mwili huharibika.

E: Picha za holografiki huharibika, ndiyo, kwa sababu akili haishiki tena miundo ya mawazo.

Nimekuwa na kesi nyingine (zilizoripotiwa katika vitabu vyangu vingine) ambako mtu aliona mwili wao wa mgeni ukihifadhiwa na kutunzwa ndani ya aina ya silinda au chombo. Katika baadhi ya kesi hizi mwili ule mwingine unahifadhiwa hai kwa namna fulani ya kusimamishwa maisha (suspended animation) wakati nafsi inasafiri kuja Duniani kuupitia mwili wa binadamu. Unahifadhiwa pale ili kwamba maisha ya muda ya Duniani yanapokamilika, nafsi iweze kurudi kwenye chombo na kuendelea na maisha yake huko. Nimekuwa na wateja wengi walioliona hili na kuhisi utambulisho na mwili uliomo kwenye silinda.

Nafsi (au ET) imekubali kuja kusaidia Dunia wakati wa uhitaji, lakini haitaki kukaa hapa. Inatamani sana kuendelea na maisha yake kwenye chombo kwa sababu huko ndiko ilikokwisha endelea. Zaidi ya hayo, Dunia ni mahali pa msongamano kuishi, na hawatamani kukaa. Sababu nyingine ya kulindwa ni ili wasikusanye karma kwa kuwa karma ingewataka wabaki kwenye mzunguko wa Dunia. Ni ujasiri na ushujaa mkubwa kwa nafsi safi au iliyoendelea kujitolea kuja kwa sababu inajifichua kwenye hatari halisi ya kunaswa hapa. Hili lingeeleza kwa nini nishati ya nafsi lazima irekelebeshwe (na nishati ya mama) kabla ya nafsi kuingia. Wakati mwingine ni sehemu ndogo tu ya nafsi inaweza kuingia mwanzoni kwa sababu ingekuwa nyingi mno kwa mwili. Hili mara nyingi husababisha kuharibika kwa mimba kwa ghafla kwa sababu nishati ni kali sana. Mtoto anapokua, vipande zaidi vya nafsi nzima vinaweza kuruhusiwa kuunganishwa. Hivyo mwili wa mjumbe hulazwa usingizi na kufuatiliwa unaposubiri ukamilisho wa jukumu lake. Kamba ya fedha imeonekana ikiunganisha nafsi na mwili kwenye silinda. Najua kwamba tuna kamba inayotuunganisha na mwili huu wa kimwili, na kamba hii hukatika wakati wa kifo. Hivyo hili lingemaanisha kwamba kwa kuwa tuna miili mingi yote ikiishi kwa wakati mmoja (maisha yetu yote kwa wakati mmoja: ya zamani, ya sasa na ya baadaye), lazima tuwe na mikamba mingi ya fedha inayounganisha vipande (miili mingi) kurudi kwenye nafsi kuu. Katika baadhi ya vitabu vyangu vingine hii imeonekana kama chanzo kikuu chenye kitu kama mnyoofu wenye vitawi vinavyoenda kila upande. Mwili wa ET ulio kwenye chombo umekusudiwa kubaki hai ili nafsi iweze kurudi. Wakati mwingine msaada wa maisha umeonekana ukipitia kwenye mirija inayoonekana kama mianga inayopiga (nishati).

Pia ni njia ya kupitisha uwezo wa ET aliye kwenye usingizi uliozimwa katika mpangilio wa wakati wetu.

ET wengine wameonekana wakiendelea na kazi zao kwenye meli za anga (na si kuwekwa kwenye usingizi wa kusimamishwa) huku kipande au sehemu yao ikisafiri kuja Duniani kama mjumbe na kuishi maisha katika mwili wa binadamu. Aina hii inaweza kuendelea na maisha yake na kimsingi iko katika sehemu mbili kwa wakati mmoja. Hili linaenda sambamba na wazo kwamba tunaishi sehemu nyingi kwa wakati mmoja. Hili linaenda sambamba na wazo kwamba tunaishi maisha mengi kwa wakati mmoja. Hata hivyo kila sehemu haitambui kwa ufahamu nyingine. Kwa kuwa wao wanaelewa zaidi kinachoendelea katika mchakato huu wanatambua ile sehemu ya nafsi yao inayoyaishi Duniani, ijapokuwa mwenzake wa duniani hajui. Ilidhaniwa kwamba hasa binadamu asijue kwa sababu dhana hizi ni ngumu mno kwa akili ya binadamu kuyayeyusha. Ilhali pazia linavyozidi kuwa jembamba, maarifa zaidi yanavuja kuingia, na wanaruhusiwa kupepesa macho kile ambacho SC inadhani wanaweza kukimudu. Kunakuwa kugumu, sivyo?

Nilitaka kuzingatia matatizo ya kimwili ya Evelyn. Maumivu ya kichwa tangu utotoni yamekuwa tatizo halisi. Ilikuwa vigumu kwa kiumbe huyu kuelewa na kushusha hadi kwenye istilahi zetu za uelewa kwa sababu kila kitu alikiona kama picha za holografiki ambazo si halisi hata hivyo. Nililazimika kumweleza kwamba hizi ni halisi kwa Evelyn kwa sababu zinaunda matatizo, kwa hiyo nilitaka kufanya kadri ya uwezo wangu kuyapunguza. Ilibidi kweli tushuke hadi kwenye mambo ya msingi ambayo ninaweza kuyaelewa ili hili lielezwe.

E: Ni kama kujaribu kujaza chupa hii na unaiwazidishia kwa nishati na kwa vitu zaidi vya asili. Kwa hakika ni hila sana kuipunguza ukubwa. Unaelewa ninachomaanisha, kupunguza ukubwa wa nishati? (Ndiyo) Mwanga tulionao, kwa nini tuupunguze chini sana? Ni teknolojia ngumu zaidi ukichukulia hivyo, ngumu zaidi kuupunguza. Nafikiri kuukuza kingekuwa chepesi zaidi kujifunza, kwa mtazamo wetu, kuliko kuupunguza.

D: Je, hili pia linasababisha tatizo la shinikizo la damu?

E: Bila shaka, hilo ndilo chanzo kikuu cha masafa sasa hivi. Ili kumsaidia kwenye matatizo haya, tunahitaji ulinganifu zaidi. Tunahitaji kuupanguza mwili zaidi na kuulinganisha zaidi na mitetemo ya juu. Unaelewa hilo?

D: Mnaweza kufanya hili wakati yuko juu ya chombo?

E: Hilo ndilo tunalofanya. Ninaliangalia sasa hivi. Kuna msukumo upande wa kushoto wa ubongo. Natazama picha za holografiki sasa. Tunahitaji kuongeza miundo ya mitetemo ya mishipa yote ya ateri na vena kwenye moyo wake na viungo vyote. Hivyo ndivyo tutakavyofanya.

D: Haitaleta madhara yoyote?

E: Hapana, hakuna madhara. Wakati mwingine unapopatanisha picha za holografiki na picha zilizomo ndani ya picha za holografiki, tutazilinganisha zote vizuri.

D: Hivyo hili litaachilia msukumo?

E: Unapoweka pamoja chembechembe tofauti nyingi za kvanta, lazima zilainiwe kikamilifu kwa hiyo lazima uinue mtetemo hapa... uushushe pale. Unajua nafanya grafu na vitu, kwa hiyo tutafanya kazi na vena na ateri za kwenye moyo, na ni mwili wenye afya. Ana nishati nyingi. Ndiyo maana anasema hawezi kulala.

D: Nilikuwa nashangaa hilo pia.

E: Ndiyo maana hawezi kulala kwa sababu tulipokuwa tunafanya hivi, saa moja ya usingizi ni sawa na nyingi kwenu, unaona?

D: Ndiyo, na tunataka kuurudisha mwili kwenye uwiano.

E: Ndiyo, na sio kuurudisha tu kwenye uwiano, bali pia tunaunyanyua hadi kwenye mtetemo wa juu zaidi.

Walizungumza zaidi kuhusu chakula na walimshauri akae mbali na chakula kigumu na aende zaidi kwenye vinywaji. Nikauliza kuhusu supu, na walisema hilo ni sawa mradi iwe supu thabiti. "Usiwe na vipande vikubwa vya vitu kwenye supu yako. Ifanye yote iwe laini. Fanya vitu vigumu kwenye supu yako kuwa vya kimiminika. Huchukua nishati kidogo sana kumeng'enywa." Nilitoa maoni kwamba mara nyingi tunakula kwenye mikahawa na wakati mwingine hatuwezi kuepuka kula vilivyo gumu.

E: Baadaye mtaweza. Wakati mambo haya yote yatakapotokea, mambo mengi yatabadilika. Sasa hivi, ndiyo, ni vigumu zaidi, lakini mnapoanza kunywa "juisi thabiti", itapita kwenye mfumo wa mmeng'enyo wa chakula kwa urahisi sana. Haina ile kazi ya ziada kutoka kwenye ini au kibofu cha nyongo kuachia aina fulani ya vitu kwa sababu kimiminika ni rahisi kusonga bila kuyabana viungo sana. Tunaviacha vizuri, kwa upole yapite na kisha nishati yoyote tusiyotumia kwenye mmeng'enyo, tunaielekeza kwenye mambo mengine.

D: Lakini mara kwa mara tunaweza kuwa na chakula kigumu kwa sasa.

E: Oh, ndiyo, lakini hili halitakuwa tu huko mbeleni katika maisha yenu, linaweza kuwa mamia ya miaka kutoka sasa... miaka hamsini labda... ndivyo litakavyokuwa.

Nadhani alikuwa akimaanisha kwamba hii itakuwa njia ya kawaida ya kula huko mbali mbeleni. "Sasa hivi hii ni kumzoesha vinywaji-vikali zaidi ili atumie nishati kidogo. Hatumii nishati bure kumeng'enya."

Nimekuwa na wateja waliokisema walipozaliwa, hawakutaka kunyonya. Walilazimika kubaki hospitalini na kulishwa kwa njia ya mishipa hadi walipoanza kunyonya. SC ilisema walikuwa wametoka sehemu ambako mwili hauhitaji chakula. Kwa kawaida, walilazimika kuzoea ili kuishi hapa.

Nilikihimiza SC iendelee kufanya kazi kwenye matatizo ya kimwili wakati Evelyn anatafakari au analala, au akiwa kwenye incubator. Nikasema, "Hiyo ndiyo kazi yangu kujaribu kumsaidia kwa njia bora tuwezayo. Nyinyi mnaona kwa namna tofauti, lakini mimi lazima nijaribu kuwasaidia watu ki-fizikia tunapoishi hapa sasa."

E: Ndiyo, na hiyo ni moja ya mambo ya hila kufanya. Kazi yako ni ngumu kuliko kazi yangu.

D: (Hilo lilinishangaza.) *Unaona hivyo?*

E: Ndiyo kwa sababu unahitaji kuwafanya waelewe kile wasichoweza hata kukitambua.

D: Ndiyo, lakini ninyi mna nguvu nyingi, hivyo ningedhani ni rahisi kufanya.

E: Hapana kwa sababu ninaelewa mchakato wake. Ninaelewa programu, holografiki, mawazo. Najua programu na wewe unaishi ndani ya programu, kwa hiyo, kuwa wa kweli, kama usemavyo, ni vigumu kwako kwanza kutambua uko ndani ya programu halisi. Kisha kujitoa kwenye programu na kisha kujaribu kuwafanya wengine waamini wako ndani ya programu, unaona?

D: Ndiyo. Umenieleza mara nyingi kwamba ni udanganyifu.

E: Haina uwepo wowote kabisa. Ndiyo maana ni ya kuchekesha sana kwetu.

D: Ni mchezo. Ni tamthilia.

E: Ndiyo, ni sinema. Si sinema hata kwa sababu ni rahisi sana.

D: Lakini unajua tunapokuwa tumejishughulisha ndani yake, ni halisi sana. Hicho ndicho kigumu.

E: Hivyo ndivyo ilivyoundwa. Imeundwa makusudi hivyo.

D: Kuifanya ionekane halisi na hai.

E: Ndiyo. Na mara tu unapotoka, utagundua kwamba ulikuwa kwenye programu. Lakini ukiwa ndani yake, huwezi hata kuwaza—sio kwamba kuna programu nyingine—bali kuna programu moja tu nayo ni programu ya Mungu. Kila mchezo lazima uhisie halisi ili mweze kuingiliana. Unajua, kuingiliana? (Ndiyo) Na kinachotokea ni hiki, unakuja hapa. Na kama kiumbe wa mwanga tunawaangalia ninyi kama, "Oh, waangalie hao watoto. Tazama wanavyocheza. Wapendeza!" (Tulicheka.) Hatuelewi kweli maumivu yenu na mateso kwa sababu tunajua programu inavyofanya kazi. Lakini pia tunajua kwamba ni programu tu kwa hiyo tunahitaji kuishi ndani ya programu ili kuitambua, kama mnavyofanya ninyi. Lakini hata hivyo, hakuna cha kujifunza kama unarudi kwenye asili ya yote. Ukiwa nayo au bila programu, kuna mmoja tu. Ningesema hivi: mlichoka mno, kwa hiyo mkaumba programu. Unajua, kuna njia kadhaa za kueleza... tu kitu cha kufanya.

D: Tumaini tunajifunza kitu.

E: Kwa sababu programu ni programu ndani ya programu, unaona ninachomaanisha. Programu ya uzoefu wa kujifunza, lakini mlianza ya asili kabla programu haijawahi kuja, au baada ya hapo programu itafungwa. Vyovyote unavyoviangalia. Programu inaweza kuendelea milele, ilhali mwanzo na mwisho ni Mmoja tu.

D: Basi Je, Chanzo... Chanzo cha Mungu ndicho kilichounda au sisi wenyewe?

E: Hakuna Chanzo cha Mungu. Kuna mmoja tu. Yeye ndiye.

D: Je, Yeye ndiye aliyebuni programu hii, au tuliifanya sisi wenyewe?

E: Sawa, tunahitaji kurudi kwenye Chanzo cha asili, sivyo? Huwezi kutambua kwamba Chanzo hiki ni mmoja. Mnakivunja katika umoja mdogo mdogo. Sijui kama hii itakuwa maelezo mazuri. Ndani ya kiumbe huyu mmoja atakayeitwa Mungu wenu, kuna mawazo mengi yasiyohesabika, michezo, matriki na aina zote za mambo. Hajawahi kutenganishwa na chochote. Daima alikuwa mmoja na siku zote atabaki mmoja. Hivi ndivyo labda naweza kuoanisha. Ninaweza kuwa na vitu bilioni tano, lakini bado ni kichwa changu. Unaona ninachomaanisha sasa? Ni rahisi kuelewa?

Nina kichwa kimoja, lakini nina mamilioni na mamilioni ya miundo ya mawazo ndani ya kichwa hicho kimoja. Naweza kuwa na mambo mazuri. Naweza kuwa na mambo mengi. Naweza kuwa na ninachotaka, lakini bado hubaki mmoja. Hicho kichwa kimoja hakijawahi kulipuka kuwa vichwa vingine vingi. Daima kilikuwa, kwa hiyo... tunacheza ndani ya kichwa changu. Hicho kingekuwa kizuri? (Ndiyo)

Kichwa changu kilikuwa kinazunguka nikijaribu kuelewa mfululizo wa maneno na mifano iliyokuwa ikitoka kwa kiumbe huyu. Hata hivyo nilijua nilikuwa nimemweka Evelyn katika hipnozi muda mrefu kuliko kawaida, hivyo ilinibidi kukatiza na kumrudisha katika fahamu. Na kumwachia huyu kiumbe arudi popote alipotoka.

E: Taarifa ni jambo la kawaida kwako?

D: Nainapata kutoka kwa watu wengi. Watu wengi hawaielewi, lakini naiandika na naieneza kwa watu. Mnataka nipate taarifa ili niwaambie watu wengine.

E: Ndiyo, ni muhimu sana kueneza mwanga na habari. Una cheche. Yaani, unajua unachojua wakati unakijua. Hilo ni zuri sana.

D: Naam, bado najifunza.

E: Unaona, tayari unajua kila kitu. Unahitaji tu kuvua zile miwani midogo ya jua na kuuona mwanga kamili kisha utajua. Ni uelewa mgumu kuwafanya waelewe, kisha utajua. Hatuwezi kuwafanya waelewe inamaanisha nini, lakini watajua watakapojua.

Ujumbe wa kuagana: Msinitafutie mwili. Naweza kujiprojeka kama chochote. Msitafute picha kwa kufanana, bali angalieni tu kwenye mwanga ulipo. Na hapo ndipo majibu yote ya nyakati zote yatakapotoka. Badala ya kujishughulisha kutafuta mabadiliko na kutafuta viumbe mahususi, angalieni tu kwenye mwanga, na jibu litatoka. Badala ya kujishughulisha kwenye meza ya chakula. Njia ya binadamu ya kuelewa na hiyo ndiyo njia pekee ya mawasiliano, na siyo hivyo. Naweza kuchukua picha yoyote, rangi yoyote ya macho kwenye meli yoyote, au picha yoyote ninayoweza kuumba. Si thabiti. Hatuna mwili, kwa hiyo lazima niprojeke kitu. Ndiyo maana nilichukua macho yake. Nilitazama ndani ya macho yake na buluu ndivyo ilivyo. Ni rahisi tu kwake kuhusisha.

Nililiambia SC kwamba ilikuwa wakati wa kuondoka. Likasema, "Ningesema, 'Mungu awe pamoja nanyi,' lakini sote ni Mungu na sote ni mmoja, hivyo sote tuko pamoja kila wakati."

Hivyo kile kilichoanza kama kesi ya kawaida ya UFO kili-panuka na kuchukua mizunguko na miondoko mingi na kikawa kitu tofauti kabisa. Inaonekana kwamba mtu anapokumbuka tukio hukumbuka tu kile anachoweza kukimudu na kukiyeyusha ndani ya akili yake ya fahamu. Na hata hiyo toleo lililopunguzwa ni la kupotosha, hivyo haiwezekani kujua ni kipi halisi na kipi ni taswira. Tunavyozidi kuchimba kupita fahamu na kuingia kwenye SC tunapata majibu yanayochanganya akili. Kwa sababu hii, je, ni bora kuliacha tu na kukubali maana ya juujuu? Kukubali tu kile akili zetu na jamii kwa ujumla zinachoweza kukimudu? Au kuchimba zaidi na kutafuta maelezo magumu zaidi ambayo huenda yakafichua ukweli pindi akili zetu zitakapokuwa tayari kuukubali. Na kama "wao" wasemavyo, Ukweli ni nini, hata hivyo?

SURA YA THELATHINI NA MOJA

WALEZI WA GRIDI

Kipindi hiki na Joan hakihusiani na ET wala viumbe wa mwanga, lakini ni muhimu sana kiasi kwamba nilitaka kukijumuisha katika kitabu hiki. Lakini nikiweke wapi? Ni mwondoko kutoka kwenye aina nyingine za wajitoleaji ambao nimekuwa nikiwafafanua kwa sababu kinawaleta kundi jingine ambalo limekuja wakati huu kwa kusudi maalum sana. Nahisi wengine pia watatambua kufanana na kundi hili ingawa ni wachache kwa idadi. Huenda kuna makundi mengi mengine ya viumbe maalum ambayo bado sijayagundua. Moja ya maswali ya Joan lilihusu mvuto wake kwa fuwele. Shauku hii ilikuwa kubwa kiasi kwamba anamiliki duka linalouza fuwele. Alitaka kujua shauku hii iliyomzidi ilikotoka.

Joan aliingia katika mandhari ya mbuga ya jangwani: mchanga, hakuna uoto. Aliweza kuona piramidi kubwa sana, na pia akaona watu wengi waliovalia makanzu rahisi wakiendelea na shughuli zao, mikokoteni na maksai, n.k. Kisha akagundua mwanaume mwenye ndevu aliyesimama akijitofautisha kwa sababu alivaa tofauti: kaftan ya kijani na nywele zake nyeusi zikiwa zimefunikwa kwa ushungi mweupe. Alipojitazama aliona na yeye amevalia kwa mtindo tofauti: mavazi laini ya hariri mekundu yanayotiririka. Alikuwa mwanamke kijana mwishoni mwa miaka ishirini, mwenye nywele ndefu nyeusi na ngozi ya hudhurungi. Pia aliona amevaa vito vingi vya dhahabu: pete na bangili na shanga na mapambo. Alipenda hisia ya dhahabu.

Mwanaume alipomtembelea alishikwa ghafla na hisia na kuanza kulia. Sehemu yake ilikuwa kutokana na kumuona tena: "Nimeukosa sana mahali hapa."

D: Unadhani unaishi mahali fulani hapo?

J: Ndiyo. Nataka kusema, ikulu. Iko mbali kidogo upande wa kushoto na ina ngazi zinazopanda... pana, pana, pana kuelekea kwenye lango lenye nguzo. Nadhani nilizaliwa hapo. Kila kitu kimetengenezwa kwa jiwe na ni laini sana na baridi na kunifariji... upana. Naonekana kuna wanawake wanaotunza mahitaji yangu, na kuwahudumia watoto.

Nikauliza kama kulikuwa na jambo lolote alilokuwa akilifanya kwa sehemu kubwa ya muda wake, na akawa mwenye hisia tena. "Nina hisia ya kuwa kwenye mahekalu ya uponyaji."

D: Kwa nini kinakufanya ulie?

J: Ah... kwa sababu nasikitikia yote yaliyopotea.

D: Unadhani yamepotea? Lakini sasa unaona na yote yapo hapo. Hekalu la uponyaji liko wapi? Liko ikulu?

J: Ndiyo. Kuna piramidi tofauti za rangi tofauti. Ziko karibu sana na ikulu. Hizi ni piramidi za mwanga na nilitumia muda wangu huko.

D: Na ni rangi tofauti?

J: Ndiyo, masafa tofauti ya mwanga.

D: Wanapakizaje rangi kwenye piramidi? Ninashangaa unamaanisha nini kwa rangi.

J: Unaweza kuzalisha masafa kwa kutumia fuwele kuzalisha masafa tofauti ya mwanga na... hicho ndicho tunachofanya.

D: Hufanya piramidi ziwe rangi tofauti?

J: Ndiyo. Kulingana na kinachohitajika wakati huo. Unaweza kurekebisha mng'ao (refractions) kwa fuwele ili uzalishe masafa tofauti ya uponyaji. Tunafanya hivi kupitia nia.

D: Lazima uingie kwenye piramidi, au mnafanya kutoka nje?

J: Unafanya kutoka nje. Ni ngumu kueleza, kwa sababu ni vyote kwa namna fulani. Uko ndani ya piramidi, lakini uko nje ya piramidi za rangi zinazoundwa kwa masafa hayo.

D: Najaribu kuelewa. Hizi piramidi za rangi zimetengwa na piramidi kubwa?

J: Piramidi za rangi ni za kieleo (etheric). Ni nishati za kieleo zinazozalishwa kupitia uendeshaji wa fuwele. Niko kwenye kona ya chini kulia ya piramidi, juu ya jukwaa tambarare la chumba kipana. Najihisi niko kwenye vitambuzi/vihudhibiti... kama vile ungefikiri udhibiti wa ndege au meli au elektroniki. Kitu cha kimwili.

D: Kimekanika?

J: Kidogo, lakini ni tofauti na hivyo. Sio kimekanika kwa maana hiyo. Ni zaidi kuhusu kuweka mikono yako juu yake na kuzalisha nia kutoka kwenye ngazi hiyo. Na kuwasiliana na fuwele ili kuzalisha masafa ya kieleo yanayodhihirisha piramidi ya kieleo.

D: Fuwele ziko wapi?

J: Baadhi ya fuwele pia ni za kieleo. Lakini sakafu ya nafasi hii ni fuwele. Chumba chote ni fuwele juu ya fuwele. Vihudhibiti viko kwenye kona hii ya chini kulia, na ni sakafu kubwa iliyo fuwele. Na juu ya hiyo sakafu laini kubwa ndipo unapotengeneza piramidi za kieleo za fuwele. Chumba chote ni fuwele.

D: Ni kama nafasi takatifu. (Ndiyo) *Je, mtu alikufundisha kufanya hili?*

J: Nilizaliwa kulifanya. Nililijua tu daima. Sikulazimika kufundishwa.

D: Mara unapozalisha piramidi za kieleo zenye rangi, na kuweka nia zako, unafanya nini nazo?

J: Unaweza kuponya au kuumba au kukuza chochote. Unaweza kuitumia kuponya chochote... sayari au miundo ya mawazo au...

D: Hapo ndipo nia inaingia?

J: Ndiyo. Unaweza kuitumia kuumba chochote unachotaka. Tunaweza kukuza chakula na kuimarisha mazao.

D: Unaitumiaje kuelekeza mambo haya?

J: Inaonekana mambo hutokea ndani yake. Naona sasa hivi piramidi ya rangi ya kijani ambako unaweza kukuza chakula. Pengine tukizungumza kuhusu maisha ya Dunia, kutandika/ kuunganisha na fuwele za Dunia ili kuamsha masafa ya kijani ya ukuaji. Na kimwili-kienerjia kuandaa hili katika maeneo ya kieleo ambako kuna bustani au muundo wowote wa mimea.

D: Ni rangi gani piramidi nyingine za kieleo?

J: Naona pia kwamba unaweza kuponya bahari kwa miale ya buluu. Na tulipokaribia kwanza, nilikuwa ninatambua sana piramidi ya njano na piramidi ya buluu. Lakini tulipoongea kuhusu mimea, ile ya kijani ikawa dhahiri.

D: Ungelitumia nini piramidi ya njano?

J: Kwa kutengeneza dhahabu. (Akaanza kulia.)

D: Kwa nini hilo linakufanya uwe na hisia?

J: Sijui kwa nini kwa sababu limo ndani sana. Ni ndani sana. Maumivu yanatoka kwa kile kilichopotea.

D: Unawasaidia watu sana, sivyo?

J: Ndiyo, lakini watu ninaowaona ni watu rahisi sana. Nao ni kana kwamba sisi ni spishi tofauti tunaishi hapa ikulu. Wao ni rahisi mno, nasi tunashughulika na kieleo na udhihirisho, na ni kana kwamba sisi tunakuwa miungu wa waumbaji.

D: Hawawezi kuelewa mnachofanya, sivyo?

J: La, wasingeweza.

D: Je, familia yako ilikuwa kama miungu wa waumbaji? (Ndiyo) *Basi unafanya nini hapo miongoni mwa watu rahisi? Je, kuna mtu aliyewahi kukuambia simulizi ya ulipotoka, na mlivyokuja kuwa hapo?*

J: Ndiyo. Nina hisia kama zile hadithi tunazosikia za Anunnaki, waliokuja kutoka mahali pengine ili kuwa hapa kufanya kazi na nishati za Dunia na kuumba.

D: Na kuwasaidia watu?

J: Unajua, nataka kusema ndiyo, lakini haisikii sana kwamba ni kuhusu wale watu rahisi. Inasikika zaidi kama tunawasaidia miungu wa waumbaji.

D: Kazi ya miungu wa waumbaji ni ipi?

J: Kufanya kazi na DNA ya sayari... hilo ndilo.

D: Sayari nzima? (Ndiyo, ndiyo.)

Katika kesi zangu nyingine tumesikia kuhusu kufanya kazi na DNA ya mwili wa binadamu kwa kuwa inabadilishwa kwa wakati huu. Sikuwa nimewahi kuwaza kuhusu DNA ya sayari.

J: Haisikii kana kwamba tumetoka hapa. Nimekuwepo daima pale. Lazima nilizaliwa pale, lakini baba yangu hakutoka pale. Najiuliza kuhusu mama yangu. Siamini anafanana nami. Yeye ni kama mimi.

D: Je, unapenda kazi unayofanya, kufanya na fuwele na kuunda nishati?

J: Na kufanya na masafa ya mwanga na kufanya na masafa ya nishati. Ni muhimu kufanya udhihirisho na kuumba. Ni kuhusu kuunda mitandao (grids) na kuunda kazi ya gridi. Ni mitandao ya sayari... akili na moyo, usafi wa moyo... uadilifu wa akili.

Nilidhani tumeshajifunza vya kutosha kuhusu mwanamke huyu wa fumbo na kazi yake. Hivyo nikamsogeza mbele hadi siku muhimu. Akaanza kulia, akasema kwa mshangao, "Mitandao imeondoka! Mitandao inaanguka! Mitandao ya kieleo inaanguka na inazalisha uharibifu, kwa hiyo hii miali mizuri ya mwanga inapotea. Masafa ya mwanga yanaunda mitandao, lakini gridi inapoanguka, inaharibu piramidi za fuwele za masafa ya mwanga. Na nina hisia ya ufa, ufa mkubwa. Ni kama saruji karibu, lakini si saruji. Ni kama weusi wa uharibifu unavyomeza teknolojia na uumbaji wa kieleo."

D: Je, jambo fulani lilitokea kusababisha mitandao kuanguka?

J: Yaonekana yote ni kuhusu ufa kwenye ganda la Dunia kwa sababu hicho ndicho ninachohisi. Nahisi shimo refu na kuna nyufa. Kuna ufa. Nini kilikisababisha? Sijui. Lazima kitu kilitoka kwenye mizani. Kitu kilitoka kwenye uwiano. Nao ukasababisha mitandao kuanguka.

D: Kwa hiyo zote zimeunganishwa? (Ndiyo) *Unaweza kuona nini kilitoka kwenye uwiano? Je, kilikuwa kitu kilichofanywa na watu au kitu kingine?*

J: Naam, tunasikia hadithi, na ukweli ni upi? Lakini nahisi kwamba ni kwa sababu ya hitaji la usafi wa nia. Kwamba ilikuwa masafa ya ulafi na kadhalika yaliyosababisha kutokuwa na uwiano. Sijui walikuwa wanafanya nini. Haikuwa kundi langu.

D: Kwa sababu mlikuwa na nia safi? (Ndiyo) *Kwa hiyo haikusababishwa mahali ulipo?*

J: La, lakini iliharibu yote.

D: Si ajabu umeshtuka. Kuna chochote kundi lenu linaweza kufanya kuhusu hilo kwa kuwa mna nguvu kwa akili yenu?

J: Hatuwezi kulizuia. Tunaokoa tu teknolojia yoyote tuwezayo. Na tutapata fuwele na kuzikusanya baadaye.

D: Mnafanyaje hilo?

J: Iko kwenye kalenda za wakati (timelines). Unaweka kumbukumbu kwenye kalenda za wakati ndani ya fuwele. Hii ndiyo teknolojia.

D: Unaweka kumbukumbu ndani ya fuwele?

J: Kumbukumbu na masafa.

D: Na fuwele zinaweza kukumbuka vitu hivi?

J: Ndiyo, fuwele zinajua kila kitu, lakini tunaweza kisha kufikia taarifa tunazoweka ndani ya fuwele.

D: Hivyo mnafanya hivi kwa akili zenu... mnarudisha taarifa mlizoweka ndani ya fuwele?

J: Ndiyo, kwa masafa ya mwanga, kwa akili, kwa nia. Tunaweza kuokoa taarifa.

D: Je, hizi ni fuwele kubwa mnazoweka ndani yake?

J: La, haziwezi kuonekana kuwa kubwa. Zinaonekana kuwa ni zile fuwele za kawaida za quartz. Unaweka rekodi ya taarifa. (Kwa kujisemea.) Tulirekodi nini?... Imepakiwa... taarifa zote. Matumizi ya teknolojia ya fikra za kompyuta kwamba maarifa yote hayo, yote yalihamishwa kwenda kwenye mitandao kwa... lazima ilikuwaje kwa akili zetu. Kabla ya anguko, masafa yote, jiometri yote, miundo yote ya uumbaji iliwekwa ndani yao. Kama kuweka ndani ya DNA ya fuwele.

D: Inaonekana kugumu, lakini basi hii inaweza kufikiwa baadaye katika wakati?

J: Ndiyo, ndiyo, kalenda za wakati ziko ndani ya fuwele.

D: Je, hii ni fuwele moja mahususi?

J: La, si fuwele moja. Kuna fuwele nyingi, nyingi, nyingi zinazoifadhi taarifa.

D: Baadaye mtakapofikia hili, itawalazimu kutafuta aina hii fulani ya fuwele?

J: Naweza kufikia taarifa kutoka fuwele nyingi. Unajua, ni kama sasa, kuna zile fuwele ambazo ni kama watu wa kawaida na kisha kuna fuwele ambazo ziko kama mimi. Zenye maarifa zaidi.

D: Kwa hiyo si zote zina maarifa haya. (La.) *Ukishika fuwele, unawezaje kuhisi kama ina taarifa yoyote?*

J: Naweza kutambua tu kama kuna taarifa hapo. Iko kwenye hisia. Yote iko kwenye masafa wanayobeba. Iko kwenye kalenda za wakati. Katika maisha haya na katika maisha yajayo ninahitaji kufikia taarifa ili kurejesha mitandao (grids). (Alianza kuwa na hisia tena.)

D: Je, hilo halitakuwa gumu kuweza kurejesha mitandao?

J: Sio gumu. Ni zaidi kuhusu kuunganisha DNA yako na DNA ya fuwele... kufikia na kukusudia na kuamsha funguo. Mara unapofikia ndani ya fuwele, basi umeunganishwa nayo. Na unaweza kuamsha mitandao ya Dunia kupitia fuwele kwa sababu mishipa ya fuwele inapita kote duniani. Kwa hiyo ukigusa moja, ufunguo, funguo, milango... "milango" ni neno, lakini si sahihi sana. Bali ni funguo na hubeba masafa ya nishati na ukiactivate funguo, basi mitandao itajipanga upya na kuungana upya.

D: Hapo awali ilikuwa mitandao katika kieleo, na safari hii patakuwa na mitandao katika Dunia?

J: Ndiyo, yapaswa kuwa, Dunia sasa ni ya kieleo zaidi.

D: Na umesema ilikuwa kama "portals"?

J: Ndiyo, lakini "funguo" ni neno bora kuliko "portals". Ni kama kufungua kufuli. Kuna sehemu tofauti duniani ambako mitandao imefungwa. Fuwele zina taarifa kama ufunguo wa kufungua vifungio vya mitandao. Sijawahi kufikiria neno "gridlock" (kifungio cha mtandao).

D: Linakaa vizuri, sivyo? (Ndiyo, ndiyo.) *Lakini umesema baadhi yake vimefungwa ardhini. Nini kilisababisha baadhi ya mitandao hii kufungwa?*

J: Tulilazimika kuzima taarifa kabla watu hawajawa waharibifu sana. Tulilazimika kuondoa teknolojia yetu kwa sababu ya ukosefu wa heshima kwa uhai. Njia pekee ya kuizuia ilikuwa ni kuiteketeza.

D: Lazima lilikuwa uamuzi mgumu sana. (Akaingia hisia: Ndiyo.) *Kwa sababu mliogopa watu wangeitumia vibaya?*

J: Walikuwa wakiitumia vibaya. Wangeweza kuangamiza ulimwengu! (Akiwa na mshtuko.)

D: Nini kilitokea wakati huo hadi mkakataa na kufunga mitandao?

J: Ndiyo maana natambua kwamba kama tusingalizuia kwenye Dunia, ingalikuwa imeporomoa ulimwengu.

D: Kila kitu chote? (Ndiyo) *Eleza unamaanisha nini.*

J: Ingalikuwa ni ujakaririfu kamili katika ndogo (micro), katika kubwa (macrocosmic) kwa utaratibu huo. Kama kutoa pini kuu ya kufungia. Ingalikuwa ni kuporomoka; ingalimezwa tu lote na kutoweka.

D: Kwa sababu moja ilikuwa inajengeka juu ya nyingine? (Ndiyo) *Kwa hiyo hii ilisababishwa na watu hawa kuitumia kwa sababu zisizo sahihi na kuileta nje ya maelewano?* (Ndiyo, ndiyo.) *Basi mlipaswa kuharibu mitandao duniani au kuifunga au nini?*

J: Tulilazimika kuharibu—nataka kusema "Atlantis." Tulilazimika kuharibu bara hilo ili kusitisha unyanyasaji.

D: Nilidhani ilikuwa ni tamaa ya madaraka na watu walijiletea uharibifu wao wenyewe.

J: La. Ilibidi isimamishwe kwa sababu ingekuwepo ujakaririfu kote kwenye anga na muda... kwenye mitandao yote. Na tulilazimika kuliporomoa hili ili kulizuia hapa.

D: Je, lingesababisha kama athari ya "domino"? Likianzia Duniani? (Ndiyo) *Dunia ingaliporomoka tu?*

J: Ndiyo. Lilikuwa jambo dogo tu ukilinganisha na kile ambacho kingetokea katika ulimwengu.

D: Kwa hiyo lingalitetemesha nje kwa mawimbi?

J: Ndiyo. Ingalikuwa ujakaririfu toka ndogo (micro) hadi kubwa (macro), na kubwa hadi ndogo... pande zote mbili. Ingaliharibu kila kitu.

D: Hapo ndipo ilipoamuliwa kuharibu badala yake lile bara? (Ndiyo) *Na kulisitisha papo hapo?*

J: Ndiyo, kuiporomosha gridi. Hicho ndicho tulichofanya. (Akaanza kulia kwa sauti na kwa hisia.)

D: Lakini mlilazimika kufanya hivyo. (Ndiyo) *Ingalikuwa mbaya zaidi.* (Ndiyo) *Hata hivyo si yote yalipotea kwa sababu ulisema mlilihifadhi maarifa ndani ya fuwele.* (Ndiyo, ndiyo.) *Katika maisha hayo ulibomolewa wakati bara lilipoharibiwa? Nini kilikutokea?*

J: La, tuliondoka tu kwenye sayari. Kwa nia yetu tuliwaza tu na kuondoka.

D: Hukuhitaji chombo au chochote?

J: La, sisikii chombo. Tulikuwa tu ufahamu.

D: Mlienda wapi mlipoiacha sayari?

J: Kurudi kwa Yote. Hakukuwa na chaguo jingine.

D: Basi, kutoka mahali hapo unaweza kuona kila kitu kuhusu maisha hayo. Ulitoka wapi ulipoenda Atlantis? Ulikuwa umepata maarifa haya makubwa.

J: Kutoka katika dimensheni nyingine ya muda na nafasi. Tuliichagua Dunia kama mahali kamili pa kwenda.

D: Nia yako ya kuja Duniani hapo mwanzo ilikuwa ipi?

J: Kuumba uponyaji, kukuza fahamu, kupanua mwanga na upendo, upanuzi wa fahamu.

D: Ulisema watu waliokuwepo pale walikuwa watu wa kawaida kabisa.

J: Ndiyo, wako... wako.

D: Mlikuwa mnapanua fahamu?

J: Ndiyo... kupanua fahamu za Yote.

D: Na ilikuwa inafanikiwa hadi kwa namna fulani huo mwingilio mwingine ukabadilisha mambo? (Ndiyo) *Je, mlijua ilikotoka hiyo mizengwe/mwingilio mwingine?*

J: Kulikuwa na udanganyifu ndani ya kundi. Kulikuwepo watu waliokuwa na ajenda nyingine. Walikuwepo kwa ajili ya madaraka binafsi na utafiti wao ulikuwa umechukua mkondo wa giza.

D: Walikuwa wanachunguza nini?

J: Dawa-giza... nguvu na Dawa-giza. Ni kinyume cha mwanga. Ilisababisha kutokuwa na uwiano. Walikuwa wakiutumia ule Giza-Msingi.

D: Walitarajia kufanikisha nini kwa kuutumia huo Dawa-giza?

J: Napata hisia za mashimo ya minyoo au kusafiri. Au ni kana kwamba walitaka kutumia Dawa-giza kuumba ulimwengu wao wenyewe.

D: Wangeweza kufanya hivyo? (La) *Lakini walidhani wangeweza?* (Ndiyo) *Kwa sababu hawakuwa viumbe wa waumbaji, sivyo?* (La) *Je, walikuwa wakitumia fuwele katika uchunguzi wao?*

J: Haisikii kama fuwele... la. Ni kinyume. Ni kama mwanga huenea na giza hukunjamana. Walikuwa wakitumia nishati iliyokunjamana. Waligundua namna ya kuifikia.

D: Walikuwa na mantiki yoyote nyuma yake, au walitaka tu kuona wanachoweza kufanya?

J: Madaraka yao wenyewe na ulafi, udhibiti, udanganyifu na upotoshaji. Ninawaza kuwa udadisi ulimua paka. Huenda zaidi paka alikuwa na udadisi tu wa kujua kifo ni nini. Ndivyo walivyokuwa.

D: Hawakujua hasa nini kingetokea. (La... la... la.) *Lakini lingeweza kweli kuacha udhibiti?*

J: Lingeacha.

D: Ulimwengu mzima ungeweza kuangamizwa. (Ndiyo, ndiyo.) *Kwa sababu hawakufanikiwa kuumba wao wenyewe.* (La) *Waliumba tu nguvu ambayo ilikuwa hasi.* (Ndiyo) *Lakini ninyi mliweza kuistabilisha?*

J: Ndiyo, katika kuporomoka kwa mitandao (grids).

D: Na maarifa hayakupotea. (Kweli) *Hivi maarifa yanaweza kufikiwa siku zijazo?*

J: Ndiyo, tunaweza kuyafikia sasa.

D: Hicho ndicho ninachowaza... huu wakati wa baadaye kuanzia tunakoongea sasa. — Kwa miaka mingi nimepokea taarifa nyingi kuhusu uharibifu wa Atlantis, lakini sijawahi kusikia simulizi hii kabla.

J: Hiyo ni kwa sababu hatujawahi kumwambia mtu yeyote hadi sasa. Tunaona sasa ni wakati ujulikane. Hairuhusiwi kutokea tena.

Je, ilikuwa ni bahati tu kwamba taarifa hii ilipitia mwaka 2010 wakati huo huo mjadala mkali uliwaka kuhusu Jaribio la Kikolida? Kufanana kwa taarifa ni kusumbufu. "Large Hadron Collider" (LHC) iko chini ya ardhi nje kidogo ya Geneva, Uswisi na inaelezewa kuwa moja ya miradi mizito zaidi ya kisayansi kuwahi kubuniwa. Imesimikwa na Shirika la Ulaya la Utafiti wa Nyuklia

(CERN) na ni kifaa cha kisayansi cha gharama kubwa zaidi kuwahi kujengwa. Ni mashine kubwa zaidi duniani ambamo wanasayansi wanafanyia majaribio na "anti-matter," "dark matter" na "dark energy" angani. Imesemwa kwamba wanajaribu kuunda tundu la minyoo, au hata ulimwengu wao wenyewe. Ni tata, lakini kolida itarusha miale ya protoni au ioni za risasi kutoka pande mbili zinazokinzana. Miale hiyo miwili ikigongana huongeza mara mbili nishati inayotolewa hadi sawa na mara 100,000 za joto la kiini cha Jua! Wanaotia shaka wanasema wanaweza kuachia nguvu kubwa mno ambayo hawawezi kuidhibiti. Wanasayansi wanasema wanafanya tu majaribio na nishati isiyojulikana inayopatikana kwa wingi katika ulimwengu. Utafiti wangu ulisema, "Kwa ufupi, jaribio la Large Hadron Collider ni jitihada kubwa ya kisayansi kupekua kwa dirisha dogo Akili ya Mungu katika wakati wa uumbaji." Kwangu inaonekana kama aina ile ile ya utafiti wanasayansi walikuwa wanafanya walipogundua nguvu ya atomiki. Wakati huo pia hawakuwa na wazo la nini wanachezea. Pia yakikumbusha majaribio ya HAARP yanayofanyika Alaska kudhibiti hali ya hewa kwa kurusha miale kwenye angahewa. (Maelezo zaidi kuhusu majaribio haya yako katika vitabu vyangu vingine.) Mara nyingi nilipopewa taarifa kuhusu anguko la Atlantis "walisema," "Lazima ujue hili kwa sababu ustaarabu wenu unaenda kwenye njia ile ile hatari." Naona kufanana huko ni kukubwa mno kuviita bahati nasibu na nadhani wanasayansi wetu wanatembea kwenye kamba nyembamba juu ya shimo la moto. Wanaweza kuachia nguvu ile ile ya kuharibu iliyoporomosha mitandao na karibu ikaangamiza ulimwengu mzima. Majaribio ya Kolida sasa yanafanya kazi kwa nusu-nguvi. Haitarajiwi kukimbia kwa nguvu kamili hadi 2014.

D: Je, nahitaji kumwita fahamu ya ndani (subconscious) *au unaweza kuendelea kujibu maswali? Unafanya kazi nzuri sana.*

J: Maswali ni yapi? Nitaona. (Sote tukacheka.)

D: Moja ya vitu ambavyo Joan anataka kujua ni, anawezaje kupata taarifa kutoka kwa fuwele? Anaweza kufikia taarifa hii aliyoiweka mwenyewe?

J: Anaifikia kila siku.

Joan ana duka la fuwele hivyo mara zote yuko amezungukwa na fuwele za maumbo na ukubwa mbalimbali.

J: Hajui kwamba anafanya hivyo, lakini kuna mpango mkubwa wa kutekelezwa. Ni kuanza kufanya kazi kwa ufahamu na mitandao (grids) na kutambua na kuamsha vile viingilio (portals) na vifundo muhimu kwenye mitandao ya nishati na kuichochea tena uamsho wake. Haya yanaweza kufanyika kwa kuweka fuwele au kufanya kazi kwa nia.

D: Je, fuwele lazima ziwekwe mahali fulani maalum?

J: Ndiyo, watu wamekuwa wakifanya hivi katika maisha haya ya Duniani, wakizunguka na kuweka fuwele. Naweza kabisa kuona nikizunguka sayari na kuhuisha upya kazi ya gridi.

D: Je, Joan analazimika kusafiri kimwili kuzunguka sayari au inaweza kufanyika kwa njia tofauti?

J: Ndiyo, hicho ndicho alikuwa akikifanya alipoenda St. Croix na Alaska. Ni kushonea (kurekebisha) gridi na kufuata mistari.

D: Mnataka afanye nini sasa? Je, ataendelea kufanya kazi na fuwele?

J: Ndiyo. Kugusa (kutumia) fuwele za Dunia, zile fuwele kubwa na kuamsha tena gridi.

Hili lilisikika kama jambo ambalo Joan angependa kulifanya, lakini kama wanadamu tunahitaji mchakato au maagizo. Nikauliza kama kuna kitu mahususi wanachotaka afanye ili aweze kufungua taarifa zilizomo kwenye fuwele.

J: Takasa chombo cha Dunia (mwili)... kunywa maji mengi. Weka miguu yako juu ya ardhi na ushike fuwele, na uombe wengine wasaidie. Na katika kuamsha gridi, fuwele zitafanya kazi kama mpatanishi kati ya gridi za etheriki ambazo tayari zimewekwa na gridi za Dunia tunazojaribu kuzihuisha tena. Hivyo kwa kushika fuwele huku ukiwa umetiwa nanga kwenye ardhi, chombo cha kibinadamu kinakuwa kiungo kati ya gridi ya etheriki na gridi za Dunia tunazojaribu kutengeneza.

D: Je, anaweza kufanya hili peke yake au ingekuwa bora kulifanya na watu wengine?

J: Ni bora lifanywe kwa wingi. Tatu, sita, tisa... yoyote kati ya vizidishi vya tatu ndizo funguo za kuamsha gridi... utatu (triangulations) wa nishati.

D: Zinajiendesha kwa utatu?

J: Ndiyo, kutengeneza utatu. Ndani ya DNA ya wenyewe katika sayari. Wanapaswa kufanya hili nje karibu na maji. Watafanya kazi na wengine katika etheriki. Wale wanaoshikilia gridi ya etheriki mahali pake. Hao ni viumbe wa fahamu na mwanga.

D: Na ni kazi yao kudumisha gridi za Dunia?

J: Ndiyo. Walinzi wa gridi.

D: Hilo lingekuwa jina zuri la kuwaita, "Walinzi wa Gridi," na kuwaita waje kusaidia.

J: Ndiyo, kurekebisha gridi.

D: Na wanaweza kutumia nishati ya mwili wa binadamu na nishati ya fuwele?

J: Ndiyo, na kufanya utatu kutoka kwenye nukta zote tofauti katika Dunia.

D: Kwa njia hiyo asingelazimika kwenda kimwili kwenye maeneo hayo, sivyo?

J: La. Itakuwa ni utatu kati ya timu ya Dunia, timu ya Gridi na sehemu ya uanzishaji. Funguola gridi.

D: Je, wanajua ni sehemu gani ya uanzishaji wanayoilenga?

J: Ndiyo. Itakuwa ile itakayojitokeza wazi katika utambuzi wao. Watajua tu. Itaingia akilini mwao, na kwenye fahamu zao. Wanaweza kupima (douse) maeneo tofauti wakitumia ramani ya dunia, na ni dhahiri kwa majanga ya asili yanayotokea, ukitazama maeneo yenye mitetemeko mikubwa. Tazama kinachoendelea kwenye ghuba sasa.

Kikao hiki kilifanyika mwanzoni mwa Mei 2010 wakati uvujaji wa mafuta kwenye Ghuba ya Meksiko ulikuwa ukitawala habari.

J: Kuna kutokulingana kwa nishati. Kiwango cha juu cha kutokulingana kinaashiria funguo zinazohitaji "kurekebishwa" au kulainishwa au kufunguliwa. Milipuko ya volkeno, vimbunga, uvujaji wa mafuta kwa sasa, matetemeko ya ardhi, vita... haya yote ni viashiria.

D: Vya msukosuko katika gridi?

J: Gridi, ndiyo. Na pia baadhi ya volkeno, hiyo siyo kutokulingana kwenye gridi. Hiyo kimsingi ni uwiano kwenye gridi.

D: Kuirejesha kwenye uwiano?

J: Ndiyo, na hilo ni jambo zuri. Utoaji wa nishati.

D: Na hawa viumbe wa gridi watawapa maarifa?

J: Ndiyo, Walinzi wanajua kwa sababu wana mtazamo wa juu (overview).

D: Je, anaweza pia kutumia taarifa hizi kuhusu fuwele kwa ajili ya uponyaji?

J: Naam, huu ni uponyaji wa Dunia, na hivyo ni kuitumia kwa ajili ya uponyaji. Ukileta mfumo kurudi kwenye uwiano, matokeo yake ni uponyaji.

D: Hivyo hilo ni muhimu zaidi kuliko kufanya kazi kwenye uponyaji wa mtu mmoja?

J: Ndiyo, ndiyo. Kufanya kazi na gridi za Dunia na gridi za nishati. Ni muhimu zaidi kuponya bahari kuliko kuponya mtu mmoja.

D: Tunazidi kupata taarifa mpya kwamba tunaingia kwenye Dunia Mpya. Je, hilo linaunganishwa na huu uponyaji?

J: Ni kana kwamba ni kujali mtoto. Tunamponya mama ili mtoto awe mzima. Tunamponya mama ili aweze kuizaa Dunia Mpya. Ili kuifanya iwe Dunia mpya.

Hii ndiyo sababu tunapaswa kuponya Dunia ya Zamani.

D: Aliweka taarifa ndani ya fuwele, hivyo anapaswa kuwa na uwezo wa kuipata tena.

J: Ndiyo, na kuna upangaji wa muda (timing) kwa hilo... kila kitu katika wakati wake ufaao. Ni kama petali za ua kufunuka, na huwezi kuuharakisha mwale wa ua la kitovu vinginevyo utaharibu maua. Nahisi yote yako katika wakati wa kimungu na yanafunuka kama yanavyopaswa. Tunaweza kurejesha gridi. Hicho ndicho hatua ya kwanza... kuponya sayari.

D: Uliwahi kuniambia kabla kwamba hamtaki kuangamiza tena ustaarabu mzima. Inachukua muda mrefu kuujenga upya.

J: Ndiyo, na kuna mengi sana yanapotea.

D: Umeniambia kwamba kila watu au ustaarabu una hiari huru, na hamruhusiwi kuingilia hiari huru. Ulisema hamruhusiwi kuingilia katika maendeleo ya ustaarabu kwa sababu ya hiari huru.

J: Ni kweli, ndiyo.

D: Lakini watu wametuuliza kwa nini Atlantis iliharibiwa kwa sababu je, haikuruhusiwa kuwa na hiari huru kufanya mambo hayo? Nafikiri umenijibu.

J: Vizuri, ndiyo. (Kicheko)

D: Kwa sababu hata hiari huru inaweza kuwa na mipaka yake.

J: Ndiyo, lakini kama mtu hajui anachokifanya....

D: Kama mtoto anayochezea moto. (Ndiyo) *Umesema kabla wakati pekee ambao mnaweza kuingilia ni iwapo tungeenda kuharibu dunia kwa kuwa kungesababisha mitikisiko ya marejeo.* (Ndiyo, ndiyo.) *Hivyo labda umenipa kipande kilichokuwa kinakosekana ambacho sikuwa nacho katika simulizi langu. Inaweka maana pana zaidi na sasa ni wazi zaidi. Hivyo ni muhimu sana.*

Ninyi pia mko kama "Watazamaji," pia. (Ndiyo) *Na Joan alikuwa Mtazamaji alipokuwa akitunza sayari?*

J: Ndiyo, alikuwa.

Wakati maisha ya mwanadamu yalipoumbwa kwenye sayari hii iliamuliwa kumpa kiumbe huyu mzuri akili na hiari huru. Ili kuona atafanya nini nayo. Kuna sayari chache sana katika ulimwengu zilizokuwa zimeruhusiwa hiari huru. Nimechunguza baadhi ya hizi katika vitabu vyangu vingine. Lakini kanuni nyingine ilikuwa maagizo makuu ya kutokuingilia. Hii mara nyingi inazungumziwa kwenye mfululizo wa "Star Trek," lakini siyo hadithi ya kubuni. Ni ya kweli kabisa na inafuatwa kwa makini na watu wote wa anga. Hii inamaanisha hawaruhusiwi kuingilia maendeleo ya ustaarabu. Wamesema kwamba kulikuwa na kisingizio kimoja pekee cha kanuni hii, na hicho kilikuwa iwapo ustaarabu ungefikia hatua ya kuweza kuangamiza sayari hii. Basi wangeruhusiwa kuingilia na kuizuia kwa sababu tukifanya kitu kama hicho kingerudisha mitikisiko kote kwenye galaksi. Ni nani angefikiria kwamba sayari ndogo kama Dunia ingeweza kuwa na ushawishi wa aina hiyo? Sisi ni sayari ndogo, na tumetengwa na kuwekwa karantini makusudi hapa kwenye pembe yetu ndogo ya mfumo wa jua. Wanaogopa sisi, wanaogopa kile tunachoweza kufanya kwa vurugu zetu. Hii ndiyo sababu kuu wamekuwa wakituchunguza kwa zama nyingi sana. Mitikisiko ingeweza kuenea kote kwenye mfumo wa jua, galaksi na hata kwenye vipimo vingine ambapo tungekuwa tukiingilia na kuangamiza ustaarabu mwingine tusiojua. Madhara yangekuwa ya kutisha. Sasa tunajua hii ndiyo sababu ya kutuma roho safi kama wajitoleaji kusaidia Dunia kwa wakati huu, ili kuzuia hili lisitokee.

Sasa najua kupitia kazi yangu kwamba ustaarabu mwingi katika kipindi cha muda umeangamizwa. "Wao" wamenieleza kwamba kila wakati walipofikia kilele cha maarifa ya kiakili na walikuwa wamekamilisha akili zao hadi kiwango cha kuweza kufanya mambo ya ajabu. Lakini katika kila hali (ikiwemo Atlantis) watu walikuwa wametumia vibaya nguvu zao na kuanza kufanya mambo kwa tamaa na nguvu badala ya kuboresha maisha ya watu. Katika kesi ya Atlantis tunajua walikuwa wanatumia fuwele kwa nguvu za kupindukia. Pia walikuwa wanakwenda kinyume na sheria za asili kwa kutumia uharibifu wa vinasaba (genetic manipulation) kuunganisha na kuumba viumbe nusu-binadamu/nusu-mnyama. Bila shaka walikuwa wanavuka mipaka yao. Lakini, kama binti yangu, Julia, alivyosema, bado walikuwa wanatumia hiari yao huru. Haikumaanisha kwake kwamba "wao" walipaswa kuharibu ustaarabu huo. Alisema, "Baada ya yote, kanuni ni kanuni ni kanuni." Yeye ni mkali sana kuhusu kutii sheria, na anajua zilifanywa kwa sababu. Hivyo Waatlantis walikuwa wanapiga hatua ambazo hawakupaswa, lakini hawakuwa wameweka sayari katika hatari ya kulipuka. Ni kweli, fuwele zilikuwa na nguvu na hazikutumika kwa usahihi, lakini kulikuwa wapi na tishio kubwa lililowafanya "wao" waamue kubomoa ustaarabu mzima? Hicho ndicho kipande kilichokosekana ambacho sikuwahi kufikiria, hadi alipoleta jambo hilo. Sasa ikawa wazi. Waatlantis walikuwa wamefikia hatua ile ile tuliyo nayo sasa katika wakati wetu. Walikuwa wakijaribu na Giza Jeusi (Dark Matter) na hawakujua kwamba madhara yangeweza kurudi na kuangamiza sayari hii yote. Hivyo hii ndiyo sababu "wao" walilazimika kwenda kinyume na maagizo makuu. Hili lilikuwa limefanyika mara nyingi sana katika historia ya Dunia yetu kiasi kwamba hawakutaka kulifanya tena. Kila mara uwezo ulipaswa kuchukuliwa mbali na ustaarabu kulazimika kujengwa upya kutoka hali ya kiasili, na muda mwingi na teknolojia vilipotea, wakati mwanadamu alipanda tena juu. Wakati huu wa sasa hawakutaka kushuka tena kwenye njia hiyo. Hivyo ili kuzuia isitokee tena, mwito ulitolewa kwa wajitoleaji waje kusaidia sayari Dunia.

D: Je, Joan amewahi kuwa na maisha mengine duniani? (Hili lilikuwa moja ya maswali yake.)

J: Ni machache tu katika umbo la kimwili. Maisha yake mengi yamekuwa katika nyanja za mwanga.

D: Lakini Joan siye peke yake anayefanya hivi, sivyo? (Hapana) *Itakuwa kazi kubwa mno.*

J: Nasikia namba: elfu kumi kati yetu. Wametawanyika kote duniani.

D: Wote wanafanya kazi ile ile ya kurejesha gridi?

J: Ndiyo... tofauti ndogo, lakini wote wakiwa na nia moja. Wote tunajua kwa nini tuko hapa. Baadhi kwa ufahamu zaidi kuliko wengine. Labda hiyo ndiyo sehemu yake, kuwaamsha wengine.

D: Ili waweze kuponya Mama Dunia?

J: Ndiyo. Pia inahusiana na DNA. DNA ni kama daraja la maisha na kuamsha funguo ni kama kuamsha vifurushi (packets) katika DNA ambavyo vilikuwa vimelala.

D: DNA ya mwanadamu?

J: DNA ya mwanadamu... ni DNA ya kila kitu. Ni ngazi ya ulimwengu (cosmic ladder) inayofikia kila kitu. Inavyounganisha kila kitu, hivyo DNA ya mwanadamu, DNA ya sayari yote ni kitu kimoja.

D: Kwa hivyo vyote hivi lazima viamshwe au kubadilishwa?

J: Kuamsha vifurushi vya DNA ambavyo vilifungwa tulipobomoa gridi.

D: Kwa hiyo mlipobomoa gridi, mlifunga pia sehemu za DNA? (Ndiyo, ndiyo.) *Je, hilo lilikuwa kwa sababu fulani?*

J: Ndiyo, kwa kulipunguza kasi... kulipunguza. Ili kuzima sehemu zile ambapo maarifa yalikuwa ndani ya DNA. Sasa ni wakati wa kuvichochea.

D: Nimeambiwa pia uwezo wa kisaikolojia (psychic abilities) *unarudi.* (Ndiyo) *Je, hiyo ni sehemu ya kuamshwa kwa DNA?*

J: Ndiyo... kufikia kanuni za maisha.

D: Hii inamshajiwaje?

J: Kwa masafa ya mwanga. Kuongeza masafa yetu ya mwanga.

D: Ndani ya mwili?

J: Ndiyo. Inatoka nje kupitia miale ya ulimwengu inayokuja kwenye mfumo wetu wa sayari. Inachochea vifurushi vya DNA ambavyo vilikuwa vimekaa kimya, kwa hivyo tunaamsha kanuni za mwanga.

D: Hiyo inagusa mwanadamu na pia sayari?

J: Ndiyo, sayari na maisha yote au mwanga.

D: Mwanga ni muhimu sana. Kwa kweli ndio KILA KITU. Ndio yote yaliyopo. (Ndiyo) — *Na wale watu ambao ni hasi? Wale ambao hawako kwenye mwanga? Je, DNA yao pia itaamshwa?*

J: Inahisi kama wataendelea kulala. Ni kana kwamba wao ni roho ambazo ziko usingizini. Hivyo ndivyo ninavyoona. Wamelala. Nahisi kuna "kujikunja ndani," kama kulala, kujikunja ndani... kujikunja kwa nishati. Lakini hiyo haimaanishi kwamba katika wakati mwingine... unajua, tunazungumza kuhusu hili kama kitovu cha muda (time node) sasa. Katika vituo vingine vya muda itakuwa wakati kwa kanuni zao kuamshwa. Sio jambo baya kubaki nyuma. Hatimaye kanuni za kila mtu zitaamshwa, lakini unajua, ikiwa hujaamka ni sawa. Huo si wakati wako. Tena ni kuhusu muda... mistari ya muda. Ni kama mbegu. Huwezi kuwa na kila mbegu kuchipua kwa wakati mmoja. (Kicheko)

D: Ulimaanisha nini kwa "time nodes"?

J: Kitovu cha muda ni nishati iliyo na mwanga na nafasi. Tunaishi katika vituo vya muda na hivyo ndivyo Dunia ya sasa ilivyo. Tungesema Dunia ya mwaka 2010 ni kitovu cha muda.

D: Sawa. Lakini nataka kufafanua baadhi ya mambo niliyoyasikia. Je, kutakuwepo hatimaye Dunia mbili tofauti, tutakapoingia katika Dunia Mpya na kuiacha Dunia ya zamani nyuma?

J: Sidhani hivyo. Sisikii kama ni Dunia mpya. Ninasikia tu kana kwamba kuna upanuzi, kipimo au upanuzi. Kama una nukta. Ukunganisha hiyo na nukta nyingine unapata mstari. Sasa, je, ile nukta ya kwanza ilitoweka ilipokuwa mstari? Ni kitu kile kile. Ni kwamba kutakuwa na mabadiliko ya kipimo. Kipimo cha tatu (3D) bado kipo, lakini pia tutapanuliwa zaidi kwenye masafa ya mwanga.

D: Kwa hiyo ni kama Dunia mbili tofauti... moja katika kipimo kingine?

J: Si tofauti. Je, ile nukta imetofautiana na mstari? Nadhani ndivyo ninavyouliza. Ile nukta bado ipo na ile nukta bado ni ile nukta. Lakini mstari ni kitu kingine, kama vile Dunia itakuwa kitu kingine. Dunia ya zamani bado itakuwepo. Dunia mpya itakuwepo, lakini itakuwa katika mfano huo wa nukta na mstari.

D: Katika kipimo kingine... katika masafa mengine?

J: Masafa yaliyopanuliwa mengine... masafa ya upanuzi.

D: Kwa hiyo wale walioko kwenye mwanga, masafa yao yanabadilisha DNA, na wataenda na hiyo nyingine, nadhani.

J: Ndiyo. Ni kana kwamba kuna uwepo wa wakati mmoja. Ni mabadiliko tu ya kipimo.

D: Hicho ndicho kigumu kwa watu kuelewa. Tupo hata hivyo katika vipimo vingine.

J: Ndiyo. Hatuna ufahamu wetu, na hatuna DNA yetu imeamshwa kuwa na fahamu ya hilo.

D: Safari hii tutakuwa na fahamu? (Ndiyo) *Tutakuwa na ufahamu wa Dunia yetu ya zamani, ile ambapo watu wamelala?*

J: Haitakuwa jambo letu la kujali.

D: Tutapita mbele. (Ndiyo) *Kila wakati ninapopata taarifa zaidi kidogo inafanya iwe wazi zaidi kwa sababu nina watu wengi wanaouliza maswali mengi ninapotoa mihadhara kuhusu hili. — Uliwahi kuniambia wakati mmoja kwamba hata hamjui ni nini hasa kitatokea.* (Kicheko)

J: Hapana, hatujui.

D: Kwa sababu hii ni mara ya kwanza imetokea. Hicho ndicho nimeambiwa.

J: Mara ya kwanza imetokea Duniani. (Kicheko) Sayari nyingi zimepitia mabadiliko ya vipimo.

D: Kwa sababu Dunia inaishi na lazima ibadilike? (Ndiyo) *Lakini hii ni mara ya kwanza imetokea katika sehemu hii ya ulimwengu?* (Ndiyo)

Joan alikuwa akijaribu na miale ya leza na alifikiri angeweza kuvitumia kwa njia fulani katika uponyaji.

J: Ninaona kwamba miale ya leza inaweza kutumika kuunganisha nukta za gridi, nukta za gridi za etheriki kwenye gridi za Dunia. Hiyo ndiyo anapaswa kutumia leza kwa ajili yake.

D: Lakini ulisema hilo litakuwa kwa siku zijazo. (Ndiyo) *Unataka atumieje leza?*

J: Kuangaza tu nje kwenye ulimwengu na kutengeneza utatu kutoka kwenye nukta zinazofafanua na kuziunganisha kwa kutumia mwanga ili kufunga gridi za etheriki kwenye gridi ya Dunia.

D: Pamoja na fuwele?

J: Ndiyo, hiyo lazima iwe sehemu yake. Mwanga unajikita kwenye fuwele.

Tulijibu maswali yake yote yaliyobaki, na SC ilifanya uponyaji wa mwili wa kimwili.

Ujumbe wa kuaga: Usiogope kushindwa. Ni nafasi zaidi tu.

Kwa hivyo sasa baada ya miaka mingi ya kufanya kazi juu ya hili nilikuwa nimegundua Wimbi Tatu la Wajitoleaji waliokuja kusaidia Dunia wakati huu muhimu na wa lazima. Lakini wakati wa kikao hiki niligundua kundi lingine lililokuja: Walinzi 10,000 wa Gridi. Wako hapa kwa kusudi tofauti, kurejesha uharibifu uliofanywa kwa gridi za Dunia kwa uharibifu wa Atlantis. Kuvirudisha tena kwenye uwiano. Pia wako hapa kugundua na kufikia maarifa yaliyofichwa yaliyowekwa ndani ya fuwele. Ni maarifa yenye thamani kubwa ambayo yamekuwa yakisubiri wakati huu maalum kufunuliwa tena. Tuitumie ipasavyo safari hii!

SEHEMU YA TATU

DUNIA MPYA

SURA YA THELATHINI NA MBILI

DUNIA MPYA

Katika maisha yetu yote tulipohudhuria kanisani, tulisikia mistari ifuatayo kutoka katika Biblia: "Nikaona mbingu mpya na dunia mpya; kwa maana mbingu ya kwanza na dunia ya kwanza zimepita... Nami Yohana nikaona mji mtakatifu, Yerusalemu mpya, ukishuka kutoka kwa Mungu kutoka mbinguni... Nikasikia sauti kuu kutoka mbinguni ikisema, Tazama, maskani ya Mungu ni pamoja na wanadamu, naye atakaa pamoja nao, nao watakuwa watu wake, na Mungu mwenyewe atakuwa pamoja nao, naye atakuwa Mungu wao. Naye Mungu atafuta kila chozi katika macho yao; wala mauti haitakuwapo tena; wala huzuni, wala kilio, wala maumivu hayatakuwapo tena; kwa sababu ya kwanza yamepita... Tazama, nafanya upya yote. Akaniambia, Andika; kwa kuwa maneno haya ni ya kweli na ya aminifu... Na ule (mji mpya) haukuwa na haja ya jua, wala ya mwezi kuuangazia; kwa kuwa utukufu wa Mungu uliuangaza... Wala hakitauingia kamwe chochote kichafu, wala afanyaye machukizo, au asemae uongo... Wala hakutakuwa na usiku humo; wala hawana haja ya taa, wala nuru ya jua; kwa kuwa Bwana Mungu huwapa nuru; nao watatawala milele na milele." (Ufu. 21–22)

Maelezo mengi tofauti yametolewa na Kanisa tangu kuandikwa kwa Biblia. Lakini kitabu cha Ufunuo kimeendelea kuwa cha fumbo, hadi sasa. Maelezo katika kitabu hiki ambayo yameletwa kupitia watu wengi wakiwa katika usingizi mzito, yanaonekana kubeba majibu. Wamelielezea Ufalme wa Mungu, mara nyingi, kama mahali pa mwanga ambako wana furaha kuu wakiunganishwa tena na Muumba, Chanzo. Wakati huo, kila mmoja wao amekuwa kiumbe wa mwanga, na hakuna hamu ya kurejea katika umbo la kimwili la duniani. Hii hueleza baadhi ya maana za mistari hiyo, lakini vipi kuhusu unabii wa Dunia Mpya? Tena, jibu linaonekana kuja kupitia wengi wa wateja wangu wakati wa vikao vyangu. Ni nilipokuwa nakiweka pamoja kitabu ndipo ufanano na Biblia ulipojitokeza. Sote tunazungumza kuhusu jambo lile lile. Yohana, aliyeandika Ufunuo, aliweka maono yake kwa maneno aliyoweza kupata katika kipindi chake na msamiati wake. Vivyo hivyo leo. Wateja wangu walilazimika kutumia istilahi walizozoea. Najua hivyo basi, kwamba tunaona tu sehemu ndogo ya picha yote ya dunia mpya inayokuja, lakini ilikuwa ndiyo bora wangeweza kufanya. Angalau inatupa mwanga wa mahali hapo pa ajabu na mkamilifu.

Katika kazi yangu, nimesikia mengi kuhusu kila kitu kutungwa na nishati na umbo na sura kuamuliwa tu na masafa na mtikisiko. Nishati haifi kamwe, hubadilisha tu umbo. Nimeambiwa kwamba Dunia yenyewe inabadilisha mtikisiko na masafa yake, na inajiandaa kujipandisha kwenda katika kipimo kipya. Kuna vipimo visivyohesabika vinavyotuzunguka muda wote. Hatuviwezi kwa macho kwa sababu kadri mtikisiko unavyoongezeka kwa kasi, vinafichika machoni petu, lakini bado vipo, hata hivyo. Katika kitabu changu The Custodians, nilieleza jinsi viumbe wa nje (ET) wanavyotumia hili na kusafiri kwa kuinua na kushusha mitikisiko ya vyombo vyao. Wakati mwingine, sisi pia huenda kwenye vipimo vingine na kurejea bila kujua. Hili liliandikwa katika The Legend of Starcrash. Hivyo, nimegusia mada hii kwa miaka, lakini sikuielewa kikamilifu hadi nilipoanza kupokea taarifa zaidi na zaidi kuihusu. "Wao" wanataka tujue zaidi kwa sababu inakuja karibuni. Nayo itakuwa tukio la kutukuka. Bila shaka, hata katika Biblia, liliwelezwa kuwa linakuja "karibuni." Lakini sasa tunaweza kuona na kuhisi athari zote kutuzunguka dunia inapojisitairi kuhamia kwenye kipimo kipya.

"Wao" walisema kwamba tutaona athari za kimwili zaidi kadri masafa na mitikisiko inavyozidi kuongezeka. Wengi wetu tunaweza kuhisi katika kiwango kingine cha uwepo wetu kwamba kuna jambo linatokea. Kwa mabadiliko yanayotokea taratibu kutuzunguka, miili yetu pia lazima ibadilike ili kujirekebisha. Baadhi ya dalili hizi za kimwili si nzuri na zinasababisha wasiwasi. "Mtaona na kugundua kwamba kadri masafa ya sayari yanavyoendelea kupanda kwa mtikisiko wake, mtakuwa na shida chache na dalili za vizuizi vya nishati."

Katika kazi yangu yote, wateja wangu wamekuwa wakiambiwa kwamba lazima wabadili mlo wao ili kufanya marekebisho kuelekea dunia mpya. Miili yetu lazima iwe nyepesi zaidi, na hii inamaanisha kuondoa vyakula vizito. Wakati wa vikao, wateja wangu wameonywa mara kwa mara kuacha kula nyama (hasa nyama ya ng'ombe na ya nguruwe), hasa kwa sababu ya viungio na kemikali wanazolishwa wanyama. Walisema huacha kemikali na viambato bandia katika viungo vyetu ambavyo vitabaki humo hadi miezi sita. Ni vigumu sana kuvisafisha na kuviondoa mwilini. Tulionya sana dhidi ya kula protini ya mnyama, na vyakula vya kukaanga ambavyo huchokonoa mwili. "Hivi hufanya kama wachochezi wa mfumo wako baada ya miaka mingi ya matumizi mabaya. Hatutaki kuhukumu, lakini mwili umejengwa kwa aina fulani ya 'trafiki' ya gari. Mwili hauwezi kupaa kwa masafa hadi nyuga za vipimo vya juu ikiwa msongamano na sumu vinachafua mazingira ya mwili wa mwanadamu."

Bila shaka, ukiwa na bahati ya kupata nyama asilia isiyo na sumu, hiyo itakuwa salama, kwa kiasi. Walisema kuku ni bora, na samaki kwa kuwa ni nyama nyepesi, lakini bora kabisa ni matunda na mboga "hai." Hii inamaanisha yale yanayoliwa mabichi badala ya kupikwa. Tuliambiwa pia kuhusu kuondoa sukari, na kuongeza unywaji wa maji safi ya chupa na juisi za matunda zisizo na sukari. Hatimaye, kadri masafa na mitikisiko vinavyoendelea kuongezeka, tutazoea mlo wa vimiminika. Mwili lazima uwe mwepesi ili kufanya kupaa. "Kadri nishati kwenye sayari inavyozidi kuwa ya juu na nyembamba, mwili wenu unahitaji kubadilika nayo." Bila shaka, hakuna jipya hapa. Tumekuwa tukielezwa kwa miaka mingi kuhusu ukweli huu wa lishe. Lakini sasa inaonekana ni lazima tuzidishe umakini kwa mlo wetu kwa kuwa kila kitu kinaanza kubadilika.

Mwaka 2001 "wao" waliingilia kwa ukali kunivuta hisia na kunisababisha nibadilishe mlo na mtindo wa maisha. Wakati wa vikao walikuwa wakinipa onyo kwa sauti ili kufikisha ujumbe wao. Mwaka 2001, nilikuwa na matatizo ya upungufu wa maji mwilini nikiwa Florida na nilikuwa nikipitia athari zisizopendeza za kimwili. "Wao" walinikaripia na kunifanya niache kinywaji changu cha kawaida, "Pepsi," ambacho nilikuwa nimezoea kwa miaka mingi. Waligeuza kabisa mazoea yangu ya kula na kunywa, na kubadili mlo wangu kuwa bora zaidi. Kufikia 2002, nilikuwa nimesafisha sumu nyingi kwenye mwili wangu na nilikuwa nikitambua tofauti. Ilichukua miezi kadhaa zaidi kabla "sijaondolewa sumu," kwa namna ya kusema. Kila walipopata nafasi, walinijulisha kuwa bado wananifuatilia na hukemea ninapoonekana kurejea kwenye desturi za zamani. Wakati wa kikao nchini Uingereza walisema, "Ili kuelewa nishati mpya ambazo utakazo fanyia kazi, mwili unafundishwa jinsi ya kushughulika nazo. Mtu asisahau kwamba kuna nishati huko nje ambazo hazitafanya kazi nawe. Kwa wakati huu, labda nishati hizi hazipaswi kutupiliwa mbali na kusukumwa mbali nawe. Kwa sababu si za kawaida kwako, unafikiri, 'Siyo sahihi.' Zilete ndani yako na ziulize, 'Ni nini?' Kwa kweli, ni nishati mpya. Huenda zinarekebisha mwili wako, na kwa kufanya hivyo, zinaondoa sumu. Figo zako hasa zitashughulika na nishati isiyokubalika ya zamani. Kubali tu kwamba mchakato wa usafishaji unaendelea na utaendelea."

Kisha nilipewa mbinu ya kuipa nguvu maji tunayokunywa, kusaidia katika mchakato wa kuondoa sumu. "Maji, kwa msingi wa asilimia sabini ya nafsi yako, na asilimia sabini ya sayari, ni muhimu mno kupindukia. Kwa hiyo mwangwi wa maji unayoleta mwilini ni muhimu sana. Unapokunywa maji, yatie nguvu kwa maarifa uliyo nayo. Tuma maarifa hayo. Yasukume kwa mzunguko. Fikiria maji yakizunguka, yakiumba kirindimo, kwa mzunguko wa saa na kinyume cha saa. Yakiunda ufunguo chanya na hasi. Lazima uyasogeze kutoka kwenye mizani. Fikiria nishati ikiingia kwenye maji na kuzunguka na kuunda kirindimo. Hiyo tu inatosha. Wazo hilo litaipa maji nguvu. Hilo litarudisha nguvu ya uhai ndani ya maji, ambayo ndiyo kukubalika kwa nguvu ya uhai ya sayari. Maji yote kwenye sayari hii, iwe ni mwamba au kimiminika, ni kimiminika kwa mwendo wa polepole au wa haraka. Kila kitu kina mwangwi na kumbukumbu ya kile kilicho. Binadamu amepoteza mwangwi na kumbukumbu ya kile alicho, lakini maji yanaweza kuhuisha upya. Fomati ya mawazo ya binadamu huirejesha na husaidia kufanya kazi na mwangwi wake. Kumbuka kwamba uhuishaji huu wa chupa ya maji unaweza kudumu kwa saa chache tu. Unaweza kuuhitajia tena. Hivyo kanuni inaweza kuwa, kabla ya kunywa kinywaji chochote, fanya mchakato huo huo. Unaweza pia kufanya hivyo kwa chakula. Chakula kikiwa tu kimiminika kwa mwendo wa polepole. Hii itasaidia mwili. Pia itasaidia kuweka wazi na kuumba mahali paitwapo 'uwazi' ndani ya fomati ya mawazo yako kwa sababu umeanza kupoteza baadhi ya uwazi. Uwazi huu utarudi."

Kutoka barua pepe iliyonijia kutoka chanzo kisichojulikana:

Muda kwa hakika unaharakishwa (au unajikunja). Kwa maelfu ya miaka Mwangwi wa Schumann au mpigo (mapigo ya moyo) wa Dunia umekuwa 7.83 mizunguko kwa sekunde. Jeshi limeutumia huu kama rejea ya kuaminika sana. Hata hivyo, tangu 1980 mwangwi huu umeongezeka taratibu. Sasa uko juu ya mizunguko

12 kwa sekunde! Hii inamaanisha kuna sawa na chini ya saa 16 kwa siku badala ya saa 24 za zamani.

Moja ya viashiria kwamba masafa na mtikisiko vinaendelea kutokea, ni kuharakishwa na kufupishwa kwa muda.

Mteja: Kuanzia 2003, kutakuwa na wimbi la nishati litakalosukuma sana Dunia. Kutakuwa na mpasuko mkubwa zaidi kati ya kundi la watu watakaobaki nyuma, na watu wanaoenda mbele. Matokeo yatakuwa ongezeko la juu zaidi la mtikisiko Duniani. Hii inaathiri ulimwengu mzima. Siyo Dunia pekee. Ni ya galaksi.

SURA YA THELATHINI NA TATU

DUNIA YA KALE

Anne alisema anataka kurejea nyumbani, na apate kuonja jinsi nyumbani kulivyo, hivyo katika hatua hii ya kikao, "wao" wakampa mtazamo mfupi wa hapo na akawa mwenye hisia nyingi. "Nieleze mnachomwonyesha. Kinaonekanaje?"

A: (Kwa upole sana) Nishati. (Sasa alikuwa analia wazi wazi.) Ni kama wana nijaza nishati au kitu fulani. (Kwa kunong'ona) Naweza kuisikia mwili mzima... (Analia) Ni kama upendo.

Nilimwacha Anne alie kwa muda, kisha nikamtuliza ili kiumbe kingine kiweze kurejea na kujibu maswali na kutoa taarifa bila hisia. "Tunampenda sana."

D: Najua ilihitaji ujasiri mkubwa kuondoka mahali hapo pazuri na kujitolea kuja hapa wakati huu.

A: Anahisi kwamba hatimizi kusudi lake. Hilo ndilo balaa lake kuu kabisa—kwamba hafanyi kile alichokuja kukifanya. Anataka kumaliza. Ana uwezo na vipaji vingi, na anahisi anapaswa kuvitumia kwa namna fulani. Na hawezi kufanya hili peke yake.

D: Ulisema alijitolea kuja kuwa hapa wakati wa mabadiliko. Je, haya ndiyo mabadiliko niliyoambiwa? (Ndiyo) *Unataka kuzungumzia sehemu hiyo?*

A: Mabadiliko mengi. Ni mambo gani ambayo umekuwa ukifanyia kazi?

D: Kwamba tunasogea kwenye masafa na mitikisiko mipya?

A: Hilo ni sahihi. Una maswali?

D: Nimeambiwa taarifa nyingi sana, kwamba kila kitu kinaharakishwa, na mitikisiko na masafa ya kipimo chetu chote yanabadilika. Je, hilo ni sahihi?

A: Msukosuko, msukosuko mwingi unakuja muda si mrefu. Na kuna haja ya kuwa wenye uhimilivu wa ardhini. Ghasia nyingi.

Kutahitajika uthabiti wako na wa wote waliopo hapa kwa sababu watu watapotea na kuchanganyikiwa na kuwa katika maumivu makubwa. Unaelewa?

D: Kwa kusema msukosuko, unamaanisha zaidi yale mabadiliko ya vurugu ya Dunia ambayo yamekuwa yakitokea?

A: Hali zilizosababishwa na wanadamu, na hali zilizosababishwa na mabadiliko ya Dunia. Na kuingia kwa nishati na viumbe vipya ambavyo wanadamu hawajazoea kuviona. Hii itasababisha kiwango kikubwa cha mtafaruku, kiasi kwamba ni wale tu wanaoelewa kinachoendelea, ndio watakaobaki watulivu na kuwa faraja kwa walio katika mkanganyiko. Kumbuka na uwe tayari kwa hilo kwa sababu ni rahisi kuweka nadharia hadi hali iwe ya kimwili. Kisha mwili wa kimwili unahitaji kuandaliwa kushughulikia mabadiliko ya nishati, na mshituko unaokuja na mchakato wa mabadiliko. Ni jambo moja kuhisi unaweza kuelewa kinachotokea. Lakini ni jambo jingine kuwa katikati ya vurugu na kujiweka mtulivu wakati kinatokea.

D: Hilo ni gumu kwa binadamu, sivyo?

A: Ni gumu. Na hilo ni eneo muhimu na la kimatendo la kulenga wakati huu kwa sababu ndimo mlimo kusaidia. Kuna viwango vingine vinavyosaidia, lakini ninyi mpo katika mwili kama alivyopo yeye, na viumbe wengine pia. Hivyo katika mwili, wanaweza kupeleka utulivu ambao utahitajika wakati wa vurugu.

D: Lakini je, watatusikiliza?

A: Si juu yako kuamua. Jukumu lako ni kuhakikisha una utulivu na nishati iliyojikita kwa wale wanaotaka kukusikiliza. Hilo peke yake linahitaji kazi nyingi katika mwili ili kuweka nishati hizo mahali pake kwa sababu hicho ndicho ulichokuja kukifanya. Anne amefunzwa sana kwa sababu uzoefu wake wa maisha umetaka adumishe kiwango cha utulivu katikati ya wazimu.

Anne aliishi utotoni na wazazi katili na wasio thabiti, kisha ndoa yenye vurugu.

A: Huo umekuwa uwanja mzuri wa mafunzo kwake, ili wakati utakapofika, isiwe ngumu sana kwake kudumisha utulivu huo katika mwili. Unaelewa?

D: Ndiyo, naelewa. Nimeambiwa kwamba mabadiliko haya yatasababisha mgawanyiko katika dunia mbili. Dunia ya kale na dunia mpya, kadri mitikisiko na masafa yanavyoongezeka. Je, hilo ni sahihi?

A: Hilo ni sahihi. Kuna dunia tofauti, kama utataka, ambayo baadhi ya nafsi zitabaki au kuchagua kuishi humo baada ya mabadiliko. Dunia itakayohifadhi kiwango hicho cha mtikisiko wanachotaka kukaa, na huko ndiko watakakobaki, au kuhamia. Lakini nishati mpya zitakuwa zinaweza kuishiwa tu na wale waliolifanya tendo la nishati yao kufikia mtikisiko huo.

D: Lakini ule msukosuko uliouzungumzia, je, utakuwa kwenye dunia ya kale?

A: Upo sasa tunapopita katika mabadiliko haya. Huu ni wakati wa mgeuko katika miaka michache ijayo, na matokeo yamekwisha tabiriwa na wengi. Sina mengi ya kuongeza hapo, zaidi ya kwamba, wale waliopo sasa wanapaswa kukumbuka jukumu muhimu wanalocheza katika mwili kabla ya mabadiliko kutokea, au kabla ya mabadiliko ya mwisho kutokea. Katikati ya mchakato, kuna haja kwa waliopo hapa kutoa msaada. Kujipanga, kama vile ingekuwa kijeshi. Ni wakati wao wa kujitokeza na kufahamu kwamba wanaitwa kuwa hai na tayari. Na kudumisha msimamo wao kwa sababu huenda kukawa na hali ambayo nafsi inaweza kuwa katika hatua muhimu ambako wanaweza kwenda upande wowote, kwa mtikisiko. Na unaweza kuwa na uwezo wa kufanya tofauti wakati huo.

D: Unamaanisha nini kwa kusema upande wowote?

A: Ukuaji wao wa kiroho unaweza kuwa katika eneo la kijivu ambako wanaweza kustahiki kupanda hadi mtikisiko wa juu, kama tu watakuwa na ujasiri wa kuruka. Au wanaweza kuchagua wasifanye hivyo, na huo ni uamuzi wao. Lakini jukumu lako, ukidumisha nishati yako, linaweza kuwa muhimu kwa mtu aliye katika hali hiyo kwa sababu unaweza kuwa mkono unaonyooshwa kwao waruke.

D: Kufanya kuruka kuelekea mtikisiko wa juu. (Ndiyo) *Lakini mtikisiko wa juu, dunia mpya, haitaona msukosuko huu?* (Hapana) *Inaonekana sasa hivi, tupo katika sehemu hii inayopitia msukosuko.*

A: Huu ni mwanzo tu. Umeanza, lakini vurugu hazijaanza. Vurugu, wazimu wa watu kukimbia huku na huko kwa mkanganyiko kwa sababu dhana zao zote za uongo zimevunjika. Huo utakuwa wakati wa jaribio la nguvu inayohitaji kujitokeza kwa ajili ya ninyi mlio hapa kusaidia mchakato. Kutakuja wakati watu wanakimbia mitaani wakiwa na mkanganyiko na woga, si tofauti na kimbunga kule Louisiana.

D: Hilo ndilo nililokuwa naliwaza, tsumami na vimbunga.

A: Lakini hilo likizidishwa duniani kote katika miji mingi ni hali tofauti kabisa.

D: Je, kutakuwa na majanga yanayofanana katika miji mingi?

A: Baadhi yatasababishwa na asili, baadhi yatasababishwa na walio madarakani wanaofanya kila juhudi kuweka mambo kama yalivyo. Wanajua kuhusu mabadiliko. Wanakataa kukubali. Ni kama mtoto asiyetaka kusikia ukweli. Na wanakataa kukiri kwamba hawako tena madarakani. Hivyo wanaendelea kung'ang'ania njia hizi na wanaweza kusababisha mkanganyiko zaidi. Wanaona huenda wakaweza kupunguza kasi ya mchakato na kudumisha mtikisiko wa chini kwa kuweka woga juu ya uso.

D: Wanajaribu kuingiza woga kwa watu.

A: Woga daima umekuwa kwa watu kwa sababu ndivyo jamii nyingi, kama si zote, za dunia hii zilivyofanya kazi kwa miaka mingi. Woga ndio njia waliyotumia kudumisha mamlaka, na karibu kila mtu duniani yuko katika woga. Kuna viwango tofauti vya woga, lakini mabadiliko haya na teknolojia iliyoruhusu kila mtu kuwasiliana kwa uhuru, vimesababisha wasiwasi mkubwa kwa wenye mamlaka kwa sababu sasa woga unafifia. Mambo mengi yanayotokea, hata majanga, hufanya kazi kama kichocheo kuleta woga juu ili ushughulikiwe. Na hivyo ni usafishaji kwa njia fulani. Lakini wenye mamlaka hawataki mchakato huu utokee, na wanapendelea kuweka kiwango cha woga chini ya maji, kwa namna ya kusema. Na kama mtoto aliye katika dharura, wanajaribu kila mbinu wawezazo wakati huu wasiruhusu woga huo kuyeyuka, kwa sababu hicho ndicho kinachotokea. Woga unayeyuka licha ya kile uso unavyoonekana kuonyesha.

D: Watu wanaanza kufikiri kwa nafsi zao.

A: Ndivyo. Wanakabiliana na mashetani yao wenyewe, kwa namna ya kusema, kwa sababu maisha yanawapeleka mahali ambapo wanalazimika kuona mambo ambayo nyakati nyingine hawakulazimika kukabiliana nayo. Hivyo, hofu zao, ingawa zipo sana, angalau zinakuja juu, ilhali kabla hazikuwa. Hivyo basi, ni usafishaji ambao, unavyoendelea, utaendelea tu kuwakomboa wengi zaidi, ambao ni mchakato ambao wenye mamlaka wanaufahamu sana. Wanataka kuupunguza kasi, wakidhani huenda kukawa na njia ya kuuzuia. Hivyo watasukuma na kusukuma hadi katika kila kiwango walicho nacho hadi mambo yatakapokuwa magumu sana. Na watu wengi hawataandaliwa kwa ukingo wanaousukumia.

D: Je, vita ni moja ya mambo hayo?

A: Vita, bila shaka vita, pia magonjwa yao wanayowatisha watu nayo.

D: Magonjwa haya kwa kweli hayapo, sivyo?

A: Yanaweza kuwepo ikiwa watu watachagua kuruhusu nishati hizo ziingie miilini mwao. Lakini kwa kiasi kikubwa, yako tu kwenye nyuga za nishati. Na kama kitu kingine chochote kinachozungumzwa, au kufikiriwa, kinaweza kuwa halisi katika mwili.

D: Ndiyo, kama watu wa kutosha watayakubali kama uhalisia wao.

A: Lakini magonjwa hayo yamepuuzwa mipaka kupita kiasi, na si milipuko kama yanavyoonyeshwa kuwa. Vyombo vya habari na filamu zinawaonyesha hamaki yao wanaposisitiza kuwasilisha kwa umma taarifa ambazo ni hasi kabisa na zinazotegemea woga. Mada kama uuaji, kifo na usaliti, mashambulizi na kadhalika zinazoweka fahamu zikilenga mambo haya, badala ya kuonyesha kwenye vyombo vya habari taswira za tumaini na msukumo. Lakini hata hivyo, zipo za kutosha hizo ujumbe chanya zinazotangazwa wakati huu, kiasi kwamba kama athari ya dondoo, haziwezi tena kuzuilika.

D: Hofu nyingine ambayo serikali inajaribu kuikuza ni ugaidi.

A: Ndiyo. Ni chombo kingine tu, kama yale magonjwa, kutafuta visingizio vya kuwapa watu sababu ya kuogopa na kutokungana, bali waamini kwamba serikali itatatua matatizo yao. Ni matatizo ya kufikirika, na katika nafsi zao za ndani, watu wengi wanaanza kufahamu hili. Hawaamini tena, ingawa wengi bado wako katika umati. Lakini katika ngazi zao za ndani, wanaanza kuamka, na wenye mamlaka wanajua hili. Hiyo ndiyo sababu wanakimbilia hadithi za kipuuzi ambazo ni wale tu wanaotaka kuamini, ndio wanaoziamini kwao kwa sababu yeyote mwenye akili ya kimantiki na yenye hoja hawezi kuziamini.

D: Ndiyo, yeyote anayefikiri kwa nafsi yake.

A: Hivyo wanawapa umma fursa ya kuchagua kwa sababu wanasukuma kuelekea ukingo. Na kwa njia hiyo, wanatumikia kusudi kwa kusukuma ukingo, ili kila mtu afanye uamuzi kwa sababu huu ni wakati wa uamuzi. Huu si tena wakati wa katikati na kutoegemea upande wowote.

D: Ulisema awali kwamba tutakuwepo wakati wowote vurugu zitakapolipuka. Je, hili litasababishwa na majanga mengi kati ya haya?

A: Majanga na kuvunjika kwa miundo ya serikali. Na kuvunjika kwa nyavu za usalama ambazo watu wengi huhisi ni sehemu yake. Kama vile Hifadhi ya Jamii yao, na mishahara yao, na kazi zao, na imani zao za kidini. Hasa kama na wakati meli na/au vitu vingine kama hivyo vitakapoanza kuwa sehemu ya fahamu ambayo wengi hawajaandaliwa nayo. Kwa hiyo, wanaweza kukimbia katika mshituko na mkanganyiko, wasijue nini halisi na nini si. Muundo wa serikali unavunjika, na utavunjika zaidi hadi kwenye hatua ya vurugu. Kama athari ya dondoo, kama kubomoka.

D: Kama meli zikiwasili, madhumuni yao ya kuja yangekuwa nini?

A: Wapo siku zote. Ni wakati tu wa wao kuwa wazi machoni kadri ruhusa zinapofunguka, kwa sababu huu ni wakati wa, si tu hiari huru kama ilivyo sasa, bali pia wakati kwa wengine kudai mahali pao katika dunia mpya. Siyo wanadamu tu, bali wengine pia wanaostahili kuwepo hapa, lakini wapo katika mtikisiko tofauti. Hivyo kwa sehemu, si kwamba wanachagua kuwa wazi, ni kwa sehemu kwamba nishati inawafanya waonekane.

D: Najua wamekuwepo. Nimekuwa nikifanya nao kazi. Najua ni chanya. Sijawahi kupata shida nao.

A: Lakini kwa wao kuwa wazi na kuwa sehemu ya fahamu za watu, na serikali kubomoka, na mtafaruku, na majanga ya asili, unaweza kuona jinsi wengi wa watu watakavyoshangazwa kabisa. Na dini zao na wazo lao la maisha lenye muundo lingezimwa. Hivyo sasa, hawatakuwa na cha kushika. Hili linaleta woga mkubwa kwa wale ambao hawajatoka nje ya nyumba yao wenyewe. Woga huo unaweza kupelekea wazimu au shizofrenia au aina nyingine za mwitikio. Na ni wakati huo, na mwitikio wa aina hiyo, ndipo watu watakapokuwa dhaifu mno, ambako unaweza kuwa wa msaada mkubwa.

D: Basi wengine kama mimi na Anne ni baadhi ya wale waliopo hapa kusaidia?

A: Wale walio tayari kuona mabadiliko haya na wasianguke kwa woga watakuwa nguzo ambazo wengine wataegemea wakati hakuna kinachowaletea maana. Haimaanishi mtawapa ukweli wao, inamaanisha tu kwamba hamuanguki kama wao.

D: Kwa sababu, nilikuwa nawaza, tunaweza kufanya nini wakati kila mtu yuko kwenye vurugu?

A: Unapokuwa hupotezi akili na uko mtulivu, haijalishi unafanya nini. Watu wataona hilo ndani yako na kulitafuta ndani yako kwa sababu hawajui wafanye nini na kile wanachokiona. Nanyi huenda msijue mfanye nini na mnachokiona, lakini mmeandaliwa. Hivyo, mtajua na kuwa na aina fulani ya imani kwamba mambo yatakuwa sawa. Hamujaingia wazimu.

D: Ambapo wengine hawatakuwa na maandalizi yoyote.

A: Haswa.

D: Unajua kwamba nimekuwa nikija kwangu watu wengi sana kwa miaka miwili iliyopita ambao ama ni waganga au wanaambiwa na ninyi, sehemu ya utuofu (subconscious), *kwamba wao wanapaswa kuwa waganga. Sisi hujiuliza kwa nini dunia ingehitaji waganga wengi hivyo?*

A: Unajua idadi ya watu wa sayari?

D: Ndiyo, ni kubwa sana.

A: Hilo huenda likawa sababu moja. Pia, huu ni wakati ulio thamani sana kwa nafsi nyingi kwa sababu ya masomo ya kujifunza yaliyopo, kwa kuwa ni wakati wa kipekee ambao sayari hii haijawahi kuupitia. Hivyo basi, ni fursa ya kupitia safari ya nafsi ya aina ya kipekee kabisa. Na ni fursa ya kupanda hatua katika kiwango cha nafsi, kwa upande wa uzoefu, kwa sababu ya changamoto inazoleta. Kwa hiyo, nafsi nyingi zilizostawi zinavutiwa na fursa hiyo kwao wenyewe.

D: Nilikuwa nafikiri iwapo miundo ikivunjika, taaluma ya tiba bila shaka itakuwa mojawapo. Huenda hiyo ikawa sababu moja ya kuwa na waganga wanaoweza kutumia nishati na tiba asilia.

A: Kuna wakati unakuja ambapo nishati itakuwa ya juu kiasi kwamba ugonjwa hautakuwa kama mnavyoujua leo. Na ingawa msaada wa waganga hao unahitajika bila shaka, kutakuja wakati ambapo magonjwa hayo hayatatokea tena. Hivyo, uponyaji ni wa muda tu. Waganga watawaponya pale kunapokuwa na uhitaji. Ikiwa hakuna hospitali kwa sababu kila mtu ameondoka mjini, kwa mfano, au labda umefurika (je, anamrejea mji uliomezwa na maji?), basi waganga watakuwepo kusaidia. Lakini hiyo si sababu pekee ya wao kuwapo. Wapo kwa ajili ya kusudi lao la kujifunza, kwa kuwa nafsi zao zenyewe zinavutiwa na kuupitia huu mgeuko.

D: Ndiyo maana sote tulichagua kuwa hapa wakati huu?

A: Sababu kubwa.

D: Nimeambiwa pia kwamba DNA yetu inabadilishwa ili tuweze kujirekebisha kwa mabadiliko haya. Je, hilo ni kweli?

A: Kuna makundi mengi yanayoshiriki katika kuharakisha nishati, na wanayo teknolojia yao. Kutoka katika mtazamo wetu, tungesema kwamba kupitia kuingizwa kwa mitikisiko ya juu zaidi kwenye sayari, inajirudisha kwa watu. Hivyo si DNA yao inayorekebishwa, angalau kutoka katika mtazamo wetu. Ni mitikisiko ya juu inayoyaathiri kiasili maumbile yao (DNA), ambayo imekuwa ikilala katika baadhi ya maeneo. Na hivyo, inachochewa.

D: Nimesikia hii ndiyo sababu ya dalili nyingi za kimwili ambazo watu wanazipitia kwa wakati huu.

A: Maeneo ya vizuizi mwilini, iwe ni masuala ya karmiki, au magonjwa yao wenyewe yaliyosababishwa na ukosefu wao wa nidhamu katika mazoea ya kula, au mambo mengine, bila kujali chanzo cha ugonjwa. Lakini kimsingi ni maeneo ya vizuizi yanayoletewa juu kwa nishati hizi mpya, ilhali hapo kabla, huenda yalikuwa yamelala. Yanaletwa juu kama vile masuala ya karmiki yanavyoletwa juu. Nishati hizi zinalazimisha maeneo haya kukabiliana na hasi iliyoko gizani ili nishati iweze kutiririka kwa uhuru, kwamba vizuizi hivyo vinahitaji kusafishwa. Ili hilo litokee, masuala yanayosababisha magonjwa haya yanapaswa kushughulikiwa, jambo linalohitaji kiwango fulani cha ushiriki kutoka kwa watu wanaoteseka. Na huo ni uchaguzi wao kama watayashughulikia mambo haya au la.

D: Nilichosikia ni kwamba nyingi ya dalili hizi za kimwili watu wanazopitia zinasababishwa na mabadiliko ya mtikisiko kadri mwili wa mwanadamu unavyojirekebisha kwayo.

A: Hilo ni sahihi.

D: Ikiwa mtafaruku ni wa dunia ya kale, je, hili litatokea wakati huo huo dunia mbili zinapotenganishwa? Sijui kama naueleza vyema. Dunia mpya inadaiwa kuingia katika mtikisiko mpya na dimensheni mpya. Na ilielezwa kama kutengana, kuwa dunia mbili. Je, hilo lina maana yoyote?

A: Kuna nadharia nyingi. Kulingana na mtazamo, ni suala la mtikisiko wa nishati. Na mtikisiko mmoja unaonekana, na baadhi ya mitikisiko haionekani kwa mwingine. Hivyo, ikiwa mtikisiko mmoja—wa chini, au wa polepole—unasalia, si kwamba unakuwa dunia tofauti, ni kwamba tu hauonekani tena. Ni dunia mpya ambayo kimsingi ni mgawanyiko kwa sababu ya mtikisiko wa juu.

D: Lakini katika dunia mpya, mambo ni tofauti na dunia ya kale. Sivyo? (Ndiyo) *Hawatapata mtafaruku huo?*

A: Hapana, mtafaruku kwa kiasi kikubwa ni kuvunjika kwa mifumo ya imani. Mtafaruku unasababishwa na mifumo ya imani kupingwa na kuletwa chini hadi mahali pa ubao mtupu kabisa, au ubao safi. Nao ndio mtafaruku kwa wengi. Wale wanaoendelea kwenye dunia mpya wanastarehe na mifumo mipya ya imani, na hivyo hawatapata mapambano kama yale yanayoonekana sasa. Si kwamba ni mgeuko ambao ghafla watu wanakuwa kitu ambacho si wao. Ni kwamba tu kuna mabadiliko. Ni ama watu wanaweza kusonga mbele hapo, kutoka humo, au la.

D: Hilo ndilo nimekuwa nikijaribu kulielewa. Nimeambiwa dunia mpya itakuwa nzuri, hatutakuwa na matatizo haya. Na walisema, usiangalie nyuma. Hutaki kuona nini kinaitokea dunia ya kale.

A: Kimsingi ni kizuizi kuangalia nyuma. Si kwamba huwezi kuangalia nyuma, ni kwamba huwezi kubadili chaguo za watu wengine. Na hivyo, ukitazama nyuma na kukusababishia huzuni, ni kukucheleweshа tu.

D: Lakini ulisema tunapaswa kuhusika na watu hawa.

A: Tupo hapa wakati wa mabadiliko. Tupo hapa kudumisha nishati yetu iliyojikita. Sio sana kuwa na wale wa mtikisiko wa juu kwa kuwa wanaweza kujihifadhi wenyewe. Na si kwa wale walio katika hasi ya kina kwamba lazima tuwe nao karibu pia. Ni kwa wale waliopo katikati ya mkanganyiko, lakini pengine wako tayari kufanya urukaji, ambako sisi ni wenye msaada zaidi.

D: Je, hiyo inamaanisha tunapaswa kubaki na dunia ya kale kama watenda kazi?

A: Utakaa tu hadi itakapokuwa wakati wako wa kuondoka. Na katika muda utakao kaa, unaweza kufanya huduma yako. Wakati ukifika kwako kuondoka, utajua, na hapo hutapatikana tena kwa hao. Si suala la, "Nikae kwa muda gani?" Hilo ni swali linalojibiwa hatimaye. Ni suala la kujua cha kufanya wakati upo hapa.

D: Nilifikiri tutatengwa na wale wanaopitia mtafaruku. Tutakuwa katika dunia nyingine nzuri.

A: Kwa muda, katika mchakato wa mgeuko, si lazima mtengano. Sio kama siku moja hadi nyingine kuna dunia mpya ambayo wewe ni sehemu yake, na dunia ya kale inaondoka. Kuna mchakato. Hatimaye, mambo yatabadilika. Lakini katika mchakato mdogo, iwe unadumu mwezi mmoja au miaka mitano, ni mchakato ambao bado wewe ni sehemu yake, kama ulivyo sasa. Wewe ni wa huo, sasa. Mradi upo hapa, ni kazi yako kudumisha nishati iliyojikita kwa wale walio katika mkanganyiko. Mara tu mgeuko halisi utakapofanyika, hata kama ungependa kubaki hapa, usingeweza.

D: Wale waliokweza mitikisiko yao wataendelea.

A: Hilo ni sahihi.

Hili lilijibu swali nililoulizwa wakati wa mihadhara katika Ashram huko Bahamas. Mwanamke kijana alisema angependa kubaki na Dunia ya Kale kuwasaidia watakaobaki. Nikamwambia hilo ni jema, lakini sikudhani lingewezekana. Sasa, jibu lilikuwa hapa. Linahusiana na mitikisiko, na mara tu mtikisiko wako unapofikia masafa sahihi unaenda kiotomati kwenye ngazi inayofuata. Kama walivyosema, "Hata kama ungependa kubaki, usingeweza." Nia yako haijalishi. Hili ni kubwa kuliko sisi.

D: Hivyo tunajaribu kuwasaidia wale ambao bado wanajaribu kuamua na kufanya uamuzi? (Ndiyo) *Ndiyo maana nilikuwa nikijaribu kupata ufafanuzi. Nimesikia kutoka kwa watu wengi, lakini wakati mwingine ni kuchanganya kidogo.*

A: Ni kuchanganya kutoka kwenye mtazamo wa kibinadamu.

D: Basi mnaona mtafaruku zaidi ukitokea.

A: Ndiyo, bila shaka. Huu ni mwanzo, kwa kuwa walioko madarakani bado hawajakamilisha mikakati yao. Watasababisha matukio mengi zaidi. Na kutakuwepo matukio mengine, ya asili. Hivyo mtafaruku ni mkubwa zaidi kuliko tunavyouvazia katika visa vilivyotengwa. Lakini bila shaka, mambo yote hayo yanaweza kubadilika, kwa kuwa hakuna mustakabali uliowekwa.

D: Nimeambiwa kwamba umri si muhimu tena.

A: Umri ni udanganyifu. Itadhihirika zaidi kadri tunavyosonga mbele katika mchakato wa mabadiliko.

D: Nimesikia pia kwamba pindi mpito utakapotokea, tutaruhusiwa kuchukua miili yetu ya kimwili nasi tukitaka. Je, hilo ni sahihi?

A: Ni kweli, lakini litakuwa kwa muda mfupi tu. Kutakuja mpito mwingine muda mfupi sana baadaye.

D: Nini kitatokea wakati huo?

A: Binadamu watakuwa nishati tupu.

D: Wale wanaofanya kupaa.

A: Hilo ni sahihi.

D: Nimesikia pia si kila mtu atafanya mpito.

A: Kila mtu atapewa fursa. Ikiwa wanaweza kushikilia mtikisiko huo au la ni juu yao binafsi. Hakutakuwa na hukumu juu yao. Wataweza tu kushikilia nishati, au la. Lakini hakuna atakayeangamizwa kama ambavyo kumekuwa na kauli. Watawekwa katika nafasi inayofaa kwa mtikisiko wanaoutoa.

D: Na hiyo ndiyo maana wanaposema wataachwa nyuma.

A: Katika mpango wa Mungu wote watarudi kwa Mungu.

D: Tu katika vipindi tofauti.

Wakati wa kikao kingine, nilikuwa nikizungumza na utuofu.

D: Mnaendelea kusema mambo yanabadilika.

S: Yanaharakishwa mabadiliko, na wanasayansi wenu hawajayaweka mikononi. Hili joto duniani, linaharibu ikolojia vibaya sana. Linatokea kwa kasi kubwa mno kuliko wanasayansi wanavyosema.

D: Hawaliamini kweli?

S: Wanaamini, lakini wanafikiri hatari iko miongo kadhaa mbele. Sio hivyo; iko hapa! Hatari iko mlangoni. Kutakuwepo sehemu salama chache Marekani.

D: Nini kinachosababisha ongezeko la joto duniani?

S: Unajua, vichochezi. Yaani aerosoli, gesi, kila kitu kinachochafua mazingira—uchafuzi wa mazingira. Ni kile mwanadamu anachofanya. Ndiyo maana kiangazi chetu ni chembamba na chenye joto. Na kutakuwa na dhoruba zaidi. Nyingi, nyingi, nyingi zaidi. Za kushangaza. Hutaamini kinachokuja. Fuko zote zitakuwa na "muda wa kufurahisha." Kuongezeka kwa dhoruba na tsumani kutakiendeleza. Ratiba inabadilika.

D: Hapo awali kulikuwa na ratiba tofauti?

S: Ndiyo. Inasogezwa mbele. Ni ya mapema kuliko ilivyokusudiwa. Kwa bahati mbaya kwa sababu ya kile binadamu anachofanya.

Kutoka kikao kingine mhusika aliona taswira ya kutisha ya siku zijazo:

D: Swali moja la mwisho ambalo Janice anataka kujua. Alitaka kuruhusiwa kwenda mbele kwenye wakati hadi mwaka 2325. Elfu mbili mia tatu ishirini na tano. Na aone kama atakuwa katika mwili wa kimwili wakati huo, au kama atakuwa katika kiroho. Unaweza kumchukua mbele hadi wakati huo, na umwonyeshe tukio au picha?

Alienda mara moja katika tukio na akaanza kuripoti alichokuwa anaona.

J: Mimi ni mwalimu. Ninawafundisha watu jinsi ya kukuza "coogies" (matamshi). (Kicheko)

D: Kukuza nini?

J: Coogies. Hizo coogies. Unajua, ni mmea unaolimwa kwa chakula duniani. Ni kama sprouts za brussels karibu. Hukua katika shina kubwa. Na watu hugusa ukingo wa chuma wa chombo ambamo mmea huu uko. Husababisha mtetemo hivyo mmea unakua.

D: Kwa nini mnalazimika kukuza mmea wa aina hii kwa chakula?

J: Hakuna kinachoweza kukua Duniani. Unalimwa angani, kwenye meli. Vilesi vikining'inia juu ya kuta. Kupitia wavu, ili kutoa oksijeni kwa mimea, kwa chumba, kwa chombo. Ninauita "coogies." Hilo ni jina la kuchekesha, coogies. Wafanyakazi husafiri wakiwa kwenye skafandari wakiwa kwenye vamba vilivyounganishwa na ardhi. Na husafiri juu ya hilo vamba, kama lifti, hadi kwenye vituo vya anga kuwatunza hawa mimea. Nami ninaendesha darasa. Mimi ndiye ninasimamia kazi hii. Ni muhimu.

D: Nini kimeitokea Dunia hadi isiweze kukuza chakula?

J: Mapumbavu waliiharibu! Waliharibu ikolojia ya Dunia. Dunia bado inajiponya wakati huu.

D: Hao mapumbavu walifanya nini duniani hadi kuharibu ikolojia?

J: Kupigana. Chuki. Kutelekeza. Matumizi mabaya. Urasimu wa taka. Ikolojia, waliiharibu tu. Waliiharibu wanyama, watu, hadi wao wenyewe wasiweze tena kuishi huko.

D: Watu wanaishi wapi?

J: Ni watu waliochanjwa kizazi. Ni watu mabaki ya wanadamu wa Dunia, na wa sayari ya kiroho nyingine. Wamehybridiwa ili kukubali dimensheni zinazoingia. Kuanzia tunapoongea sasa hadi kipindi hicho. Miili hiyo inatumiwa. "Greys" walihybridi.

D: Je, watu wanaishi duniani?

J: Ndiyo, wanaishi duniani, lakini wanaishi ndani ya mavazi ya kujikinga. Moto. Baadhi ya maeneo ya Dunia yanarusha moto juu kupitia ardhi. Kufikia mwaka 2030 kuna mioto inatoka ardhini katika eneo la Arizona. Futi ishirini na tano, hamsini, ikiruka juu kama geyser. Na watu wanapigana. Wanasafiri ardhini wakiwa kwenye mavazi yanayowalinda dhidi ya joto, lakini wanapigana wao kwa wao. Kuna vita kati ya Mexico na Marekani. Wanakuja juu na kupigana kupitia nchi hii. Haina faida. Hawawezi kuwepo huko chini.

D: Kwa nini wanapigana na Wamarekani?

J: Umiliki wa ardhi. Ardhi fulani bado inaweza kuishiwa, lakini si nyingi sana.

D: Unamaanisha kwamba kufikia wakati huo kutakuwa na sehemu kubwa za ardhi ambazo haziwezi kuishiwa?

J: Ndiyo. Hilo tayari linakuja sasa, uharibifu.

D: Na hili litasababisha baadhi ya ardhi isiweze kuishiwa?

J: Litasababisha ardhi yote isiweze kuishiwa, kulingana na jinsi mwili wa mwanadamu unavyoishi. Mwaka 2001 tayari tunakuwa... ni vigumu kupumua na vigumu kuishi sasa.

D: Lakini nini kimeitokea Dunia hadi kusababisha ardhi isiweze kutumika?

J: Mitetemo. Walipofanya jambo la kwanza kabisa kuharibu ikolojia ya Dunia, lilianzisha mnyororo wa matukio. Na mitetemo hiyo inaendelea moja baada ya nyingine. Kwanza mnyama mmoja, kisha spishi nyingine, kisha spishi nyingine. Mnyororo wa matukio. Mara ya kwanza kabisa walipolipua bomu la atomiki, liliunda mnyororo wa matukio. Katika asili mitetemo, kama duara unapodondosha jiwe majini. Miduara hafifu zaidi tayari imefifia sana. Mara ya kwanza walipoteketeza spishi ilitengeneza kichocheo cha kutoweka. Mabomu waliyolipua yalisababisha athari walizowahi hata kufikiria. Hata katika roho zao wenyewe. Mitetemo inayotikisa uumbaji wenyewe.

D: Nilikuwa nashangaa kama lilikuwa ni vita vilivyosababisha ardhi kutoweka. Lakini unadhani ni watu tu.

J: Ni vita vyote. Kila unapofanya chochote hasi, ni vita. Kuuana ni halisi, kile wanachokiita "vita," tayari imechelewa. Yaani, unapofanya jambo, huwezi kubadili ulichoifanya. Husababisha miduara. Husababisha athari usizoota. Na husababisha kuvurugika kwa asili. Tunapovuruga asili ni kama barabara isiyo na mwendelezo kwa sababu haiwezi kuendelea kuwa nzima kwa uadilifu kama asili ilivyokusudia. Kama Mungu alivyokusudia.

D: Je, hii ni sehemu ya kile wale tunaowaita ET wapo hapa mwaka 2001 kujaribu kusaidia?

J: Wamejaa upendo. Na ni wema sana. Viumbe wa mwanga. Nishati inayokuja kupitia wao. "Greys" ninaowaongelea, na wengine pia. Wote wako katika ngazi tofauti. Hata waliorejea kama "reptilians." Wote wanasaidia kwa njia zao. Lakini "greys" hasa ni wajumbe kutoka kwa watu wao. Wametumwa wakiwa na upendo mwingi kuliko wengine, nadhani. Huenda nikawa ninapendelea ule mwanga mahususi, lakini wana upendo zaidi.

D: Lakini katika maisha ya baadaye ambayo Janice alikuwa anaonyeshwa, mengi ya haya yameathiri Dunia, na yeye anasaidia kukuza chakula kuwalisha watu.

J: Inahitaji kidogo sana kudumisha mwili wa kimwili, lakini watu hawalitambui. Unaweza kuishi zaidi kwa upendo na oksijeni na osmosis kuliko unavyoweza kwa chakula. Chakula ni kigumu kwa mwili.

D: Lakini watu hawaelewi hilo. Wanapenda chakula.

J: Wataelewa wanapokuwa wamehybridiwa. Na wanapinga hilo. Hawalitaki. Wanafikiri kwamba "greys" wanaitwaa dunia, na... inatisha aje! (Kicheko) Wanatoa nini? Wanatoa vita, na chuki zao, na pande zao za giza. Malengo? (Kicheko)

D: Lakini wataelewa mara mwili utakaporekebishwa kiasi cha kuweza kujitunza wenyewe. Lakini hivi ndivyo tunakoelekea hata hivyo.

Tena, huu si wakati wa kwanza nimesikia na kuandika kuhusu hali hii inayotokea kwa sayari yetu Dunia. Katika Legacy From the Stars, naishia kitabu kwa kikao ambacho mhusika mwanamke alienda katika siku zijazo badala ya kwenda katika yaliyopita. Alikuwa akiishi kwenye uhai wa vichuguu kama ufugaji wa siafu chini ya uso wa Dunia. Uso ulikuwa umetiwa sumu kiasi kwamba hakuna kilichoweza kukua huko. Halihewa ilikuwa imebadilishwa kuwa gesi yenye sumu ambayo wasingeweza kuishi ndani yake. Njia pekee waliyoweza kwenda juu ya uso ilikuwa kwa kuvaa aina ya vazi na hawakuweza kukaa huko muda mrefu. Kiumbe huyu wa siku zijazo alikuwa amebadilika kwa sababu ya kuishi katika mazingira ya chini ya ardhi kuwa kitu ambacho hakikufanana na wanadamu wa sasa. Walionekana kama wale ET wadogo wanaojulikana kama "greys," jambo linaloibua nadharia kwamba huenda ni sisi katika siku zijazo. Na labda wamerudi katika kipindi chetu cha wakati kutuonya kuhusu kitakachotokea tukianza kuendelea katika mkondo tulio nao sasa. Huenda pia kuna hamu ya kubadili siku zao za usoni zenye giza.

Pia nimekuta taswira hii hiyo ninapofanya urejeshaji wa pamoja wa kundi mahali pote ulimwenguni. Hii ni warsha ninayofanya ambapo naiweka hadhira nzima katika hali ya usingizi wa kina kwa wakati mmoja. Ni warsha ya kufurahisha, na nawasafirishia nyuma katika wakati kwenye maisha ya nyuma ili kugundua taarifa zitakazowasaidia katika maisha yao ya sasa. Nina sehemu nyingine pia za warsha hii, ikiwemo moja ninapowasafirisha kwenda mbele katika wakati kuona nini maisha yao yanaweza kuwa. Najua wanaweza kuwa wanaona siku za usoni zinazowezekana ambazo huenda zikawa au zisigeuke kuwa halisi, hivyo sehemu hii ya warsha isitwaliwe kwa uzito kupita kiasi. Lakini kwa taarifa zangu mwenyewe kama mwandishi mwepesi wa udadisi nashangazwa kuona mara ngapi wanarudia taswira zile zile zinazowezekana. Baadhi hujiona wakiishi ndani ya meli zinazozunguka anga ambapo wanakua chakula katika mazingira ya hydroponic pasipo mvutano. Wanafanya hivi kwa sababu Dunia inahitaji chakula, na hakiwezi kukua juu ya uso tena. Baadhi wamejiona katika maabara chini ya maji ambako wanavuna chakula kutoka baharini, ili watu wa Dunia wapate chakula. Hizi ni siku za usoni zenye giza zinazofanana na alichoona Janice. Si aina ya siku zijazo ambayo ningemtakia mjukuu wangu, lakini inaonyesha uimara wa ajabu na ubunifu wa jinsia ya binadamu wa kuendelea kuishi.

SURA YA THELATHINI NA NNE

Uhamisho wa Mapema

Nimekuwa nikipokea taarifa nyingi sana kuhusu mgeuko unaokuja. Mengi ya haya tayari yameandikwa katika Kitabu cha Pili cha mfululizo wa Convoluted Universe. Hata hivyo taarifa zinaendelea kuja. Huu ndio mkondo wetu, mustakabali wetu. Katika kikao hiki, nilipewa sehemu nyingine iliyokosekana ya simulizi. Hili tayari lishawahi kutokea Duniani. Makundi ya watu katika nyakati za nyuma yameweza kugeuka kwa pamoja kuingia katika dimensheni nyingine. Haya kwa kawaida ni makundi yanayozungukwa na kitendawili kwa sababu walitoweka tu, bila kuacha dalili zozote za kilichotokea kwa ustaarabu wao. Kumekuwa na tetesi nyingi, na nadharia mbalimbali zimeletwa na wale "wanaoitwa" wataalamu. Lakini wachache wamewaza kwamba walitembea tu wakaondoka Duniani, wakaingia dimensheni tofauti, wakiiacha bila athari yoyote nyuma. Wamaya ni mfano mahususi, pia baadhi ya makabila ya Waindio wa Amerika Kaskazini. Nilikuwa nimeambiwa kupitia kazi yangu kwamba makundi haya yalikuwa yamepiga hatua sana katika maendeleo yao, na yalichagua kubadili mitetemo na kugeuka kwa pamoja. Niliambiwa hii ndiyo mojawapo ya maelezo yenye mantiki zaidi kwa nini kalenda ya Wamaya ilisita mwaka 2012. Ikiwa wao, katika hali yao ya juu, waliweza kutimiza hili, waliweza kuona kwamba katika siku zijazo, sayari nzima ingeufuata na kutimiza jambo lile lile. Hili lingekuwa tukio kubwa hata kuliko walilolifanya. Hivyo waliweka alama katika kalenda zao kama wakati ambao sayari nzima na kila kilicho juu yake vilibadili masafa na kusogea katika dimensheni nyingine, vikichukua kila kiumbe hai pamoja navyo. Nilikuwa nimeshaambiwa mambo haya, na yalionekana kuwa na mashiko kwangu. Hata hivyo, sikutarajia kuwa na urejeshaji maisha ambapo mtu angeenda nyuma katika maisha aliyowahi kuyaishi aliposhuhudia tukio kama hilo. Mwanamke huyu aliweza kuripoti kitu ambacho kwa sasa tunaweza tu kukisia. Ilikuwa kipande kingine cha fumbo kilicholetwa na sauti kutoka zamani. "Wao" walihakikisha nimepewa vipande vyote. Kazi yangu ilikuwa kuviweka kwa mpangilio na kuviunganisha kuwa simulizi linaloeleweka.

Baada ya kupitia kifo kutokana na ajali katika nyakati za Warumi, Suzanne aliangalia chini akaona barabara aliyokuwa akitembea ikiwa ni mviringo wa ond. "Inaonekana kuwa barabara, lakini pia ni ya kishara. Karibu kama yale magamba ya konokono wanayoyakata katikati. Huo ni mfano mzuri wake. Ni kama, kwa kuutazama ond, unapata ufahamu fulani kuhusu Ulimwengu, na uelewa wa ndani wa kinachofanya mambo yawe hai. Kuiona nafasi yako kwenye ond, kuona jinsi ond unavyotoshea katika Ulimwengu, unavyotoshea ndani ya wakati."

Kisha nikamuepushia mbali na tukio la kifo, nikamwambia aende kwenye kitu kingine, iwe mbele au nyuma, jambo lililofaa aone. "Nimeingia kwenye ngazi ya mbao yenye reli za mbao zikishuka kutoka kushoto. Kuna muundo fulani wa magogo mbele moja kwa moja, na hakuna mtu hapo. Kama vile umo ndani ya ngome au kitu, na unaangalia nje kupitia ule muundo. Hivyo umejengwa pembeni ya mlima, lakini kwa ustadi wamelichimbua ndani ya mlima. Ndiko kunakopatikana sehemu kuu ya jengo. Limejengwa ndani ya mwamba wa mlima. Hapa ni mahali pa Waindio wa Amerika. Na napata kwamba hiki kipo katika anga-ethematiki, au sehemu fulani ya astrali. Au huenda sasa ni ya dimensheni ya tano, lakini si tena 3-D."

D: Sio kimwili?

S: Inaonekana kuwa kimwili, lakini si katika ndege ya Dunia. Inahisi kana kwamba Dunia inatetemeka mahali pengine. Kama kuna jalada la dimensheni juu ya Dunia, hii ingekuwa ndani ya lile jalada. Huenda wakati mmoja ilikuwa 3-D na ikainuliwa katika mtetemo. Na sasa ni kama sambamba katika ule ulimwengu au kitu kinachohusiana na Dunia, lakini si Dunia ya dimensheni ya tatu.

D: Je, mahali hapa paku hisi panafahamika kwako?

S: Ni nyumbani kwangu.

D: Ile dimensheni?

S: Ndiyo, na ni kama Dunia kwa kuwa kuna mawe na miti. Na hapa ni milimani hakika. Zaidi kama kusini-magharibi kwetu. Ni starehe sana hapa. Maslahi na kazi yangu ni ya mambo ya kiroho, na ya uponyaji.

D: Unalipatikanaje mwili wako?

S: Najihisi ni mwanamume, na mimi ni kijana—sio mzee bado, labda karibu miaka thelathini. Nimekomaa. Nafanya kazi yangu, bado niko imara sana.

D: Umevaliaje?

S: Kwa urahisi sana. Aina fulani ya kitambaa kilichosokotwa. Ni cha matumizi, kama joho. Rahisi sana.

D: Lakini ulisema huhisi uko Duniani.

S: La, si Dunia, lakini kinahusiana na Dunia.

D: Lakini una mwili wa kimwili? (Ndiyo) *Basi unawezaje kwenda mahali hapa ikiwa si pa Dunia? Unaweza kulitazama na kuelewa linavyotokea.*

S: Sasa inaonekana kuwa la kiasili kabisa, si tofauti na Dunia. Watu walizaliwa na kulelewa. Lakini nilikuwa najaribu kuona kama labda wakati mmoja tulikuwa wa Dunia, na tukabadilishwa kwa namna fulani. Huenda ndivyo ilivyokuwa.

D: Ulisema kinahusiana na Dunia kwa jinsi fulani. Unamaanisha nini?

S: Nafikiri tuna fahamu za Dunia, karibu kama tuko kwenye dimensheni nyingine. Hivyo ama tunaweza kuitambua kutoka tulipo, au tuliwahi kuwa wa Dunia na tukasogea kwa namna fulani.

D: Basi kama mliondoka Duniani, mlilichukua hili eneo la kimwili pamoja nanyi?

S: Inaonekana kile kilichoweza kutokea ni kwamba kundi la watu—nimesema “kundi” kwa sababu si kama kulikuwa na watu wengi mno kuzunguka. Na kwa namna fulani, tumefikia hatua ya kubadili masafa, kana kwamba sote tuliingia katika uzoefu unaofanana. Watu wanapofanya mambo kama kundi. Lakini ilikuwa kama jamii nzima iliweza kuvuka.

D: Je, hili lilikuwa jambo la makusudi? (Ndiyo) *Je, lilikuwa jambo lililozungumziwa?*

S: Lilizungumziwa na kufanyiwa kazi. Watu waliitamani.

D: Hivyo si kila mtu alifanya hivi, ni kundi fulani tu la watu wenu?

S: Ndilo lilikuwa watu wote tuliowajua wakati huo. Tulikuwa kabila la Waindio, na tulijua kulikuwa na makabila mengine kuzunguka, lakini hawakuwa sehemu ya dunia yetu, jamii ya Dunia. Tulikuwa peke yetu. Tulijali tu kile kilichotupata sisi.

D: Mliwezaje kufanya hili? Mlifundishwa?

S: Kulikuwa na walimu kwa vizazi kadhaa, wenye hekima. Na tulifundishwa kwa kutafakari. Ilikuwa sote. Pengine tulikuwa mamia machache tu ya watu, lakini huo ndio ulikuwa ulimwengu wetu wote. Nadhani tulilipitia kabla hatujaingia. Tulikuwa tunaenda na kurudi kibinafsi na kwa makundi. Masafa yalipandishwa na tulipata uzoefu huo, kisha tukarejea.

D: Walijuaje hili lingeweza kutokea?

S: Nilitaka tu kujua hilo. Ni kama watu walijua tu. Sijui kama wakati fulani mtu aliwahi kuwaambia. Nnahisi sasa kwamba labda hatukutoka Duniani kabisa, bali tulikuja Duniani, tukaanzisha koloni. Lakini tulijua kiakili tunaweza kujisafirisha na kusogea.

D: Kwa nini mlitaka kufanya hivyo?

S: Nafikiri ilikuwa ni uvumbuzi. Tuone kama linawezekana. Tulipitia uzoefu wa 3-D, halafu tukihama, tukasogea tu kwenda dimensheni nyingine.

D: Hivyo hakukuwa na sababu ya kuiacha Dunia, uzoefu wa 3-D?

S: La, hakukuwa na hatari ya dharura.

D: Nilikuwa nafikiri kama mlikuwa na furaha mlipo katika 3-D, au Dunia, msingekuwa na haja au hamu ya kusogea, kugeuka.

S: Inanifanya nitabasamu. Ni kama asili ya kiroho ni kujifunza daima. Hata kama mambo yako mazuri, ni kama, "Hmm, kuna nini nyuma ya kona, na kuna nini cha kugundua?"

D: Katika dunia ya 3-D, mlikuwa kundi la kiroho?

S: Sana sana. Tulikuwa na heshima kuu kwa Dunia, na nguvu zilizo ndani yake.

D: Lakini hamkuwa na hamu ya kubaki huko. (La) *Hivyo ikaamuliwa kuwa sote mtafanya hili kwa pamoja?* (Ndiyo) *Ulisema mlienda kurudi.*

S: Mwanzoni, ndiyo. Ilikuwa kama kujaribu kutoka mwanzoni. Na tulivyozidi kupata mazoea ya hilo, ndipo sote tuliweza kufanya mgeuko. Naona jiwe la bluu, lapis lazuli. Linaonekana lina uhusiano na tulikotoka, na ni la kishara hilo. Kama vile turquoise ilivyo kwa Waindio wa kusini-magharibi, na kwa Watibet. Lapis lazuli limehusishwa na hawa watu kwa namna fulani. Inaonekana wametoka sehemu nyingine katika ulimwengu.

D: Kwa hiyo hawakuwa wa Dunia asili?

S: Nafikiri lilifanywa kabla ya wakati wetu, lakini si kabla ya kizazi cha mababu.

D: Je, walikuwa wanawaambia hadithi za kilichotokea?

S: Lazima walikuwa, lakini zikumbukwe sizikumbuki.

D: Labda hicho ndicho kilichowarahisishia kuhama kwenda dimensheni nyingine?

S: Huenda. Hakika maarifa. Lakini pia nataka kusema watu ni werevu kuliko wanavyodhani. Kila mtu anajua jinsi ya kufanya hili. Huenda hawajui kwamba wanajua.

D: Na watu wenu walichukua miili yao ya kimwili na mazingira yao pamoja nao. Je, hilo ni sahihi?

S: Sijathibitisha hilo. Nadhani ama walidhihirisha mazingira yanayofanana walikoenda, au walisogea kwenye dimensheni nyingine ambayo tayari ilikuwa nayo huko.

D: Unapapenda huko?

S: Ni zaidi msisimko wa kujifunza mambo. "Huko" si jambo. Msisimko uko kwenye kujifunza. Mimi ni mchangamfu sana kiakili.

D: Je, mnalazimika kula huko? Mnahitaji kutumia chochote?

S: Tunakula, lakini inaonekana chakula ni chepesi, chenye mtetemo zaidi. Hudumu kaundani mwetu, kwa ajili yetu, kwa muda mrefu zaidi. Mahitaji si makubwa sana.

D: Na hamtaki kurudi Duniani?

S: Tumesonga mbele. Inaonekana ni hatua inayofuata ya evolução yetu.

Nilimsogeza mbele kuona kama lolote linalotokea huko ni muhimu. Ilionekana ni mahali pa utulivu mno, angeona nini kilicho na uzito?

S: Naona tunaombwa turudi. Na nina machozi sasa. Tunaombwa turudi Duniani.

D: Kundi zima?

S: Baadhi yetu. Tunajua mambo ambayo yangewasaidia watu. Na tuna huruma kuu kwa watu.

D: Lakini hutaki kwenda?

S: Ndiyo na hapana. Ni kama kuchukua safari ile ya kwanza kwa ajili ya uvumbuzi. Ndiyo, unataka kwenda, lakini moyo unachanika. Ni huzuni kuacha nyumbani. Sisi ni watu wenye upendo sana, huruma sana. Na tunataka kushiriki hili na wengine.

D: Lakini mahali hapa sio kama upande wa roho, sivyo?

S: Sio kabisa. Inaonekana ni uwepo mwingine wa kimwili, lakini usio mnene, kuwepo. Sio roho tu, sidhani.

D: Sio kama mahali pa roho unapokwenda unapokufa na kuuacha mwili.

S: Sijui. Tunaonekana kuwa wa milele kiasi. Tumeondoka kwenye kimwili ambako tungalikuwa tunakufa, kwenda sehemu au masafa ambayo si lazima kufa. Nafikiri kweli tuliweza kulifanya. Aina fulani ya mpito hata katika muundo wa molekuli wa miili yetu.

D: Unamaanisha ulibadilika kwa namna fulani?

S: Ndiyo, kulikuwa na mabadiliko fulani tulipoondoka. Nafikiri tulichukua miili yetu nasi tulipoondoka. Nafikiri tulichukua miili ya kimwili iliyobadilika, na tukaichukua pamoja nasi.

D: Ulisema ilibadilisha muundo wa molekuli?

S: Ndiyo, kabisa. Ndiyo.

D: Hii ndiyo njia pekee mliweza kufanya mabadiliko?

S: Nadhani tungeweza kufa, lakini tusingeweza kulifanya kwa pamoja. Yaani, tungeweza kufa kwa pamoja. Lakini hili lilikuwa jaribio kwa namna fulani. Lilikuwa ni kuunganika kwa akili ya kundi kutoka 3-D. Naona lilikuwa mtangulizi wa pale tunaweza kwenda sasa.

D: Hivyo mwanzoni lilikuwa kundi lililojaribu.

S: Ndiyo. Nadhani kulikuwa na wengine wakijaribu njia tofauti. Hii ilikuwa njia yetu.

D: Hamsikuwa mmetoroshwa na Dunia. Mlitaka tu kujaribu kitu tofauti, cha kiroho zaidi.

S: Vyote vina udugu wa kiroho kwa kiwango sawa, lakini inaonekana tuna vizuizi vichache zaidi nje ya 3-D. Kuna faida.

D: Basi kuna mtu anawaambia lazima mrudi?

S: Sio "lazima." Ni kama kuna mwito, kuna haja. Kuna fursa.

D: Unajuaje hili?

S: Limekuwa likizungumziwa. Zaidi telepatia ya kiakili, lakini linawasilishwa, linajulikana. Ni kama mambo yamezidi kuwa mabaya sana Duniani tangu tuondoke, tangu tusogee. Mambo yamebadilika.

D: Basi mna njia ya kujua nini kinatokea Duniani.

S: Ndiyo, sana. Ndiyo maana nasema tumeunganishwa. Tunaweza kujua mambo haya. Kuna michakato ya mawazo ya aina ya hologramu inayotokea. Kila mmoja wetu anaweza "kuji-tune," au karibu kila mtu anaweza kuji-tune kwenye anachotaka. Na kuna uhusiano fulani kati ya watu wetu na watu waliobaki Duniani. Ni kama mtu ana wazo hili. Mtu alitambua hitaji huko ambalo sote tunayo taarifa juu yake. Lakini sasa ndio wakati.

D: Mmewahi kulifanya hivyo kwa hiyo mnajua namna ya kulipitia.

S: Ndiyo. Oo, kuna faida kubwa ya kuwa na uzoefu mzito wa Duniani.

D: Basi mnataka kufanya nini?

S: Oo, bila shaka kwenda. Nadhani naweza kuwa na msaada huko, ndiyo.

D: Haukusumbuki kuondoka mahali hapo pazuri?

S: Nnasumbuka. (Kicheko) Lakini huwezi kuwa hapa na kule kwa wakati mmoja.

D: Mtafanyaje hili? Unajua?

S: Ni kuja kama mtoto mchanga kwa namna fulani. Siwezi kuona kama tunawekewa roho, au kama ni muunganiko wa fahamu kwa namna fulani. Lakini ni uzoefu halisi. Kwa hiyo mahali fulani, unaungana na fetasi. Inahisi kama fahamu yetu yote hai inaenda.

D: Basi nini kinatokea kwa mwili wako huko?

S: Sijawa na uhakika kama kilikuwa mwili, sasa—au fahamu tu, fahamu ya mtetemo. Nguvu.

D: Basi fahamu yako inarudi ndani ya mtoto?

S: Inaonekana hivyo, ndiyo.

D: Hiyo inamaanisha kuanza upya kabisa, sivyo?

S: Ndiyo. Naam, karibu kabisa.

D: Lakini ni muhimu. Unadhani jambo lile lile litatokea tena Duniani?

S: "Jambo lile lile" likiwa?

D: Ulisema uko hapa kuwaonesha namna.

S: Mambo yako katika hali ya huzuni kwa njia fulani hapa. Watu wamesahau, au hawakujifunza, mambo ya msingi. Nadhani zaidi wanahitaji kujifunza kuhusu upendo na msamaha. Haijalishi upo katika dimensheni gani, somo daima linaonekana kuwa lile lile. Kwamba sisi ni upendo, na tunatoka kwenye Chanzo Kimoja cha Uumbaji. Watu hunaswa katika kusaka kuishi katika ngazi nyingi sana.

D: Lakini ukirudi kama mtoto, je utayakumbuka yale unayotakiwa kufanya?

S: Yamepangwa. Inahisi kama kuna programu zitakazowashwa. Ndiyo, tunasahau. Kuna wingu hivyo. Lakini kuna namna programu zinaweza kuanzishwa. Inaonekana kama jambo la kuachiliwa kwa wakati. Baadhi yake huchochewa na mawasiliano na watu au matukio. Matetemeko ya ardhi, milipuko ya volkeno, dhoruba kali. Nayahisi yote mwilini mwangu. Kuna mwito fulani unatokea.

D: Kwa hiyo matukio ya Dunia yakitokea, yanachochea mambo?

S: Hilo ni moja ya mambo, ndiyo. Nayahisi yote mwilini mwangu kwa nguvu kubwa.

D: Basi mambo haya ya kidunia yakitokea, yanawasha programu iliyo ndani ya binadamu? (Ndiyo) *Wale waliokuja kwa ajili ya jukumu hili?*

S: Ndiyo, walio na programu hiyo. Kushiriki katika sherehe/ibada kutoka enzi za kale pia ni vichochezi vikubwa.

Nikaamua niite nafsi ya chini fahamu kujibu maswali na kufafanua mambo zaidi. Ingawa sehemu nyingine ya Suzanne ilikuwa ikifanya kazi nzuri, pia ilipendekeza niimbe subconscious, "Ingawa huenda yote ni kitu kimoja hata hivyo." Nikauliza kwa nini ilichagua maisha yale aonyeshwe.

S: Anahitaji kuelewa kwamba yeye ni mtafiti kwanza, na siku zote ataingia katika hali mpya. Na kwamba wakati huu Duniani ni wakati wa uvumbuzi. Si jambo lililokwishaamuliwa.

D: Alipokuwa, palionekana kuwa dimensheni tofauti.

S: Hiyo ni sahihi.

D: Alikuwa na hisia kuwa kundi hili lilitoka sehemu fulani nje ya sayari. Je, unajua lolote kuhusu hilo?

S: Ndiyo, walitoka kwenye Chanzo.

D: Moja kwa moja? (Ndiyo.) *Kama kundi?*

S: Si kweli "kundi." Ni akili inayojaribu kupata uzoefu, hivyo imesambaratishwa. Ni roho ile ile. Suzanne anaelewa kwamba roho husambaratika, huenda. Hizi ni uwezekano unaokuwa na maisha yake yenyewe. Hicho ndicho hicho. Na ni sawa. Utani ni kwamba, sote ni wamoja.

D: Kwa nini walitaka kuishi Duniani?

S: Dunia ni ya kipekee sana. Kuna mengi ya kujifunza.

D: Kisha wakaamua kubadili masafa.

S: Kwa kuja na kuchukua kimwili na kuwa watangulizi. Ni muhimu sana kuunda kielelezo, kuunda njia. Watu wanaweza kusawazishwa na kilichotokea. Wa kwanza, ni vigumu zaidi, kisha inakuwa rahisi. Mna neno la hilo: nyani wa mia, au lolote. Unawarahisishia wengine ikiwa umeitengeneza njia. Na wakati ni kitu kimoja. Kwa hiyo daima ilijulikana kutakuja wakati wa hitaji la kupaa kwa namna fulani, la mgeuko, la mabadiliko, la kuvuka mipaka.

D: Kulitokea kitu kilichowafanya watake kuondoka na kujaribu jaribio hili?

S: Walikuwa wanachunguza namna ya kubadili dimensheni na maumbo. Walikuwa wanachunguza namna ya kuwa 3-D halisi, kimwili, kisha kuchukua mwili huo na kufanya mgeuko.

D: Na kuuchukua mwili pamoja nawe.

S: Katika kesi hii, kuchukua mwili pamoja nawe na hilo ndilo lililotendeka.

D: Ndiyo maana lilikuwa jaribio.

S: Ndiyo, na kiolezo hicho kipo hapa. Maarifa hayo yanapatikana.

D: Je, ilikuwa rahisi kwao kwa sababu walitoka moja kwa moja kwenye Chanzo?

S: Ndiyo, walikuwa na ujuzi mkubwa zaidi, nadhani, na kwa vipimo vya Dunia hilo lilitokea upesi sana. Lakini lilihitaji juhudi.

D: Hawakukaa hapa muda wa kutosha "kuambukizwa." Je, hilo ni sahihi?

S: Sijui "maambukizi."

D: Unajua jinsi Dunia inavyowatia doa watu. Wanakwama.

S: Dunia ni wema mtupu.

D: Basi ilikuwa rahisi kwao, nahisi kwa sababu hawakuwa wameshishirikiana sana na wanadamu wengine?

S: Ni na wao wenyewe tu, ambao kwa kweli walikuwa akili moja. Hivyo ilikuwa, ndiyo, ikipunguza mwangaza wa mafanikio yetu makubwa. (Kicheko)

D: Alisema lilikuwa kundi la Waindio?

S: Lilikuwa kama kundi la Waindio, lilikuwa la wakati ule. Lilikuwa wakati wa kale.

D: Tuna hadithi za makabila ya Waindio yaliyotoweka tu. Watu daima wamejiuliza kilichotokea. Je, hilo lilikuwa mojawapo ya mifano? (Ndiyo) *Kwa hiyo walichukua miili yao wakaenda kwenye dimensheni nyingine ambako waliumba walivyotaka ionekane? Au ilikuwa dimensheni ambamo mambo hayo yalikuwepo?*

S: Katika uzoefu wa kuondoka, kwanza kuwa 3-D, kisha kutokuwahi kupoteza uunganisho na Chanzo. Kwa hiyo, kujua kile kingine kinawezekana, na kubadilika kurudi na kwenda, kurudi na kwenda, kutengeneza njia. Walifanya jaribio kwa sababu walijiruhusu kuwa mnene kweli. Lakini walikuwa na faida ya kuijua daima Roho Chanzo, daima. Hivyo likawa jaribio la kujaribu kubadilisha 3-D. Jinsi ya kuinua masafa, jinsi ya kubadili dimensheni, jinsi ya kufanya hili na kimwili, jinsi ya kuchukua kimwili. Hivyo katika hizi safari za kuja na kuondoka, wakati mwingine tayari kulikuwa na vitu vilivyopo katika ile dimensheni nyingine. Na kwa namna fulani, wakati mwingine walitengeneza vitu walipoenda katika ile dimensheni nyingine.

D: Waliifanya ifanane na walikotoka. (Ndiyo) *Lakini kisha alisema waliitwa warudi?*

S: Ndiyo. Ilikuwa sehemu ya mpango. Kwanza unachunguza, unatengeneza njia ambayo wengine wataifuata. Baadhi ya wengine wataifuata, wengi wengine wataifuata. Itakuwa na manufaa, lakini mtu lazima arudi na tena aonyeshe njia. Aifanye, apite njia waliyowahi kuijenga, bila wao kujua. Amerudi kuwasaidia wengine ili waweze kufanya mpito huu.

D: Lakini Suzanne hakulitambua hili kwa ufahamu.

S: Sio alipoingia, la. Lakini daima alijua Chanzo.

Aliambiwa kwamba alikuwa anapaswa kusafiri kuelekea kusini magharibi mwa Marekani. "Katika mabonde, kwenye miamba, mahali penye ukavu, penye vilima. Hapo ndipo jukumu lake litakapokuwa wazi zaidi. Kuna kumbukumbu ndani ya jiwe, na ndani ya mfupa. Kuna kumbukumbu." Hii ilikuwa ni eneo ambalo kabila hilo liliishi kabla ya kufanya mabadiliko. Suzanne alikuwa amesafiri sana sehemu mbalimbali duniani. Nilihitaji kujua maana ya kiroho ya jambo hilo. "Alikuwa anaacha njia ya mtetemo alipokuwa akisafiri—njia inayozunguka kuelekea juu. Hii ndiyo maana ya ule mzunguko unaopanda juu. (Tazama sehemu kuhusu mzunguko mwanzoni mwa sura hii.) Na kila alipokuwa akitembea, aliacha alama, hivyo ikawa kama kanuni inayorekodiwa kwa ajili ya watu watakaopita njia hiyo, au watakaokutana naye. Inawaamsha na kuwafundisha jinsi nao wanaweza kupaa juu kupitia njia ya mzunguko. Hahitaji kuwaambia watu. Inapitishwa kwa njia ya nishati. Anaathiri mamia, mamia, mamia ya watu kwa uwepo wake tu. Kila bara alilokwenda, aliacha alama yake. Tunataka aendelee kufuata njia ya mzunguko. Anajua hili, na kila seli katika mwili wake inajua, na itafahamika wazi kwake. Ni mzunguko wa nishati."

Ninajiuliza kama hili linanihusu pia. Nilipoanza kazi yangu, niliambiwa kwamba nitasafiri sana duniani kote, ingawa wakati huo nilikuwa nimetembelea baadhi ya makongamano tu ndani ya Marekani. Niliambiwa kwamba kila mahali nitakapokwenda, sehemu ya nishati yangu ingebaki huko. Kwamba hilo halingeipunguza nishati yangu binafsi, bali ingebaki katika eneo lile na kuwaathiri watu wengi. Walisema kwamba ninachopaswa kufanya ni kufikiri tu kuhusu mahali nilipotembelea, na nishati yangu ingerudi papo hapo huko. Utabiri wao ulitimia kwa hakika kwa sababu sasa nimefanya mihadhara karibu kila bara ulimwenguni, na vitabu vyangu vimetafsiriwa katika lugha ishirini. Kwa hiyo, ni kweli kwamba nishati inaweza kuenea na kuathiri, hata bila sisi kufahamu kinachotokea tunapokuwa katika maeneo hayo.

SURA YA THELATHINI NA TANO

Athari za Kimwili Kadri Mwili Unavyobadilika

Nimepokea taarifa nyingi kuhusu dalili za kimwili ambazo watu wanazipata wakati miili yao inajirekebisha kwa mabadiliko ya masafa na mitetemo hii mipya. Dalili nyingi ni kama vile: maumivu ya kichwa, uchovu, huzuni, kizunguzungu, mapigo yasiyo ya kawaida ya moyo, shinikizo la damu, maumivu ya misuli na maumivu ya viungo. Dalili hizi hazitokei zote kwa wakati mmoja. Mtu anaweza kupata moja au mbili kwa siku chache, kisha zikaisha na zisiwepo tena kwa miezi kadhaa. Hizi zinasababishwa na mwili kuzoea ongezeko la mtetemo — na mwili unahitaji muda wa kujirekebisha. "Wao" walisema kwamba mwili usingeweza kubadilika ghafla kwenda kwenye mtetemo wa juu zaidi. Nguvu ya nishati ingekuwa kubwa mno kiasi kwamba mwili usingeweza kuhimili, na ungeharibiwa. Hivyo, mabadiliko haya lazima yatokee hatua kwa hatua ili mwili uweze kuzoea. Dalili moja inayoendelea kwa muda mrefu ni kelele au milio masikioni. Hii si hatari kwa mwili, lakini inaweza kukera sana. Imeelezewa kama jaribio la mwili kuzoea ongezeko la nishati. Njia ya kusaidia ni kuvuta picha ya kioo cha kudhibiti sauti akilini, na kukirekebisha juu au chini mpaka upate mzunguko unaofaa. Kisha uambie nafsi yako: "Nataka mwili wangu kupanda, kupanda, kupanda mpaka ulingane na masafa haya ya juu." Watu wengi wameenda hospitalini kwa dalili hizi, lakini madaktari wameshindwa kupata chochote kibaya. Hivyo, mara nyingi huwapa dawa zisizosaidia kwa sababu hawajui chanzo cha tatizo.

Nilikuwa na wateja wachache walioonyesha dalili za ajabu zaidi ambazo ziliwachanganya madaktari. Mmoja wao alikuwa Denise, muuguzi katika hospitali kubwa, aliyenioma Agosti 2005. Alikuwa akipata degedege na ganzi katika baadhi ya sehemu za mwili, lakini madaktari walisema haikuwa kiharusi. Siku moja alizimia kazini. Walipofanya MRI na eksirei, waliona kama taa za Mti wa Krismasi zikimetameta kote kwenye ubongo — waliziita "nodi." Walipochunguza kifua, waliona vivyo hivyo kwenye mapafu, na shughuli isiyo ya kawaida ya vimeng'enya kwenye ini. Hakuna daktari aliyeelewa nini kinaendelea. Katika MRI zilizofuata, taa hizo zilihama na kuonekana zikikusanyika katika sehemu fulani za ubongo, zikionekana kama ukanda wa mwanga badala ya kuenea kila mahali. Walishindwa kupata utambuzi sahihi, lakini hatimaye wakasema huenda ni sarcoidosis. Daktari mmoja hata hivyo alisema, "Haiwezekani kabisa. Kwanza, ni nadra sana. Pili, haiwezi kumpata mtu anayeishi jangwani penye hewa kavu." Ugonjwa huu kwa kawaida hutokea katika maeneo yenye unyevunyevu na ukungu. Hivyo hawakuweza kuthibitisha zaidi ya hapo — na wakampa steroidi, ambazo zilisababisha kisukari.

Tulipofanya kipindi cha hypnotherapy, nafsi ya ndani (subconscious) ilisema kwamba hakuna ugonjwa. Hakuna madhara yaliyofanyika. Walikuwa wanarekebisha upya mfumo wa ubongo ili uweze kuhimili mabadiliko makubwa yajayo. Vivyo hivyo kwa mapafu na sehemu nyingine za mwili. Ilikuwa ni marekebisho ya nishati ya mwili ili uweze kuendana na mitetemo ya juu zaidi. Nilipouliza, "Kwa nini basi zilionekana kama madoa na taa kwenye ubongo?" walijibu, "Unganisha madoa hayo!" Degedege na ganzi zilitokea kwa sababu mabadiliko yalipaswa kufanyika haraka. Kawaida hawataki kuubebesha mwili mzigo mkubwa, hivyo mabadiliko haya hufanyika hatua kwa hatua. Lakini katika baadhi ya matukio — kwa kuwa muda unaharakishwa na mabadiliko yanakaribia — wamehitaji kuharakisha marekebisho. Hivyo, mwili ulipewa mzigo mkubwa sana, na hiyo ilisababisha degedege na ganzi. Wakati alipozirai, ilikuwa ni kupitiliza kwa mfumo. Lakini walimwambia asihofu — haitatokea tena, na ubongo wake uko salama. Kama angefanyiwa MRI tena, isingeonyesha kitu chochote kwa sababu awamu hiyo imeisha. Awamu inayofuata ilikuwa marekebisho ya kemia ya mwili, ambayo hayataleta dalili kama hizo.

Daktari alipomwambia ana ugonjwa hatari, alisema atakufa chini ya miezi sita. Lakini Denise alijibu, "Sidhani kama hivyo." Aliporudi kwenye uchunguzi, daktari alibaki akimtazama kwa mshangao, akisema, "Sielevi kwa nini unaonekana mzima hivi," akimaanisha, "Kwa sababu ulipaswa kufa!" Denise, akiwa muuguzi wa wagonjwa mahututi, alisema: "Naona watu wanaokufa kila siku. Nilijua mimi sikufi, hivyo sikuelewa walichokuwa wakisema."

Nafsi yake ya ndani ilimuonyesha kwamba ataendelea kufanya mambo makubwa katika kipindi cha mabadiliko ya Dunia, katika miaka kumi hadi ishirini ijayo. Nilipouliza kuhusu dawa za steroidi, kwa kuwa nilijua zinaweza kuwa hatari, walijibu kwamba kisukari kitapotea hatua kwa hatua. Ilikuwa ni somo tu kuhusu mwili wake. Hawakuwa na wasiwasi juu ya steroidi; hata kama ni dawa kali, wana uwezo wa kuizidisha na kuiondoa kwenye mfumo bila madhara, kwa kuibadilisha kuwa mabaki yasiyo na madhara. Wana uwezo huu — wa kuneutralize dawa yoyote isiyo hitajika na kuiondoa mwilini kwa usalama.

MENGINEO KUTOKA KWA WATEJA WENGINE

Patsy alikuja kwangu akilalamika kuhusu aleji za vumbi na chavua. SC ilisema, "Hizi ni mwitikio wa kimwili wa kuwa kwenye sayari hii. Nahisi kwamba anaweza kuishi nazo. Pia ni kumbusho cha yeye ni nani. Kwamba anaishi katika mazingira ambayo si nyumbani." Alikuwa pia na matatizo kwenye eneo la utumbo mpana, na upele usioelezeka aliotaka kujua kuhusu asili yake. "Ninaendelea kupata 'utengenezaji,' enzi na enzi na siwezi kuieleza kwa njia nyingine.

Lakini kuna kitu kinachotengenezwa humo. Ni kama vile kipengele muhimu kinatengenezwa ambacho kinasababisha mwitikio kwenye koloni na kwenye ngozi. Kamasi ni bidhaa-tenge (byproduct) ya mabadiliko yanayofanywa mwilini, ambayo ni mwitikio kwenye ngozi. Inahusiana na kile kinachotokea Duniani kwa wakati huu. Amejua kwa muda mrefu kwamba mwili wake unabadilishwa. Haitokei kwa namna ambayo unaweza kuielewa ukiwa katika mwili wa kimwili, lakini kuna mabadiliko mengi yanayoendelea. Madaktari hawawezi kusaidia katika ngazi hii. Hawaelewi mabadiliko yanayotokea."

Patsy pia siku zote alikuwa na shinikizo la damu la chini sana. "Hilo ni la kawaida kwake. Hahitaji kuwa kama watu wengine. Na ili kufanya kazi akiwa na hilo katika mwili aliomo, hilo pekee ndilo linalohitajika kwake. Hiyo ndiyo sababu moja tunayomshawishi asiende kwa madaktari kwa kuwa wao hujaribu kutafuta kitu kibaya. Hahitaji kuwa sehemu ya hilo."

D: Wanataka kila mtu awe sawa.

P: Ndiyo, wanataka hivyo. Kwa njia hiyo ni rahisi kuwatawala na kuwapa dawa. Wako wengi ambao si sawa. Hakuna madhara yatakayoupata mwili wake.

D: Napokea watu wengi wanaoogopa wasipokielewa kitu.

P: Wana-learning. Hofu ni ya uharibifu, inaharibu sana.

Carol alikuwa amepitia maisha ya nyuma ambalo halihusiani na kitabu hiki. Subconscious ilikuwa ikizungumzia uponyaji wa mwili wake. Waliyeyusha uvimbe uliokuwa katika eneo la nyonga, nao ungeondoka mwilini kwa usalama. Hivi ndivyo SC inavyoshughulika na uvimbe wa aina hii. Hakukuwa na haja ya upasuaji ambao madaktari walikuwa wamepanga. Ulikuwa umesababishwa na athari ya hisia hasi za wengine. "Hasira, kinyongo, hofu. Hofu. Anazichukua hofu za watu wengine na kuzibadilisha. Katika baadhi ya hali ni lazima, lakini kwake ni uharibifu kwa mwili." Alikuwa mmoja wa wajitoleaji ambao hawajawahi kuwa Duniani kabla, hivyo hakuweza kustahimili hisia kali. Wimbi la kwanza na la pili hawaelewi hisia, na zinaweza kuwafanya wakose uwezo katika baadhi ya hali.

C: Ni wakati wa kukomesha maumivu na mateso, na kusonga mbele. Tutahitaji pia kufanya kazi kwenye damu na mabadiliko katika damu, na mabadiliko ya ulegameni (consistency) ya damu. Kuna intuisia; kuna hekima ya seli za damu na uboho wa mfupa, na uundaji na ubadilishaji wa seli na nyenzo. Mabadiliko yanatengenezwa. Naye anahitaji kuelewa jinsi mabadiliko hayo yanavyotengenezwa kwa sababu mwili wa kimwili unakwenda kubadilika. Hivyo anahitaji kuelewa mchakato huo ili mwili wa kimwili usife na kuishiwa nguvu kwa sababu ya mabadiliko na mivuko inayokuja mbele katika miaka kumi ijayo.

D: Ulisema mwili unabadilika?

C: Ndiyo. Mwili wa kimwili unabadilika katika mtetemo.

D: Hii inaathirije damu?

C: Damu inabadilika katika ulegameni wake. Nao wakati mwingine kuna "kushikamana" (glumping), na wakati mwingine kuna kukonda. Hivyo kadri mabadiliko yanavyotokea kwenye mtetemo wa mwili mzima, seli zitafanya kazi tofauti. Kwa hiyo baadhi ya kazi za zamani zinaondolewa, na baadhi ya seli zinachukua kazi mpya. Sina uhakika na maneno sahihi, lakini kuna....

D: Lazima zijifunze kitu kipya? (Ndiyo) *Ni kitu ambacho seli hizi nyingine hazijawahi kufanya kabla.*

C: Sahihi.

D: Na hiki ndicho ulikimaanisha, kwamba anapaswa kujifunza jinsi ya kurekebisha; la sivyo, mwili hauwezi kuhimili?

C: Sahihi.

D: Je, hili linawatokea watu wengine ulimwenguni hivi sasa? (Ndiyo) *Nimesikia dalili nyingi tofauti.* (Ndiyo) *Kwa hiyo kila mtu anapaswa kujifunza kurekebisha?*

C: Sio kila mtu, bali watu watakao kuwa vyombo katika kuwasaidia wengine, kuwafundisha wengine, na kuongoza makundi. Ni kuhusu kupitisha masafa yanayoweza kufanya mabadiliko makubwa sana kwa haraka katika mwili wa kimwili.

D: Mabadiliko ambayo kawaida yangechukua vizazi vingi. Ndicho unamaanisha?

C: Ndiyo. Ni kuhusu kubana muda. Hakuna nafasi wala muda, lakini katika ndege ya Dunia kuna muda na nafasi. Hivyo ili uponyaji wa ghafula utokee katika ndege ya Dunia, lazima kuwe na kubanwa kwa muda kunakotokea kadri seli zinavyopata maagizo mapya, na kuachilia maagizo ya zamani.

D: Oo! Na hili ni gumu katika miili ya baadhi ya watu. Nadhani hili linaweza kuleta dalili za kimwili ambazo madaktari hawatazielewa. Je, hilo ni kweli?

C: Ni kweli. Hawana teknolojia ya kuelewa hilo. Wapo baadhi wenye akili zilizoendelea wanaoweza kulishughulikia. Lakini uwanja wa tiba kwa ujumla ni wa kizamani sana kwa kile unachohitaji kujua, au kile kinachohitajika kupatikana. Na hilo kwa kweli halifanyi kazi. Hilo litaondoka. Akili inatumiwa kwa mabadiliko, lakini pia watu lazima waweze kubadilisha akili zao kuachilia imani zilizopotoka na kuingia kwenye ukweli.

D: Tunapaswa kuondokana na ubongo wash (brainwashing) *tuliopata maisha yetu yote unaotuambia tunapaswa kutegemea vyanzo vya nje. Kwa kweli hatuhitaji kufanya hivyo.*

C: Hilo ni sahihi.

D: Carol amekuwa na maisha ya kuwa muhanga, na kusalitiwa. (Ndiyo) *Kwa nini alikuwa na maisha kama hayo? Kusudi lilikuwa nini?*

C: Ni lazima kwake kuelewa u-uhanga kwa sababu kutakuwa na makundi ya watu wengi watakaofanyiwa ukandamizaji haraka sana, na kwa makundi makubwa. Hivyo yote yatakuwa muhimu ili kuweza kufanya kazi nao kwa wakati mmoja. Kutakuwa na kujua papo hapo ili hatua nyingi ziweze kurukwa, kwa kujua undani wa, ukipenda, u-uhanga ili isiwe lazima kushughulikia u-uhanga. Itakuwa ni lazima kurekebisha papo hapo kinachohitaji kurekebishwa ili kubadili — ni kuhusu mabadiliko....

D: Atakuwa mhimili katika kufanya kazi na baadhi ya watu hawa. (Ndiyo) *Kwa sababu anaweza kujitambua ndani yao na kuelewa.*

C: Ndiyo. Na atakuwa akifanya kazi na waponyaji.

Nancy alikaidi majaribio kadhaa ya kumrudisha kwenye maisha ya zamani. Akili yake ya fahamu pia ilikuwa inafanya kazi sana na kuingilia ikisema alikuwa akibuni tu kila kitu. Hatimaye baada ya kutumia mbinu kadhaa ambazo hazikutoa matokeo, niliamua kuita SC na kuiachia ishughulikie hali hiyo.

D: Je, kuna maisha ya nyuma muhimu ambayo Nancy anahitaji kuyaona yatakayomsaidia katika maisha yake ya sasa?

N: Ndiyo na hapana. Upande chanya ni muhimu kwa masomo ya karmiki. Hata hivyo, tunahamishia kwenye kutokuhitaji karma. Hiyo ndiyo sababu tunatoa jibu la ndiyo au hapana.

D: Basi hahitaji kuona maisha yake ya nyuma?

N: Sio lazima. Hayajali.

D: Vipi kuhusu karma?

N: Karma karibu inafutwa tunaposogea kwenye Ulimwengu mpya.

D: Hiyo ina maana hana cha kuhofia kuhusu karma?

N: La, ana karma, lakini haitakuwa muhimu. Sio lazima kutimiza dhamira ya maisha haya au kusogea kwenye maisha yajayo.

D: Ndiyo maana Nancy hakuruhusiwa kuona maisha yake mengine?

N: Sio kwamba hakuruhusiwa. Ni kwamba haikuwa lazima. Ingesababisha mkanganyiko. Akili ya binadamu ingekwama kwenye kile ilichoona. Lakini isingeweza kuachilia au kukabidhi hukumu katika kile unachotaka umwonyeshe, au ambacho kawaida ungelionyesha.

D: Watu wengi huhusisha mambo yaliyotokea katika maisha mengine ili waweze kusonga mbele.

N: Lakini kwa sababu tuko kwenye kilele cha — tunaenda upande huu wote — hilo halijali tena. Kwa sababu hakutakuwa tena na kurejea kuzaliwa Duniani kama tunavyojua. Kuangalia maisha mengine kungekuwa kukanganya zaidi kwa sababu mawazo na zana zilizokuwa muhimu na zenye msaada katika dunia ya zamani hazitahitajika katika dunia mpya.

D: Bado nina wateja wengi ambao matatizo yao yanatoka kwenye maisha mengine.

N: Lakini yote hayo yanatolewa. Kazi yako ni muhimu kwa sababu kuna baadhi ya zana za nishati zinazohitaji kutolewa katika maisha haya. Zana za nishati za zaidi au pungufu masuala ya afya. Ni mambo ya sasa ambayo hayahusiani na kusonga mbele kwa sababu wakati tu mnasonga mbele, yote hayo yataondolewa na kukabidhiwa. Hatujui lini Dunia mpya itaonekana, lakini inakuja. Itakuwa hapa. Ni suala tu la lini mtetemo na nishati vitafikia kiwango cha karibu... kupasuka na kuumba dunia ya pili. Hivyo unawasaidia watu kwa maumivu yao ya kimwili, ili wasiwe na kero mpaka itakapotokea. Ni muhimu kwa sababu hatujui itatokea lini — mapema kuliko mnavyodhani. Hivyo kama watu hawa wanakujia, basi nadhani wana kero ambayo hakuna sababu yoyote mtu yeyote awe nayo.

Nancy alitaka kujua kusudi lake (kama watu wote wanaokuja kuniona). SC ilijibu, "Hili si jibu analotaka, lakini kusudi lake bado halijafunuliwa kwa kuwa Ulimwengu mpya bado haujaumbwa. Kila kitu bado kiko kwenye upangaji, kusogezwa, hatua za kuwezesha, na bado kila kitu kinaweza kubadilika. Tunaweza kuona mpango, picha kubwa, lakini bado inaweza kubadilika."

D: Huwezi kumpa wazo lolote la kile anachopaswa kufanya kwa sababu anataka kupanga.

N: Karibu papo hapo wazo litatokea.

D: Kuna chochote mnachotaka afanye ili kujiandaa?

N: Hakuna kinachohitajika kwa sasa. Ataenda kwenye Dunia mpya, na atajua mara moja ni nini atakuwa akifanya kwa sababu nishati na mtetemo mpya utakuwa wa juu zaidi. Juhudi zinahitajika hapa, lakini tayari imevuka alama ambapo aidha unaenda au hauendi.

D: Nimesikia tayari imeamuliwa kwa sababu mitetemo haiwezi kubadilika haraka hivyo.

N: La. Mara unapovuka alama na unaenda, basi ni kama kipindi cha mapumziko. Na ukifika huko, itakuwa tofauti sana kiasi kwamba vitu vyote tunavyodhani tunahitaji kufanya sasa, na vilivyofaa si muda mrefu uliopita, havitahitajika katika dunia mpya.

D: Anasema anataka kufanya tofauti katika maisha ya watu wengine, na kusaidia dunia.

N: Ambayo ingekuwa muhimu kama Dunia ingesalia katika mtetemo ule ule wa sasa, lakini ni kama mnasubiri itokee. Itatokea, lakini hamtajua itaonekanaje mpaka itokee kwa sababu ni ushiriki wa kundi na athari ya pamoja. Na tunaweza tu kusema, itatokea.

D: Nimesikia kwamba baadhi ya watu hata hawatotambua kwamba chochote kimetokea.

N: Nadhani wazo hilo hata linabadilika, na kwa uhakika wale watakaosonga mbele watatambua kinachotokea. Wale watakaosalia nyuma, bado haijamuliwa — "uharibifu" si neno sahihi kutumia, lakini siwezi kufikiria jingine — kama kweli watatambua au hawatatambua. Bado inabadilika.

D: Lakini anataka kufanya kitu cha kusaidia sasa. Amesoma uponyaji na Reiki, na kusoma kufanya kazi na malaika.

N: Lakini kila mtu atakuwa na zawadi na zana zile zile na nishati mpya.

D: Kila mtu atakuwa akifanya kitu kile kile?

N: Sio vitu vile vile, lakini haitahitajika. Sababu ya kufanya mambo haya yote ni kuleta nishati ifike kwenye kiwango hicho. Lakini unapokuwa mara moja nyote kwenye kiwango hicho, hakuna haja ya uponyaji kwa sababu sote tutakuwa tumeponywa. Unaweza kuendelea kufanya kazi na watu na kuwasaidia hadi mchakato wa mpito. Lakini kila mtu atakapovuka, ni kama nyote mpo kwa kasi ile ile. Nyote mpo kwenye ukurasa ule ule na pazia lenu limeondolewa, kwa hiyo ni ule "aha!" mkubwa.

D: Bado kuna watu huko nje wanaomhitaji, sivyo?

N: Sahihi. Kuna watu ambao, dakika hadi dakika, mnawavuta kuingia kwenye dunia mpya. Wapo kama kwenye mzunguko wa kusubiri, lakini wamevutwa na wanasubiri. Watakuwa wakisubiri kusonga mbele.

D: Kwa hiyo hatawahi kujua hao watu ni nani, miongoni mwa anaokutana nao.

N: La, wala wao hawatajua. Anapaswa kila mara aelekeze nishati yake kwenye ruhusa ya nishati zote za kila mtu Duniani ili kusonga mbele. Na kila mtu anapoongeza mtetemo wake, ni mnyororo wa mwitikio, na unasikika na kurudufu kwa yule anayefuata hadi mwingine. Mpaka iwe ni crescendo kubwa linalokuwa mtetemo wa Dunia kwa ujumla. Kama kila mtu angeacha kufanya anachofanya, ingekuwa tu hum hafifu. Lakini kwa sababu sote tunaendelea na kusonga mbele na sote tunafanya kazi kwa mwendo wetu, inaupandisha juu na juu mpaka itakapotawanyika kwenye ulimwengu. Hivyo huwezi kusema msifanye kazi yoyote. Endeleeni kufanya mnachofanya, lakini mwelekeo umebadilika. Kuchoka ni vizuri kwa sababu kutaumba papo hapo maarifa yote, vitu vyote tunavyovitamani hapa. Lakini, "Nipe Reiki, nijisikie vizuri" au "Ondoa hiki," haitahitajika. Kila mtu atakuwa na zana. Na mara unapokuwa na zana, hauna maumivu wala uchungu. Ni kama "kifungu cha kibinadamu" ambacho hakitakuwa tena na nguvu. Daima ni vizuri katika umbo la binadamu, kama usemavyo, kuwa na malengo na ndoto na matarajio. Ni vigumu sana kuweka katika maneno kwa sababu tunadhani kinakuja haraka zaidi kuliko mnavyofikiri, na mnatumia muda bure. Lakini hiyo pia haisikiki sawa, muda bure. Nafikiri jambo bora ambalo yeyote anaweza kufanya ni kuwa na nia njema. Daima onesha utayari wako wa kusaidia, na usimkatae yeyote anayekujia. Masomo yoyote anayohitaji kujifunza sasa, yanahusiana na gurudumu la karma, na litaondolewa hivi karibuni. Mara mtetemo wako unapofikia kiwango fulani, uko zaidi ya "Lazima ulipe karma." Ndiyo maana si muhimu kufuatilia maswali kuhusu maisha ya nyuma. Hiyo ni akili yake ya kibinadamu, na akili zote za kibinadamu zikiwa na udadisi kuhusu mambo. Ni kama ya kitoto: "Kwa nini? Kwa nini? Kwa nini? Inakuwaje?" Hivyo unaweza kuhisi uhakika, au kuwa na amani ya kwamba ikiwa umeamka, utasogea kwenye Dunia mpya.

Baadaye katika kipindi hicho, mwili wa Nancy ulikuwa unafanyiwa kazi kuondoa hamu ya kuvuta sigara na kisha kula kupita kiasi ili aweze kupunguza uzito. Alihisi wana-scan na kurekebisha, hasa upande wa kulia wa ubongo wake. Kisha alihisi mitetemo mwili mzima. "Wana-scan tu na kuondoa mihemko."

D: Waamini. Wanajua wanachofanya. Wanaondoa msukumo wa kula kupita kiasi.

N: Ndiyo, na mambo yaliyogeuka mazoea. Mwili umeundwa kimsingi kuhimili chochote, lakini shida iko kwenye udhibiti wa kiasi na wingi. Mwili ni muujiza na unaweza kutupa au kushughulikia chochote kwa dozi ndogo. Chakula chenye faida kitakuwa chochote chenye viambato vichache vya kuongeza, vihifadhi vichache. Kidogo ni bora. Hata saizi ndogo za sehemu, lakini tu kuondoa mwilini kemikali za kuongeza, vihifadhi. Hivyo mwelekeo ni kwenda kwenye vitu vyenye afya zaidi, vyepesi, visivyo na sumu nyingi kwa mwili. Mwili utadumu zaidi unapokuwa hauhitaji kufanya kazi kwa bidii. Tumempa mihemko ya kuchukua na kurekebisha, kurekebisha na kupanga upya. Ataipenda hii. Ladha tayari zinabadilika. Linaanza kutokea.

Daima wanasisitiza sehemu ndogo ndogo na milo midogo kadhaa wakati wa siku (waliita "kula kwa kupepeta," grazing), badala ya milo mikubwa. Hatimaye, tutaelekea kwenye lishe ya vimiminika pekee.

Kisha, baada ya kusogea kwenye Dunia Mpya, kuna uwezekano wa kutokula kabisa. Wakati huo, tutaishi kwa nishati na mwanga mtupu. Kama ilivyo kwa ET wengi ambao nimezungumza nao.

Mwanzo wa mwaka 2011, wakati kitabu hiki kilipokuwa kinakusanywa, matukio yasiyo ya kawaida yalitokea ambayo yalifanya iwe wazi kwamba mgeuko ulikuwa unakaribia zaidi. Yalionyesha kwamba mabadiliko katika masafa na mitetemo hayaathiri wanadamu tu, bali pia wanyama wa aina zote. Hakuna aliye kinga dhidi ya mabadiliko yanayotokea kuzunguka kwetu na kuwa dhahiri zaidi.

Sehemu za vikao viwili wakati wa Januari 2011:

L: Unajua uhalisia unaanza kuhama sasa. Kile ulichoita dunia mpya, ndicho dunia mpya, kinajidhihirisha. Nguvu ipo. Nguvu nzito zinazozalisha madhara, kutokuwepo kwa maelewano, na kutosawazika hazihamii kwenye dunia mpya. Hazitakuwa sehemu yake. Nguvu yao haisikilizani. Wale wanaosisikizana na hiyo nguvu ya zamani watabaki kwenye hiyo nguvu ya zamani. Na wanaweza kujinasua kutoka humo wakati wowote watakaochagua kuwa huru, lakini lazima wawe radhi.

D: Niliapa pindi nitakapokupata tena kwamba nina swali nataka kuuliza. Kuna kitu kimekuwa kikiendelea hapa duniani Arkansas. Wanasema ndege wote wanaanguka tu kutoka angani.

Hili liliingia kwenye habari lilipotokea usiku wa Mwaka Mpya, 2010. Ilikuwa hasa ndege wekundu wa mabawa, na maelfu yao waligunduliwa. Usiku huohuo kulikuwa pia na vifo vikubwa vya samaki katika Mto Arkansas. Kisha iliripotiwa Sweden, na siku chache baadaye Kentucky na Tennessee. Ndege walipochunguzwa hakukuwa na sababu iliyo wazi, ispokuwa majeraha ya mtikiso. Bila shaka, kulikuwa na majeraha ya mtikiso, ndege walianguka kutoka angani na kugonga ardhi! Maelezo rasmi yalikuwa kwamba kulikuwa na fataki usiku huo na lazima zilikuwa zimewatisha ndege. Kama hili ni kweli, mbona vifo vya ndege haviripotiwi tarehe 4 Julai? Tukio la pekee la hali ya hewa lilikuwa ni dhoruba kali ya umeme iliyozalisha tufani zisizo za kawaida za msimu wa baridi katika eneo la Arkansas.

L: Ishara yake ni kwamba huo ni mgeuko wa nguvu kwa sababu ndege, ng'ombe, samaki, nyangumi, kasa, nyuki, wote ni vielelezo vya mabadiliko ya nguvu na walikwama. Hawakuhama kwa kasi ya kutosha.

D: Sote tunahama, mitetemo na masafa yetu. Wao ni wadogo, na hawakuweza kuhama kwa kasi ya kutosha?

L: Wanyama wapo kwenye kiwango tofauti cha nguvu kuliko wanadamu na ni nyeti zaidi kwa migeuko. Na baadhi ya hili lilitengenezwa na binadamu, binadamu aliingilia.

D: Unamaanisha nini?

L: Kuna mgeuko wa nguvu wa sayari kadri dunia mpya inavyopata umbo. Kuna mwendo fulani kati ya nguvu za zamani na mpya. Kuna utenganisho unaoendelea, lakini kuna nguvu inayolisha zote. Wakati mwingine ndege, wanyama, nyuki, hata mimea, na wanadamu. Wakipangwa kwa namna fulani wataitika kwa namna fulani kwenye mgeuko huo wa nguvu, na miili yao ya kimwili haiwezi kustahimili. Roho yao iliyo ndani lazima isonge pamoja na nguvu.

D: Hicho ndicho nilichoambiwa, iwapo nguvu ingebadilishwa mara moja, ingewaharibu wanadamu.

L: Ingefanya hivyo, na kwa hiyo mwili wa binadamu unabadilishwa.

D: Uzoezaji wa taratibu wa masafa na mitetemo.

L: Ndiyo maana kuna magonjwa kwa sababu ugonjwa ni namna nyingine ya mwili kuzoea.

D: Nimeambiwa kwamba wale wasioweza kuzoea au kubadili mitetemo na masafa yao ili kuzoea, wataondoka tu kwenye sayari.

L: Hawawezi kudumisha pamoja roho yao na mwili wao wa kimwili. "Utepe wa Möbius" unafunguka. Unaanguka.

Sikuwahi kusikia neno "Utepe wa Möbius," hivyo ilinibidi kufanya utafiti. Kisha nikagundua kuwa ni istilahi ya hisabati, pia unaitwa silinda iliyopindishwa. Hisabati daima imekuwa somo langu baya zaidi, hivyo ilinibidi kuvunja hili ili nikalielewe kwa zana, ili niweze kulifikisha kwa msomaji. Duara lina pande mbili. Karatasi nyembamba juu ya dawati pia ina pande mbili. Utepe wa Möbius una uso wa upande mmoja: upande mmoja tu na ukingo mmoja tu. Njia rahisi ya kuutengeneza ni kuanza na utepe wa karatasi. Geuza upande mmoja kwa nyuzi 180 (nusu mzunguko) na ubandike ncha pamoja. Kwa kulinganisha, ukibandika ncha bila kugeuza matokeo yatafanana na silinda au pete. Utepe wa Möbius unajulikana kwa sifa zake zisizo za kawaida. Mdudu anayetambaa katikati ya kitanzi ataendelea kwenda mwelekeo uleule. Nina uhakika kuna mengi zaidi ya haya na labda wapo wasomaji wanaoweza kueleza vizuri zaidi. Hivyo nisamehe kwa uelewa wangu mdogo. Sote tuna mipaka yetu.

SC inasema hapa: "Hawawezi kudumisha pamoja roho yao na mwili wao wa kimwili. Utepe wa Möbius unafunguka. Unaanguka." Nadhani inalinganisha nguvu ya kuhuishia roho na

Utepe wa Möbius unaoendelea. Utepe unapoanguka, unakuwa utepe rahisi wa karatasi tena bila sifa zisizo za kawaida. Pengine jambo lilelile linatokea kwa ndege na wanyama. Wanapokea nguvu nyingi sana, mng'aro ambao ni zaidi ya kile miili yao inaweza kustahimili, na hili husababisha muundo wao kusambaratika au kutenguka. "Wao" wamesema mara nyingi kwamba iwapo mwili unapata nguvu zaidi ya unayoweza kustahimili ingewaharibu mwili.

D: Hivyo hawa ndege wanafanya vilevile?

L: Ni vilevile.

D: Lilikuwa likitokea hapa Arkansas, lakini pia hadi Sweden.

L: Limetokea kote duniani, hata Mashariki ya Texas, ndege wanaanguka.

D: Hawakulirudisha kwenye habari.

L: La, kuna maongezi kwenye jamii. Kulikuwa na majadiliano miongoni mwa watu mbalimbali. Inaripotiwa, lakini haijaripotiwa.

D: Lilikuwa la kuvutia kwamba lilitokea usiku wa Mwaka Mpya.

L: Wapo wanaotumia hili kama njia ya kudhibiti kupeleka kwenye maono hasi ya "mwisho wa dunia." Lakini si—naam, inategemea—je, wewe ni hasi zaidi au chanya zaidi? Ukiwa chanya zaidi basi ni dalili ya migeuko ya nguvu kati ya zamani na mpya. Na kinachowatisha wanasayansi na "wachezaji wa sanduku la mchanga" ni kwamba wanajua hawana udhibiti juu ya hilo. Hawawezi kulificha. Wanaweza kulikandamiza, kulikana, lakini hawawezi kulibadilisha. Hawawezi kulizuia na linawaambia kwamba mgeuko huu unaongezeka. Wanyama bado wana roho zao. Viumbe vyote vilivyo hai vina roho.

D: Huwezi kuua roho.

L: La. Roho iko sawa, lakini mwili wa kimwili, iwe ni ndege au nyangumi, unabaki nyuma katika mgeuko na hauingii kwenye mpya. Nguvu ya zamani ndiyo ulikokuwa unastahili. Haikuweza kubadilika kuwa mpya, hivyo imeachwa na zamani. Mgeuko wa nguvu. Dunia mpya tayari ipo, lakini inapata umbo zaidi, nguvu zaidi, kuumbwa zaidi, mda hadi mda.

D: Na kwenye uhalisia wetu.

L: Ndiyo, kwenye muda na nafasi yenu.

D: Hivyo Dunia ya Zamani bado itakuwepo wakati Dunia Mpya inaundwa. Tulidhani mwanzoni ilikuwa kama mgawanyiko.

L: La, ni kama "Phoenix" kutoka majivuni. (Kicheko) Ila hilo linatisha sana kwa watu wengine kwa sababu wanafikiri Phoenix inayoinuka kutoka majivu ina maana, bila shaka, sayari lazima iwe majivu.

D: Na lazima kuwe na maafa. Negativity zote, majanga mbalimbali yatakuwa na Dunia ya Zamani. (Sawa.) *Sote tunahamia ile nyingine.*

L: Sawa. Sote tunapata "maumivu ya kukua."

D: Walisema hata hatutaweza kutofautisha. Haitakuwa ghafla tu... POW, tupo huko.

L: La. Utajua kwa jinsi unavyohisi. Kama maisha yanahisi laini, tulivu, tamu, yenye furaha zaidi. Kama yanahisi ya furaha zaidi, utajua.

D: Tunahamia kwenye Dunia Mpya?

L: Ndiyo, limekuwa likiendelea kwa miaka mingi. Tupo hapa... tumekuwa. Jambo la mwisho unalotaka kufanya ni kuitenganisha akili ya kiakinetiki... unataka akili isafiri na mwili. Ukiitenganisha, basi kila kitu kinaporomoka. Hivyo mgeuko huu unaruhusu kila mtu kuzoea kwa upole, kama uboreshaji mpole.

D: Nimeambiwa kwamba wale wengine watabaki na kile walichokiumba, na ni sawa.

L: Ndiyo. Ni sawa kwa sababu yote ni kujifunza. Unajuaje unachothamini? Unajuaje hisia ya furaha kama hujawahi kujua maumivu? Ni wazo tu hadi uihisi, lakini hapana, huhitaji kuendelea kuisikia mara kwa mara. Imetosha.

D: Vipi kuhusu Dunia Mpya?

J: Ninaona tabaka. Ni tabaka na tabaka na tabaka na tabaka na tabaka, kama tabaka za kitunguu. Na unaweza kuyaona kupitia, na unaweza kuchagua tabaka lolote unalotaka. Na kadri unavyoenda nje, ndivyo inavyokuwa nyepesi. Kadri unavyoingia ndani, karibu na kiini, huko ndiko kuzito. Huko ndiko kuzito sana na huko ndiko kutakakoonekana kufanana sana. Hapo ndipo hisia nyingi zilipo, na naona inaonekana nyekundu, kama imechemka joto jekundu. Na kisha kadri inavyotoka nje, inazidi kuwa nyepesi na nyepesi na nyepesi na ni ya uwazi zaidi. Ni nyepesi tu na unaweza kusogea kwa urahisi. Ni kama kuelea tu.

D: Je, kweli kuna dunia mbili... Dunia ya Zamani na Dunia Mpya? Wanaendelea kusema zitajitenga.

J: Inajitenga kwa maana kwamba hii moja ni nyepesi sana. Inasogea mbali na kila kitu kilicho juu yake ni chepesi tu. Na inaelea na ni rahisi, na ni dhana na muundo wa fikra tofauti kabisa. Kuna hisia, lakini ni wigo tofauti wa hisia. Namaanisha, si hasira. Hakuna zile hisia nzito, zenye uzito. Kuna mwanga. Ni utenganisho kwa namna hiyo. Una utenganisho wa hisia na unapoutenganisha hisia hizo, unatenganisha wewe ni nani. Unatenganisha jinsi unavyohisi na hilo linakufanya kuwa mtu mwepesi zaidi, ambalo linakupeleka mahali hapa penye wepesi. Ni utenganisho kwa namna hiyo na hizo mbili haziko pamoja tena. Lakini ni kama haya matabaka yote tofauti. Kuna matabaka katikati pia, hivyo una mipaka. Una lile la nje kabisa, ambalo huenda ndilo kilele cha dunia hii nyepesi, nyepesi, nyepesi, kisha una kiini, ambacho huenda ndicho kilele cha Dunia ya Zamani. Una hiki cheupepuka joto jekundu—kinaendelea kuonekana joto jekundu—ni hasira na hisia nzito, mawazo mazito, hisia nzito na vitu kama hivyo, ambako huku kwingine ni chepesi. Lakini una haya matabaka yote katikati unayoweza kuchagua. Unaingia nayo... katikati yao kisha wakati fulani unaendelea kuchagua. "Ah, kuna kuchagua... uchaguzi." Unafanya uchaguzi na huo unakusogeza kupitia haya matabaka. Na unavyoendelea kuchagua upande mmoja au mwingine, ndicho kinachoendelea kuyavuta yatengane.

D: Hapo ndipo utenganisho unapotokea?

J: Huo ndio utenganisho. Unaendelea kuchagua na unapochagua mwanga, unaenda huko. Unaendelea kusogea katika mwelekeo huo. Unachagua mawazo mazito, unachagua hisia nzito, unachagua vile vitu na utasogea katika mwelekeo huo. Ingawa kuna muda mrefu unaoendelea kusogea mbele-nyuma miongoni mwa matabaka. Ni kukuonyesha kwamba una uchaguzi hapa. Hii si "fanya au kufa," au kufanya "sahihi au kosa," au "sasa au kamwe." Unasogea miongoni mwa vitu hivi kukuonyesha kwamba ni ndani yako kufanya uchaguzi. Ni ndani yako kufanya hili litokee. Ni ndani yako kutengeneza Dunia yako Mpya au Dunia yako ya Zamani. Ni kutengeneza uhalisia wako namna yoyote unayotaka.

D: Wanaendelea kusema hii ni mara ya kwanza imetokea katika historia ya Ulimwengu, kwamba sayari nzima itahamia katika dimensheni tofauti.

J: Ni nzuri sana. Hii ni tofauti. Ustaarabu umeshawahi kufanya hivyo kabla. Watu, mtu mmoja mmoja, wamewahi kufanya hivyo kabla.

D: Wanasema mara ya kwanza kwa sayari.

J: Hii ni kwa sababu sayari inashiriki. Naye pia ni kiumbe. Anataka kufanya hivi na hivyo ameumba haya matabaka yote ili haya yawe matabaka anayoyapitia pia, hivyo haya ni maamuzi anayofanya. Anafanya vilevile tunavyofanya sisi, pamoja naye. Sote tunafanya hivi na ndiyo sababu kuna haya matabaka tofauti ya Dunia kwa sababu naye anafanya hivi pia. Sio tu BOOF moja! Ni mwendo na kuna haya matabaka na watu wanaposogea kuzunguka na hisia zao, basi hilo linasogea kupitia matabaka tofauti ya ngazi hizi tofauti. Na hivyo tunavyoendelea kuchagua mwanga, furaha, wepesi, ulaini... basi hilo nalo linatusogeza. Linaendelea kutusogeza karibu zaidi. Unapochagua, unaanza kufikiria, "Unajua, napenda hisia ya hili kuliko lile." Na hivyo unaanza kufanya uchaguzi unaokusogeza zaidi katika mwelekeo huo. Lazima uendelee kulijaribu. Unaweza kuchukua hatua mbili huku na kisha uchukue hatua moja nyuma kisha ufikiri, "Oh, sipendi hisia ya hili. Twende huku." Hayo ndiyo matabaka yako. Ndiyo maana ni taratibu. Na unaanza kutambua kiasi gani cha udhibiti ulichonacho ndani ya jambo zima, na hicho ndicho hiki kinahusu, kukuonyesha kwamba una udhibiti. Ni udhibiti wako wote. Ni uumbaji wako wote. Ni uhalisia wako wote. Ni vyote unavyoumba, chochote unachotaka kuumba, na hivyo unasogea ndani humo, na kila mtu ana uzoefu huu. Unavyozidi kuwa na ufahamu nacho, ndivyo unavyoweza kufurahia zaidi kwa sababu unaweza kusogea kwa ufahamu na kujua unachofanya.

D: Tumekuwa na kitendawili hivi karibuni kuhusu ndege. Walisema walikuwa wanaanguka kutoka angani. Na niliambiwa kwenye kikao kingine kwamba lilikuwa likitokea kote duniani, si hapa Arkansas tu. Una chochote cha kusema kuhusu hilo?

J: Ninachoona uliposema hilo ni kwamba kuna mwendo wa Dunia. Ni kama ilifanya... (harakati za mikono) Ni kama msukumo wa ghafla, lakini hakuna kitu tulichokihisi Duniani. Lakini ulikuwa kama msukumo na ilipofanya hivyo, ilikuwa kwenye haya matabaka ya nje. Kulikuwa na mgeuko huko. Ilihama na ilipofanya hivyo, ilizalisha aina hii ya—unaielezaje hiyo?

D: Mshindo wa aina fulani?

J: Kitu kama hicho. Ni kama mshtuko kwenye angahewa. Ni kama tetemeko la ardhi hewani.

D: Mtetemo unaorudisha sauti?

J: Ni mtetemo zaidi. Mpasuko! Ilihama hapa, lakini haikuhama mahali pengine, na hivyo hilo liliunda kitu kama tetemeko. Kwa hiyo chochote kilichokuwa katika tabaka hilo au sehemu hiyo, chochote kilichokuwa nyeti... ndiyo, wao ni nyeti sana. Ni kama kanaria migodini. Hiyo ndiyo onyo lako. Hiyo ndiyo ishara yako kwamba kuna kitu kinatokea kwa sababu wanyama ni nyeti sana. Wapo "tuned in" muda wote.

D: Tuliambiwa kwamba ilikuwa nguvu, na kwa kuwa wao ni wadogo hawawezi kuhimili migeuko ya nguvu. Lakini kisha nilikuwa na swali. Ndiyo, liliathiri ndege, lakini halikuwaua ndege wote, ni wale fulani tu katika maeneo fulani.

J: Labda ilikuwa tu kwamba ndege fulani ni nyeti zaidi... aina ile maalum ilikuwa nyeti zaidi wakati huo.

D: Kwa aina fulani za mitetemo? (Ndiyo) *Lakini halikuwaua ndege wote wa aina hiyo.*

J: La. Nadhani lilihusiana na walipokuwepo. Hivyo ni kama tetemeko la ardhi. Litafanya kitu hapo hapo. Na ndiyo hapo palipokuwa, hilo tabaka, hiyo ngazi, ambako lilikuwa likitokea ilikuwa ikiathiri maeneo fulani. Halikutokea kuzunguka ulimwengu wote. Lilitokea katika sehemu hivyo sehemu hiyo ilikuwa imeunganishwa na maeneo fulani na maeneo hayo yaliathiriwa.

SURA YA THELATHINI NA SITA

MIILI MPYA

Hapa kuna baadhi ya taarifa kuhusu Dunia Mpya zilizotoka kwa wateja mbalimbali, zilizochukuliwa kutoka kwenye mfululizo wa Convoluted Universe:

Kiumbe kilichokuwa kikinena kupitia V. kilikuwa na sauti nzito, ya kuburuta:

V: Wazo zima ni, tunapaswa kuwafanya watu waipanue hata kidogo tu. Na tunapaswa kuuinua huu kiwango hata kidogo tu. Na tukifanya hivyo, tunaweza kufanya mabadiliko hayo, na kuyafanya kuwa rahisi kwao. Watakaobaki nyuma ni wale ambao hatuwezi kuwafanya wabadili. Itakuwa kutisha. Hatuwezi kuwafanya waone. Hatuwezi kuwafanya wapende.

D: Basi wale wengine, wanaoweza kubadilika, wataingia katika dunia nyingine? Dunia nyingine?

V: Ni kama itaenea hadi kwenye dimensheni nyingine. Niache nione nawezaje kukueleza hili. Ni kama kuinuliwa, ukielewa, kama kwamba tutaenda kuinuliwa hadi kwenye mtetemo tofauti. Wataweza kuona kinachoendelea, lakini hatuwezi kuwasaidia tena.

D: Ni kama utenganisho? Kama Dunia mbili, ndiyo unamaanisha?

V: La hasha, la. Ni kubadilisha dimensheni. Tutaenda kutoka hapa hadi hapa. Na wale wasioweza kubadilika wataachwa nyuma.

D: Tutakapoingia kwenye dimensheni nyingine, je, itakuwa Dunia ya kimwili?

V: Itakuwa sawa tu kama tulivyo sasa hivi.

D: Hicho ndicho nilichomaanisha kwa Dunia mbili.

V: Ndiyo, ndiyo. Lakini wao hawatatujua. Mungu awasaidie, Mungu awasaidie. Itakuwa mbaya sana kwao.

D: Hawatajua nini kimefanyika?

V: La, watajua. Hilo ndilo wazo lote. Watajua, lakini itakuwa imechelewa sana kwao kubadili mitetemo yao. Hawawezi kuibadili kwa sekunde moja. Wanalazimika kuibadili kwa kipindi cha muda. Tumekuwa tukifanya kazi juu ya hili kwa muda. Lazima jididimise na kufanyia kazi mwili wako, na lazima polepole ibadilishe na kuinua mitetemo yako. Na itakapotokea, itakuwa imechelewa kwao, lakini hata hivyo wataiona. Watakufa, lakini wataiona na watajifunza kutokana na hilo.

D: Dunia hiyo bado itaendelea kuwapo, lakini itakuwa tofauti?

V: Siyo vizuri sana, la, siyo vizuri sana. Hakutabaki mengi katika dunia hiyo. Si mengi.

D: Watu wengi watakufa wakati huo?

V: Ndiyo. Lakini nadhani vifo vingi vyao vitakuwa bila maumivu. Nadhani wataishi muda wa kutosha tu kuona kinachotokea. Na nadhani Mungu atawaepushia maumivu mabaya ya mshtuko. Naomba hivyo ndicho kitakachotokea.

D: Lakini wale wengine watakaohama kwenye mtetemo mpya, pamoja na dunia ya kimwili iliyo sawia....

V: (Akiingilia.) Ndiyo, lakini baadhi hawatajua hata kwamba wamefanya mabadiliko. Baadhi watajua. Wale waliokuwa wakilielekea hilo watatambua.

D: Je, watajua kuhusu watu wanaoachwa nyuma?

V: Sidhani. Kutakuwepo na ufahamu wa mabadiliko yaliyotokea. Sina hakika kama utakuwa ufahamu wa kidhahiri. Acha nifikirie hilo. (Kimya) Tutaingia katika hii dimensheni na tutajua. Baadhi hawatajua ingawa. Watahisia kitu. Watahisia tofauti. Kama usafi, uwazi. Ukali, tofauti. Najua ni nini. Watahisia tofauti. Watahisia upendo.

D: Hivyo, hata kama hawakuwa wakilielekea, watachukuliwa pamoja nalo.

V: Ndiyo, kwa sababu wako tayari kwa hilo.

D: Na wale wengine hawata....

V: Hawako, hawako.

D: Hivyo, wanaachwa katika hasi? Ulisema dunia nzima itabadilishwa wakati huo.

V: Ndiyo, wale wanaoweza kuendelea, wanaoweza kuingia humu, wataingia. Na wale wasioweza, hawataingia. Naitakuwa mbaya kwao.

D: Na itakuwa kama dunia mbili.

V: Ndiyo, dunia mbili zikikuwapo kwa wakati mmoja, lakini si lazima kila mara zijue juu ya nyingine.

D: Najua unapokuwa kwenye dimensheni tofauti, si lazima kila mara ujue ile nyingine. Lakini huo ndiyo ujumbe mnaotaka kufikisha kwamba tunapaswa kusambaza habari hizi kuhusu upendo ilhali bado tunaweza, ili kuleta wengi kadiri inavyowezekana.

V: Upendo ndio ufunguo. Kwa sababu Mungu ni upendo. Na upendo ni Mungu. Na upendo ndio nguvu kuu kabisa. Na hicho ndicho tunachohitaji kukihisi katika maisha yetu. Tunachohitaji kumpa mwenzetu na kuhisi kwa ajili ya mwenzetu.

D: Ndiyo, upendo siku zote umekuwa ufunguo. Hivyo, wanajaribu kuwaambia watu wengi iwezekanavyo, ili waweze kuwawaleta pamoja. Hiyo ndiyo dharura ilivyo.

V: Dharura ni kwamba muda umeisha. Jiandae tu. Eeh, nini? Mwambie nini?

Alikuwa anamsikiliza mtu mwingine. Kulikuwa na sauti za bubujiko, kisha sauti ile nzito ya kuburuta ikarejea.

V: Kukuambia... tayari. Tayari kwa mabadiliko yajayo upesi. Sasa hivi upesi. Tayari... Yeye si chombo kizuri. Hajawahi kufanya hili kabla. Siwezi kupitisha mawazo yangu kupitia kwake ili kukufikishia. Lazima nifanye kazi juu yake. Tumsafishe hiki chombo. Oo, ndiyo! Ee... hapo. Sasa ni bora.

D: Ni nini unachotaka kuniambia?

V: Lazima tusaidie wanadamu wote. Waambie kinachokuja upesi. Mabadiliko, mgeuko wa dimensheni. Wale wanaoweza kukusikia watakusikia. Watakuwa tayari kwa huo mgeuko wa dimensheni. (Sauti yake ya kawaida ikarejea.) Wale wasioweza, hawatakubali hata hivyo, hivyo (Kicheko) watadhani sisi ni wazimu. Lakini wale wengine, huenda wasijue, lakini litawagusa cheche ndani yao. Likitokea, watakuwa tayari na wataweza kufanya huo mgeuko. Huenda wasijue kwamba linakuja, lakini kuna kitu ndani kitakuwa tayari kwa hilo na wataweza kulifanya. Ni wale ambao hawajui kwamba linakuja, lakini tukiwapa taarifa, kiko ndani yao. Hapo litakapotokea, kitajitokeza na watakuwa tayari kwa hilo.

D: Sisi tunaofanya mgeuko huo, je, tutaendelea kuishi maisha yetu kama tulivyozoea?

V: La, la, bora zaidi. Tofauti. Mrefu zaidi.

D: Je, tutaendelea maisha ya kimwili?

V: Oo, ya kimwili katika ile dimensheni, ndiyo. Lakini ya kimwili katika hii dimensheni, la.

D: Lakini namaanisha, tukifanya mgeuko, je, tuta....

V: (Akiingilia) Unamaanisha, je, mtaishi au mtakufa?

D: Je, tutaendelea maisha kama tuyajuavyo?

V: Ndiyo, baadhi hawatajua hata. Unaona, kile kitu kidogo tulichopanda kwenye vichwa vyao, kitawasaidia kufanya mgeuko wa dimensheni na huenda wasijue hata. Lakini watatambua kuna uharibifu. Wataona uharibifu. Wataona kinachoendelea na wataona miili ya wafu, lakini hawatajua kwamba wamefanya ule mgeuko. Hawatatambua ukweli kwamba sababu ya wao kutokuwa kule chini wakiwa wamekufa ni kwa sababu walifanya ule mgeuko na mabadiliko yale hayakuwaathiri.

D: Ulisema kitu kuhusu vitu vinavyowekwa kichwani. Unamaanisha vipandikizi (implants)?

V: La, la, la. Namaanisha mbegu, wazo. Hawalijui kwa ufahamu lakini lililo ndani litawasaidia. Ni kama cheche ambayo, wakati ukifika, akili yao ingekuwa imelikubali tayari, bila kujua.

D: Nimesikia kwamba tutaishi muda mrefu zaidi?

V: Mrefu zaidi, bora zaidi. Kujifunza. Mambo yatakuwa bora sana. Watu watajifunza zaidi, baada ya muda mfupi. Watajua zaidi. Watakuwa na ufahamu zaidi wa mambo. Jinsi mambo yalivyo. Huenda wasijue wakati wanafanya mgeuko, lakini kisha watalijifunza. Watatambua baada ya muda nini kimetokea.

D: Na wale ambao hawako tayari wataachwa kwenye ile Dunia nyingine.

V: Ndiyo, watakuwa wameondoka.

D: Na wengi katika pande zote mbili hawatatambua hata kwamba jambo kubwa limetokea.

V: Wale wa sehemu ile nyingine watatambua. Watakuwa wamekufa. Lakini watatambua kwa sababu hilo ndilo somo walilojifunza. Mara tu wanapokufa, watajua. Wataona ukweli. Na wataona fursa waliyokosa, lakini watajifunza kutokana na hilo.

D: Nimeambiwa pia kwamba watakapozaliwa tena, kama wana hasi, karmia, ya kulipa, hawatarudi tena Duniani kwa sababu Dunia itakuwa imebadilika sana.

V: Hawataruhusiwa kurudi hapa hadi watakapokuwa wamefanya huo mgeuko. Wamefanya mabadiliko.

D: Nimesikia wataenda sehemu nyingine kuhitimisha karmia yao kwa sababu wameikosa fursa.

V: Ndiyo. Baadhi wataenda. Na baadhi wanaweza kupewa fursa ya kurudi. Lakini itachukua muda, muda mrefu, mrefu sana.

D: Lakini wakati huo huo, sisi tutakuwa tunaendelea mbele na kujifunza mambo mapya na kupiga hatua katika dunia mpya kabisa.

V: Ni dunia nzuri kiasi gani. Dunia ya mwanga na amani. Ambapo watu wanaweza kuishi pamoja na kupendana.

D: Lakini bado itakuwa dunia ya kimwili yenye familia zetu na nyumba kama tulizo nazo sasa.

V: Ni dunia yenye werevu zaidi tu.

D: (Kicheko) *Hilo, naweza kulielewa.*

Mwingine aliyekuwa akipitia dalili za kimwili zisizoelezeka, alielezea mwili mpya kwa njia hii:

S: Anajitambulisha zaidi na mwili wake wa baadaye. Bado haujakaa kikamilifu ndani, lakini upo. Na huu mwili wa baadaye unachukua kiini chake, au sehemu zake. Na kuunganisha au kuuvuta juu ili azowee huu mwili wa baadaye.

D: Je, mwili wa kimwili utabadilika?

S: Baadhi, ndiyo. Utabadilika kuwa wenye nguvu zaidi, na mchanga zaidi. Huu mwili aliomo sasa, unaweza kuponywa na kufanywa upya, lakini anahitaji mwili wa baadaye. Utakuwa mwepesi. Uwezo zaidi. Anayahisi haya sasa, kiini chake kimekuwa kikiungana na huu mwili wa baadaye na kuvutwa juu.

D: Hivyo huu mwili alionao sasa utabadilishwa?

S: Kimsingi utaachwa nyuma. Utabadilishwa na sehemu zake zisizohitajika zitaondoka.

D: Hivyo si kama kuacha mwili mmoja na kuingia mwingine.

S: La. Taratibu mwili mpya zaidi na mwili wa zamani zaidi vitaungana kwa kiasi kikubwa. Lakini kutakuwa na baadhi ya sehemu za mwili wa zamani zisizohitajika, hivyo zitaachwa. Zitayeyuka tu.

Huenda ikawa taratibu kiasi kwamba hatutagundua hata tofauti. Isipokuwa kwa dalili za kimwili ambazo baadhi wanazipitia mwili unapofanya marekebisho. Nimeambiwa kwamba kizazi cha wazee kinaweza kufahamu zaidi kwamba kuna jambo linatokea mwilini. Hata hivyo hakuna faida ya kulihangaikia, kwani ni mchakato wa asili unaotokea sasa kwa kila mtu kama sehemu ya mageuzi ya Dunia Mpya.

Zaidi kutoka kwa mtu mwingine nchini Australia:

C: Ni kama gari. Fikiria gari lenye mwili wa zamani. Ni gari lile lile la zamani ambalo umekuwa ukiendesha. Kisha unaweka injini mpya ndani yake. Na ghafla gari hilo linaanza kutenda tofauti, ingawa linaonekana lile lile. Kisha unapata injini nyingine, na unaibadilisha. Na gari linaendelea kuwa kasi na kasi zaidi, na ang'avu na werevu zaidi. Na kabla hujatambua, gari linafanya mambo mazuri kiasi kwamba mwili unaanza kubadilika. Ni kama nishati ya injini mpya inaanza kuumba upya mwili. Na kabla hujatambua, yule jamaa amegeuka kuwa gari la michezo. Gari zuri, lenye kung'aa, lenye mvuto. Na hilo ndilo hili linahusu. Nishati zinazoingia zina uwezo wa kubadilisha chombo. Na litaanza kuwa tofauti. Litaanza kuonekana tofauti. Litaonekana... vizuri, ujana ndio unakuja akilini. Litaonekana werevu na changa zaidi. Seli za mwili, mtetemo wa mwili unabadilika, na unalingana na mtetemo wa nishati inayoingia. Na mabadiliko ya kimwili yatakuwa hatua inayofuata.

D: Hayo mabadiliko ya kimwili yatakuwa yapi?

C: Oo! Mwili utabadilika kuwa mwepesi. Na napata kwamba utaonekana mrefu. Siyo kwamba utakuwa mrefu. Lakini nishati kutoka ndani kwa namna fulani itakuwa inajionyesha nje. Na itaufanya mwili uonekane mrefu, uliorefuka, mwembamba zaidi. Na uwazi zaidi.

D: Uwazi?

C: Ndiyo. Ni jambo la uraiisi (uanzo).

D: Je, hivi ndivyo watu Duniani watakavyokuwa wakibadilika? (Ndiyo) *Je, kila mtu atafanya mabadiliko?*

C: Ndiyo, kwa sababu watu wote wamepewa chaguo hilo. Wakipenda kubadilika pamoja na Dunia, watabadilika kuwa huyu binadamu mpya. Ataonekana tofauti. Na ndicho ambacho jaribio hili linahusu. Ndiyo maana Christine na wengine wanawaondoa wale wasiopenda kubadilika pamoja na Dunia. Wataondoka. (Kama analia) Na wataleta maumivu mengi kwa familia zao. Lakini wale wanaobaki lazima wabebe mwanga. Hilo ni jukumu kubwa. Kujitenga na kutengana na mambo haya yanayotokea sasa. Na mambo haya yataendelea kutokea mpaka utakaso ukamilike. Wale walio hapa kubaki, wanaipeleka hii jamii ya watu kwenye ustaarabu mpya sana na tofauti. Watu hao wanajaribiwa sasa, kuona kama wanaweza kubeba mwanga pale panapotokea janga, na wasivutwe ndani. Hao ndio watu watakaosonga mbele na sayari hii.

D: Karibu kama jaribio la mwisho?

C: Ndiyo. Majaribio yanaendelea sasa hivi. Chochote kila kiumbe anahitaji ili kumjaribu, kuona ana nini cha kurudisha kwenye programu hii; jinsi ahadi yake ilivyo imara. Jinsi yuko radhi kuhudumu. Hayo yote yanajaribiwa sasa.

D: Hivyo kila mmoja anakuwa na jaribio lake binafsi?

C: Ndiyo. Na watu wanaokutana na ugumu sasa ndio wanaobaki. Hao ndio wanaopitia majaribio. Lakini baadhi yao hawapiti.

D: Hawafaulu jaribio.

C: La. Wapo baadhi wasiokuwa.

D: Hivi ndivyo nilivyoambiwa na watu wengine, kwamba baadhi wataachwa nyuma. (Ndiyo) *Na nilidhani hilo linasikika kama ukatili.*

C: La, si ukatili kwa sababu kila roho imepewa chaguo. Na kama hawatembei wala kubadilika, ni kwa sababu wanachagua kutochagua. Na watarudia kuzaliwa kwenye sehemu nyingine ya chaguo lao. Na ni sawa. Kwa sababu ni mchezo tu. Watabaki kwenye Dunia ya Zamani. Dunia Mpya ni nzuri sana. Utaona rangi na wanyama na maua ambayo hukuwahi hata kufikiri yanawezekana. Utaona matunda ambayo ni chakula kamili.

Hayahitaji kupikwa. Yanaliwa tu yalivyo. Na kila kitu ambacho kiumbe anahitaji kwa lishe kitakuwapo. Haya matunda mapya yanaendelea kutengenezwa sasa kwa msaada wa Watu wa Nyota.

D: Je, haya ni matunda na mboga ambazo hatuna Duniani sasa?

C: Hatuna. Kwa namna fulani ni vimabadiliko. Naona "custard apple" kama mfano wa kile kilichotokea. Tutakuwa na tunda linaloitwa "custard apple." Na halionekani kama tofaa. Lina ganda la nje lenye ukwaru, na ni takriban saizi ya machungwa mawili yaliyounganishwa. Halafu unalifungua. Ndani ni kama kastadi. Hivyo hilo ni tunda, lakini pia ni chakula. Siyo tunda tu, bali chakula kingine kimeingizwa ndani yake, kama kastadi. Huo ni mfano wa mojawapo ya vyakula vya baadaye. Kwa hiyo hivi vyakula vitakuwa vidodo vya fahamu (furaha) kwa hisi. Na vyenye lishe na vinavyoendeleza kwa—kila ninapojaribu kusema "mwili" ninakatizwa. Na ninaambiwa niseme "kiumbe." Vitakuwa na lishe kwa kiumbe. Na vitu tunavyolazimika kuvipika sasa—kama ungepika kastadi—vitaingizwa ndani ya hivi matunda. Na inahusiana na kusaidia sayari, na kupunguza matumizi ya umeme na nishati. Hivyo matunda yatatupatia tunachohitaji.

D: Nimesikia binadamu amefanya mambo mengi kwa chakula ambayo si yenye afya kwa mwili.

C: Hiyo ni kweli. Vyakula vya asili (organic) vinaingia Duniani, na wale wakulima wa asili wanaenda sambamba na programu ya mageuzi ya Dunia. Ndiyo maana wapo. Na ndiyo maana ufahamu unainuliwa kuhusu hili kwa sababu watu wanahitaji kujua jinsi ya kulima ipasavyo. Na shule za Rudolf Steiner zinawafundisha watoto hili. Kwa hiyo, watoto watakaokuwa na Dunia mpya watalijua hili. Na watoto hao sasa wanafundisha katika vyuo na taasisi, na wanalisambaza neno. Hivyo utakaso wa Dunia utakapofanyika, sumu nyingi zitakandamizwa pembeni. Unaona, Dunia mpya si hii dimensheni.

Dunia mpya ni dimensheni nyingine. Na tutahama kwenda katika ile dimensheni mpya. Na katika ile dimensheni mpya, kutakuwa na miti ambayo kwenye magome yake kuna zambarau na chungwa. Na kutakuwa na mito mizuri na maporomoko ya maji. Na nishati itarejeshwa. Kutakuwa na nishati kwenye vijito na maji yanayopita juu ya miamba na kingo za mchanga. Na yanapogonga Dunia. Yanaumba nishati na itarekebishwa katika dunia hii. Vijito vingi vimebadilishwa na kulainishwa ili kuvifanya viweze kupitika na vizuri. Hilo linachukua nishati kutoka kwenye Dunia. Dunia itasafishwa. Naona maji.

D: Je, haya yanapaswa kutokea kabla Dunia haijahamia na kubadilika kuwa dimensheni mpya?

C: Naona sisi tukivuka. (Ameshutuka) Oo! Ninachokiona ni kwamba watu wanaoenda kwenye zile dimensheni mpya watavuka hadi kwenye dunia hii mpya.

D: Wakati ile nyingine inasafishwa?

C: Ndiyo, ndiyo.

D: Unaona nini kuhusu maji kitakachotokea wakati wa utakaso?

C: (Pumzi kubwa) Haitaonyeshwa kwangu.

D: Hawataki uone?

C: Hapana, hawanionyeshi. Wanachonionyesha ni... ufunguzi fulani? Na sisi tunapitia. Tunaingia kwenye kile kinachoonekana kama Dunia hii, lakini rangi zake ni tofauti. Muundo wake ni tofauti. Mwanzoni inaonekana sawa. Ni mwanzo tu. Kisha tunapoangalia kuzunguka, tunaona si sawa. Inabadilika mbele ya macho yetu. Na ni nzuri sana.

D: Lakini hii si upande wa roho? Kwa sababu upande wa roho umeelezwa pia kuwa mzuri sana.

C: Hapana, hii ni Dunia Mpya. Si upande wa roho. Ni Dunia ya dimensheni ya tano. Baadhi ya watu watapita kabla ya wengine. Naambiwa nikuambie sasa kwamba Christine ameenda huko mara kadhaa. Kuna kikundi kinachokwenda kupitia sasa. Naye atawaleta wengine zaidi. Nao watakuwa wakiingia na kutoka kidogo mpaka waende kabisa.

D: Halafu wale wengine wataachwa kwenye Dunia ya zamani?

C: Ndiyo, wanaochagua kubaki watabaki.

D: Watakuwa wakikabiliwa na masaibu mengi, sivyo?

C: Ndiyo, sayari nzima. (Kwa mshangao) Nimeona sayari nzima ikilipuka. Hilo ni baya, sivyo?

D: Unadhani hilo linamaanisha nini?

C: Sijui. Nimeiona tu ikilipuka. Lakini nimeiona Dunia Mpya. Kipo hiki kinachoitwa dimensheni ya tano chenye maelewano na amani.

D: Walipokuonyesha sayari ikilipuka, je, hilo ni la mfano tu? Kana kwamba Dunia hiyo haitakuwepo tena kwa wale watakaovuka?

C: Naam, watu waliovuka wanaangalia kinachoendelea. Wanaweza kuona. Sasa, je, itapasuka? Wananambia, "Usijikite katika kile kitakachotokea kwa sababu lazima uangalie nuru." Na huo ndio mtihani kwa watu hawa watakao kuwa katika Dunia Mpya. Mtihani wao ni kutojikita kwenye chochote kitakachotokea kwa sababu hicho ndicho kinachoturudisha kwenye dimensheni ya tatu. Na hicho ndicho kilichowatokea watu wengi waliokuwa njiani kwenda mbele. Wamerudishwa kwa sababu walijikuta katika woga, huzuni, majuto na vitu vyeusi. Kwa hiyo wanasema, "Huhitaji kujua kwa sababu kusingemsaidia yeyote kama kingejulikana." Kwa hiyo wanachosema ni, "Zingatia mambo mazuri." Zingatia kwamba kutakuwepo na uwepo mzuri, dimensheni mpya, ambayo watu wengi duniani wanaelekea kuingia. Tayari wanaingia.

D: Nimeambiwa kwamba utakapovuka, utakuwa kwenye mwili uleule wa sasa. Utakuwa umebadilishwa tu.

C: Ndiyo, bado utakuwa kwenye mwili huohuo, lakini utaenda kubadilika.

D: Kwa hiyo linawezekana kufanywa bila kufa au kuondoka mwilini. Ni jambo tofauti kabisa.

C: Ndiyo, tunavuka tu. Christine ameshawahi kufanya, na anajua jinsi ya kufanya. Amefanya na anaelewa.

D: Lakini itakuwa ya kuhuzunisha kwa sababu kutakuwa na watu wengi ambao hawataelewa kinachoendelea. Ni vigumu sana kwa watu wengi—nataka kusema "wa kawaida"—ambao hawana wazo lolote isipokuwa dini waliyofundishwa. Hawajui kwamba hiki kingine kinawezekana.

C: Ndiyo, lakini si "wa kawaida." Wanaonekana tu wa kawaida. Ni barakoa wanayovaa. Wanabadilika.

D: Lakini bado wapo watu wengi ambao hawajawahi hata kuwaza juu ya mambo haya.

C: Ndiyo, lakini watachagua kutoamka, na huo ni uamuzi wao. Lazima tuheshimu hilo. Wamepewa chaguo kama kila mtu duniani, na wamefanya uamuzi huo. Na hilo ni sawa. Ni sawa kabisa.

D: Basi, kama watalazimika kwenda sehemu nyingine kutatua karma hasi, hilo ni sehemu ya ukuaji wao. (Ndiyo.) *Lakini je, unaona walio wengi wataendelea hadi dimensheni inayofuata?*

C: Hapana. Sio walio wengi. Na idadi, kwa kiasi fulani, si muhimu kwa sababu kitakachokuwa, kitakuwa. Na kadiri watu wengi wanavyoamka na kuchukua safari hiyo, ndivyo watakavyoongezeka. Ndiyo maana wengi wenu mnafanya kazi hii. Kuwasaidia watu kufungua safari, na kuachilia woga. Na kupiga hatua kwenye lile pengo ambako chochote kinawezekana. Ambako giza lipo. Hicho ndicho mnafanya nyote. Na mnahitaji kukifanya. Na kila mtu mnayezungumza naye, kisha anaenda nje na kukifanya pia. Huenda msitambue, lakini mnatenda kama Kristo. Kila mtu mnayezungumza naye anakuwa mwanafunzi, kisha anaenda nje, naye kwa upande wake anawaamsha watu wengine. Kwa hiyo kuna mafanikio. Na ni karibuni. Yote yanatokea karibuni.

D: Una wazo la kipindi cha muda?

C: Miaka michache ijayo itakuwa—napokea neno "pointi ya uamuzi." Itakuwa "muda wa mwisho." Nadhani inamaanisha wale ambao hawajafanya uamuzi kufikia wakati huo, wataachwa. Ni jambo nyeti.

D: Lakini kuna nchi nzima duniani ambazo haziko tayari kwa hili. Ndiyo maana nafikiri watu wengi hawatavuka.

C: Kuna mengi yanayotokea kuliko watu wanavyofahamu. Naona baadhi ya nchi ambako watu wanateswa. Sababu ya hilo kutokea ni kuamsha kiroho kwa sababu mateso husababisha uamsho. Watu wanapoteswa au wanapokabili kifo, au wanapokabili matukio makubwa ya kibinadamu. Hicho ndicho kichocheo kinachoamsha watu. Na huo ndio kusudi la mateso mengi yanayotokea kwa sasa; kuhakikisha kwamba hawa watu wanaamshwa. Hiyo ndiyo upande chanya wake.

D: Kuna kitu kinachokianzisha au kukisababisha?

C: Ni kama pazia linashuka. Na sikubaliwi kuona. Naambiwa tu kwamba itakuwa mwisho wa moja na mwanzo wa jingine.

D: Wanajaribu kutuongoza vitani kwa sasa. (2002) *Je, unadhani ina uhusiano na hilo?*

C: (Pumzi ndefu) Naogopa huo ndio mtihani. Nilisema kwamba watu wengi wanajaribiwa. Sikutambua wakati huo, lakini sasa natambua, yote ni sehemu ya mtihani, kama tunaweza kujitenga nalo. Ni kama tunapaswa kuumba yetu wenyewe... ni kama kila mmoja wetu ni ulimwengu. Sehemu zote za ulimwengu zimo hapa (akaweka mkono mwilini). Na tukidumisha ulimwengu huu hapa....

D: Mwili huu?

C: Ndiyo. Tukiuweka katika amani, na kuuweka katika mizani, basi tunapita mtihani. Kisha tunaweza kustahimili chochote. Na yale yanayotokea ulimwenguni kweli ni kuujaribu umoja; sisi sote.

D: Unamaanisha tusijikite katika woga.

C: Ndiyo. Zima TV. Usisikilize. Usisome gazeti. Usijikite humo. Ulimwengu wako ni unachoumba hapa. (Amegusa mwili tena.)

D: Ndani ya mwili wako mwenyewe.

C: Ndiyo. Katika nafasi yako mwenyewe hapa. Huu ni ulimwengu wako mwenyewe hapa. Kila mtu akiunda amani na maelewano katika ulimwengu wake wa mwili, basi huo ndio ulimwengu wanaoumba katika Dunia mpya ya dimensheni ya tano. Kadiri watu wengi wanavyoweza kuunda amani na maelewano katika ulimwengu huu wa mwili, ndivyo watu wengi watakavyokuwapo katika Dunia mpya ya dimensheni ya tano. Wale wasioweza kuunda amani na maelewano katika ulimwengu huu wa mwili, hawapiti mtihani. Huo ndio mtihani.

D: Tunajaribu kufanya hivi ili kuzuia vita visitokee, au angalau kupunguza.

C: Naambiwa kwamba haijalishi kitakachotokea kwa sababu yote ni mchezo. Ni onyesho. Na mambo yanayotokea yapo kwa sababu. Na sababu kwa sasa ni kumjaribu kila mwanadamu kubaini yuko wapi katika mchakato wake wa ukuaji. Hivyo tukidumisha amani na nuru hapa (mwilini), hatuhitaji kuwa na wasiwasi kama vita vipo au hapana. Ni udanganyifu tu.

D: Lakini sasa inaonekana halisi sana, na inaweza kuwa na matokeo mabaya sana.

C: Ndiyo, lakini huo ni woga wa kila mtu binafsi. Kazi yetu ni kumsaidia kila mtu binafsi apate amani hapa (mwilini). Kisha, bila shaka, mnapowaleta watu wengi pamoja, walio na amani na maelewano ndani ya ulimwengu wao wa mwili, basi badala ya giza kusambaa, hiyo (amani) husambaa. Na hiyo huumba dunia hii mpya. Kama ungepewa habari zote mwanzo wa kazi yako, ungelemewa. Ni sababu ileile wanayosema, "Hatutakuambia hasa kitakachotokea." Hatujui hasa nini kitatokea. Lakini hatutakuambia tunachojua kwa sababu huhitaji kujua.

Unachohitaji kufanya ni kuzingatia hapa (mwilini) kuumba pepo yako duniani. Kila binadamu akiunda pepo yake duniani. Hicho tu unachotakiwa kufanya. Na kuja pamoja na wengine wanaoiumba pepo yao duniani. Kisha kupanua hiyo nishati nje. Na kabla hujatambua, umebadilisha dunia. Hata hufikirii dunia. Unachokizingatia ndicho unachokiumba. Fikiria amani. Jambo kuu ambalo watu lazima waelewe ni kwamba wanachokizingatia kinaongezeka. Kwa hiyo wakituma wazo chanya, walibadilishe papo hapo na jingine chanya, na jingine chanya. Na lazima tuwafundishe kwamba wazo hasi likija, wasiliache tu, bali walibadilishe kwa wazo chanya. Ili waongeze kwenye kile kifurushi cha uwezekano. Wanachangia. Lazima tuwafundishe kufanya hivyo. Hawajui jinsi ya kufanya hivyo. Naambiwa nikukumbushe kuhusu maelezo ya "mpira wa nishati" (katika The Convoluted Universe). Fikiria mpira wa uwezekano—mawazo yanakuwa nyuzi za nishati, na kadiri unavyolisha chanya, ndivyo inavyojengeka na kudhihiri. Ukisema "amani itakuwepo," halafu ukafuatilia na "lakini vita vinaongezeka," unadhoofisha nyuzi zile chanya. Kwa hiyo badilisha mara moja kwa chanya. Pia naambiwa niseme hili: kwa kila kitendo, wanaweza kufanya kitendo kinyume. Ambapo kuna kuzaliwa, kuna kifo. Kila mtu lazima aachilie tamaa, kutawala, ulimbwende wa mali. Mambo hayo hayatatumika katika Dunia Mpya. Hapatakuwa na uhitaji wa pesa kama ilivyo sasa. Kwa hiyo kwa nini usumbuke? Wanaofanya kazi kwa ajili ya Dunia, kwa ajili ya ulimwengu, wanahudumiwa, na wataendelea kuhudumiwa. Unachohitaji kitakujia. Hivyo ni wakati sasa kuachilia maadili ya "kufanya kazi ili kupata pesa." Unafanya kazi kubadili Dunia. Unafanya kazi kuokoa hali hii. Hapo ndipo msukumo lazima uwe. Lazima utoke kwenye upendo na huduma. Ndivyo tu tutakavyoweza kuongeza juhudi hizi. Lazima utoke kwenye upendo na huduma, si kwenye tamaa.

D: Nimesikia upendo ndiyo hisia yenye nguvu zaidi.

C: Ndiyo, upendo huponya.

Watu katika mihadhara yangu daima huniuliza ni nini wanapaswa kufanya ili kuhamia katika Dunia Mpya? "Wao" wamesema kuna mambo mawili muhimu ambayo lazima uyaachilie. Moja, kama ilivyoelezwa, ni hofu. Hofu ni udanganyifu, lakini ndiyo hisia yenye nguvu zaidi ambayo mwanadamu anayo. Lazima iachiliwe, au itakushikilia katika Dunia ya zamani. Ninawaambia watu waulize maswali mengi sana. Usiamini kila kitu unachosikia au kusoma. Fikiri kwa akili yako mwenyewe. Usiwape wengine mamlaka yako. Tengeneza akili yako mwenyewe na ugundue ukweli wako mwenyewe. Huenda ukweli wako usiwe sawa na wangu, lakini utakuwa wako kwa sababu umeugundua wewe mwenyewe. Na usishangae ikiwa ukweli huo utabadilika. Sisi daima tunajifunza. Kuwa mnyumbufu. Usiruhusu hofu ifunike hukumu yako kiasi cha kushindwa kufikiri kwa akili yako mwenyewe.

Jambo la pili ambalo lazima uachilie ni karma. Tunakusanya karma kwa kuishi maisha mengi sana duniani, mara nyingi tukiwa na watu wale wale tukirudia makosa yale yale. Hii ndiyo sababu inaitwa "Gurudumu la Karma." Linaendelea kuzunguka na kukushikilia katika muundo ule ule. Mimi huiita karma "mzigo na taka" tunazozibeba nasi kila mahali. Lazima uondoe "taka" hizo ili uweze kupaa. Sote tunapitia mambo mabaya katika maisha yetu — hivyo ndivyo maisha yalivyo. Nimegundua kwamba tunakubaliana kupitia matukio hayo ili tujifunze kutoka humo. Ninawauliza watu wanaponiambia kuhusu uzoefu wao mbaya, "Je, umejifunza chochote kutokana nao?" Ikiwa umejifunza hata kitu kimoja, basi hiyo ndiyo sababu uliupitia. Lakini wakisema hawakujifunza chochote, basi watapaswa kupitia yote tena hadi waelewe kile kilichokuwa kikijaribu kuwafundisha. Lazima warudie darasa lile lile. Huwezi kutoka chekechea moja kwa moja hadi chuo kikuu. Kwa hivyo, pitia maisha yako. Unashikilia nini bado? Nini hukiachilia? Haijalishi tena kama uliwahi kutendewa vibaya au kunyanyaswa ukiwa mtoto — umejifunza nini? Haijalishi kama ulipitia ndoa mbaya — achilia yote! Baadhi ya wateja wangu wamesema, "Siwezi kuachilia. Hujui walichonifanyia!" Lakini kushikilia karma hakumuumizi mtu mwingine ila wewe mwenyewe, na unaumba nyingine zaidi kwa kutoiachia. Ili kupaa katika Dunia Mpya, lazima uiachilie. Lazima usamehe, la sivyo utalazimika kubaki katika Dunia ya zamani na kupitia yote upya tena. Hivyo ndivyo sheria ya karma inavyofanya kazi. Je, hilo ndilo unalotaka?

Wakati wa mihadhara yangu ninawapa watu mazoezi ambayo wanaweza kutumia kuachilia karma. Huwezi kuzungumza na mtu ana kwa ana — hilo ni gumu mno kufanya. Zaidi ya hayo, wakati mwingine mtu unayemkasirikia amekwisha kufa, na haiwezekani kumkabili. Unapaswa kufanya hivyo kwa kiakili. Kumbuka kwamba ulipokuwa upande wa roho uliweka mpango wa kile ulichopewa tumaini la kukikamilisha katika maisha haya. Ulifanya mikataba na nafsi mbalimbali kucheza majukumu tofauti katika tamthilia yako duniani. Baadhi ya maadui zako wakubwa au changamoto kubwa katika maisha yako walikuwa marafiki zako wakubwa upande wa roho. Walijitolea kuja na kucheza nafasi ya "mhalifu" katika hadithi yako ya duniani — na baadhi yao waliicheza vizuri sana! Kwa hivyo, tafakari mtu huyo katika akili yako amesimama mbele yako. Mwambie, "Tulijaribu. Tulijaribu sana. Haifanyi kazi. Ninararua mkataba." Na ujione ukirarua mkataba huo na kuutupa. Kisha mwambie, "Nakusamehe. Nakutoza. Nakuachilia. Nenda kwa njia yako kwa upendo, nami nitaenda kwa yangu. Hatuhitaji kuunganishwa tena." Na uone tukio hilo likitokea. Jambo muhimu hapa ni kwamba lazima uamini kweli unachokisema. Lazima uamini. Mara tu unapofanya hivyo, hawatakuwa na nguvu yoyote juu yako tena. Kisha lazima ujisamehe mwenyewe. Kumbuka, daima inahusisha watu wawili kuunda hali yoyote. Hakuna hata moja kati ya haya yaliyo rahisi, lakini ni muhimu kabisa ikiwa unataka kutoka kwenye Gurudumu na kupaa hadi Dunia Mpya. Ni juu yako!

Hii ilikuwa sehemu ya kikao kirefu zaidi cha mwaka 2002 ambapo mhusika alikuwa na uhusiano na viumbe wa nje ya dunia. Walikuwa wakitoa taarifa kuhusu mambo mengi, ikiwemo kile wanachoweza (au kuruhusiwa) kufanya ili kurekebisha uharibifu ambao wanadamu wameusababisha duniani.

P: Wananisogeza... mbele, katika siku zijazo. Wananisogeza mwili wangu. Ee Mungu wangu, ninazunguka kichwa.

Nilimpa mapendekezo ya kutuliza akili ili asiwe na madhara yoyote ya kimwili. Alitulizwa na akatulia. Hisia ya mwendo ikaondoka. Uzoefu huu pia umetokea kwa watu wengine ambao nimefanya nao kazi, wanaposogezwa haraka sana kupitia muda na nafasi.

D: Wanaonyesha nini sasa?

P: Naona mwanga tu. Ni mlipuko mkali wa mwanga. Dunia inashambuliwa na mwanga maalum ambao una rangi tofauti. Na rangi hizi tofauti zinaathiri fahamu za watu kwa njia mbalimbali, lakini si watu pekee — zinaathiri pia mimea, wanyama, mawe, na maji, kila kitu. Ni aina fulani ya mwanga mweupe ambao una rangi zote ndani yake. Unabadilika na kusonga na unaingia hadi kwenye kiini cha dunia. Naona unatoka kwenye kiini cha dunia. Wanaupiga kutoka, nadhani, meli zao, na unagusa kiini cha dunia kisha unarudi nje kutoka ndani kuelekea nje. Kama ungekuwa unasimama juu ya dunia, ungehisi nishati ikipita kupitia miguu yako na kutoka juu ya kichwa chako.

D: Kinyume na jinsi kawaida inavyokuwa.

P: Hii ni tofauti. Inatoka kwenye meli hadi kwenye kiini cha dunia na kisha kurudi juu. Na inaathiri dunia yote. Hawataki tujiharibu wenyewe.

D: Je, hili linatokea mwaka 2002, au ni jambo la siku zijazo?

P: Hili ni jambo la siku zijazo. Watafanya hivyo! Ili kurekebisha mpangilio wa dunia na kuzuia kitu kibaya kisitokee. Mwaka 2006.

D: 2006? Je, tutakuwa tumeitoa dunia katika mpangilio zaidi kufikia wakati huo?

P: Ndiyo, ndiyo. Wapo watu duniani wanaomba, lakini haitoshi kwa sababu mambo yameharibika sana. Dunia itatoka kwenye mzunguko wake, na hilo litaathiri ulimwengu wote. Kwa hivyo kwa kuelekeza nishati hizi kwenye kiini cha dunia, itarudi juu na kurekebisha mpangilio huo. Na inapourekebisha, itarekebisha mambo mengine mengi duniani pia. Itasaidia mafuriko, ukame na mambo kama hayo ambayo mwanadamu ameyasababisha. Hakutakuwa na uharibifu wa dunia hii. Baraza lina hakika kwamba haitatokea. Viumbe wako hapa duniani wakitazama, wanajua kinachoendelea na wanajua nani anayefanya hivyo, na wanaweza kuwaathiri. Si kwamba hatuwezi kuingilia kati, bali haturuhusiwi kuingilia.

D: Kwa sababu kuna mambo fulani hamwezi kufanya.

P: Ni kweli, lakini tunaweza kutazama. Na tunajua nani anayefanya.

D: Lakini kila dunia inapofikia hatua ambayo mwanadamu ameiharibu sana, ndipo mnaweza kusaidia?

P: Hapo ndipo tutakapotoa hizi... naona miale ya rangi nyingi. Ni kama mashimo ya nishati yenye rangi nyingi, yanapigwa chini kuelekea kwenye kiini cha dunia, kisha yanarudi nje na kuathiri dunia yote, na yataweka dunia katika mpangilio.

D: Je, hili linafanywa na meli nyingi?

P: Ni shirikisho. Naona nyingi. Naona viwango tofauti au aina za viumbe vinavyoathiri dunia. Tumehusika humo. Kuna viumbe wengi sana.

D: Kwa hiyo ni kazi kubwa sana.

P: Shirikisho. Ndiyo, ndiyo.

D: Lakini siyo hatari kurusha kitu kuelekea kiini cha dunia? Je, jambo kama hilo halijawahi kuharibu mambo hapo awali?

Nilikuwa nikifikiria kuhusu uharibifu wa Atlantis. Hilo lilisababishwa kwa sehemu na wanasayansi waliolenga nishati kutoka kwa fuwele kubwa kuelekea katikati ya dunia. Nishati nyingi sana zilitengenezwa na kuchangia mitetemeko ya ardhi na mawimbi makubwa ya bahari.

P: Hii si kama unavyofikiri. Hii ni nishati safi ya mwanga. Na athari pekee itakayokuwa nayo kwa dunia ni nzuri. Haitaiharibu dunia.

D: Nilikuwa nikifikiria yale yaliyotokea Atlantis.

P: Hii si kitu kile kile. Ni vigumu kueleza. Hii inafanyika katika kiwango cha roho. Ni kama nishati safi ya kimungu. Si kama ile ya Atlantis. Nishati ya Atlantis ilifanywa kupitia nguvu za atomiki. Hii ni nishati ambayo Uungu ameiumba, inayotolewa kupitia mwanga. Haifanywi kupitia mgawanyiko wa miundo ya molekuli. Hii ni kitu ambacho tumeumba, na tunakituma kutoka Chanzo. Kila kitu kinachotoka Chanzo ni chema na hakitaihujumu dunia. Kitafanya kile tunachokitaka kifanye. Na tumeruhusiwa kufanya hivyo. Ni kwa sababu dunia imejiletea hali hii ndipo tunachukua hatua hii. Ni lazima.

D: Je, hii siyo kuingilia kati?

P: Hapana! Hatuwezi kuingilia watu waliopo hapa. Hatuwezi kushuka na kuwanyanyasa na kuwaambia wafanye nini. Lakini tunaweza kuleta meli zetu na tunaweza kuelekeza nishati hii kwenye kiini cha Dunia. Tunaweza kufanya mambo kama haya. Hili kwa hakika liko katika kiwango cha roho. Kwa hiyo hatuingilii muundo wa karmiki wa watu waliopo hapa. Kila mtu hapa ana kusudi la karmiki, na hatuingilii hilo. Hatutaruhusiwa. Hatufanyi hivyo.

D: Je, watu wa Duniani huona hili linapotokea?

P: Wanalihisi. Kwa maneno mengine, watapitia mchakato wa mabadiliko. Nao hawatatambua kilichowatokea. Baadhi yao watatambua. Wale walio nyeti watajua kwamba kuna kitu kimetokea. Lakini wengi duniani wataendelea na maisha yao ya kawaida, nao wataenezwa juu na kubadilishwa na Dunia itabadilishwa. Miamba na maji, lakini vitaendelea kuwepo tu kwa sababu hatuathiri muundo wa karmiki. Hatuwezi kufanya hivyo. Tunafanya hili katika kiwango cha roho, lakini haliathiri maisha yao ya kidunia kadiri mifumo ya karmiki inavyokwenda. Hatuingilii hilo.

D: Lakini Dunia inapaswa kufika kwenye kiwango fulani kabla hamjaruhusiwa kufanya hili.

P: 2006. Inazidi kuwa mbaya. Tayari ni mbaya sana sasa. Ikiwa itaachwa iendelee, hewa itawadhuru watu wengi sana. Na sababu ya sisi kuhusika ni kwamba, wapo watu katika miili yao ya kimwili wanaovuta pumzi katika anga hii yenye uchafu wote na inabadilisha urithi wao wa kijeni. Hatuwezi kuruhusu hilo litokee, na hatutaruhusu litokee! Sisi tuliwapa watu wa sayari hii urithi wao wa kijeni. Na sasa wameharibu maji yao ya kunywa, chakula chao, sayari yao. Kila kitu hapa kimechafuliwa. Mwanadamu ameangamiza urithi wake wa kijeni na sisi tutaurekebisha kwa sababu hawatakwenda kuharibu jaribio letu! Hili ni jaribio la kimungu na hawawezi kuliharibu. Tunalibadilisha.

Ili kujua zaidi kuhusu jaribio kubwa ambalo wanadamu wamehusika nalo tangu mwanzo wake, tazama vitabu vyangu, Keepers of the Garden na The Custodians.

P: Lazima tufanye hili. Sayari nzima iliharibiwa mara nyingi. Unajua kuhusu Atlantis; kumekuwa na milipuko mingine mingi, mafuriko. Hili ni jambo ambalo hatuwezi kuruhusu litokee wakati huu kwa sababu litaathiri sehemu nyingine ya ulimwengu. Na Dunia inatoka kidogo zaidi kwenye mpangilio. Nasi tutaurejesha, si tu katika mpangilio, bali pia tutasaidia kusafisha na kutakasa muundo wa kijeni wa kila kitu na kila mtu kwenye sayari. Na hili limewasilishwa, na limekubaliwa, na litatekelezwa. Kwa sababu wanadamu wamefikia kiwango ambacho haitasafishwa kwa haraka ya kutosha kabla ya kuharibu umbile la kijeni tulilolíumba.

D: Kwa hiyo inahitaji tu kutoka kwenye mpangilio kidogo kabla haijaathiri yale mengine....

P: Tayari limeathiri yale mengine—si ustaarabu katika uwanja wa kimwili unaoujua tu, bali pia katika ngazi za juu. Ndiyo maana tutafanya hili.

Ulimwengu mbalimbali umeunganishwa na kushonwa pamoja kiasi kwamba mzunguko au mwendo wa mmoja ukivurugika, unaathiri mingine yote. Katika hali ya kupindukia, hili lingeweza kusababisha ulimwengu wote kujikunja juu yao wenyewe na kusambaratika. Hii ni moja ya sababu za uangalizi wa sayari Dunia na WET (viumbe wa angani). Kugundua matatizo yoyote yanayosababishwa na athari zetu hasi na kuonya galaksi na ulimwengu mingine ili hatua za kukabiliana zichukuliwe. Wanapaswa kujua Dunia inafanya nini, ili ulimwengu, galaksi na dimensheni zilizosalia ziweze kujilinda na kuendelea kuishi.

D: Nilidhani kama mngekuwa na mradi mkubwa kama huo duniani, watu wangeweza kuona meli hizi zote.

P: Oooh, wewe binadamu wa kawaida! Hapana, huwezi kuona meli zetu. Tuko katika dimensheni tofauti. Kuna viwango vingi vya mtetemo. Hata mwanga hamtaweza kuuona, lakini upo. Wakati fulani, wanasayansi wenu wataweza kupima aina hii ya nishati. Katika wakati fulani, wanasayansi wataweza kubaini kwamba tuko angani, nao wataona meli zetu. Watakuwa na mashine na vifaa ili waweze kubaini meli zetu zilipo. Lakini hawana teknolojia hiyo sasa kwa sababu tumepitia nyuma ya pazia na tuko—tuiite—ufaume wa astrali. Ni ngazi ya juu kuliko hiyo, lakini ni ngazi iliyo laini zaidi. Na macho yenu hayawezi kuziona, lakini siku za usoni watakuwa na mashine zinazoweza kuiona.

D: Lakini watajua kuna jambo linalotokea katika viwango vya nishati. Kwamba kuna kitu kinabadilika.

P: Itabadilika, na watu watabadilika, lakini hawatakuwa na ufahamu wa kile kilichotokea. Itakuwa tukio kubwa, lakini hawataliweza kutambua katika ngazi ya kimwili. Katika ngazi ya roho, wanaweza kutambua. Katika ngazi ya ufahamu fiche (subconscious) watajua, lakini si katika ngazi ya ufahamu wa kawaida kwa sababu mnafikiria nishati ya kimwili. Hii si nishati ya kimwili, hii ni nishati kutoka kwa Mungu. Hii ni nishati ya roho. Na inafanya kazi ndani ya dimensheni tofauti na ile unayofikiria. Ni tofauti sana.

D: Kwa hiyo watu wataihisi, lakini hawataiona. Watajua tu kwamba kuna kitu kinatokea katika miili yao.

P: Baadhi watajua. Wale walio nyeti watajua kwamba kuna kitu kimetokea, lakini hawatajua ni nini. Na hicho ndicho tunachotaka. Hatutaki kuvuruga chochote.

D: Hili litaathirije mwili wa binadamu?

P: Litazuia uharibifu wa nyenzo za kijeni, DNA ndani ya mwili. Kama nilivyosema, inaharibika na hatuwezi kukubali hilo. Hatuwezi kuwa na kizazi kizima cha watu walioharibiwa. Nishati itabadilisha muundo wa kijeni wa DNA ya binadamu ili iwe kamilifu zaidi. Hicho ndicho tunachotaka kwa kweli. Tunataka binadamu wa sayari wawe katika upatanifu kamili. Si tu na wao wenyewe, bali pia na sisi na sehemu iliyobaki ya ulimwengu. Sasa hivi hawako hivyo.

D: Basi muundo wa DNA unabadilishwa, mwili utakuwa vipi tofauti?

P: DNA inapobadilishwa, mwili utakuwa kile tulichotaka uwe maelfu mengi ya miaka iliyopita. Tulijaribu hili Atlantis, likashindikana! Sababu ya kushindikana ni kwamba nishati hizo zilitumiwa kwa namna hasi na viumbe wa Atlantis. Tulijaribu kuleta nishati ya kike zaidi katika siku za Atlantis ambayo ingebeba juu na kusababisha muungano kati ya uungu wa kiume na uungu wa kike. Lilikosa. Kwa hiyo, sayari Dunia ikapitia maelfu, maelfu mengi ya miaka wanawake wakinyanyaswa na nguvu za kike zikizuiwa. Sasa, huu ndio wakati zote mbili zitakuwa sawa. Nguvu za kimungu za kiume na za kike zitaungana na hii itafanya kiumbe mkamilifu... kama Kristo. Kila mtu hapa atatambua wanaweza kuwa Kristo mkamilifu, pindi nishati hizi zitakapokuwa katika usawa. Nishati hazikuwa katika usawa; zimekuwa nje ya usawa kwa maelfu ya miaka. Ndiyo maana kuna matatizo mengi kwenye sayari. Kwa hiyo, muundo wa DNA utakapobadilishwa, nishati za kimungu, ya kiume/ya kike, yin na yang, za nishati za Mungu zitaungana na patakuwa na ukamilifu juu ya sayari. Ukamilifu ndani ya miili. Na sayari hii itakuwa kitu tunachoweza kuonyesha kwa ulimwengu uliosalia, ulimwengu wote. Kwamba hili ni jaribio letu, na hiki ndicho tumefanya na limefanikiwa. Nuru imefanikiwa kwa sababu itakuwa kamilifu kama tulivyotaka iwe kwa maelfu ya miaka. Tulipokuja hapa mara ya kwanza, ilikuwa kamilifu. Huenda umeambiwa hilo. Ilibadilishwa. Unajua kimondo kilikuja, magonjwa yakaja. Kila kitu kilivurugika. Tutarudisha ukamilifu tena. Na hii ni sehemu ya ule mpangilio tutakaoufanya kuufanya kamili tena. Na hili ni la kawaida kabisa. —Hii yote ni sehemu ya jenetiki, lakini sababu ilitokea, ni kwamba binadamu hawakuwa katika usawa. Nguvu za kimungu hazijawa katika usawa ndani ya nafsi au hata ndani ya akili ya kimwili, lakini nafsi inayoingia mwilini hujidhihirisha kimwili. Hizi zimekuwa nje ya mpangilio. Hii husababisha magonjwa ndani ya mwili. Bakteria yalipotua hapa kupitia kimondo, kama miili wakati huo ingekuwa katika mpangilio mkamilifu kabisa, isingejalisha. Ugonjwa usingeweza kuingia. Lakini miili ilikuwa tayari imeanza kubadilika kilipopiga, kwa hiyo hakukuwa na kitu tungeweza kufanya.

Alikuwa akirejea jambo lile lile lililotajwa katika kitabu changu *Keepers of the Garden*, kilichoeleza kwamba ugonjwa uliingizwa Duniani na kuharibu jaribio kuu kupitia kimondo kilichogonga Dunia wakati spishi changa bado zinaendelea kukuwa. Hili lilisababisha huzuni kubwa katika baraza linalosimamia ukuaji wa uhai Duniani kwa sababu walijua jaribio lao la kuumba mwanadamu mkamilifu lisingewezekana chini ya mazingira hayo. Walipaswa kufanya uamuzi wa kusitisha jaribio na kuanza upya, au kuruhusu binadamu wanaoendelea waendelee, wakijua kwamba kamwe hawatakuwa spishi kamilifu iliyokusudiwa. Ilikubaliwa kuwa muda na jitihada nyingi sana zimetumika katika kukuza binadamu, kwamba waruhusiwe kuendelea. Tumaini lilikuwa kwamba huenda wakati fulani siku za usoni, spishi ingeendelea kuwa mwanadamu mkamilifu asiye na ugonjwa. Hii ndiyo sababu kuu ya ukusanyaji sampuli na vipimo vinavyofanywa na WET ambavyo watu hufasiri vibaya kama hasi. Wana wasiwasi na athari za vichafuzi hewani na uchafuzi wa kemikali kwenye chakula chetu juu ya mwili wa binadamu. Nao wanajaribu kubadili athari zake.

WET aliendelea: "Hatukutaka kuacha kufanya jaribio. Hatuwezi tu kuitupa sayari. Hatuwezi tu kuruhusu viumbe hivi vyote, nafsi hizi zote zibadilishwe milele. Ilibidi tuingilie, na tumekuwa tukija hapa kwa zama na zama. Huu ni ukomo wa miaka mingi sana ya kazi. Mamilioni ya miaka. Na unakuja hivi karibuni sana na tunafurahi kwa sababu wanadamu wamefikia kiwango ambacho hiki kinaweza kuletwa tena juu ya sayari. Kama nilivyosema, tulikijaribu nyuma maelfu mengi ya miaka iliyopita na kikashindikana, lakini tunatarajia kifanikiwe wakati huu. Tayari kinaanza kufanikiwa. Na tunafurahi sana kuhusu hilo."

D: Je, watu wote wa Dunia watapitia hili?

P: Kama nilivyosema awali, kila mtu ataathiriwa. Ni kwamba tu wapo wale watakaokuwa nyeti, ambao watatambua kwamba limefanyika. Baadhi ya watu hawatatambua katika ngazi ya fahamu kwamba limefanyika. Limefanyika katika ngazi ya roho. Kama ungewaweka katika hali ya ingia-dhati (trance) kama ulivyomweka huyu sasa, wangejua wameathiriwa, na wangeweza kukueleza nini limefanya kwenye jenetiki zao. Lakini katika ngazi ya fahamu ya kawaida, hawana hata fununu. Hawajui. Na hicho ndicho tunachotaka.

D: Nilikuwa nawaza kuhusu watu hasi (wauaji, wabakaji, viumbe wa aina hiyo). *Je, wao wataathiriwa kwa njia tofauti?*

P: Kila mtu ataathiriwa. Watajua katika ngazi ya ufahamu fiche kilichotokea. Kadiri ufahamu fiche unavyobadilika, na kutambua hili, na kuamilishwa, ndiyo.

D: Bado wana karma.

P: Hii pia itaathiriwa, kwa sababu sayari hii katika siku za usoni haitakuwa na karma. Hilo ni jambo ambalo halitaruhusiwa hapa. Itakuwa sayari ya Nuru na Amani na itakuwa jaribio letu kuu lililofanikiwa.

D: Nimeambiwa hii ndiyo sababu wengi ulimwenguni wanaangalia.

P: Ndiyo, ni kweli. Tuko hapa kufanya hilo. Na litakuwa salama.

Kipande cha mwisho cha taarifa kilipatikana kupitia mteja ofisini kwangu mwaka 2004. Niliamini sehemu moja ya haya yote bado haikuwa wazi: Je, inawezekanaje baadhi ya watu watambue kwamba wamefanya mabadiliko kwenda Dunia Mpya, na wengine wasitambue? Inawezekanaje kuhamisha idadi yote ya watu huku wachache tu wakijua chochote kimetokea? "Wao" lazima walitambua nilikuwa nikisumbuka na wazo hili linalosalia, kwa hiyo wakalitoa. Baada ya yote, ningewezaje kuandika kuhusu hilo, na kulihadhiria kama sikuwa na vipande vyote?

Bob: Sayari nyingi, lakini hasa hii, hapo awali zilibuniwa kwa watu laki tano na hamsini elfu tu. Nusu milioni ya watu. Hicho ndicho kiwango kikubwa zaidi kilichotakiwa kufikiwa. Watu wengi zaidi wanarudi kuzaliwa hapa ili wapitie mabadiliko haya makubwa yote. Na Dunia imeharibiwa na kubadilishwa zaidi ya uwezo wa kuirekebisha. Sayari hii, kwa bahati mbaya, imebadilishwa kwa njia ambazo hazina maana ya kuirudisha kabisa hali yake safi ya awali. Lakini sasa kwa sababu ya amri kuu kutoka kwa Muumba, hili lazima liharakishwe. Kwa sababu limechukua muda mrefu mno. Kuna njia mbili za kufanya hili. Unaweza kusababisha sayari izunguke na gamba la Dunia likasogea. Na kwa hakika, hilo linapotokea, unaanza upya kabisa kutoka sifuri. Hilo ndilo lililosababisha Enzi ya Barafu na kuua dinosaurs wote. Haijalishi lilitokeaje, lakini kimsingi lilifanya kitu kile kile. Ustaarabu unatoweka, na unaanza na Enzi ya Barafu na Mwanadamu wa Neanderthal na mambo yote hayo mazuri hutokea tena. Unapoteza udhibiti wa ustaarabu wako wote, na unajikuta kama hadithi kama Atlantis na Lemuria. Haya yote yametokea mara nyingi kabla. Lakini si hilo litakalotokea wakati huu. Wakati huu mnasogea kama sayari. Na kimsingi kama ulimwengu. Mnasogeza dimensheni nzima. Dimensheni inabadilika. Mnatoka 3 nukta 6 (3.6) tulipo sasa, hadi tano. Na unasema, "Vipi kuhusu nne?" Basi, nne iko hapa kwa namna fulani, lakini mtairuka tu. Mtaishia kuwa tano. Wakati mabadiliko ya dimensheni yanapokuja, mtairuka kabisa. Kuna taratibu nyingi na ugumu mwingi hapa. Ndiyo maana inatazamwa kwa makini sana. Watu wengi walio tayari kiroho wataweza kufanya mpito kwa urahisi kabisa. Wengine wataondolewa kabisa nje ya sayari. Kwa kufumba na kufumbua jicho hawatajua hata limetokea, wengi wao. Nao wataishia kwenye sayari nyingine iliyo safi, tayari na inangoswa kusubiri hili litokee. Na uwezo wenu utakuwa mbali zaidi ya ulivyo sasa. Kimsingi mna hisia tano kuu. Mtakuwa na nyingi zaidi ya hizo mchakato utakapopita. Mtakuwa kiotomatiki watu wa kiakili (telepathic). Wataamka katika maisha yao madogo siku inayofuata—au kile kinachoweza kufanywa, kutegemea jinsi ambavyo kumesogezwa.—Imewahi kutokea kabla, kwa njia, —Tutazima tu. Ni kama kuingia katika usingizi wa kuhifadhiwa. Tunauzuia. Inaweza kuchukua siku mbili au tatu kuhamisha watu wote.

D: Dunia nzima, au tu...?

B: Ndiyo. Watu wote walio tayari kiroho kufanya mpito huu. Wote watasogezwa. Na watakapoamka kwenye sayari ile nyingine, hawatajua hata limetokea. Kulikuwa na mabadiliko kama haya miaka michache iliyopita kwenye sayari hii, pamoja nasi sote. Na si watu wengi waliolijua. Lilikuwa tu. Ilikuwa kama wiki nzima ilipita usiku mmoja. Imetokea hivyo.

D: Kwa nini hilo lilitokea wakati huo?

B: Tulihitaji kusogeza jua, kiufundi, na tulihitaji kuweza kulirekebisha. Na kama mtu yeyote angeweza kuliona, wangejua wote kilichotokea. Hiyo isingekuwa njia yenye maana sana. Kwa hiyo tuliwazima tu wote.

D: Ili wasijue?

B: Ndiyo. Ulienda kulala usiku ule, na ukalala kama ulivyodhani ni kipindi cha saa kumi na mbili. Na ukaamka. Na saa yako ilikuwa bado inaendelea vile vile. Lakini kwa hakika ulikuwa umepitia wiki nzima.

D: Kila mtu aliwekwa katika hali ya usingizi uliosimamishwa?

B: Ndiyo. Unazima kila kitu kwa wakati mmoja.

D: Wakati dunia ikisogezwa?

B: Ndiyo kabisa. Sayari husogea. Mna kile kinachoitwa "usiku na mchana." Lakini sisi kwa hakika tuliirekebisha. Lilikuwa zuri sana kiteknolojia kufanya hivyo. Lakini inafanya kazi. Hili rekebisho la sayari linalokuja. Hili suala la mabadiliko ya marudio ya masafa linalokuja. Huwezi kufanya hili huku kila mtu yuko macho. Kwa sababu mtapata aina zote za miitikio ya ajabu kwa watu. Kwa hiyo wanadhani wote wako macho. Lakini bado tunaweza kuwazima. Ni aina ya ujanja. Ni la kiteknolojia sana.

D: Kwa hiyo wangefikiri wanaota kama wangeona chochote.

B: Ndiyo, ndiyo, hasa. Lakini huenda wasiwe na kumbukumbu ya fahamu ya hilo kwa sababu usisahau, watu wengi hawana kumbukumbu ya fahamu ya wanachoota hata hivyo. Na unaweza kubadili mambo ndani ya ndoto kwa urahisi pia.

D: Umesema hili lilifanyika miaka michache iliyopita.

B: Ndiyo, lilifanyika. Ilibidi tufanye marekebisho katika masafa ya jua.

Kwa hiyo jibu linaonekana kuwa hivi: Idadi yote ya watu duniani ingezimwa na kuwekwa katika usingizi uliosimamishwa wakati uhamisho unafanywa.

Hili pia linapatikana katika Biblia: "Siku ile, yeye aliye juu ya nyumba, na mali zake zimo ndani ya nyumba, asishuke kuzichukua; na kadhalika yeye aliye shambani asirudi nyuma. Nawaambia, usiku ule watakuwa wawili kitandani; mmoja atachukuliwa na mwingine ataachwa. Wanawake wawili watakuwa wakisaga pamoja; mmoja atachukuliwa, na mwingine ataachwa. Wanaume wawili watakuwa shambani; mmoja atachukuliwa, na mwingine ataachwa." Wakamjibu wakamwambia, "Bwana wapi?" Akawaambia, "Popote palipo mwili, tai hukusanyika pale." (Luka 17:31–37)

Nimeulizwa mara nyingi kuhusu kalenda ya Wamaya kuishia mwaka 2012. Watu hudhani huo ndiyo mwisho wa dunia ikiwa Wamaya hawakuweza kuona zaidi ya hapo. Nimeambiwa kwamba

Wamaya waliendelea kiroho hadi hatua ambayo ustaarabu wao ulisogea kwa wingi kwenda dimensheni inayofuata. Walisitisha kalenda mwaka 2012 kwa sababu waliweza kuona kwamba huo ungekuwa wakati wa tukio kubwa linalofuata: usogezaji wa dunia nzima kwenda dimensheni inayofuata.

Tutaenda kwenye dimensheni nyingine kwa kuinua ufahamu wetu, mtetemo na masafa ya miili yetu. Mwanzoni, unaweza kuendelea ukiwa na mwili wa kimwili kwa muda. Kisha taratibu unapotambua si lazima tena, mwili wa kimwili huyeyuka kuwa Nuru, na unaishi na mwili uliotengenezwa kwa nuru au nishati tupu. Hili linafanana sana na visa kadhaa katika vitabu vyangu ambavyo mhusika aliona kiumbe kilichong'aa na kilichoundwa kwa nishati tupu. Wameendelea zaidi ya uhitaji wa mwili wa kimwili unaozuia, na sisi pia tutafanya hivi tutakapofikia hatua hiyo. Kwa hiyo katika visa vingi, kiumbe anapopaa, huchukua mwili wa kimwili pamoja naye. Lakini hii ni hali ya muda tu na kuuvua na kuuachilia mwili kunategemea kiwango cha uelewa ambacho kiumbe amekifikia. Tuna mwelekeo wa kushikilia vilivyozoeleka, lakini hatimaye tunaona kwamba hata kama tuliweza kuuchukua nasi, mwili ni wa kuzuia na kubana mno kwa uhalisia mpya katika dimensheni mpya. Tunapofikia dimensheni hii mpya, mwili mpya wa nuru au nishati hautakufa kamwe. Hiki ndicho Biblia ilimaanisha ilipozungumzia "Uzima wa Milele."

Upande wa roho au hali ya kati ya maisha, ambako nimegundua ndipo tunapoenda tunapokufa katika maisha haya, ni kama kituo cha kuchakata upya. Hurejea kwenye maisha mengine Duniani kwa sababu bado kuna karma ya kushughulikiwa, au kuna kitu kinachohitaji kuhudumiwa. Watu huendelea kurudi kwa sababu hawajakamilisha masomo yao au mizunguko yao. Kwa kuinua ufahamu, masafa na mtetemo, hakuna haja ya kurudi mahali hapo (hali ya kati). Inaweza kuvukwa kwa kwenda mahali ambapo kila mtu ni wa milele, na hakuna sababu ya kuchakatwa upya. Tunaweza kubaki huko milele. Hii huenda ndiyo mahali ambapo washiriki wengi katika vikao vyangu huuita "nyumbani." Mahali wanapoukosa kwa kina na kutamani kurudi. Wanapoona wakati wa urejeshaji kumbukumbu (regression) wanaguswa sana kihisia kwa sababu wamekuwa wakiutamani sana, japo bila kujua kwa ufahamu kwamba palikuwepo.

SURA THELATHINI NA SABA

Wale Watakaobaki

Kwingineko katika kitabu hiki na katika mfululizo wa Convoluted Universe nimeeleza hadithi za watu walioshuhudia uharibifu wa sayari zao za nyumbani. Walikuwa wapya Duniani, na baadhi yao walisema walipelekwa Duniani tu katika nyakati muhimu. Uharibifu huo ulikuwa uzoefu wa kibinafsi, na wangekuwa wa thamani sana wakati huu ili kuhakikisha haujitokezi tena hapa Duniani. Huyu pia alikuwa mtu mwingine wa aina hiyo aliyekuwa ameona sayari nzima ikiharibiwa.

D: Kwa nini Jean aliamua kurudi sasa? Ulisema amewahi kuwa hapa katika vipindi vingine vya mabadiliko ya kihistoria ya Dunia.

J: Huu ndio mkubwa. Huu ndio mkuu. Huu unatokea sasa. Na wengi wanakumbuka wao ni nani hasa, na wanawasiliana. Watoto wapya wanaingizwa, na yeye anawapenda watoto. Kwa hiyo anawasaidia wengine kusawazisha nishati. Ni kuwa daraja. Kuunganisha nishati sasa. Wewe ni daraja. Bila shaka, wewe ni daraja. Kwa hiyo wapo ninyi mliokuja kusaidia kuunganisha taarifa, kuwa mabalozi.

D: Kuwasaidia watu hawa waamke wajitambue ni nani?

J: Kabisa. Na kuwa sawa. Kuwakubali wale wote waliokuwa na matukio waliyoyaweka pembeni. Huu ni wakati mkubwa kwenye sayari yenu kwa sababu huu ndio mkubwa. Hapa ndipo ninyi, kama sayari, mnaamka kutoka kwenye ndoto ya kufikiri mko peke yenu. Kwamba ninyi ndio vyote vilivyopo. Dunia yenu inabadilika. Ninyi nyote mabadilika. Macho yote yako kwenye Dunia sasa, hata hivyo. Huu ndio mkubwa. Wengi walipigania kuwa hapa. Hata watoto wanaokuja, hata kwa saa chache. Ninyi nyote mtabeba hilo, beji ya kuwa mmekuwepo hapa.

D: Hata kwa saa chache?

J: Bila shaka. Kuwa kwenye sayari hii wakati wa aina hii ya mageuzi. Hakuna sayari iliyowahi kubadilika kwa namna hii hapo kabla, kwa upekee huu. Ikiwa ungepata fursa ya kubeba utambulisho wa kuwa umekuwapo kwenye sayari itakayojulikana kote katika ulimwengu mwingi, hata kama unaweza kuwa hapa kwa saa chache, ili usiseme tu, "Nilikuwa Duniani wakati wa mageuzi." Kwa nini isiwe hivyo?

D: Je, hii ndiyo ninayoita Dunia Mpya? (Ndiyo) *Kwamba kutakuwa na ya zamani na mpya, kisha mgawanyiko.* (Ndiyo. Ndiyo.) *Na kwamba baadhi hawatafanya hilo badiliko?* (Ndiyo. Ndiyo.) *Bado ninajaribu kuelewa hilo.*

J: Ni vigumu kwa wanadamu wengi kuelewa dhana hii.

D: Bado ninajaribu kujifafanulia ili niweze kuieleza kwa watu wengine.

J: Sawa. Tutakupa kipande hiki. Kwa wale wanaochagua kubaki kwenye karma, lazima waishi hilo mahali fulani. Kwa hiyo, je, wanabaki na Dunia ya zamani? Je, wanapelekwa kwenye sayari ya kigeni? Hapana, wanabaki kule walikoumba.

D: Naelewa. Na hao ndiyo wasiokwenda mbele kwenye mageuzi?

J: Sio wakati huu. Hapana. Hatimaye. Sio wakati huu. Lakini hilo litakuwa gumu.

D: Basi Dunia ya zamani itaendelea kuwepo?

J: Ndiyo. Hii hapa.

D: Je, watu walioko kwenye Dunia ya zamani watatambua kwamba kuna jambo limetokea wakati mageuzi yanapotokea?

J: Sawa. Tutakurudisha hadi wakati wa Atlantis. Katika historia yenu, Atlantis ilipitia uharibifu kadhaa, na watu walihisi kwamba wengine walikufa.

D: Unamaanisha kulikuwa na uharibifu zaidi ya mmoja?

J: Ndiyo. Kuna Atlantis iliyoendelea, na ipo katika wakati na nafasi. Kwa hiyo, kwa mtazamo huo, Atlantis hiyo ipo sasa katika dimensheni nyingine.

Basi kutakuwa na wale walio kwenye Dunia ya zamani watakaopitia hilo kwa sababu wananunua hofu ya kifo na uharibifu na maangamizi ya Dunia, nao watakuwepo huko. Katika mawazo yao, wanaweza kuhisi kwamba nyote mnakufa au mmeondoka, au chochote. Na vivyo hivyo, ninyi mnaweza kuwahisi wao kama wameondoka, lakini vyovyote vile, kutakuwa na uzoefu wawili. Kwa hiyo litazame hili kama tayari lipo. Mpangilio wa kuunda uzoefu huu ni mkubwa zaidi kuliko mwanadamu yeyote anavyoweza kutambua kwa sasa. Huu ni mpangilio mkubwa, sio tu unaotokea kwenye Dunia yenu, bali kwa msaada wa wengi sana. Wengi sana. Na hakuna sayari nyingine zilizowahi kufanya hivi hapo kabla.

D: Nimeambiwa kwamba ulimwengu mzima unatazama.

J: Zaidi ya ulimwengu huu tu. Wapo hata kutoka kwenye ulimwengu mingine wanaotazama.

D: Kwa sababu walisema halijawahi kutokea kabla, ambamo sayari nzima inahamia dimensheni nyingine.

J: Kamwe. Kamwe. Pia tazama ukweli kwamba, kama fahamu, mnajiona mmekuwa tofauti. Fahamu kwenye sayari hii iliundwa kwa njia ya kipekee ili iweze kujipitia kama tofauti. Rasi nyingine nyingi haziioni hivyo. Haijalishi ziko wapi, hazijipatii zenyewe kama zimetengana na Chanzo chao. Sayari yenu imefanya hivyo.

D: Basi wale walio sehemu ya mabaraza, na wanaofanya kazi kwenye meli, wanajua Chanzo chao, na wanajua wametoka wapi?

J: Bila shaka. Na wanawapenda wanadamu. Hamjui hata mmeyafanya nini. Wanatambua kuna mienendo ya kizamani kwenye sayari, lakini kufikia kiwango mlichofikia, kwa kuzingatia vizuizi mlivyolazimika kufanya kazi navyo. Ni la kushangaza. Uwezo wenu wa kupenda ni wa kina. Uwezo wenu wa hofu ni wa kina. Hiyo ndiyo nguvu ya udhibiti inayowaingiza wote matatani. Inachochewa na hofu.

D: Najua Dunia iliundwa kwa hiari huru. Lakini pia iliundwa kwa wazo la kutokujua kuwa ni sehemu ya Chanzo?

J: Ndiyo. Lilikuwa wazo la kuvutia la fahamu, kwamba ilijipitia kama tofauti. Wapi pangeweza kuwa na ukuaji zaidi kuliko katika hali ambayo kwa kweli unajiona umetengana na Chanzo chako?

D: Lakini umesema rasi nyingine zinajua kuwa zote ni sehemu ya Chanzo.

J: Ndiyo, wanajua. Basi je, kunaweza kuwa na ukuaji zaidi wa roho Duniani? Ndiyo.

D: Iwapo tulidhani tuko peke yetu, kisha tukalazimika kugundua haya yote sisi wenyewe.

J: Ndiyo. Wanapaswa kugundua ukweli wa wao ni nani wenyewe. Ndiyo.

D: Bila kitu kingine cha kuwasaidia. Naweza kuona unachomaanisha.

J: Mna uzito hapa. Mna uzuri. Mna hisia. Mna mengi yanayoendelea hapa, lakini pia mna kutokuelewa. Tazama mlipo.

D: Nimekuwa na watu wengi kwenye vikao ambapo wanarudi kwenye Chanzo. Wanaona jinsi kilivyo kizuri, na hawataki kuondoka tena.

J: Unapoungana na Chanzo, huo ndio uzoefu mzuri zaidi. Basi swali lako ni nini? Je, vikao vinatokea ili waungane na Chanzo hicho?

D: Ndiyo. Kwa nini kinatokea? Ili wajue kinavyohisi, au kuwakumbusha au...?

J: Kwa wale wanaohitaji kuwa na uzoefu huo, ndiyo. Kwa baadhi, kungekuwa kukubwa mno, na wasingeweza kuendelea. Wangechagua tu kuondoka. Ni tofauti kwa kila mmoja wenu. Kila mtu ni tofauti katika kile anachoweza na asichoweza kupitia. Na kile kitakachochochewa ndani ya nafsi zao fiche kwa sababu kila mmoja wenu ni alama ya kipekee na ya mtu mmoja tu duniani. Hakuna wawili mliopaswa kuwa sawa. Fikiria ni kipawa cha aina gani ustadi huo. Fikiria uzuri na maajabu yake. Na wapo wengi wenu, maisha mengine sasa, mnafanya kazi upande mwingine, nao wote wanashiriki katika hili pia. Hamuwa peke yenu, yeyote wenu.

D: Tunapaswa kugundua upya tulikotoka, na kwa nini tuko hapa. Lakini kulikuwa na swali moja ambalo watu wameniuliza, na nafikiri umeshajibu sehemu yake. Kwamba ikiwa baadhi watachukuliwa, na baadhi wataachwa, je, wale wanaoendelea kwenda kwenye dunia mpya hawatagundua kwamba wanachama wengine wa familia zao wamepotea? Haya ni mambo bado ninajaribu kuyabainisha, kwa namna yetu ya kufikiri. Niweze kuyaeleza kwa watu.

J: Tunaelewa. Tunaelewa. Tunaelewa. Tutakupa maelezo haya. Tunatumaini yataisaidia. Watu wataanza kuanguka kutoka kwenye maisha ya watu. Wataanza kugundua wakianguka pembeni. Kwa kasi sasa. Kwa maneno mengine, watu, wanafamilia, yeyote waliyekuwa karibu naye, wanaanguka tu pembeni, wanatoweka. Yote yatatokea mara moja. Hivyo ifikapo wakati wa mabadiliko, baadhi ya watu hao watakuwa tayari wameanguka kutoka kwenye maisha yao, watatengana. Watatoweka tu. Wasiwepo karibu. Fulani amehamia huku, ameondoka mjini, amefanya hiki. Unaelewa?

D: Ndiyo, lakini tunaweza kwenda polisi na kujaribu kumtafuta mtu, au...

J: Haitaenda hivyo. Itakuwa ni wao kuhamia mbali, jambo fulani limetokea, umbali, umbali, umbali. Ifikapo muda halisi unapotokea, umbali utakuwa tayari upo. Je, hujawahi kuwa na watu waliotoka kwenye maisha yako karibuni?

D: Ndiyo. Bila shaka, daima tunaweza kuwasiliana nao tukihitaji.

J: Lakini hamtafanya. Hapo ndipo hoja yetu. Hamta wasniana nao. Itakuwa tu kuanguka kwa kawaida. Marudio na mitetemo haitalingana tena, na hivyo, wataanguka nje ya mawazo yako. Haja ya kuwasiliana nao haitakuwepo.

D: Na hii inamaanisha wanabaki na Dunia ya zamani, au wanaenda kwenye ile mpya?

J: Katika baadhi ya kesi, kumekuwa na wale waliotangulia mapema, na wanafanya kazi upande wa pili wa pazia. Unalijua hilo. Lakini baadhi ya hao wanaotoweka, baada ya kipindi fulani cha muda, unafikiria, "Najiuliza kilimpata nini mtu yule?" Lakini huna msukumo wa kuwasiliana nao kama kawaida. Huna ule msukumo wa kukuchochea, "Lo, nina wasiwasi, lazima nipige simu. Lazima nifike." Sio vile vile. Unagundua kuwa haja yako ya kuungana nao haipo tena. Inaanguka tu. Unasahau.

D: Nimeambiwa kwamba mwanzoni, wale wanaoingia kwenye dunia mpya watakuwa na miili ya kimwili. Basi hatutajua wakati tumefanya kweli mabadiliko, mgawanyiko. Je, hilo ni sahihi?

J: Hilo linaweza kuwa maelezo rahisi mno. Kwa wale mliokuja kuunganisha hili... tutaeleza hivi. Mnapofanya kazi yenu, mnasaidia. Mnawasaidia watu waamke, wafunguke zaidi kujitambua wao ni nani. Kuinua mtetemo wao, marudio yao, ili waweze kulingana katika mizunguko ya juu kwa sekunde ili waweze kufanya mabadiliko. Je, hilo linaingia akilini kwako?

D: Ndiyo. Hicho ndicho ninachojaribu kuwasaidia watu kufanya.

J: Haswa, unawasaidia watu kufanya nini. Ndiyo. Itatokea. Haitatokea kwa namna watu wanavyofikiri, kwamba kutakuwa na maafa au hiki au kile au kingine. Hapana. Itakuwa tu kama unaamka asubuhi moja, na unafikiri kila kitu ni cha kawaida, na unaendelea, na utakuwa huko. Utahisi tofauti katika marudio, lakini tayari utakuwa huko kwa sababu marudio yako yanaongezeka kila siku kama yalivyo. Na hivyo, ghafla siku moja, utafikia mizunguko ya lazima kwa sekunde kukuchukua kutoka hapa kwenda kule. Tueleze hivi. Kama mtu angerudi sasa kutoka miaka ya elfu moja na mia nane (1800) akakuona, ungekuwa unaangaza kwao. Tayari umefikia ile mizunguko kwa sekunde ambayo ingeangaza kwa umbo la mwanadamu wa, tuseme, miaka ya 1800. Kwa hakika, mizunguko yako kwa sekunde inapanda.

Maoni: Je, hili linaweza kuwa moja ya sababu kwa nini Yohana na wengine walipoenda kumtembelea Nostradamus (*Conversations with Nostradamus trilojia*), aliwaona kama roho za nishati zinazoangaza kutoka siku zijazo? Je, ni kwa sababu kweli walikuwa wakitetemeka kwa marudio ya juu zaidi yaliyowafanya waangaze? Hilo ni jambo la kufikiria.

J: Hiyo ndiyo sababu wewe ni daraja la kuwasaidia wengine kuinua mizunguko yao kwa sekunde ili waweze kufanya mabadiliko. Na kadiri unavyoinua watu wengi haraka, wao huwasha watu wengine kwa marudio na mitetemo yao. Kwa hiyo mnachofanya ni kuwasha watu zaidi na zaidi kwenye sayari, ambayo huwasha wengine, ambayo huinua marudio ya sayari. Unaelewa? Yote ni ya mizunguko. Kila kitu kinaathiri kingine. Wapo watu wanaokuja Duniani na hawalazimiwi kufanya chochote, wao ni washaaji tu. Nyuga zao za nishati huwashia za kila mtu mwingine. [Tazama mifano katika kitabu hiki.] Wapo wanaofanya kazi kwa bidii na kwa uaminifu, ambao ni kama watangazaji. Hutangaza juu ya sayari, kama ishara ya microwave.

D: Hili linaingia akilini kwangu. Hii ndiyo sababu nimeambiwa umri hautaleta tofauti.

J: Ndiyo kabisa.

D: Tutafanya kazi katika kiwango tofauti, marudio tofauti.

J: Marudio tofauti, mizunguko tofauti kwa sekunde.

D: Hivi ndivyo baadhi ya rasi nyingine (WET, viumbe wa nje) zinavyofanya kazi, sivyo?

J: Ndiyo. Wao huzeeka kwa kiwango tofauti kabisa. Lengo kwa wanadamu ni matarajio ya maisha marefu zaidi. Marefu mno. Na pia, kuunda daraja la uelewa. Na ukianza na afya, unaweza kuwafikia watu kwa njia isiyoingilia, isiyotisha.

D: Katika dunia hii mpya, ambako umri hautajalisha, je, mwili hatimaye utakufa? Kwa namna tunavyoelewa Duniani sasa, katika uhalisia wetu.

J: Kutakuwa na baadhi yenu watakaokuwa na chaguo kutokufa kabisa. Bali kufanya mpito wenu, kuvuka tu. Lakini si kila mtu atakuwa katika marudio yale yale hasa kwa wakati ule ule. Kumbuka hilo.

D: Ndiyo. Nilikuwa nawaza labda mwili unaweza kufikia hatua unaweza kujidumisha hadi roho itakapokuwa tayari kuondoka.

J: Ndiyo hasa. Sio kwa kila mtu, ingawa. Ikiwa una watu wengi wanaofanya mpito huu, na tuseme kwamba marudio yanapaswa kuwa takriban mizunguko 44,000 kwa sekunde ili kufanya hilo badiliko la marudio. Sio kila mtu atakuwa kwenye marudio hayo kwa wakati mmoja. Mtakuwa na tofauti katika badiliko la marudio. Bado kutakuwa na baadhi yenu mlioko mstari wa mbele, ukingo mkali, hata upande ule mwingine. Hata kwenye dunia mpya. Unaelewa? Kwa sababu daima kutakuwa hivyo. Kwa sababu daima kunakuwa na hilo katika kila ngazi. Kila rasi daima ina wale walioko huko nje kwenye ukingo. Nje kidogo zaidi, wakienda mbali kidogo kwa sababu huo ndio mchakato wa mageuzi.

D: Nilikuwa nawaza kuwa hivyo ndivyo itakavyokuwa. Tutakuwa na muda mwingi zaidi kufanya kazi yetu, na kuwafikia watu.

J: Bila shaka.

D: Hatutalazimika kuwa na wasiwasi kuhusu mipaka ya mwili.

J: Oo, mipaka ya mwili. Hapana. Naam, angalia mwili wako wote. Tayari mnabadilika. Mnapitia mabadiliko ya seli. Wanawawekea marekebisho.

D: Nimeambiwa wanafanya hivyo kwangu.

J: Ndiyo, wanafanya. (Kicheko) Na kwa sababu wewe ni msemaji, tena, daraja, ni nani wa muhimu zaidi kuonekana vizuri kuliko wewe?

D: Nafikiri. Naam, nikilisikia kutoka kwa watu wa kutosha, labda nitaanza kuliamini, hata hivyo.

J: Unapaswa kuliamini.

D: Nimeambiwa pia kwamba si kila mtu atafanya mabadiliko haya kuingia kwenye dunia mpya.

J: Hii ni kweli. Wakati Dunia inakaribia kufanya mabadiliko, kuna wazo kwamba roho nyingi zinaruhusiwa kuingia kwa ajili ya uzoefu kwa sababu, kama unavyosema, unapata uzoefu wa mambo mengi katika ukuaji wako kama roho. Na hivyo, kumekuwa na wengi, tuseme, wanaoanza kuja kwenye sayari. Wakati mwingine kuwa darasani na wanafunzi waliotangulia kunaweza kusaidia. Kama unavyojua, zile shule za zamani za vijijini? (Ndiyo) Kwa hiyo unaweza kuwa na ngazi za wanafunzi wote katika chumba kimoja, nao wote hunufaika na hilo. Lakini hatimaye hufika wakati wanafunzi wanapaswa kusonga mbele. Na hiyo ina maana kwamba wale watakaoachwa nyuma italazimu wapate sayari yao. Watawekwa kwenye shule nyingine, sehemu nyingine.

D: Daima nilihisi kama ni ukatili kuwaacha nyuma.

J: Oo, hapana. Hawataachwa nyuma. Watachukuliwa kwenda mahali ambapo wanaweza kukua.

D: Ndivyo nilivyoelewa pia. Itakuwa kama mgawanyiko.

J: Ni la kiasili zaidi. Ni kama unapouacha mwili wako, unaenda kwenye dimensheni nyingine na unakua katika dimensheni hiyo, na unaweza ukaingia au usiingie tena kama mwili mwingine hapa. Unaweza kwenda kwingine. Na kama Ulimwengu wote ni mwili, kuna galaksi na sayari nyingi mno wanapoweza kwenda.

Taarifa zaidi kuhusu jinsi miili yetu na dunia nzima vitavyopita katika mchakato wa mabadiliko ya dimensheni, na jinsi hautagunduliwa na waliokuzunguka wasiokuwa wanafanya mabadiliko au kubadilika:

"Miili yetu na kila kitu kinachotuzunguka sasa kinaongeza kasi ya mitetemo yake na kurekebisha marudio yake mapya. Kila seli ya mwili huanza kutetemeka kwa kasi kubwa kiasi kwamba hugeuka kuwa nuru. Hii inapoanza, joto la mwili huongezeka na mwili huanza kuangaza kwa nuru. Kila seli inapokuwa inatetemeka kwa kiwango cha juu sana, utaonekana kutoweka kwenye mtazamo wa kawaida na kuhamia katika uhalisia wa dimensheni ya juu zaidi. Hii ni kwa sababu mwili umehama kwa mtetemo zaidi ya dimensheni ya tatu na sasa unatetemeka katika ngazi ya juu zaidi ya dimensheni. Hii inamaanisha hutapitia mchakato wa kifo, kwa maana sasa utakuwa na Mwili wa Nuru. Kuzeeka hakutakuwapo kwako, na utakuwa umeingia kwenye uhalisia wa dimensheni inayofuata. Basi unaweza kufikia hatua inayofuata ya mageuzi ya kiroho."

"Wao" wamesisitiza kuwa hili limetokea katika nyakati mbalimbali kwa watu binafsi na vikundi vidogo. Lakini kinachofanya kuwa cha kipekee sasa ni kwamba itakuwa mara ya kwanza sayari nzima kufanya mabadiliko kwenda dimensheni nyingine. Hii itakuwa Dunia mpya na dunia mpya. Hii inaelezwa katika Biblia kama mbingu mpya na Dunia mpya. Wengine ambao hawako tayari, wataachwa nyuma (kama inavyosema katika Biblia) ili waendelee kuishi karma yao. Hata hawatatambua kwamba kuna chochote kimetokea. Wale ambao hawajapata mwangaza, watalazimika kurudi kwenye sayari nyingine, nzito zaidi ambayo bado inahusishwa na negativiti, ili kufanyia kazi karma yao iliyosalia. Hawataruhusiwa kuja 'Dunia mpya' kwa sababu mtetemo wao hautalingana."

Dunia ni kiumbe hai. Ameshakuwa akibadilika kama sisi, ingawa kwa kasi ya polepole sana. Sasa anajiandaa kuingia katika kuzaliwa kwake kunakofuata, jambo litakalotokea atakapoinua mitetemo na marudio yake kumpeleka katika dimensheni nyingine ya juu zaidi. Amewavumilia wanadamu kuishi juu yake tangu mwanzo, na haijalishi kwake iwapo tutaenda pamoja naye au la. Anaenda bila kujali, na kama tukichagua kwenda, ni uamuzi wetu. Tumeumba usumbufu mkubwa kiasi kwamba angependelea tusihamamie naye. Tuko kama viroboto juu ya mbwa, na ni wazi kwamba tumesababisha uharibifu na dhiki kubwa kwa sayari hii nzuri. Kwa hiyo tukitaka kwenda naye katika safari hii inayofuata ni lazima tubadilike sisi wenyewe. Marudio na mitetemo yetu lazima iinuliwe, au tutaachwa nyuma.

Miaka kadhaa iliyopita, nilikuwa kwenye jopo katika kongamano pamoja na Annie Kirkwood, mwandishi wa Mary's Message to the World. Alieleza kuhusu maono aliyokuwa nayo yanayoonekana kuonyesha mageuzi ya Dunia Mpya. Aliona Dunia kama inavyoonekana kutoka angani. Kisha ilianza kuonekana kama Dunia mbili, moja ikiwa imepandikizwa juu ya nyingine. Kulikuwa na mistari midogo ya mwanga inayowaka ikienda kati ya Dunia hizo mbili. Kisha alipokuwa akitazama, akaona zikianza kujitenganisha; kama seli inavyofanya inapogawanyika ili kuzalisha seli nyingine. Dunia moja ikaenda upande mmoja, na nyingine ikaenda upande mwingine. Kwenye Dunia moja yeye na wengine walikuwa wakisema kwa shangwe, "Ndiyo, ndiyo, limetokea kweli! Tumefanikiwa! Sisi kweli ni Dunia mpya!" Na kwenye Dunia ile nyingine alisikia sauti ya dada yake, "Msichana yule alikuwa kichaa kweli! Alikuwa huko nje akiwambia watu mambo haya ya ajabu. Na hakuna kilichotokea! Alikufa tu!" Kwa hiyo inaonekana kwamba tukio la mwisho litakapotokea, kutakuwa na watu ambao hata hawatatambua kwamba chochote kimetokea. Huu utakuwa mgawanyiko wa wale wanaoendelea na Dunia Mpya na wale wanaobaki kwenye Dunia ya Zamani ambayo bado itakuwa imejaa negativiti.

Baadaye wakati wa mhadhara nilieleza maono haya, na baada ya hapo mwanamume mmoja alinijia. Alisema, "Nataka ujue kwamba mimi ni mfanyabiashara. Kwa kawaida sipati matukio nisiyoweza kuyaeleza kwa mantiki. Lakini kila ulipokuwa ukielezea Dunia mbili zikijitenga, ukumbi huu ghafla ulitoweka, na nikajikuta katika anga ya nje. Nilipotazama, nikaona yakitokea hasa jinsi ulivyoeleza." Alisema tukio hilo bado lilikuwa hai sana akilini mwake. Alikwenda nyumbani na kutengeneza picha iliyo hapa chini kwenye kompyuta yake, na akatoa ruhusa itumike katika kitabu hiki. Inavutia zaidi ikiwa ya rangi, lakini Dunia Mpya ndiyo duara linalong'aa lililowekwa juu ya Dunia ya zamani.

Imeundwa na Michael R. Taylor (MT)

Katika mhadhara mjini Chicago mwaka 2006, nilikuwa nikijadili mageuzi ya Dunia Mpya. Nilikuwa naelezea maono ambayo Annie Kirkwood alipata kuhusu Dunia kugawanyika kuwa Dunia mbili.

Jinsi, ilipogawanyika kuwa Dunia mbili tofauti, watu walioko kila moja wasingetambua kilichokuwa kinatokea kwenye ile nyingine. Wale waliokuwa wameinua marudio na mitetemo yao wangeinuka kuingia katika Dunia Mpya kadiri ilivyokuwa ikibadilika na kuinuka kuingia katika dimensheni tofauti, hivyo kuwa wasioweza kuonekana na wale "waliobaki nyuma." Kumekuwa na mambo kadhaa kuhusu dhana hii yaliyonisumbua. Mimi hupenda kuwa na majibu; nadhani ni kwa sababu ya udadisi wangu mkubwa. Nimehisi kuna mapengo au mashimo yanayohitaji kujazwa. Vipande vinavyohitaji kuelezwa. Mtu mmoja katika hadhira aliuliza swali kuhusu jinsi hili lingeweza kutokea, na wale walioko kwenye Dunia moja wasiweze kufahamu kinachotokea kwenye ile nyingine. Ghafla nikapata ufunuo. Wazo likanijia ambalo lingeweza kuwa cheche ya maelezo yanayoweza kueleweka. Daima ni busara kuamini miale hii ya ang'aza ya intuisia na maarifa kwa sababu mara nyingi hutoka kwa waongozaji wetu. Katika kesi hii, huenda yalikuwa yanatoka kwenye chanzo kilekile kinachonipa taarifa zote kupitia wateja wangu. Ghafula nikasema, "Ufafanuzi unaowezekana umenijia sasa hivi."

Mapema kwenye mhadhara nilikuwa nimezungumzia kwa kifupi nadharia ya ulimwengu sambamba na maisha yanayoumbwa na mawazo na maamuzi yetu. Katika Kitabu cha Kwanza, niliandika kuhusu nadharia ambayo sikuwahi kuisikia, na iliyosababisha maumivu ya kichwa kujaribu kuielewa. Kwa ufupi inasema hivi: Kila wakati mtu binafsi anapopaswa kufanya uamuzi, kwa kawaida huwa na zaidi ya chaguo moja. Hii ndiyo ninayoita, "Kufika kwenye njia panda." Wanapaswa kuamua kwenda upande huu au mwingine. Linaweza kuwa uamuzi kuhusu ndoa, talaka, kazi, chochote. Huwazia kila chaguo na kuweka nguvu nyingi katika kuamua njia ipi wachukue. Kisha hufanya uamuzi. Sote tumewahi kupitia "njia panda" hizi. Tunajua kwamba kama tungechagua kwenda njia nyingine, maisha yetu yangekuwa tofauti kabisa. Tunaamua kwenda mwelekeo mmoja. Lakini nini hutokea kwa ile nguvu tuliyoituma kwenye uamuzi mwingine ambao haukuchaguliwa? Nayo pia huwa halisi! Ulimwengu au dimensheni nyingine huumbwa papo hapo ili kucheza uamuzi ule mwingine, na "wewe" mwingine pia huumbwa kuwa mchezaji katika mandhari hiyo. Huo ulikuwa ufafanuzi rahisi kwa sababu haitokei tu tunapokabiliwa na maamuzi makubwa. Yaweza kutokea kila mara tunapokabiliwa na chaguo, haijalishi ni kubwa au dogo kiasi gani. Kila mara tunapofanya uamuzi, ulimwengu au dimensheni nyingine huumbwa mara moja ili chaguo jingine nalo liwe halisi, na "wewe" mwingine hutenguka ili kucheza sehemu hiyo. Vyote ni halisi sawa na maisha ya sasa tunayolenga. Hatujui kuhusu sehemu hizi nyingine za nafsi zetu, na ni vema kwamba hatujui. Akili zetu za kibinadamu haziwezi kabisa kuvibeba vyote. Niliambiwa kwamba tatizo siyo kwenye ubongo, bali kwenye akili. Hakuna dhana tu ndani ya akili yetu ya kibinadamu zinazoruhusu tuweze kuelewa ugumu wote wake. Ndiyo sababu hatutaruhusiwa kamwe kuwa na majibu yote. Hakuna njia ambayo tunaweza kuyaelewa. Hivyo wao (kwa hekima yao) huchagua vipande vidogo vya kutupa wakati huu wa kuamka, ili tuwe na taarifa zilizopanuliwa kidogo. Na kadiri akili zetu zinavyopanuka kukumbatia mawazo na nadharia mpya, watatupa vipande vingine vidogo tena. Mimi binafsi ninashukuru kwa vipande ninavyopewa. Inaonyesha kwamba akili zetu zinaamka. Hii ndiyo njia pekee tutakayoweza kushughulikia dhana ya Dunia yetu kubadili marudio na mitetemo ili kuhama kuingia dimensheni tofauti. Taarifa ninazopokea sasa nisingeweza hata kuanza kuzielewa nilipoanza kazi yangu zaidi ya miaka thelathini iliyopita. Kwa hiyo najua nimekua, na naweza kuona hili likidhihirika katika vitabu nilivyoandika kwa miaka hii.

Ufunuo uliokuja kwangu wakati wa mhadhara wa Chicago ulikuwa kwamba pengine sababu watu walioko kwenye kila Dunia hawatakuwa wakifahamu kuhusu wenzao na kile kinachotokea, huenda ikawa ni sawa na dhana ya uumbaji wa ulimwengu na dimensheni sambamba—tu lakini katika skeli kubwa mno. Ikiwa hatujui kuhusu sehemu zile nyingine za nafsi zetu zikicheza maamuzi mengine tuliyoyaumba kwa nishati tuliyoielekeza huko, basi watu walioko kwenye zile Dunia mbili wasingejua kuhusu wenzao. Dunia moja ingekuwa inaenda kwenye mwelekeo wa uamuzi au chaguo moja, na Dunia nyingine ingeenda kwenye mwelekeo tofauti. Kila moja ikicheza uamuzi mbadala. Ni juu ya watu walioko Duniani kwa sasa, kila mmoja kufanya uamuzi wake binafsi wa ni njia ipi anataka kufuata. Nishati ipo na inazidi kuwa yenye nguvu. Inaathiri miili yetu kimwili. Marudio na mitetemo yetu wenyewe inabadilishwa. Lakini naamini bado ni juu yetu kuamua, ni Dunia ipi tutakayovutwa kwake kwa sababu ya hiari yetu huru. Tofauti kuu hapa ni kwamba "wawo" walisema hili halijawahi kutokea katika skeli kubwa namna hii kabla. Kamwe katika historia ya ulimwengu hakujawahi kuwa sayari nzima iliyobadili marudio na mitetemo yake ili kuhama kuingia dimensheni nyingine. Ndiyo maana inaitwa onyesho kuu zaidi katika ulimwengu, na kila mtu kutoka galaksi na dimensheni nyingi wanatazama kuona nini kitaenda kutokea. Je, tutaweza kulifanya? Je, tutaweza kulikamilisha?

Gari la moshi linaondoka stesheni. Linatupeleka kwenye safari kuu ambayo haijawahi kupitiwa katika skeli hii kabla. Ni juu ya kila mtu binafsi kama atapanda ndani au atasimama kandokando ya jukwaa. Wajitolea ambao wamekamilisha kusudi lao wako tayari kwenda "nyumbani." Karibuni abiria wote!! Na kumbukeni, kamwe hamko peke yenu.

Ukurasa wa Mwandishi

Dolores Cannon, mtaalamu wa hipnozi ya kurudisha kumbukumbu (regressive hypnotherapist) na mtafiti wa masuala ya "kiakili/kiroho" anayerekodi maarifa "Yaliyopotea", alizaliwa mwaka 1931 katika St. Louis, Missouri. Alisoma na kuishi St. Louis hadi alipofunga ndoa mwaka 1951 na mwanajeshi wa Jeshi la Wanamaji (Navy) wa kazi. Alitumia miaka 20 iliyofuata akisafiri duniani kote kama mke wa mwanajeshi wa Navy, na kulea familia yake. Mwaka 1970 mume wake alistaafishwa kama veterani mlemavu, nao wakahamia milimani, Arkansas. Hapo ndipo alianza taaluma yake ya uandishi na kuanza kuuza makala zake kwa majarida na magazeti mbalimbali. Amekuwa akijihusisha na hipnozi tangu 1968, na kuanzia 1979 amejikita kikamilifu kwenye tiba ya maisha yaliyopita na kazi za urejeshaji (past-life therapy and regression). Amesoma mbinu mbalimbali za hipnozi na hivyo kuunda mbinu yake ya kipekee iliyomwezesha kupata kwa ufanisi mkubwa taarifa kutoka kwa wateja wake. Sasa Dolores anafundisha mbinu yake ya kipekee ya hipnozi duniani kote.

Mwaka 1986 alitanua uchunguzi wake hadi katika uwanja wa UFO. Amefanya tafiti za moja kwa moja katika maeneo yanayoshukiwa kuwa na kutua kwa UFO, na amechunguza miduara ya mazao (Crop Circles) nchini Uingereza. Sehemu kubwa ya kazi yake katika eneo hili imekuwa ni kukusanya ushahidi kutoka kwa watu wanaoshukiwa kuwa wametekwa kupitia hipnozi.

Dolores ni mzungumzaji wa kimataifa aliyetoa mihadhara katika mabara yote ya dunia. Vitabu vyake kumi na tano vimetafsiriwa katika lugha ishirini. Amezungumza na hadhira za redio na televisheni duniani kote. Na makala kuhusu/za Dolores zimeonekana katika majarida na magazeti kadhaa ya Marekani na ya kimataifa. Alikuwa Mmarekani wa kwanza na mgeni wa kwanza kupokea "Tuzo ya Orpheus" nchini Bulgaria, kwa maendeleo ya juu kabisa katika utafiti wa matukio ya "psychic". Amepokea pia tuzo za Mchango Bora na Mafanikio ya Maisha kutoka kwa mashirika kadhaa ya hipnozi.

Dolores ana familia kubwa inayomsaidia kubaki thabiti kati ya "ulimwengu halisi" wa familia yake na "ulimwengu usioonekana" wa kazi yake.

Ikiwa ungependa kuwasiliana na Dolores kuhusu kazi yake, vikao binafsi au darasa zake za mafunzo, tafadhali tumia anwani ifuatayo. (Tafadhali ambatanisha bahasha yenye anuani yako na stempu kwa ajili ya jibu lake.)

Dolores Cannon, P.O. Box 754, Huntsville, AR, 72740, USA

Au mtumie barua pepe kwa decannon@msn.com au kupitia Tovuti yetu: www.ozarkmt.com